ಸಾವಿನ ಸೆರಗಿನಲ್ಲಿ

ಮನೋಹರ ಗ್ರಂಥ ಮಾಲೆಯ
ಆಗಸ್ಟ್ ೨೦೧೯ನೆಯ ವರ್ಷದ
ಎರಡನೆಯ ಗ್ರಂಥ

ಮೊದಲನೆಯ ಮುದ್ರಣ : ೨೦೧೯

ಸಾವಿನ ಸೆರಗಿನಲ್ಲಿ

(ಮರಣದಂಡನೆಗೀಡಾದ ಕೈದಿಗಳ ಕಥೆಗಳು)

ಡಾ. ಡಿ. ವಿ. ಗುರುಪ್ರಸಾದ್, ಐ.ಪಿ.ಎಸ್(ನಿವೃತ್ತ)
ನಿವೃತ್ತ ಪೊಲೀಸ್ ಮಹಾನಿರ್ದೇಶಕರು, ಕರ್ನಾಟಕ

೨೦೧೯

ಮನೋಹರ ಗ್ರಂಥ ಮಾಲಾ, ಧಾರವಾಡ

SAAVINA SERAGINALLI
(Stories)

Author : **Dr. D. V. Guruprasad** IPS
89, West Park Road, Malleswaram (West)
BANGALORE-560055

© : Author

PUBLISHERS : **MANOHARA GRANTHA MALA**
Laxmi Bhavan, Subhas Road, DHARWAD-580001
Ph: 0836-2441822, 2441823 Mob : 98454 47002
www.granthamala.com
E-book : www. vividlipi.com

DTP & PRINTERS : TWARITHA MUDRANA OFFSET PRINTERS,
GADAG - 582 101.
Mobile : 94482 23602, 88844 95331

Edition : First   Year : 2019   Pages : xvi + 188 = 204
Paper : 70 Gsm N.S. Book Print

Cover Design : Smt. Sowmya Kalyankar

Founder Editor : Late G.B. JOSHI
Editor-Publisher : RAMAKANT G. JOSHI
Manager : SAMEER R. JOSHI

Price : **Rs. 200/-**   ISBN : 978-93-87257-41-2

ಪ್ರಕಾಶಕರ ಮಾತು

ಗ್ರಂಥ ಮಾಲೆಯ ಆಗಸ್ಟ್ ೨೦೧೯ನೆಯ ವರ್ಷದ ಚಂದಾ ಪುಸ್ತಕಗಳಲ್ಲಿ ಎರಡನೆಯದಾಗಿ ಡಾ. ಡಿ. ವಿ. ಗುರುಪ್ರಸಾದರ 'ಸಾವಿನ ಸೆರಗಿನಲ್ಲಿ' ಎಂಬ ಕಥಾ ಸಂಕಲನವನ್ನು ಚಂದಾದಾರರಿಗೆ ನೀಡಲು ಸಂತೋಷವೆನಿಸುತ್ತದೆ. ಈಗಾಗಲೇ ಅವರ 'ಕೈಗೆ ಬಂದ ತುತ್ತು' ಎಂಬ ಆತ್ಮಚರಿತ್ರೆಯನ್ನು ೨೦೧೬ರಲ್ಲಿ ನಮ್ಮ ಚಂದಾದಾರರಿಗೆ ನೀಡಿದ್ದೇವೆ. ಮರಣ ದಂಡನೆಗೊಳಗಾದ ಕೈದಿಗಳ ಬಗ್ಗೆ ತಮ್ಮ ಅನುಭವವನ್ನು ನಿರೂಪಿಸುವ ಈ ಕಥೆಗಳು ವಿಶಿಷ್ಟವಾಗಿವೆ. ಡಾ. ಡಿ. ವಿ. ಗುರುಪ್ರಸಾದ ಅವರಿಗೆ ಈ ಕೃತಿಯನ್ನು ಪ್ರಕಟಿಸಲು ಅನುಮತಿ ನೀಡಿದ್ದಕ್ಕಾಗಿ ಕೃತಜ್ಞತೆಗಳು.

ಮುಖ ಚಿತ್ರವನ್ನು ತಯಾರಿಸಿದ ಶ್ರೀಮತಿ ಸೌಮ್ಯ ಕಲ್ಯಾಣಕರ ಅವರಿಗೆ ಆಭಾರಿ.

ಪುಸ್ತಕದ ಡಿ.ಟಿ.ಪಿ. ಹಾಗೂ ಮುದ್ರಣ ನಿರ್ವಹಿಸಿದ ಗದುಗಿನ ತ್ವರಿತ ಆಫ್‌ಸೆಟ್ ಪ್ರಿಂಟಿಂಗ್ ಪ್ರೆಸ್‌ನ ಸಿಬ್ಬಂದಿಗೆ ಆಭಾರಿ.

–ರಮಾಕಾಂತ ಜೋಶಿ

ಅರ್ಪಣೆ

ಭವಿಷ್ಯತ್ತಿನ ಒಳಿತಿಗಾಗಿ ದುಡಿದ
ಎಲ್ಲಾ ಮಾನವ ಜೀವಿಗಳಿಗೆ

ನನ್ನ ಮಾತು

ಪೊಲೀಸ್ ಇಲಾಖೆಯಿಂದ ಡೈರೆಕ್ಟರ್ ಜನರಲ್ ಪೊಲೀಸ್ ಹುದ್ದೆಯಿಂದ ನಿವೃತ್ತಿ ಹೊಂದಿದ ನಂತರ ನಾನು ಏಳು ವರ್ಷಗಳ ಕಾಲ ಬೆಂಗಳೂರಿನಲ್ಲಿ ಶಿಕ್ಷಣ ಹಾಗೂ ಆರೋಗ್ಯ ಸಂಸ್ಥೆಗಳನ್ನು ನಡೆಸುವ ಪ್ರತಿಷ್ಠಾನವೊಂದರ ಮುಖ್ಯ ಕಾರ್ಯನಿರ್ವಹಣಾಧಿಕಾರಿಯಾಗಿದ್ದೆ. ಆ ಸಮಯದಲ್ಲಿ ಆಸ್ಪತ್ರೆಗಳು, ರೋಗಿಗಳು ಹಾಗೂ ವೈದ್ಯರ ಜೊತೆ ನಾನು ನಿಕಟ ಸಂಪರ್ಕವನ್ನು ಹೊಂದಿರಬೇಕಾಗಿತ್ತು. ಇಂತಹ ಒಂದು ಸಂದರ್ಭದಲ್ಲಿ ನಾನು ಕ್ಯಾನ್ಸರ್ ರೋಗಿಗಳನ್ನು ಭೇಟಿಯಾಗುವ ಅವಕಾಶ ದೊರೆಯಿತು.

ನಾಲ್ಕನೇ ಹಂತದ ಕ್ಯಾನ್ಸರ್ ರೋಗವನ್ನು ಹೊಂದಿರುವಂತಹ ರೋಗಿಗಳು ಕೆಲವೇ ವಾರಗಳು, ತಿಂಗಳುಗಳಲ್ಲಿ ತಾವು ಸಾಯುತ್ತೇವೆ ಎನ್ನುವುದನ್ನು ಮನಗಂಡ ತಕ್ಷಣ ಅವರ ಇಡೀ ವ್ಯಕ್ತಿತ್ವವೇ ಬದಲಾಗುತ್ತದೆ ಎಂದು ವೈದ್ಯರು ತಿಳಿಸಿ ನಿಮ್ಮ ಉಳಿದ ಜೀವನ ಇಂತಿಷ್ಟೇ ಎಂದು ರೋಗಿಗಳಿಗೆ ಹೇಳಿದಾಗ ಅವರಲ್ಲಿ ಬಹುತೇಕ ಜನರು ಖಿನ್ನತೆಗೆ ·ತಿರುಗುತ್ತಾರೆ, ಊಟ ಉಪಚಾರಗಳನ್ನು ಬಿಟ್ಟುಬಿಡುತ್ತಾರೆ. ನನಗೆ ಔಷದಿಯೇ ಬೇಡವೆನ್ನುತ್ತಾರೆ ಎಂದು ಹೇಳಿದರು. ಮುಂದುವರೆದು ಕೆಲವು ರೋಗಿಗಳು ನಾನು ಜೀವಂತವಿರುವಷ್ಟು ಕಾಲ ನಗುನಗುತಾ ಇರುತ್ತೇನೆ. ಬಂದ ಸವಾಲನ್ನು ಧೈರ್ಯದಿಂದ ಎದುರಿಸುತ್ತೇನೆ ಎನ್ನುತ್ತಾರೆ ಎಂದೂ ತಿಳಿಸಿದರು. ಇನ್ನು ಕೆಲವು ರೋಗಿಗಳು ತನ್ನ ಸಾವನ್ನು ಹಾಗೂ ಹೀಗೂ ಮುಂದೂಡಲು ಸಾಧ್ಯವಿಲ್ಲವೇ ಎಂದು ನಮ್ಮನ್ನು ಕೇಳುತ್ತಾರೆ ಎಂದು ನನಗೆ ಹೇಳಿದ ವೈದ್ಯರು ತಾವು ಅಂತಿಮ ಹಂತದ ಕ್ಯಾನ್ಸರ್ ರೋಗಿಗಳ ಮನಸ್ಥಿತಿಯಲ್ಲಿ ಬೇರೆ ಬೇರೆ ರೀತಿಯ ಭಾವನೆಗಳನ್ನು ಕಾಣುತ್ತೇವೆ ಎಂದರು .

ಈ ವಿಷಯವನ್ನು ಕೇಳಿದ ಕೂಡಲೇ ನನ್ನ ಮನದಲ್ಲಿ ಒಂದು ಯೋಚನೆ ಮೂಡಿತು. ನಾನು ಪೊಲೀಸ್ ಅಧಿಕಾರಿಯಾಗಿ ಹಲವಾರು ಕ್ರಿಮಿನಲ್‌ಗಳಿಗೆ ಮರಣದಂಡನೆ ಶಿಕ್ಷೆಯಾಗುವುದನ್ನು ಗಮನಿಸಿದ್ದೆ. ಮರಣದಂಡನೆಯ ಶಿಕ್ಷೆಯನ್ನು ಪಡೆದಂತಹ ಕೈದಿಗಳೂ ಕ್ಯಾನ್ಸರ್ ರೋಗಿಗಳಿಗೆ ಬರುವಂತಹ ಮನೋಭಾವನೆಯನ್ನು ಹೊಂದಿರುತ್ತಾರೆಯೋ ಹೇಗೆ ಎನ್ನುವುದನ್ನು ತಿಳಿಯಬೇಕು ಎನ್ನುವ ಕುತೂಹಲ ನನ್ನಲ್ಲಿ ಮೂಡಿತು.

ನಾನು ಕೂಡಲೇ ಕಾರ್ಯತತ್ಪರನಾಗಿ ಮರಣದಂಡನೆಗೆ ಈಡಾದ ಕೈದಿಗಳನ್ನು ಸಂದರ್ಶನ ಮಾಡಬೇಕು ಎಂದು ಬಯಸಿ ಸಂಬಂಧಪಟ್ಟ ಇಲಾಖೆಗಳಿಗೆ ಕೋರಿಕೆಯನ್ನು ಸಲ್ಲಿಸಿದೆ. ನನ್ನ ಕೋರಿಕೆ ಮಂಜೂರಾಗಲು ನಾನು ಸಾಕಷ್ಟು ಪ್ರಯಾಸ ಪಡಬೇಕಾಯಿತು. ಕಡೆಗೂ ನನಗೆ ಇಂತಹ ಕೈದಿಗಳನ್ನು ಸಂದರ್ಶಿಸಲು ಪರವಾನಗಿ ದೊರಕಿತು.

ಕರ್ನಾಟಕ ರಾಜ್ಯದಲ್ಲಿ ಮರಣದಂಡನೆಗೆ ಈಡಾಗಿರುವ ಎಲ್ಲಾ ಕೈದಿಗಳೂ ಬೆಳಗಾಂನ ಹಿಂಡಲಗಾ ಕಾರಾಗೃಹದಲಿರುವುದರಿಂದ ನಾನು ಹಿಂಡಲಗಾ ಕಾರಾಗೃಹಕ್ಕೆ ನನ್ನ ಸಹಾಯಕರಾದ ಶಶಿಕಿರಣ್ ಜತೆಗೆ ಭೇಟಿನೀಡಿದೆ. ಕೈದಿಗಳನ್ನು ನಾನು ಸಂದರ್ಶಿಸುವಾಗ ಅವರು ಕೊಟ್ಟ ಉತ್ತರಗಳನ್ನು ಕಿರಣ್ ಗುರುತು ಹಾಕಿಕೊಳ್ಳುತ್ತಿದ್ದರು. ನಾನು ಬೆಳಗಾವಿಯಲ್ಲಿ ಸುಮಾರು ೪೦ ಕೈದಿಗಳನ್ನು ಸಂದರ್ಶಿಸಿದೆ. ಅಂದ ಹಾಗೆ ನಾನು ಸಂದರ್ಶನ ಮಾಡಿದ ಕೆಲವು ಕೈದಿಗಳು ನಾನೇ ಪೊಲೀಸ್ ಅಧಿಕಾರಿಯಾಗಿದ್ದಾಗ ನಡೆದ ಪ್ರಕರಣಗಳ ಆರೋಪಿಗಳಾಗಿದ್ದರು.

ಸುಮಾರು ಒಂದು ವಾರ ಸಂದರ್ಶನ ನಡೆಸಿ ಬೆಂಗಳೂರಿಗೆ ವಾಪಸ್ಸಾಗಿ ಸಂದರ್ಶನದ ನೋಟ್ಸ್‌ಗಳನ್ನು ಗುರುತು ಹಾಕಿಕೊಂಡಾಗ ನನಗೆ ಕೆಲವೊಂದು ಸಂದೇಹಗಳು ಮೂಡಿದವು. ಹಾಗಾಗಿ ಮತ್ತೊಮ್ಮೆ ಬೆಳಗಾವಿಗೆ ಹೋಗಿ ಇನ್ನೊಮ್ಮೆ ಕೈದಿಗಳನ್ನು ಸಂಪರ್ಕಿಸಬೇಕಾಯಿತು.

ಇದಾದ ಕೆಲ ಸಮಯದ ನಂತರ ನನಗೆ ಕೊಲ್ಕತ್ತಾಗೆ ಹೋಗುವ ಅವಕಾಶ ದೊರೆಯಿತು. ಕೊಲ್ಕತ್ತಾದಲ್ಲಿ ನನ್ನ ಮಿತ್ರರೊಬ್ಬರು ಆ ನಗರದ ನಾಲ್ಕು ಕಾರಾಗೃಹದಲ್ಲಿರುವ ಕೈದಿಗಳನ್ನು ಮಾತನಾಡಿಸಲು ನನಗೆ ಅನುವು ಮಾಡಿಕೊಟ್ಟರು. ನಾನು ಅಲ್ಲಿ ಸುಮಾರು ೧೫ ಕೈದಿಗಳನ್ನು ಸಂದರ್ಶಿಸಿದೆ.

ಕೈದಿಗಳ ಸಂದರ್ಶನದಿಂದ ಮೂಡಿಬಂದ ಅಂಶಗಳ ಆಧಾರದ ಮೇಲೆ "ಮರಣದಂಡನೆಗೆ ಈಡಾದ ಕೈದಿಗಳ ಮನೋಸ್ಥಿತಿ" ಎಂಬ ಶೀರ್ಷಿಕೆಯಲ್ಲಿ ಇಂಗ್ಲೀಷ್ ಪ್ರಬಂಧವನ್ನು ನಾನು ಬರೆದೆ. ಈ ಕೈದಿಗಳು ಹೇಗೆ ಅಪರಾಧ ಜಗತ್ತಿಗೆ ಪ್ರವೇಶಿಸಿದರು, ಹೇಗೆ ಅಪರಾಧವನ್ನು ಎಸಗಿದರು, ಅಪರಾಧ ಎಸಗುವಾಗ ಅವರ ಮನೋಸ್ಥಿತಿ ಹೇಗಿತ್ತು, ಈಗ ಅವರಿಗೆ ಪಶ್ಚಾತ್ತಾಪದ ಭಾವನೆ ಬಂದಿದೆಯೇ ಎಂಬುದನ್ನು ಓದುಗರಿಗೆ ಕಥೆಯ ರೂಪದಲ್ಲಿ ತಿಳಿಸುವ ಮನಸ್ಸಾಯಿತು.

ಈ ಕಥೆಗಳನ್ನು ನಾನು ಬರೆದ ನಂತರ ಅವನ್ನು ಮೊದಲಿಗೆ ಅಂಕಣ ರೂಪದಲ್ಲಿ ಪ್ರಕಟಿಸಲು ಸಂಯುಕ್ತ ಕರ್ನಾಟಕ ದಿನಪತ್ರಿಕೆ ಮುಂದೆ ಬಂದಿತು. ಸುಮಾರು ಒಂದು ವರ್ಷಗಳ ಕಾಲ ಸಂಯುಕ್ತ ಕರ್ನಾಟಕ ಪತ್ರಿಕೆಯಲ್ಲಿ ಪ್ರಕಟಗೊಂಡ ಈ ಅಂಕಣಕ್ಕೆ ಬಂದ ಅಭೂತಪೂರ್ವ ಪ್ರತಿಕ್ರಿಯೆಯ ಕಾರಣ ಇದನ್ನು ಪುಸ್ತಕ ರೂಪದಲ್ಲಿ ತರಬೇಕೆಂಬ ಇಚ್ಛೆ ಮೂಡಿತು. ಅದರ ಫಲವೇ ನಿಮ್ಮ ಕೈಯಲ್ಲಿರುವ

ಈ ಪುಸ್ತಕ " ಸಾವಿನ ಸೆರಗಿನಲ್ಲಿ". ಈ ಕೃತಿಯಲ್ಲಿ ೧೬ ಕೈದಿಗಳ ವಿವರವಾದ ಚಿತ್ರಣವನ್ನು ನಾನು ನೀಡಿದ್ದೇನೆ.

ಈ ಸತ್ಯ ಕಥೆಗಳನ್ನು ಬರೆಯಲು ನನಗೆ ಹಲವಾರು ಮಂದಿ ನೆರವಾಗಿದ್ದಾರೆ. ಅವರಲ್ಲಿ ಕೆಲವರನ್ನು ಇಲ್ಲಿ ಸ್ಮರಿಸಲೇಬೇಕಾಗಿದೆ. ಮೊದಲಿಗೆ ನನ್ನಲ್ಲಿ ಈ ವಿಷಯದ ಬಗ್ಗೆ ಆಸಕ್ತಿ ಬೆಳೆಯಲು ಪ್ರೇರೇಪಿಸಿದ ರಾಮಯ್ಯ ವೈದ್ಯಕೀಯ ಮಹಾವಿದ್ಯಾಲಯದ ಕಾನ್ಸರ್ ವಿಭಾಗದ ವೈದ್ಯರಿಗೆ ನಾನು ಋಣಿ. ಕೈದಿಗಳ ಮನೋಸ್ಥಿತಿಯನ್ನು ಅರಿತುಕೊಳ್ಳಲು ಅವರಿಗೆ ಯಾವ ರೀತಿಯ ಪ್ರಶ್ನೆಗಳನ್ನು ಕೇಳಬೇಕು ಎಂದು ನನಗೆ ರಾಮಯ್ಯ ವೈದ್ಯಕೀಯು ಮಹಾವಿದ್ಯಾಲಯದ ಮನೋಶಾಸ್ತ್ರ ವಿಭಾದ ಸಹಾಯಕ ಪ್ರಾಧ್ಯಾಪಕರಾದ ಡಾ.ವಿರೂಪಾಕ್ಷ ಸಹಾಯ ಮಾಡಿದ್ದಾರೆ. ಅವರಿಗೆ ನಾನು ಅಭಾರಿ. ಕೈದಿಗಳ ಸಂದರ್ಶನ ಮಾಡಲು ನನಗೆ ಕರ್ನಾಟಕ ಕಾರಾಗೃಹ ಇಲಾಖೆಯ ಅಂದಿನ ಮುಖ್ಯಸ್ಥರಾಗಿದ್ದ ಸತ್ಯನಾರಾಯಣರಾವ್‌ರವರೂ, ಹಿಂಡಲಗಾ ಕಾರಾಗೃಹದ ಅಧೀಕ್ಷಕರಾದ ಶೇಷರವರೂ ಸಾಕಷ್ಟು ನೆರವಾದರು. ಅವರಿಗೆ ನಾನು ಆಭಾರಿ. ಅಂತೆಯೇ ನಾನು ಕೊಲ್ಕತ್ತಾಗೆ ಹೋದಾಗ, ಕೊಲ್ಕತ್ತಾದ ಮಾನವ ಹಕ್ಕು ಪ್ರಾಧಿಕಾರದ ಅಧ್ಯಕ್ಷರಾದ ನಪ್ರಾಜಿತ್ ಮುಖರ್ಜಿ ಹಾಗೂ ಕಾರಾಗೃಹದ ಹಲವಾರು ಅಧಿಕಾರಿಗಳು ಸಹಾಯ ಹಸ್ತ ನೀಡಿರುತ್ತಾರೆ. ಅವರನ್ನು ನಾನು ಮರೆಯಲಾರೆ.

ನಾನು ಈ ಕಥೆಗಳನ್ನು ಬರೆಯುವಾಗ ಸಂಪೂರ್ಣವಾಗಿ ನನ್ನ ಬೆನ್ನ ಹಿಂದೆ ನಿಂತು ಯಾವ ರೀತಿ ಕೈದಿಗಳೊಡನೆ ನನ್ನ ಸಂಭಾಷಣೆ ನಡೆಯಿತು ಎಂದು ನೆನೆಪು ಮಾಡಿಕೊಟ್ಟ ಮಿತ್ರ ಹಾಗೂ ಸಹಾಯಕ ಶಶಿಕಿರಣ್‌ಗೆ ನಾನು ಹೇಗೆ ಥ್ಯಾಂಕ್ಸ್ ಹೇಳಬೇಕೋ ತಿಳಿಯದು. ಅಂದ ಹಾಗೆ ನಾನು ಕಳೆದ ಎಂಟು ವರ್ಷಗಳಲ್ಲಿ ಯಾವ ಯಾವ ಕೃತಿಗಳನ್ನು ರಚಿಸಿದ್ದೇನೋ, ಆ ಎಲ್ಲಾ ಕೃತಿಗಳಲ್ಲಿಯೂ ಶಶಿಕಿರಣ್‌ನ "ಕೈವಾಡ" ಇದ್ದೇ ಇದೆ. ಈ ಪುಸ್ತಕದ ಕುರಿತು ತಮ್ಮ ಅನಿಸಿಕೆಗಳನ್ನು ಆದರಣೀಯರಾದ ನಿವೃತ್ತ ಮುಖ್ಯ ಎಂಜನಿಯರ್ ಹಾಗೂ ಆಧ್ಯಾತ್ಮ ಲೇಖಕರಾಗಿರುವ ಕೆ. ಭೀಮರಾವ್ ಬರೆದಿದ್ದಾರೆ. ನನ್ನ ಎಲ್ಲಾ ಪುಸ್ತಕಗಳನ್ನು ಅವರು ಓದಿ ತಮ್ಮ ಅಭಿಪ್ರಾಯಗಳನ್ನು ವ್ಯಕ್ತಪಡಿಸುವುದೇ ಅಲ್ಲದೆ ನನ್ನ ಬರವಣಿಗೆಗೆ ಸದಾಕಾಲವೂ ಪ್ರೋತ್ಸಾಹ ನೀಡುತ್ತಾ ಬಂದಿದ್ದಾರೆ. ಅವರಿಗೆ ನನ್ನ ನಮನಗಳು.

ಅದೇ ರೀತಿ ಗೋಕುಲ ಶಿಕ್ಷಣ ಪ್ರತಿಷ್ಠಾನದ ಶ್ರೀಮತಿ ರೂಪಾ ಮತ್ತು ಶ್ರೀಮತಿ ವಿದ್ಯಾರವರು ನನ್ನ ಉಕ್ತಲೇಖನವನ್ನು ಬರಹ ರೂಪದಲ್ಲಿ ತರಲು ಶ್ರಮಿಸಿದ್ದಾರೆ. ಅವರಿಗೆ ನಾನು ವಂದಿಸುತ್ತೇನೆ. ನನ್ನ ಎಲ್ಲಾ ಬೆರವಣಿಗೆಗೂ ನನ್ನ ಬೆನ್ನ ಹಿಂದಿರುವವರು ನನ್ನ ಕುಟುಂಬದ ಸದಸ್ಯರು. ನನ್ನ ತಾಯಿ ಶ್ರೀಮತಿ ವಿದ್ಯಾಮೂರ್ತಿ, ಪತ್ನಿ ಸ್ವರ್ಣಾ, ಪುತ್ರ ಸುಮುಖ್, ಪುತ್ರಿ ಅಪೂರ್ವ ಎಲ್ಲರಿಗೂ ಅನಂತ ನಮನಗಳನ್ನು ಸಮರ್ಪಿಸುತ್ತೇನೆ.

ಈ ಕೃತಿಯನ್ನು ಮನೋಹರ ಗ್ರಂಥಮಾಲಾ ಮೂಲಕವೇ ಹೊರತರಬೇಕೆಂದು ಮನೋಹರ ಗ್ರಂಥಮಾಲಾದ ರಮಾಕಾಂತ ಜೋಷಿ, ಅವರ ಸುಪುತ್ರ ಸಮೀರ್ ಜೋಷಿ ಮುಂದೆ ಬಂದಿದ್ದಾರೆ ಅವರಿಬ್ಬರಿಗೂ ನಾನು ಆಭಾರಿಯಾಗಿದ್ದೇನೆ.

ಅಂತೆಯೇ ಈ ಕೃತಿಯು ಅಂದವಾಗಿ ಮುದ್ರಿಸಿದ ಗದುಗಿನ ತ್ವರಿತ ಮುದ್ರಣದ ಮಾಲಿಕರಾದ ಶ್ರೀ ಕೆ. ಅಶೋಕ ಹಾಗೂ ಅವರ ಸಿಬ್ಬಂದಿ ಬಳಗಕ್ಕೂ, ಸುಂದರ ಮುಖಪುಟವನ್ನು ರಚಿಸಿದ ಶ್ರೀಮತಿ ಸೌಮ್ಯ ಕಲ್ಯಾಣಕರ ಇವರಿಗೂ ನಾನು ಆಭಾರಿಯಾಗಿದ್ದೇನೆ.

ಬೆಂಗಳೂರು
೧೫ನೇ ಆಗಸ್ಟ್ ೨೦೧೯

ಡಾ.ಡಿ. ವಿ. ಗುರುಪ್ರಸಾದ್

■■

'ಸಾವಿನ ಸೆರಗಿನಲ್ಲಿ' ಕುರಿತು

ಮನುಷ್ಯನ ಮನಸ್ಸು ಬಲು ಸೂಕ್ಷ್ಮ. ಪ್ರಶಾಂತವಾಗಿದ್ದಲ್ಲಿ ಅದು ಶಾಂತ ಸಾಗರ; ಪ್ರಕ್ಷುಬ್ಧವಾದಲ್ಲಿ ಅದರಲ್ಲಿ ಚಂಡಮಾರುತವೆದ್ದು ರೌದ್ರ ನರ್ತನ ತಾಂಡವವಾಡುತ್ತದೆ. ಆ ಪ್ರಕ್ಷುಬ್ಧತೆಗೆ ಕಾರಣ ಹುಡುಕುವುದು ಸುಲಭಸಾಧ್ಯವಲ್ಲ. ಏಕೆಂದರೆ ಅದಕ್ಕೆ ಸೂಕ್ಷ್ಮತೆ ಬೇಕು. ಸಾಗರದ ಆಳಕ್ಕೆ ಇಳಿಯುವ ಸಾಮರ್ಥ್ಯ ಬೇಕು. ಮಿಗಿಲಾಗಿ ಚಂಡ ಮಾರುತದ ದಿಕ್ಕಿನಲ್ಲಿ ಓಡಬೇಕು. ನಿರ್ಲಿಪ್ತತೆ, ಅನುಕಂಪ, ಸಹಾನುಭೂತಿಗಳನ್ನೊಳಗೊಂಡ ತಾಳ್ಮೆ ಬೇಕು.

'ಸಾವಿನ ಸೆರಗಿ'ನಲ್ಲಿರುವ ಕೈದಿಗಳನ್ನು ಪ್ರತ್ಯಕ್ಷ ಸಂದರ್ಶಿಸಿ ಅವರೊಂದಿಗೆ ಏಕಾಂತ ಸಂಭಾಷಣೆ ನಡೆಸಿ ಅವರ ಮನವನ್ನು ಅರಿಯುವ ಈ ಪ್ರಯತ್ನ ನಿಜಕ್ಕೂ ನೂತನ ಹಾಗೂ ವಿಶಿಷ್ಟ. ಮನಃಶಾಸ್ತ್ರ ತಜ್ಞರಾದರೂ ಇಂತಹ ಪ್ರಯತ್ನ ಮಾಡಿರುವರೋ ಇಲ್ಲವೋ ತಿಳಿಯದು. ಆದರೆ ಪೋಲಿಸ್ ಅಧಿಕಾರಿಯಾಗಿ ಇಂತಹ ಪ್ರಯತ್ನ ಮಾಡಿರುವುದು ಸ್ತುತ್ಯಾರ್ಹ, ಸ್ವಾಗತಾರ್ಹ. ಏಕೆಂದರೆ ಇಂತಹ ಅಧ್ಯಯನಗಳು ಕೈದಿಗಳ ಮನಃ ಪರಿವರ್ತನೆಗೆ ದಾರಿದೀಪವಾಗಬಹುದಾದ ಯೋಜನೆಗಳಿಗೆ ನಾಂದಿಯಾಗಬಹುದು. ತಮ್ಮ ಸ್ವಾರ್ಥ ಸಾಧನೆಗಾಗಿ ಪರರ ಪ್ರಾಣವನ್ನು ತೃಣವಾಗೆಣಿಸಿ ಕಗ್ಗೊಲೆಗಳನ್ನು ಮಾಡಿದ ಹದಿನಾಲ್ಕು ಪ್ರಸಂಗಗಳ ವರ್ಣನೆ ಭೀಕರವೆನಿಸುತ್ತದೆ. ಇಲ್ಲಿಯ ಪ್ರಸಂಗಗಳು ನೈಜವಾಗಿದ್ದು, ಅವುಗಳ ವಾಸ್ತವತೆ ಯಾವುದೇ ಕಾಲ್ಪನಿಕ ಪತ್ತೇದಾರಿ ಕಾದಂಬರಿಗಳ ಕಥೆಗಳನ್ನು ಮೀರಿಸುವಂತಿದೆ. ಸಂಭಾಷಣೆ ಮಾಡುವಾಗ ಕೈದಿಗಳು ಕೊಡುವ ಉತ್ತರಗಳು ಹಲವು ಸಂದರ್ಭಗಳಲ್ಲಿ ಅವರು ನಿರಪರಾಧಿಗಳೇನೋ ಎಂಬ ಭಾವವನ್ನೂ ಮೂಡಿಸಿದರೂ ನ್ಯಾಯಾಲಯ ಆ ಎಲ್ಲಾ ಅಂಶಗಳನ್ನು ಪರೀಕ್ಷಿಸಿಯೇ ಶಿಕ್ಷೆ ವಿಧಿಸಿರುವುದರಿಂದ ಆ ತೀರ್ಪು ಸರಿಯೆನಿಸುತ್ತದೆ.

ಗಲ್ಲು ಶಿಕ್ಷೆಗೆ ಕಾಲಗಣನೆ ಮಾಡುತ್ತಿರುವ ಅಪರಾಧಿಗಳ ಅಂತರಂಗದ ಬಯಕೆಯಾದರೂ ಏನು? ತಾನು ಅಮಾಯಕರ ಪ್ರಾಣ ತೆಗೆದಿದ್ದರೂ ತನ್ನ ಪ್ರಾಣ ಉಳಿಯಬೇಕೆಂಬ ಹಂಬಲ. ಅದಕ್ಕಾಗಿ ಶತ ಪ್ರಯತ್ನ. ಮೇಲಿನ ನ್ಯಾಯಾಲಯಗಳಿಗೆ ಮತ್ತೆ ಮತ್ತೆ ಮೇಲ್ಮನವಿ. ತಾವು ತಪ್ಪಿತಸ್ಥರಲ್ಲವೆಂದು ತೋರ್ಪಡಿಸಿ ಕೊಂಡರೂ, ಮನಸ್ಸಿನ ಆಳದ ಯಾವುದೋ ಮೂಲೆಯಲ್ಲಿ ಪಶ್ಚಾತ್ತಾಪದ

ಛಾಯೆಯನ್ನು ಗುರುತಿಸಬಹುದು. ಇದಕ್ಕೆ ಚಂಪಕಾಳ ಮಾತುಗಳನ್ನು ನೋಡಬಹುದು. 'ನಿಮ್ಮಲ್ಲಿ ಒಂದು ವಿನಂತಿ. ನನ್ನ ಮಗಳು ವಿದೇಶದಲ್ಲಿದ್ದಾಳೆ. ನನ್ನ ಅಪರಾಧ ಜೀವನದ ಬಗ್ಗೆ ಅವಳಿಗೆ ಗೊತ್ತಿಲ್ಲ. ನೀವು ನನ್ನ ಬಗ್ಗೆ ಬರೆಯುವಾಗ ನನ್ನ ಹೆಸರನ್ನು ನಮೂದಿಸಬೇಡಿ' 'ನೀನು ಜೈಲಿಗೆ ಬಂದ ನಂತರ ಆಕೆಯನ್ನು ನೋಡಿಲ್ಲವೇ?'

'ಅವಳು ಇಲ್ಲಿಗೆ ಬಂದಿದ್ದಾಗ ನನ್ನನ್ನು ಮಾನಸಿಕ ಆಸ್ಪತ್ರೆಗೆ ಸೇರಿಸಿದ್ದರು. ತನ್ನ ತಾಯಿ ಒಬ್ಬ ಕೊಲೆಗಾರ್ತಿ ಎಂದು ಆಕೆಗೆ ಗೊತ್ತಿಲ್ಲ'

'ನೀನು ಅಪರಾಧವನ್ನೇ ಮಾಡಿಲ್ಲ ಎನ್ನುತ್ತಿರುವೆಯಲ್ಲಾ'? ಆಕೆ ನಸು ನಕ್ಕು ನಿಧಾನವಾಗಿ ಹೊರನಡೆದಳು.

ಸಾಹಿತ್ಯದ ರಸದೌತಣ ಈ ನಿರೂಪಣೆಯಿಲ್ಲದೆ ಮತ್ತೇನು? ಕೊನೆಯ ವಾಕ್ಯ ಚಂಪಕಾಳ ಮನೋಭಾವವನ್ನು ಅದೆಷ್ಟು ಚೆನ್ನಾಗಿ ವರ್ಣಿಸುತ್ತದೆ! ಮಾತಿನಲ್ಲಿ ಹೇಳಲಾಗುದುದನ್ನು ಆಕೆಯ ನಸುನಗು ಬಿಚ್ಚಿ ತೋರಿಸುತ್ತದೆ. ಅದನ್ನು ಸೂಕ್ಷ್ಮವಾಗಿ ಗಮನಿಸಿ ಕ್ಯಾಮರಾದಲ್ಲಿ ಮೂಡಿಸಿ ಓದುಗರ ಕಣ್ಮುಂದೆ ನಿಲ್ಲಿಸಿದ್ದಾರೆ ಲೇಖಕರು.

ಪೋಲಿಸ್ ಕಡತಗಳಲ್ಲಿ ನೀರಸವಾಗಿ ರೂಪಿತವಾಗಿರಬಹುದಾದ ವರದಿಗಳು ಈ ಅಧ್ಯಯನದಿಂದ ಕಲಾತ್ಮಕ ಸಾಹಿತ್ಯ ಕಥೆಗಳಾಗಿ ಓದುಗರನ್ನು ಆಕರ್ಷಿಸುವುದರಲ್ಲಿ ಯಶಸ್ವಿಯಾಗಿವೆ.

–ಕೆ. ಭೀಮರಾವ್

೭–೫–೨೦೧೯

ಪರಿವಿಡಿ

■■

೧. ಸೈಕೋ ಜೈಶಂಕರ್

೩ನೇ ಏಪ್ರಿಲ್ ೨೦೧೧

ಮಧ್ಯರಾತ್ರಿ ಕಳೆದು ಸುಮಾರು ಕಾಲು ಗಂಟೆಯಾಗಿತ್ತು.ಹಿರಿಯೂರು ಪೊಲೀಸ್ ಠಾಣೆಯಲ್ಲಿ ಆ ರಾತ್ರಿ ಡ್ಯೂಟಿ ಮಾಡುತ್ತಿದ್ದವರು ಕೇವಲ ಮೂರು ಜನ. ಠಾಣಾಧಿಕಾರಿಯಾಗಿದ್ದ ಪೊಲೀಸ್ ಸಬ್ ಇನ್ಸ್‌ಪೆಕ್ಟರ್, ಠಾಣೆಯ ಸೆಂಟ್ರಿ ಹಾಗೂ ಠಾಣೆಯ ರೈಟರ್. ಉಳಿದವರೆಲ್ಲರೂ ರಾತ್ರಿ ಗಸ್ತಿಗೆ ಹೊರಟುಹೋಗಿದ್ದರು. ಗಾಭರಿಗೊಂಡಿದ್ದ ವ್ಯಕ್ತಿಯೊಬ್ಬರು ಠಾಣೆಗೆ ಬಂದು 'ಸಾರ್' ಎಂದು ಟೇಬಲ್ ಬಡಿದು ತೂಕಡಿಸುತ್ತಿದ್ದ ಸಬ್ ಇನ್ಸ್‌ಪೆಕ್ಟರ್‌ರನ್ನು ಎಬ್ಬಿಸಿ, "ಯಾರೋ ದುಷ್ಕರ್ಮಿಗಳು ನನ್ನ ತೋಟದ ಆಳುಮಗನ ಕೊಲೆ ಮಾಡಿ ಅವನ ಹೆಂಡತಿಯ ಬಲಾತ್ಕಾರ ಮಾಡಿ ಗುಡಿಸಿಲಿಗೆ ಬೆಂಕಿ ಹಾಕಿ ಹೋಗಿದ್ದಾರೆ, ಕೂಡಲೇ ಬನ್ನಿ" ಎಂದರು.

"ಸ್ವಲ್ಪ ಸುಧಾರಿಸಿಕೊಂಡು ನಡೆದ ವಿಷಯವನ್ನು ಸವಿಸ್ತಾರವಾಗಿ ಹೇಳಿ" ಎಂದರು ಪಿ.ಎಸ್.ಐ.

"ನನ್ನ ಹೆಸರು ಬಾಲಸುಬ್ರಮಣ್ಯ. ನನಗೆ ೬೪ ವರ್ಷ. ನಾನು ಇಲ್ಲೇ ವಿಜಯಾಬ್ಯಾಂಕ್ ಹಿಂಬಾಗದ ಮನೆಯಲ್ಲಿ ವಾಸವಾಗಿದ್ದೇನೆ. ಇಲ್ಲಿಂದ ಸುಮಾರು ೭ ಕಿ.ಮೀ ದೂರದಲ್ಲಿರುವ ಎರೆದಹಳ್ಳಿಯ ಬಳಿ ನನಗೆ ಸುಮಾರು ೧೫ ಏಕರೆ ತೋಟವಿದ್ದು ಅದರಲ್ಲಿ ದಾಳಿಂಬೆ ಹಾಗೂ ಸಪೋಟ ಬೆಳೆಸಿರುತ್ತೇನೆ. ನನ್ನ ತೋಟವನ್ನು ನೋಡಿಕೊಳ್ಳಲು ಸುಮಾರು ಮೂರು ತಿಂಗಳಿನಿಂದ ಉಪ್ಪಾರಹಳ್ಳಿಯ ರಂಗಸ್ವಾಮಿ ಮತ್ತು ಅವನ ಹೆಂಡತಿ ಮಾರಕ್ಕನನ್ನು ನೇಮಿಸಿಕೊಂಡಿದ್ದೆ.ಅವರು ತೋಟದ ಒಂದು ಮೂಲೆಯಲ್ಲಿ ಗುಡಿಸಲು ಹಾಕಿಕೊಂಡು ವಾಸವಾಗಿದ್ದರು.ನಿನ್ನೆ ಮಧ್ಯಾಹ್ನ ಕೂಲಿಯಾಳುಗಳಿಗೆ ಅವರ ಕೂಲಿಯನ್ನು ಬಟವಾಡೆ ಮಾಡಿ ಬಂದೆ. ರಾತ್ರಿ ಸುಮಾರು ೧೧ ಗಂಟೆಗೆ ನಾನು ನನ್ನ ಮನೆಯಲ್ಲಿ ಮಲಗಿದ್ದಾಗ ನಮ್ಮ ಪಕ್ಕದ ತೋಟದಲ್ಲಿ ಕೆಲಸ ಮಾಡುವ ಪ್ರಸನ್ನ ನನಗೆ ದೂರವಾಣಿ ಮಾಡಿ, ನಮ್ಮ ಆಳುಮಗ ರಂಗಸ್ವಾಮಿಯ ಗುಡಿಸಲಿಗೆಬೆಂಕಿ ಬಿದ್ದಿದೆ ಕೂಡಲೇಬನ್ನಿ ಎಂದ. ನಾನು ಗಾಬರಿಯಿಂದ ನನ್ನ ಜಮೀನಿಗೆ ಧಾವಿಸಿದೆ. ರಂಗಸ್ವಾಮಿಯ ಗುಡಿಸಲು ಬೆಂಕಿಯಿಂದ ಉರಿಯುತ್ತಿದ್ದು ಅಗ್ನಿಶಾಮಕ ದಳದವರು ಬಂದು ಬೆಂಕಿಯನ್ನು ಆರಿಸತೊಡಗಿದರು. ಅಷ್ಟರಲ್ಲಿ ತೋಟದಿಂದ ಹೆಣ್ಣಿನ ಚೀತ್ಕಾರ ಕೇಳಿಬಂದಿತು. ನಾನು ಅಲ್ಲಿಗೆ ಓಡಿಹೋಗಿ

ನೋಡಿದಾಗ ರಂಗಸ್ವಾಮಿಯ ಹೆಂಡತಿ ಮಾರಕ್ಕ ನೆಲದ ಮೇಲೆ ಬಿದ್ದು ಒದ್ದಾಡುತ್ತಿದ್ದಳು.ಅವಳ ಕೈ ಕಾಲುಗಳನ್ನು ಬಟ್ಟೆಯಿಂದ ಬಿಗಿಯಲಾಗಿತ್ತು. ನಾವು ಅವಳನ್ನು ಬಂಧಮುಕ್ತಳನ್ನಾಗಿ ಮಾಡಿ ಏನಾಯಿತು ಎಂದು ಕೇಳಿದಾಗ, ರಾತ್ರಿ ಸುಮಾರು ೧೦ ಗಂಟೆಗೆ ಗುಡಿಸಲಿನಲ್ಲಿ ತಾನು ಗಂಡನ ಜೊತೆ ಮಲಗಿದ್ದಾಗ ಸುಮಾರು ೩೫ ವರ್ಷ ವಯಸ್ಸಿನ ವ್ಯಕ್ತಿಯೊಬ್ಬ ಏಕಾಏಕಿ ಗುಡಿಸಲಿಗೆ ನುಗ್ಗಿ ತಮ್ಮನ್ನು ಕಿರುಚಾಡದಂತೆ ಬೆದರಿಸಿ ಗಂಡ ರಂಗಸ್ವಾಮಿಯ ಕೈ ಕಾಲುಗಳನ್ನು ಕಟ್ಟಿ ಆನಂತರ ತನ್ನನ್ನು ತೋಟದ ಮಧ್ಯೆ ಕರೆದುಕೊಂಡು ಹೋಗಿ ತಾನು ಉಟ್ಟಿದ್ದ ಸೀರೆಯಿಂದ ಕೈಕಾಲುಗಳನ್ನು ಬಿಗಿದುತನ್ನ ಮೇಲೆ ಬಲಾತ್ಕಾರ ಮಾಡಿದ ಎಂದಳು.

ಗುಡಿಸಲಿಗೆ ಹೇಗೆ ಬೆಂಕಿ ಹೇಗೆ ಬಿತ್ತು ಎಂದುನಾನು ಕೇಳಿದಾಗ ಬಲಾತ್ಕಾರ ಮಾಡಿದವನೇ ಬೆಂಕಿ ಹಚ್ಚಿ ಓಡಿಹೋದ ಎಂದಳು. ಅಷ್ಟರಲ್ಲಿ ಅಗ್ನಿಶಾಮಕ ದಳದವರು ಗುಡಿಸಿಲಿನ ಬೆಂಕಿ ಆರಿಸಿದ್ದರು. ಗುಡಿಸಲಿನ ಒಳಗೆ ಮಲಗಿದ್ದ ರಂಗಸ್ವಾಮಿಯ ದೇಹ ಸುಟ್ಟು ಕರಕಲಾಗಿತ್ತು. ರಂಗಸ್ವಾಮಿಯ ಕೈ ಕಾಲು ಕಟ್ಟಿ, ಗುಡಿಸಲಿಗೆ ಬೆಂಕಿ ಹಚ್ಚಿ, ಮಾರಕ್ಕನ ಮೇಲೆ ಬಲತ್ಕಾರ ಮಾಡಿದ ಈ ಅಪರಿಚಿತ ವ್ಯಕ್ತಿಯನ್ನು ಪತ್ತೆಹಚ್ಚಿ ಕಾನೂನಿನ ಕ್ರಮ ಕೈಗೊಳ್ಳಿ" ಎಂದರು ಆ ವ್ಯಕ್ತಿ.

ಗಾಭರಿಯಾದ ಸಬ್ಇನ್ಸ್‌ಪೆಕ್ಟರ್ ಹಿರಿಯೂರಿನಲ್ಲಿದ್ದ ಸರ್ಕಲ್ ಇನ್ಸ್‌ಪೆಕ್ಟರ್ ಹಾಗೂ ಡಿವೈಎಸ್‌ಪಿಗೆ ಫೋನ್ ಮೂಲಕ ಮಾಹಿತಿ ತಿಳಿಸಿ, ಅಪರಿಚಿತರ ಬಗ್ಗೆ ನಿಗಾ ಇಡಲು ಜಿಲ್ಲೆಯ ಇತರ ಠಾಣೆಗಳಿಗೆ ಸೂಚಿಸಲು ವೈರ್ ಲೆಸ್‌ನಲ್ಲಿ ಹೇಳಿ ಕೂಡಲೇ ಬಾಲಸುಬ್ರಮಣ್ಯಮ್ ತಂದಿದ್ದ ವಾಹನದಲ್ಲೇ ಸ್ಥಳಕ್ಕೆ ದಾವಿಸಿದರು.

ರಾತ್ರಿಯ ಕತ್ತಲಲ್ಲಿ ಸ್ಥಳಪರೀಕ್ಷೆ ಮಾಡಲು ಸಾಧ್ಯವಾಗದ ಕಾರಣ ಮಾರನೆಯ ದಿನ ಬೆಳಗಿನವರಗೆ ಕಾಯೋಣ ಎಂದ ಸಬ್ಇನ್ಸ್‌ಪೆಕ್ಟರ್ ಕಾವಲಿಗೆ ಒಬ್ಬ ಕಾನ್ಸ್‌ಟೇಬಲ್‌ನನ್ನು ಬಿಟ್ಟು ಮಾರಕ್ಕನನ್ನು ವೈದ್ಯಕೀಯ ಪರೀಕ್ಷೆಗೆಂದು ಹಿರಿಯೂರಿನ ಸರ್ಕಾರೀ ಆಸ್ಪತ್ರೆಗೆ ಕರೆತಂದು ಸೇರಿಸಿದರು. ನಂತರ ಠಾಣೆಗೆ ವಾಪಸಾಗಿ ಪ್ರಥಮ ವರ್ತಮಾನ ವರದಿಯನ್ನು ತಯಾರಿಸಿ ಸಂಬಂಧಪಟ್ಟವರಿಗೆ ರವಾನಿಸಿದರು.

ಬೆಳಗಾದ ಕೂಡಲೇ ಹಿರಿಯ ಪೊಲೀಸ್ ಅಧಿಕಾರಿಗಳು ಸ್ಥಳಕ್ಕೆ ಹೋಗಿ ಪರಿಶೀಲನೆ ಮಾಡಿದ್ದಲ್ಲದೇ ಮಾರಕ್ಕನ ವಿವರವಾದ ಹೇಳಿಕೆಯನ್ನು ಆಸ್ಪತ್ರೆಯಲ್ಲಿ ದಾಖಲಿಸಿಕೊಂಡರು. ಪಿರ್ಯಾಧಿ ಹೇಳಿದ ಹೇಳಿಕೆಯನ್ನೇ ಪುನರುಚ್ಚರಿಸಿದ ಮಾರಕ್ಕ, ರಾತ್ರಿ ತಾನುಹಾಗೂ ತನ್ನ ಗಂಡ ಊಟ ಮಾಡಿ ಮಲಗಿದ್ದಾಗ ಒಬ್ಬವ್ಯಕ್ತಿ ಏಕಾಏಕೀ ಗುಡಿಸಿಲಿನ ಒಳಗೆ ಬಂದು ಕಿರುಚಾಡದಂತೆ ತನಗೆ ಹೆದರಿಸಿ ಗುಡಿಸಿಲಿನ ಒಳಗೆಮಲಗಿದ್ದ ರಂಗಸ್ವಾಮಿಯ ಕೈಕಾಲುಗಳನ್ನು ಕಟ್ಟಿದನೆಂದೂ ಆನಂತರ ತಾನು ಮಲಗಿದ್ದ ಚಾಪೆಯನ್ನು ಹೊರಗೆ ತೆಗೆದುಕೊಂಡು ಬರಲು ಹೇಳಿದನೆಂದೂ, ತಾನು ಬೆದರಿ ಚಾಪೆಯನ್ನು ಹೊರಗೆ ತೆಗೆದುಕೊಂಡು

ಹೋದಾಗ ತೋಟದಲ್ಲಿ ಚಾಪೆಯನ್ನು ಹಾಸಲು ಹೇಳಿ ತಾನು ಉಟ್ಟಿದ್ದ ಸೀರೆಯನ್ನು ಬಲವಂತವಾಗಿ ಬಿಚ್ಚಿದನೆಂದು ತಿಳಿಸಿದಳು. ಆ ನಂತರ ಆತ ತನ್ನ ಕೈಯಲ್ಲಿದ್ದ ಮಚ್ಚಿನಿಂದ ಆ ಸೀರೆಯನ್ನು ತುಂಡು ಮಾಡಿ ಅದರಿಂದ ತನ್ನ ಕೈ ಕಾಲುಗಳನ್ನು ಕಟ್ಟಿ ಬಲತ್ಕಾರ ಸಂಭೋಗ ಮಾಡಿದನೆಂದೂ, ತಾನು ಎಷ್ಟೇ ಅರಚಿದರೂ ಯಾರೂ ತನ್ನ ಸಹಾಯಕ್ಕೆ ಬರಲಿಲ್ಲವೆಂದು ತಿಳಿಸಿದಳು. ತಾನು ಅಸಹಾಯಕಳಾಗಿ ಬಿದ್ದಿರುವಾಗ ಆತ ಗುಡಿಸಿಲಿನ ಒಳಗೆ ಹೋಗಿ ಒಳಗಿದ್ದ ವಸ್ತುಗಳನ್ನು ತೆಗೆದುಕೊಂಡು ಮರಳಿಹೋಗುವಾಗ ಗುಡಿಸಲಿಗೆ ಬೆಂಕಿ ಹಚ್ಚಿದನೆಂದು ತಿಳಿಸಿದ ಮಾರಕ್ಕ ಆರೋಪಿಯು ಗುಡಿಸಿಲಿನಲ್ಲಿದ್ದ ಅಲ್ಪಸ್ವಲ್ಪ ಹಣವನ್ನು ಕದ್ದಿರಬಹುದೆಂದು ತಿಳಿಸಿದಳು.

ಸ್ಥಳದ ಪಂಚನಾಮೆ ಮಾಡುವಾಗ ಆರೋಪಿ ರಂಗಸ್ವಾಮಿಯ ಮೊಬೈಲ್ ಫೋನ್ ಕಳ್ಳತನ ಮಾಡಿದ್ದ ಅಂಶ ಬೆಳಕಿಗೆ ಬಂದಿತು.

ಇಡೀ ಜಿಲ್ಲೆಯಲ್ಲಿ ಭಯದ ಅಲೆಗಳನ್ನು ಎಬ್ಬಿಸಿದ ಈ ಪ್ರಕರಣದ ಪತ್ತೆಗಾಗಿ ವಿಶೇಷ ತನಿಖಾ ದಳವನ್ನು ರಚಿಸಲಾಯಿತು.

ತನಿಖಾ ದಳದ ಡಿವೈಎಸ್‌ಪಿ ಕಳವಾದ ಮೊಬೈಲ್ ಫೋನ್‌ನ ಸಿಮ್ ಕಾರ್ಡ್ ವಿವರಗಳನ್ನು ಸಂಬಂಧಪಟ್ಟ ಟೆಲಿಫೋನ್ ಕಂಪನಿಗೆ ತುರ್ತಾಗಿ ರವಾನಿಸಿದರು. ಆ ಮೊಬೈಲಿನ ಹ್ಯಾಂಡ್‌ಸೆಟ್‌ಗೆ ಇನ್ನೊಂದು ಸಿಮ್ ಹಾಕಿದ್ದು, ಅದನ್ನು ತಮಿಳುನಾಡಿನಲ್ಲಿ ಉಪಯೋಗಮಾಡಲಾಗುತ್ತಿದೆಯೆಂದು ಟೆಲಿಫೋನ್ ಅಧಿಕಾರಿಗಳು ತಿಳಿಸಿದರು.

ಏತನ್ಮಧ್ಯೆ ಮಾರಕ್ಕನನ್ನು ಆರೋಪಿಯ ಚಹರೆಯ ಬಗ್ಗೆ ವಿಚಾರಿಸಿದಾಗ ಆತ ಸುಮಾರು ೩೦-೩೫ ವರ್ಷದ ವ್ಯಕ್ತಿಯಾಗಿದ್ದು, ಕಪ್ಪಗಿದ್ದು, ತಮಿಳು ಹಾಗೂ ಹಿಂದಿ ಭಾಷೆ ಮಾತನಾಡುತ್ತಿದ್ದನೆಂದೂ, ಆಜಾನುಬಾಹುವಾಗಿದ್ದು, ಅವನ ಎದೆಯ ಮೇಲೆ ಬಹಳ ಕೂದಲುಗಳು ಇತ್ತೆಂದೂ, ಆತ ಪ್ಯಾಂಟ್ ಮತ್ತು ಬುಷ್ ಶರ್ಟ್ ಧರಿಸಿದ್ದನೆಂದೂ ಹೇಳಿದಳು. ಇದರ ಮೇರೆಗೆ ಪೊಲೀಸ್ ಕಂಪ್ಯೂಟರ್ ಮೂಲಕ ಆರೋಪಿಯ ರೇಖಾಚಿತ್ರವನ್ನು ಬಿಡಿಸಿ ಮಾರಕ್ಕಳಿಗೆ ತೋರಿಸಲಾಯಿತು. ಆಕೆ ಈ ಚಿತ್ರವನ್ನು ಆರೋಪಿ ಹೋಲುತ್ತಾನೆ ಎಂದು ಹೇಳಿದಳು.ಇದೇ ಚಿತ್ರವನ್ನು ಕರ್ನಾಟಕ ರಾಜ್ಯದ ಎಲ್ಲಾ ಪೊಲೀಸ್ ಠಾಣೆಗಳಿಗೆ ಕಳುಹಿಸಿ ಸದರಿ ಚಹರೆಯಿರುವ ವ್ಯಕ್ತಿಯ ಬಗ್ಗೆ ನಿಗಾ ಇಡಲು ಸೂಚಿಸಲಾಯಿತು.

ಏತನ್ಮಧ್ಯೆ ತಮಿಳುನಾಡಿನ ಬಿ.ಎಸ್.ಎನ್.ಎಲ್ ಅಧಿಕಾರಿಗಳು ಕಳುವಾಗಿದ್ದ ಹ್ಯಾಂಡ್‌ಸೆಟ್‌ಗೆಹಾಕಿರುವ ಸಿಮ್ ಕಾರ್ಡನ್ನು ಸೇಲಂ ಜಿಲ್ಲೆಯ ಸುಂದರಂ ಎನ್ನುವವರು ಖರೀದಿಸಿದ್ದಾಗಿ ತಿಳಿಸಿದರು. ಕೂಡಲೇ ತನಿಖಾಧಿಕಾರಿ ಇಬ್ಬರು ಪೊಲೀಸರನ್ನು ಸೇಲಂಗೆ ಕಳುಹಿಸಿದರು. ಅವರು ಸುಂದರಂನನ್ನು ಪತ್ತೆಮಾಡಿ ವಿಚಾರಿಸಿದಾಗ ಆತ ತಾನೊಬ್ಬ ಲಾರಿ ಡ್ರೈವರೆಂದೂ ೧೧ನೇ ಏಪ್ರಿಲ್ ೨೦೧೧ರಂದು ತಾನು ಚಿತ್ರದುರ್ಗದ ಬಳಿಯ ಡಾಬಾದಲ್ಲಿ ಊಟಕ್ಕೆಂದು ಕುಳಿತಿದ್ದಾಗ ಶಂಕರ್

ಎಂಬ ವ್ಯಕ್ತಿ ತನ್ನನ್ನು ಸಂಪರ್ಕಿಸಿ ತಾನೂ ತಮಿಳುನಾಡಿನ ಡ್ರೈವರ್ ಎಂದು ಹೇಳಿ ತನಗೆ ತುರ್ತಾಗಿ ಹಣ ಬೇಕಾಗಿರುವುದೆಂದು ಹೇಳಿ ಅವನಲ್ಲಿದ್ದ ಮೊಬೈಲ್‌ನ್ನು ರೂ.೭೫೦ಕ್ಕೆ ಮಾರಿದನೆಂದು ಹೇಳಿ ಆ ಮೊಬೈಲ್‌ನಲ್ಲಿ ಸಿಮ್ ಕಾರ್ಡ ಇರದಿದ್ದುದರಿಂದ ತಾನು ಹೊಸ ಸಿಮ್ ಖರೀದಿಸಿದೆ ಎಂದು ತಿಳಿಸಿದ. ಅವನ ಲಾರಿಯ ಕ್ಲೀನರ್ ರಾಘವನ್ ಈ ಹೇಳಿಕೆಯನ್ನು ಸಮರ್ಥಿಸಿದ.

ಅವರಿಬ್ಬರ ಹೇಳಿಕೆಯ ಮೇರೆಗೆ ಶಂಕರ್‌ನ ಚಹರೆ ಪಟ್ಟಿಯನ್ನು ಕಂಪ್ಯೂಟರ್‌ನಲ್ಲಿ ತಯಾರಿಸಲಾಯಿತು. ಮಾರಕ್ಕನ ಸೂಚನೆಯಂತೆ ತಯಾರಿಸಿದ ಚಿತ್ರಕ್ಕೂ ಹೊಸದಾಗಿ ರಚಿಸಿದ ಚಿತ್ರಕ್ಕೂ ಸಾಕಷ್ಟು ಹೋಲಿಕೆಯಿತ್ತು. ಈ ಚಿತ್ರವನ್ನು ಸೇಲಂ ಜಿಲ್ಲೆಯ ಪೊಲೀಸ್ ಅಧಿಕಾರಿಗಳಿಗೆ ತೋರಿಸಿದಾಗ, ಆ ಚಿತ್ರವು ಜಿಲ್ಲೆಯ ಕುಖ್ಯಾತ ಅಪರಾಧಿ ಶಂಕರ್ ಅಲಿಯಾಸ್ ಜೈಶಂಕರ್‌ನನ್ನು ಹೋಲುತ್ತಿದ್ದು ಆತ ಕೊಲೆಯ ಪ್ರಕರಣವೊಂದರಲ್ಲಿ ಆರೋಪಿಯಾಗಿದ್ದು, ಪೊಲೀಸರ ವಶದಿಂದ ತಪ್ಪಿಸಿಕೊಂಡು ಓಡಿ ಹೋಗಿದ್ದಾನೆಂದು ತಿಳಿಸಿದರು. ಹಿರಿಯೂರಿನಲ್ಲಿ ನಡೆದ ಕೃತ್ಯದ ಬಗ್ಗೆ ವಿವರ ಪಡೆದ ಆ ಅಧಿಕಾರಿಗಳು ಜೈಶಂಕರನೇ ಆ ಕೃತ್ಯವನ್ನು ಮಾಡಿರಬಹುದೆಂದು ಶಂಕಿಸಿದರು.

ಜೈಶಂಕರನ ವಿವರಗಳನ್ನು ಪಡೆದುಕೊಂಡ ಪೊಲೀಸರು ಅವನಿಗಾಗಿ ಶೋಧನೆಯನ್ನು ಆರಂಭಿಸಿದರು. ಒಂದು ತಿಂಗಳ ಒಳಗಡೆಯೇ ಪೊಲೀಸರಿಗೆ ಮೊದಲ ಯಶಸ್ಸು ದೊರೆಯಿತು.

೪ನೇ ಮೇ ೨೦೧೧ರ ಸಂಜೆ ವೇಳೆಗೆ ಬಿಜಾಪುರ ಜಿಲ್ಲೆಯ ಜಳಕಿ ಪೊಲೀಸ್ ಠಾಣೆಯ ವ್ಯಾಪ್ತಿಯ ಏಳಗಿ ಗ್ರಾಮದಲ್ಲಿ ಹೆಣ್ಣುಮಗಳೊಬ್ಬಳು ರಸ್ತೆ ಬದಿಯ ತನ್ನ ಹೊಲದಲ್ಲಿದ್ದಾಗ ಮೋಟಾರ್ ಬೈಕಿನಲ್ಲಿ ಬಂದ ಒಬ್ಬ ವ್ಯಕ್ತಿ ಆಕೆಗೆ ಕುಡಿಯಲು ನೀರು ಕೇಳಿ ಆಕೆ ನೀರು ಕೊಡಲು ಹೋದಾಗ ಅವನು ಅವಳ ಮೇಲೆ ಎರಗಲು ಹೋದ. ಬೆದರಿದ ಆಕೆ ಜೋರಾಗಿ ಅರಚಿದಾಗ ಸುತ್ತಮುತ್ತ ಇದ್ದವರು ಅವಳ ಸಹಾಯಕ್ಕೆ ಬಂದುಆ ವ್ಯಕ್ತಿಯನ್ನು ಹಿಡಿದು, ಆತನಿಗೆ ಚೆನ್ನಾಗಿ ಥಳಿಸಿ ಅವನ್ನು ಪೊಲೀಸರ ವಶಕ್ಕೆ ಕೊಟ್ಟರು.

ಪೊಲೀಸ್ ಠಾಣೆಯಲ್ಲಿ ಆತ ತನ್ನ ಹೆಸರನ್ನು ಜೈಶಂಕರ್ ಎಂದು ಹೇಳಿ ತಾನು ಕಳೆದ ತಿಂಗಳು ಹಿರಿಯೂರಿನಲ್ಲಿ ಕೊಲೆಯೊಂದನ್ನು ಮಾಡಿದ್ದಾಗಿ ತಿಳಿಸಿದ. ಬಿಜಾಪುರ ಪೊಲೀಸರು ಕೂಡಲೇ ಹಿರಿಯೂರಿನ ಪೊಲೀಸ್ ಅಧಿಕಾರಿಗಳಿಗೆ ಈಮಾಹಿತಿಯನ್ನು ರವಾನಿಸಿದರು.

ಪೊಲೀಸ್ ವಶದಿಂದ ಪರಾರಿ :

ಬಿಜಾಪುರದಿಂದ ಹಿರಿಯೂರಿಗೆ ಕರೆತಂದ ಜೈಶಂಕರನ ಕೂಲಂಕಷ ವಿಚಾರಣೆ ಮಾಡಲಾಯಿತು. ಆತ ಹೀಗೆ ಹೇಳಿದ:

"ನನ್ನ ಹೆಸರು ಶಂಕರ್. ನನ್ನನ್ನು ಜೈಶಂಕರ್ ಎಂದೂ ಕರೆಯುತ್ತಾರೆ.ನಾನು ಸೇಲಂ ಜಿಲ್ಲೆಯ ನಿವಾಸಿ. ನಮ್ಮದು ವಣ್ಣಿಯಾರ್ ಜನಾಂಗ. ಒಕ್ಕಲುತನದ ಕುಟುಂಬ. ನನ್ನ ತಂದೆ ೧೦ ವರ್ಷದ ಹಿಂದೆ ಮೃತರಾದ ನಂತರ ನಾನು ತಾಯಿಯ ಜೊತೆ ವಾಸಿಸುತ್ತಿದ್ದೆ. ನಾನು ಹನ್ನೆರಡನೇ ತರಗತಿಯವರಗೆ ವಿದ್ಯಾಭ್ಯಾಸ ಮಾಡಿ ನೌಕರಿ ಹುಡುಕುತ್ತಿದ್ದಾಗ ನಮ್ಮಣ್ಣನಂತೆ ನಾನೂ ಡ್ರೈವರ್ ಆಗಬೇಕು ಎನ್ನುವ ಮನಸ್ಸಾಯಿತು. ಹೀಗಾಗಿ ಡ್ರೈವರ್ ಕೆಲಸ ಕಲಿತೆ

"ನನಗೆ ಚಿಕ್ಕಂದಿನಿಂದಲೂ ಹೆಣ್ಣುಮಕ್ಕಳ ಚಟವಿತ್ತು. ನಾನು ಒಮ್ಮೆ ನಮ್ಮ ಗ್ರಾಮ ಪಂಚಾಯತಿಯ ಅಧ್ಯಕ್ಷರ ಹೆಂಡತಿಯ ಮೈಮುಟ್ಟಿದಾಗ ಆಕೆ ಗಲಾಟೆಯೆಬ್ಬಿಸಿ ಗ್ರಾಮಸ್ಥರು ನನ್ನನ್ನು ಹಿಡಿದು ನನಗೆ ಚೆನ್ನಾಗಿ ಥಳಿಸಿ ದಂಡಹಾಕಿದ್ದರು. ನಾನು ಮಿನಿಬಸ್ ಒಂದರ ಚಾಲಕನಾದ ನಂತರ ನಮ್ಮ ಊರಿನವಳೇ ಆದ ಪರಮೇಶ್ವರಿ ಎಂಬುವಳ ಜೊತೆ ನನ್ನ ಲಗ್ನವಾಯಿತು. ಆಕೆಯಿಂದ ನನಗೆ ಮೂರು ಜನ ಹೆಣ್ಣು ಮಕ್ಕಳಾದವು. ನನಗೆ ನನ್ನ ಬಸ್‌ನಲ್ಲಿ ಬಂದು ಹೋಗುವ ಹಲವಾರು ಜನರ ಪರಿಚಯವಾಗಿತ್ತು. ನಮ್ಮ ತಾಲೂಕಿನವಳೇ ಆಗಿದ್ದ ಇಂದಿರಾ ಗಾಂಧಿ ಎನ್ನುವ ಮಹಿಳೆ ಅವರಲ್ಲಿ ಒಬ್ಬರು. ಆಕೆ ಪೋಲಿಸ್ ಇಲಾಖೆಯಲ್ಲಿ ಕಾನ್ಸ್‌ಟೇಬಲ್ ಆಗಿ ಕೆಲಸ ಮಾಡುತ್ತಿದ್ದಳು. ನನ್ನ ಹಾಗೂ ಆಕೆಯ ಮಧ್ಯೆ ಹಣದ ವ್ಯವಹಾರ ಆರಂಭವಾಯಿತು. ಅವಳ ಗಂಡ ರಾಜಗೋಪಾಲ್ ಸೇಲಂ ನಗರದಲ್ಲಿ ಇರುತ್ತಿದ್ದುದರಿಂದ ನನಗೂ ಇಂದಿರಾ ಗಾಂಧಿಗೂ ದೈಹಿಕ ಸಂಪರ್ಕವೂ ಬೆಳೆಯಿತು.

ನಾವಿಬ್ಬರೂ ಮದುವೆ ಮಾಡಿಕೊಳ್ಳೋಣ ಎಂದು ಆಕೆ ನನಗೆ ಹೇಳಿದಾಗ ನಮ್ಮಿಬ್ಬರಿಗೂ ಲಗ್ನವಾಗಿರುವುದರಿಂದ ಹೀಗೆಯೇ ಮುಂದುವರೆಸೋಣ ಎಂದು ಉತ್ತರಿಸಿದೆ. ಆಕೆ ಒಪ್ಪಲಿಲ್ಲ. ಕೋಪಗೊಂಡ ಆಕೆ ತಾನು ಕೊಟ್ಟ ಸಾಲವನ್ನು ವಾಪಸ್ ಮಾಡಲು ನನ್ನನ್ನು ಪೀಡಿಸತೊಡಗಿದಳು. ಹೇಗಾದರೂ ಮಾಡಿ ಆಕೆಯನ್ನು ಮುಗಿಸಬೇಕು ಎಂದು ಸ್ಕೆಚ್ ಹಾಕಿದೆ.

೨೦೦೮ ರ ಮೇ ೧೦ ರಂದು ನಿನ್ನನ್ನು ಲಗ್ನವಾಗುತ್ತೇನೆ ಎಂದು ಹೇಳಿ ಇಂದಿರಾಳನ್ನು ಒಂದು ಊರಿಗೆ ಕರೆದೆ. ಆಕೆ ಒಂದು ಟಿ.ವಿ.ಎಸ್. ಮೊಪೆಡ್‌ನ್ನು ತಾನೇ ಓಡಿಸಿಕೊಂಡು ಅಲ್ಲಿಗೆ ಬಂದಳು. ರಸ್ತೆಯ ಪಕ್ಕದಲ್ಲಿದ್ದ ಹೊಲವೊಂದರಲ್ಲಿ ನಾವಿಬ್ಬರೂ ಒಂದಾದೆವು. ಆ ನಂತರ ನಾನು ಅಡಗಿಸಿಕೊಂಡಿದ್ದ ಮಚ್ಚಿನಿಂದ ಆಕೆಯ ಕತ್ತನ್ನು ಕತ್ತರಿಸಿ, ಆಕೆಯ ಶವವನ್ನು ಒಂದು ಮೋರಿಯ ಒಳಗೆ ಹಾಕಿ ಆಕೆಯ ಟಿ.ವಿ.ಎಸ್ ಮೊಪೆಡ್ ತೆಗೆದುಕೊಂಡು ಪರಾರಿಯಾದೆ. ಕೆಲವೇ ದಿನಗಳ ಬಳಿಕ ಪೊಲೀಸರು ಈ ಪ್ರಕರಣದಲ್ಲಿ ನನ್ನನ್ನು ಬಂಧಿಸಿ ಜೈಲಿಗೆ ಕಳಿಸಿಕೊಟ್ಟರು. ಜೈಲಿನಲ್ಲಿ ನಾನು ಮೂರು ತಿಂಗಳಿದ್ದೆ. ಆನಂತರ ಕೋರ್ಟಿನಿಂದ ಜಾಮೀನು ಪಡೆದು ಹೊರಬಂದೆ.

ಆನಂತರ ನಾನು ಸೇಲಂ, ತಿರಪ್ಪೂರ್, ಕೃಷ್ಣಗಿರಿ, ನಾಮಕ್ಕಲ್ ಮುಂತಾದ ಹಲವಾರು ಊರುಗಳಲ್ಲಿ ಬಲಾತ್ಕಾರ. ಕೊಲೆ, ಸುಲಿಗೆ ಪ್ರಕರಣಗಳನ್ನು ನಡೆಸಿದೆ. ಒಟ್ಟು ಹತ್ತೊಂಬತ್ತು ಪ್ರಕರಣಗಳಲ್ಲಿ ನಾನು ಭಾಗಿಯಾದೆ. ನಂತರ ಪೊಲೀಸರಿಗೆ ಮತ್ತೆ ಸಿಕ್ಕಿಬಿದ್ದಾಗ ನನ್ನನ್ನು ಕೊಯಮತ್ತೂರ್ ಜೈಲಿಗೆ ಕಳುಹಿಸಿದರು. ನನಗೆ ಆ ಜೈಲಿನಲ್ಲಿ ಹಲವಾರು ಅಪರಾಧಿಗಳ ಪರಿಚಯವಾಯಿತು. ಅವರಲ್ಲಿ ಮುಖ್ಯವಾದವರು ಮರಿಯಾ ಜಾನ್ ಅಥವಾ ಮೇರಿ ಜಾನ್ ಎಂಬ ಶ್ರೀಲಂಕಾ ಮೂಲದ ವಕೀಲ ಹಾಗೂ ನರೇಂದ್ರ ಮತ್ತು ಕೃಷ್ಣ ಎನ್ನುವವರು. ಇವರೆಲ್ಲರೂ ನನಗೆ ಜೈಲಿನಿಂದ ತಪ್ಪಿಸಿಕೊಳ್ಳುವ ಕೆಲವು ಉಪಾಯಗಳನ್ನು ಹೇಳಿಕೊಟ್ಟರು.

ಜೈಲಿನಿಂದ ನ್ಯಾಯಾಲಯಕ್ಕೆ ನನ್ನನ್ನು ಕರೆದುಕೊಂಡು ಹೋಗುವಾಗ ಕೈಕೋಳ ತೊಡಿಸಬಾರದೆಂದು ನಾನು ನ್ಯಾಯಾಲಯಕ್ಕೆ ಅರ್ಜಿ ಸಲ್ಲಿಸಬೇಕೆಂದು ಅವರು ಸೂಚಿಸಿದರು. ವಕೀಲ ಮೇರಿ ಜಾನ್ ಈ ನಿಟ್ಟನಲ್ಲಿ ಬರೆದುಕೊಟ್ಟ ಅರ್ಜಿಗೆ ನಾನು ಸಹಿ ಮಾಡಿ ನ್ಯಾಯಾಲಯಕ್ಕೆ ರವಾನಿಸಿದೆ. ನ್ಯಾಯಾಲಯವು ನನ್ನ ಅರ್ಜಿಯನ್ನು ಪುರಸ್ಕರಿಸಿ ಕೈಕೋಳ ಹಾಕದಂತೆ ಪೋಲಿಸರಿಗೆ ಆದೇಶಿಸಿತು.

"ನಾನು ಹೇಗೆ ಪರಾರಿಯಾಗಬೇಕೆಂದು ಪ್ರತಿದಿನವೂ ಯೋಜನೆ ಹಾಕುತ್ತಿದ್ದೆ. ೧೮ನೇ ಮಾರ್ಚ್ ೨೦೧೧ರಂದು ನನ್ನನ್ನು ಸೇಲಂನ ಕೋರ್ಟಿಗೆ ಕರೆದುಕೊಂಡು ಹೋಗಿದ್ದರು. ಕೋರ್ಟ್‌ಗೆ ಹಾಜರಾಗಿ ಕೊಯಮತ್ತೂರಿಗೆ ವಾಪಾಸಾಗಲು ಸೇಲಂ ಬಸ್‌ಸ್ಟಾಂಡ್‌ನಲ್ಲಿ ನಾವು ಬಸ್‌ಗಾಗಿ ಕಾಯುತ್ತಾ ನಿಂತಿದ್ದೆವು. ಆಗ ರಾತ್ರಿ ಸುಮಾರು ೯ ಗಂಟೆಗೆ ಆಗಿತ್ತು. ನನ್ನ ಜೊತೆ ಇದ್ದ ಇಬ್ಬರು ಕಾನ್‌ಸ್ಟೇಬಲ್‌ಗಳಲ್ಲಿ ಒಬ್ಬ ನಮ್ಮ ಬಸ್ ಯಾವಾಗ ಬರುತ್ತದೆ ಎಂದು ವಿಚಾರಿಸಲು ಬಸ್ ಕಛೇರಿಗೆ ಹೋದ. ಇನ್ನೊಬ್ಬ ಕಾನ್‌ಸ್ಟೇಬಲ್ ನನ್ನ ಜೊತೆಯೇ ಇದ್ದ. ಆ ಸಮಯದಲ್ಲಿ ನಮ್ಮ ಎದುರು ಒಂದು ಬಸ್ ಬಂದು ನಿಂತಿತು. ಆ ಬಸ್‌ನ ಮೇಲುಗಡೆಯಿದ್ದ ಮೂಟೆಯೊಂದನ್ನು ಒಬ್ಬ ಕೂಲಿ ಇಳಿಸುತ್ತಿದ್ದಾಗ ಆ ಮೂಟೆ ಅವನ ಕೈಜಾರಿ ಕೆಳಗಿದ್ದ ಒಬ್ಬ ವ್ಯಕ್ತಿಯ ಮೇಲೆ ಬಿದ್ದಿತು. ಆ ಸಮಯದಲ್ಲಿ ನನ್ನ ಜತೆಯಲ್ಲಿದ್ದ ಕಾನ್‌ಸ್ಟೇಬಲ್ ಏನಾಯಿತು ಎಂದು ನೋಡಲು ಮುಂದೆ ಹೋದ. ಅದೇ ಸಮಯದಲ್ಲಿ ನಾನು ಅಲ್ಲಿಂದ ತಪ್ಪಿಸಿಕೊಂಡು ಪರಾರಿಯಾದೆ.

ಆ ನಂತರ ನಾನು ಬಸ್‌ಸ್ಟಾಂಡ್ ಸಮೀಪದಲ್ಲೇ ಇದ್ದ ಒಂದು ದೊಡ್ಡ ಮೋರಿಯೊಂದರಲ್ಲಿ ಅಡಗಿ ಕುಳಿತೆ. ನೀವು ನಂಬಲು ಸಾಧ್ಯವಿಲ್ಲ. ಮೂರು ದಿವಸಗಳ ಕಾಲ ಊಟ, ನೀರು ಇಲ್ಲದೇ ಅದೇ ಮೋರಿಯಲ್ಲಿ ಕುಳಿತಿದ್ದೆ. ಮೂರನೆಯ ದಿನ ರಾತ್ರಿ ಸುಮಾರು ೧೦.೩೦ ಗಂಟೆಗೆ ಅಲ್ಲಿಂದ ಹೊರಬಂದು ನಿಧಾನವಾಗಿ ನಡೆಯುತ್ತಾ ರೇಲ್ವೆ ಹಳಿಯ ಬಳಿ ಬಂದೆ. ಹಳಿಯ ಪಕ್ಕದಲ್ಲೇ ನಡೆಯುತ್ತಾ ಸೇಲಂ ಕಬ್ಬಿಣದ ಫ್ಯಾಕ್ಟರಿಯ ಬಳಿ ಬಂದೆ. ಆ ಸಮಯಕ್ಕೆ ಆ ಹಾದಿಯಲ್ಲಿ ಒಂದು ಬಸ್ ಬಂದಿತು. ಅದರಲ್ಲಿ ಕುಳಿತು ತೆತ್ತಲಪಟ್ಟಿ ಎನ್ನುವ ಊರಿಗೆ ಹೋಗಿ ಊರಿನ ಹೊರಗಿದ್ದ ಬೆಟ್ಟದಲ್ಲಿ ಅಡಗಿಕೊಂಡೆ. ಹಸಿವಾದಾಗ

ನನ್ನ ಅಡಗುತಾಣದಿಂದ ಹೊರಬಂದು ರಸ್ತೆಗೆ ಬರುತ್ತಿದ್ದ ಒಂದು ಮೊಬೈಲ್
ಕ್ಯಾಂಟೀನ್‌ನಲ್ಲಿ ಊಟ ಮಾಡುತ್ತಿದ್ದೆ.

ಸುಮಾರು ಒಂದು ವಾರ ತೆತ್ತಲಪಟ್ಟಿಯಲ್ಲಿ ಅಡಗಿದ್ದು   ಆನಂತರ
ಒಂದು ಲಾರಿಯನ್ನು ಹಿಡಿದು ಹೊಸೂರಿಗೆ ಬಂದು ಇಳಿದೆ. ಅಲ್ಲಿಂದ
ತುಮಕೂರಿಗೆ ಬಂದು ಪೂನಾಗೆ ಹೋಗುವ ರಾಷ್ಟ್ರೀಯ ಹೆದ್ದಾರಿಯಲ್ಲಿ
ನಡೆದುಕೊಂಡು ಹೊರಟೆ. ಸುಮಾರು ೧೫ ಕಿ.ಮೀ ನಡೆದ ನಂತರ ರಸ್ತೆಯ
ಬದಿಯಲ್ಲಿ ತೋಟದ ಮನೆಯೊಂದು ಕಂಡಿತು. ನಾನು ರಸ್ತೆಯಲ್ಲೇ ಕುಳಿತು
ಆ ಮನೆಗೆ ಯಾರು ಬರುತ್ತಾರೆ, ಯಾರು ಹೋಗುತ್ತಾರೆ ಎಂದು ಗಮನಿಸಿದೆ.
ಎರಡು ಗಂಟೆಗಳ ಬಳಿಕ ನಾನು ಆ ಮನೆಗೆ ಹೋದೆ. ಮನೆಯ ಹೊರಗೆ
ಒಬ್ಬ ಮುದುಕ ಒಂದು ಮಚ್ಚಿನಿಂದ ಹುಲ್ಲು ಕತ್ತರಿಸುತ್ತಿದ್ದ. ನಾನು ಅವನಿಗೆ
ಹಣಕೊಡಲು ಕೇಳಿದೆ. ಆತ ನಿನಗ್ಯಾಕೆ ಹಣ ಕೊಡಬೇಕು ಎಂದು ರೇಗಾಡಿದ.
ನನಗೆ ಇದ್ದಕ್ಕಿದಂತೆ ಕೋಪ ಉಕ್ಕಿ ಬಂದು ಅವನ ಕೈಯಲ್ಲಿದ್ದ ಮಚ್ಚನ್ನು
ಕಿತ್ತುಕೊಂಡು   ಅವನಿಗೆ ಇರಿಯತೊಡಗಿದೆ. ಅವನ ಕೂಗಾಟದ ಶಬ್ದ ಕೇಳಿ
ಮನೆಯಲ್ಲಿದ್ದ ಇಬ್ಬರು, ಒಬ್ಬ ಗಂಡಸು ಹಾಗೂ ಒಬ್ಬ ಹೆಂಗಸು ಹೊರಗೆ
ಓಡಿಬಂದರು. ನಾನು ಗಾಭರಿಯಾಗಿ ಅವರಿಬ್ಬರನ್ನೂ ಕೈಯಲ್ಲಿದ್ದ ಮಚ್ಚಿನಿಂದ
ಹೊಡೆದು ಸಾಯಿಸಿದೆ. ಆನಂತರ ಆ ಮಚ್ಚನ್ನು ಅವರ ಮನೆಯಲ್ಲಿದ್ದ ಒಂದು
ಟವಲಿನಲ್ಲಿ ಸುತ್ತಿಕೊಂಡು ಒಂದು ಪ್ಲಾಸ್ಟಿಕ್ ಚೀಲದಲ್ಲಿ ಹಾಕಿ ಮತ್ತೆ ರಾಷ್ಟ್ರೀಯ
ಹೆದ್ದಾರಿಯ ಮೇಲೆ ನಡೆದುಕೊಂಡು ಹೊರಟೆ."

ತುಮಕೂರು ಜಿಲ್ಲೆಯಲ್ಲಿ ತಾನು ಮೂವರ ಕೊಲೆ ಮಾಡಿದ್ದೆ ಎಂದು
ಜೈಶಂಕರ್ ಮಾಹಿತಿ ನೀಡಿದ ನಂತರ ಹಿರಿಯೂರು ಪೊಲೀಸರು ತುಮಕೂರು
ಪೊಲೀಸರನ್ನು ಸಂಪರ್ಕಿಸಿ ಈ ಹೇಳಿಕೆಯ ಸತ್ಯಾಸತ್ಯತೆಯ ಬಗ್ಗೆ ಪರಿಶೀಲಿಸಿದರು.
ಜೈಶಂಕರ್ ಹೇಳಿದ್ದು   ಭಾಗಶಃ ನಿಜವೇ ಆಗಿತ್ತು.

ತುಮಕೂರಿನ ಪ್ರಜಾಪ್ರಗತಿ ಪತ್ರಿಕೆಯ ಸಂಪಾದಕರಾದ ನಾಗಣ್ಣ ಎನ್ನುವವರು
ಕೋರಾ ಪೊಲೀಸ್ ಠಾಣೆಯ ಸರಹದ್ದಿನಲ್ಲಿ ಒಂದು ಅಡಿಕೆ ತೋಟವನ್ನು
ಮಾಡಿದ್ದರು. ಈ ತೋಟವು ನೆಲಹಾಳ್ ಗ್ರಾಮದಲ್ಲಿದ್ದು, ಆ ತೋಟವನ್ನು
ನೋಡಿಕೊಳ್ಳಲು ದೊಡ್ಡಯ್ಯ ಮತ್ತು ಪುಟ್ಟಯ್ಯ ಎಂಬುವವರನ್ನು ನೇಮಿಸಲಾಗಿತ್ತು.
ಈ ಇಬ್ಬರು ಕಾವಲುಗಾರರ ಜೊತೆ ರಾಜಮ್ಮ ಎನ್ನುವಾಕೆಯೂ ಇರುತ್ತಿದ್ದಳು.
ಈ ತೋಟಕ್ಕೆ ೨೯ ಮಾರ್ಚ್ ೨೦೧೧ರಂದು ನುಗ್ಗಿದ ಅಪರಿಚಿತ ವ್ಯಕ್ತಿಯೊಬ್ಬ
೬೫ ವರ್ಷದ ದೊಡ್ಡಯ್ಯ ಮತ್ತು ಸುಮಾರು ಅದೇ ವಯಸ್ಸಿನ ಪುಟ್ಟಯ್ಯ
ಮತ್ತು ಆತನ ಪತ್ನಿ ರಾಜಮ್ಮನನ್ನು ಕೊಲೆ ಮಾಡಿದ ಸಂಬಂಧ ಕೊಲೆ
ಪ್ರಕರಣವೊಂದು ದಾಖಲಾಗಿತ್ತು. ಪ್ರಕರಣದ ತನಿಖೆಯ ಸಂಬಂಧದಲ್ಲಿ ಕೊಲೆಗಾರ
ಮನೆಯಲ್ಲಿದ್ದ ಮಚ್ಚಿನಿಂದಲೇ ಕೊಲೆ ಮಾಡಿದ್ದು ಹಾಗೂ ಮನೆಯಲ್ಲಿದ್ದ
ವಸ್ತುಗಳನ್ನು ತೂರಾಡಿ ಹಣಕ್ಕಾಗಿ ಹುಡುಕಾಟ ನಡೆಸಿದ್ದು ಕಂಡುಬಂದಿತ್ತು

ಎಂದು ತುಮಕೂರಿನ ಪೊಲೀಸರು ತಿಳಿಸಿದರು. ಇದರಿಂದ ಜೈಶಂಕರ್ ನಿಜವನ್ನೇ ಹೇಳುತ್ತಿದ್ದಾನೆಂದು ತಿಳಿದು ಬಂದು ಅವನ ಮುಂದುವರೆದ ಹೇಳಿಯನ್ನು ದಾಖಲು ಮಾಡಲಾಯಿತು.

ಜೈಶಂಕರ್ ತನ್ನ ಹೇಳಿಕೆಯನ್ನು ಮುಂದುವರೆಸಿ, "ತುಮಕೂರು ಜಿಲ್ಲೆಯಲ್ಲಿ ನಾನು ಕೊಲೆ ಮಾಡಿದ ಬಳಿಕ ಸುಮಾರು ಏಳು–ಎಂಟು ಕಿ.ಮೀ ದೂರ ಹೆದ್ದಾರಿ ರಸ್ತೆಯಲ್ಲಿಯೇ ನಡೆದುಕೊಂಡು ಬಂದೆ. ರಸ್ತೆಯ ಬದಿಯ ಡಾಬಾ ಹೋಟೆಲ್‌ವೊಂದರಲ್ಲಿ ಊಟ ಮಾಡಿ ರಸ್ತೆಯ ಬದಿಯ ಒಂದು ತೋಪಿನಲ್ಲಿ ಮಲಗಿಕೊಂಡೆ. ಇದೇ ತೋಪಿನಲ್ಲಿ ಎರಡು ದಿನವಿದ್ದೆ. ನಂತರ ಒಂದು ಬೆಳಿಗ್ಗೆ ಪೂನಾ ಕಡೆಗೆ ಹೋಗುತ್ತಿದ್ದ ಲಾರಿಯೊಂದನ್ನು ನಿಲ್ಲಿಸಿದೆ. ಆ ಲಾರಿ ತಮಿಳುನಾಡಿನದಾಗಿದ್ದು, ಲಾರಿಯ ಚಾಲಕನನ್ನು ತಮಿಳಿನಲ್ಲಿ ಮಾತನಾಡಿಸಿದೆ. ಆತ ನನ್ನನ್ನು ಲಾರಿಯೊಳಗೆ ಹತ್ತಿಸಿಕೊಂಡು ಹಿರಿಯೂರಿನ ಬಳಿ ಇರುವ ಡಾಬಾದ ಹತ್ತಿರ ಇಳಿಸಿದೆ. ನಂತರ ಸರ್ವೀಸ್ ರಸ್ತೆಯಲ್ಲಿ ಚಿತ್ರದುರ್ಗದ ಕಡೆ ನಡೆದುಕೊಂಡು ಹೊರಟೆ. ಅಲ್ಲಿ ಸರ್ವೀಸ್ ರಸ್ತೆಗೆ ಹೊಂದಿಕೊಂಡಂತೆ ಒಂದು ತೋಟ ಕಂಡುಬಂದಿತು. ಈ ತೋಟದ ಹಿಂದೆ ಜಾಲಿ ಮತ್ತು ಕಳ್ಳಿ ಬೆಳೆದಿದ್ದರಿಂದ, ಅದರ ಮರೆಯಲ್ಲಿ ಅಡಗಿಕೊಂಡೆ. ತೋಟದಲ್ಲಿ ಬೆಳೆಯುತ್ತಿದ್ದ ಹಣ್ಣುಗಳನ್ನು ತಿಂದು ನೀರನ್ನು ಕುಡಿದು ಇರುತ್ತಿದ್ದೆ. ಆ ತೋಟದಲ್ಲಿ ತೆಂಗಿನ ಗರಿ ಛಾವಣಿಯಿದ್ದ ಗುಡಿಸಲು ಇದ್ದು, ಅಲ್ಲಿ ದಂಪತಿಗಳಿಬ್ಬರು ವಾಸಿಸುತ್ತಿದುದ್ದನ್ನು ಗಮನಿಸಿದೆ. ಅಲ್ಲಿದ್ದ ಹೆಂಗಸನ್ನು ನೋಡಿದಾಗ ಅವಳಿಗೆ ಬಲಾತ್ಕಾರ ಮಾಡಬೇಕೆಂಬ ಮನಸ್ಸು ನನಗೆ ಬಂದಿತು."

ವಿಕೃತ ಕಾಮಿ

ಹಿರಿಯೂರಿನ ಘಟನೆಯ ಬಗ್ಗೆ ಸವಿಸ್ತಾರವಾಗಿ ತಿಳಿಸಲು ಪೊಲೀಸರು ಕೇಳಿದಾಗ ಜೈಶಂಕರ್ ತನ್ನ ಹೇಳಿಕೆಯನ್ನು ಮುಂದುವರೆಸಿದ.

"ಏಪ್ರಿಲ್ ೨೮ ರಾತ್ರಿ ಅಂದಾಜು ೧೦.೩೦ಗೆ ನಾನು ಮೆಲ್ಲನೆ ಆ ಗುಡಿಸಿಲಿನತ್ತ ಹೋದೆ. ಗುಡಿಸಿಲಿನ ಹೊರಗೆ ಕುಳಿತಿದ್ದ ಒಬ್ಬ ವ್ಯಕ್ತಿ ಮೊಬೈಲ್ ಫೋನ್‌ನಲ್ಲಿ ಮಾತನಾಡುತ್ತಿದ್ದ. ನಾನು ಅವನ ಹಿಂದಿನಿಂದ ಹೋಗಿ ನನ್ನ ಕೈಯಲ್ಲಿದ್ದ ಮಚ್ಚಿನಿಂದ ಅವನ ಕುತ್ತಿಗೆಯ ಹಿಂಬಾಗಕ್ಕೆ ಬಲವಾಗಿ ಹೊಡೆದೆ. ಆತ 'ಅಯ್ಯೋ' ಎಂದು ಚೀರುತ್ತಾ ಕೆಳಗೆ ಬಿದ್ದ. ಅವನ ಮೊಬೈಲ್ ಕಸಿದುಕೊಂಡು ಗುಡಿಸಿಲಿನ ಒಳಗೆ ಹೋದೆ. ಅಲ್ಲಿ ನಾನು ನೋಡಿದ್ದ ಹೆಂಗಸು ಮಲಗಿಕೊಂಡಿದ್ದಳು. ಚೀರಾಟದ ಶಬ್ದದಿಂದ ಗಾಬರಿಗೊಂಡು ನಿದ್ದೆಯಿಂದ ಎದ್ದ ಅವಳನ್ನು ದುಡ್ಡು ಕೊಡು ಎಂದೆ. ನನ್ನ ಹತ್ತಿರ ಹಣವಿಲ್ಲ ಎಂದಳು. ಅವಳಿಗೆ ನನ್ನ ಕೈಯಲ್ಲಿದ್ದ ಮಚ್ಚನ್ನು ತೋರಿಸಿದಾಗ ತನ್ನ ಟ್ರಂಕ್‌ನಲ್ಲಿ ಇದ್ದ ಏಳು ನೂರು ರೂಪಾಯಿಗಳನ್ನು ತೆಗೆದುಕೊಟ್ಟಳು. ತನ್ನ ಕಿವಿಯಲ್ಲಿದ್ದ ಓಲೆಯನ್ನು ಬಿಚ್ಚಿಕೊಡಲು ಬಂದಾಗ ನಾನು ಬೇಡವೆಂದು ಹೇಳಿ, ಗುಡಿಸಿಲಿನಲ್ಲಿದ್ದ ಚಾಪೆಯನ್ನು

ತೆಗೆದುಕೊಂಡು ಅವಳನ್ನು ಎಳೆದುಕೊಂಡು ಹೊರಗಡೆಗೆ ಬಂದೆ. ಅವಳ ಗಂಡ ರಕ್ತದ ಮಡುವಿನಲ್ಲಿ ಬಿದ್ದು ನರಳುತ್ತಿದ್ದ.

“ಅವಳನ್ನು ದಾಳಿಂಬೆ ಗಿಡಗಳ ಮಧ್ಯೆ ಎಳೆದುಕೊಂಡು ಹೋಗಿ ನೆಲದ ಮೇಲೆ ಚಾಪೆಯನ್ನು ಹಾಸಿ, ಆಕೆಯನ್ನು ವಿವಸ್ತ್ರಳನ್ನಾಗಿ ಮಾಡಿ ಆಕೆಗೆ ಬಲತ್ಕಾರ ಮಾಡಿದೆ. ಆನಂತರ ಆಕೆ ಉಟ್ಟಿದ್ದ ಸೀರೆಯನ್ನು ನನ್ನ ಮಚ್ಚಿನಿಂದ ಕತ್ತರಿಸಿ ಆ ತುಂಡುಗಳಿಂದ ಆಕೆಯ ಕೈಯನ್ನು ಹಿಂಬಾಗಕ್ಕೆ ಕಟ್ಟಿ, ಎರಡು ಕಾಲುಗಳನ್ನು ಒಂದಕ್ಕೊಂದು ಕಟ್ಟಿ ಅವಳನ್ನು ಅಲ್ಲಿಯೇ ಬಿಟ್ಟು ಗುಡಿಸಲಿನ ಹತ್ತಿರ ಬಂದೆ. ಅವಳ ಗಂಡ ಇನ್ನೂ ಬದುಕಿದ್ದು ಒದ್ದಾಡುತ್ತಿದ್ದ. ಅವನನ್ನು ಎಳೆದುಕೊಂಡು ಗುಡಿಸಲಿನ ಒಳಗೆ ಎಸೆದು, ನನ್ನ ಕೈಯಲಿದ್ದ ಮಚ್ಚನ್ನು ಅಲ್ಲೇ ಎಸೆದು ನನ್ನಲ್ಲಿದ್ದ ಬೆಂಕಿಪೊಟ್ಟಣದಿಂದ ಗುಡಿಸಲಿಗೆ ಬೆಂಕಿ ಹಚ್ಚಿ ಹೊರಟೆ.

“ಇದಾದ ನಂತರ ನಾನು ಹೈವೇಗೆ ಬಂದು ನಡೆದುಕೊಂಡು ಹೋಗುತ್ತಿರುವಾಗ ಎದುರಿಗೆ ಒಂದು ಮೊಟರ್ ಸೈಕಲ್ ಬಂದಿತು. ಯಾರೋ ಪೊಲೀಸರು ಬಂದರೆಂದು ಹೆದರಿ ರಸ್ತೆಯ ಬದಿಯಲ್ಲಿದ್ದ ಒಂದು ತೋಟಕ್ಕೆ ಹೋಗಿ ಆ ರಾತ್ರಿ ಅಲ್ಲೇ ಮಲಗಿಕೊಂಡೆ. ಬೆಳಿಗ್ಗೆ ಎದ್ದ ನಂತರ ಪೂನಾ ಕಡೆಗೆ ಹೋಗುವ ಒಂದು ಲಾರಿಯನ್ನು ಹತ್ತಿ ಚಿತ್ರದುರ್ಗದ ಬಳಿ ಇಳಿದುಕೊಂಡೆ. ಹತ್ತಿರದಲ್ಲೇ ಒಂದು ಗುಡ್ಡವಿತ್ತು. ಆ ಗುಡ್ಡದ ಮೇಲೆ ಇರುವ ದೇವಸ್ಥಾನದ ಪಕ್ಕ ಒಂದು ಪಾಳು ಮನೆಯಿತ್ತು. ನಾನು ಅಲ್ಲಿಯೇ ಇರತೊಡಗಿದೆ. ಪ್ರತಿದಿನವೂ ಬೆಟ್ಟದಿಂದ ಕೆಳಕ್ಕೆ ಇಳಿದು ಹತ್ತಿರದಲ್ಲಿ ಇದ್ದ ಮೀನು ಮಾರುವ ಅಂಗಡಿಯಲ್ಲಿ ಊಟ ಮಾಡಿಕೊಂಡು ಬರುತ್ತಿದ್ದೆ. ಎಂಟು ದಿನಗಳ ವೇಳೆಗೆ ನನ್ನ ಬಳಿ ಇದ್ದ ಹಣವೆಲ್ಲಾ ಖಾಲಿಯಾಯಿತು.

“ನಾನು ಹಿರಿಯೂರು ಬಳಿ ಕೊಲೆ ಮಾಡಿದ್ದ ವ್ಯಕ್ತಿಯಿಂದ ಅಪಹರಿಸಿದ್ದ ಮೊಬೈಲ್ ಫೋನ್‌ನ ಸಿಮ್ ಕಾರ್ಡ್ ತೆಗೆದುಹಾಕಿ, ಆ ಮೊಬೈಲನ್ನು ಯಾರಿಗಾದರೂ ಮಾರಾಟ ಮಾಡೋಣ ಎಂಬ ಉದ್ದೇಶದಿಂದ ರಸ್ತೆಯ ಪಕ್ಕದಲ್ಲಿರುವ ವಿ.ಆರ್.ಎಲ್ ಆಫೀಸ್ ಬಳಿಯಿರುವ ಡಾಬಾ ಬಳಿ ಬಂದೆ. ಅಲ್ಲಿ ಒಂದು ಲಾರಿ ನಿಂತಿತ್ತು. ಆ ಲಾರಿಯ ಡ್ರೈವರ್ ಬಳಿ ಹೋಗಿ, ‘ನಾನು ಶಂಕರ್, ತಮಿಳುನಾಡಿನವನು. ನಾನು ಇನ್ನೊಂದು ಲಾರಿಯಲ್ಲಿ ಬಂದಿದ್ದು, ಆ ಡ್ರೈವರ್‌ಗೂ ನನಗೂ ಗಲಾಟೆಯಾದ್ದರಿಂದ ಅವನು ನನ್ನನ್ನು ಇಲ್ಲಿಯೇ ಬಿಟ್ಟು ಹೋಗಿದ್ದಾನೆ. ನನ್ನ ಬಳಿ ಹಣವಿಲ್ಲ, ಆದರೆ ಒಂದು ಮೊಬೈಲ್ ಫೋನ್ ಇದೆ. ಇದನ್ನು ತೆಗೆದುಕೊಂಡು ಹಣ ಕೊಡಿ’ ಎಂದು ಕೇಳಿಕೊಂಡೆ. ಆತ ಫೋನನ್ನು ಅರನೂರ ಐವತ್ತು ರೂಪಾಯಿಗಳಿಗೆ ಖರೀದಿ ಮಾಡಲು ಒಪ್ಪಿಕೊಂಡ. ಹಣ ಪಡೆದು ಒಂದು ಆಟೋ ಮಾಡಿಕೊಂಡು ಚಳ್ಳಕರೆ ಸರ್ಕಲ್‌ಗೆ ಹೋದೆ. ಅಲ್ಲಿ ತಮಿಳುನಾಡು ನೋಂದಣಿ ಇರುವ ಲಾರಿಯೊಂದನ್ನು ಹತ್ತಿ ಬಳ್ಳಾರಿ ರಸ್ತೆಯಲ್ಲಿರುವ ರಾಂಪುರ ಎನ್ನುವ ಊರಿನ ಪೆಟ್ರೋಲ್ ಬಂಕ್ ಹತ್ತಿರ ಇಳಿದೆ.

"ಹಾಗೆಯೇ ರಸ್ತೆಯಲ್ಲೇ ನಡೆದುಕೊಂಡು ಹೋಗುತ್ತಿದ್ದಾಗ, ರಸ್ತೆಯ ಎಡಭಾಗದಲ್ಲಿ ಒಂದು ಕೋಳಿ ಫಾರಂ ನೋಡಿದೆ. ಆ ಫಾರಂನಲ್ಲಿ ಒಂದು ಒಂಟಿ ಮನೆಯಿತ್ತು. ಆ ಮನೆಯ ಬಾಗಿಲು ಬಡಿದೆ. ಮನೆಯಲ್ಲಿ ಇಬ್ಬರೇ ಹೆಂಗಸರಿದ್ದರು. ಒಬ್ಬರಿಗೆ ಸುಮಾರು ಅರವತ್ತು ವರ್ಷ ವಯಸ್ಸಾಗಿತ್ತು. ಆ ಅಜ್ಜಿಗೆ ನಾನು ದುಡ್ಡು ಕೊಡು ಎಂದು ಕೇಳಿದೆ. ಆಕೆ ನಾನು ಕೊಡುವುದಿಲ್ಲ ಎಂದು ತಗಾದೆ ತಗೆದಳು. ಅಗ ಅವರ ಮನೆಯಲ್ಲೇ ಇದ್ದ ಒಂದು ಮಚ್ಚನ್ನು ತೆಗೆದುಕೊಂಡು ಅಜ್ಜಿಯ ಕತ್ತಿಗೆ 'ಎರಡು ಏಟು ಹೊಡೆದೆ. ಅಜ್ಜಿ ಅಲ್ಲೇ ಸತ್ತು ಬಿದ್ದಳು. ಇದನ್ನು ನೋಡುತ್ತಿದ್ದ ಮನೆಯೊಳಗಿದ್ದ ಇನ್ನೊಬ್ಬ ಹೆಂಗಸು ಚೀರತೊಡಗಿದಳು. ನಾನು ಪಕ್ಕದಲ್ಲಿದ್ದ ಟವಲ್ ಒಂದನ್ನು ಆಕೆಯ ಕುತ್ತಿಗೆಗೆ ಹಾಕಿ ಧರಧರನೆ ಅವಳನ್ನು ಹೊರಕ್ಕೆ ಎಳೆದುಕೊಂಡು ಹೋಗಿ ಟವಲನ್ನು ಹರಿದು ಆಕೆಯ ಕೈ ಕಾಲುಗಳನ್ನು ಕಟ್ಟಿ, ಅವಳ ಮೇಲೆ ಅತ್ಯಾಚಾರ ಮಾಡಿದೆ. ನಂತರ ಅವಳ ತಲೆಗೆ ಮಚ್ಚಿನ ಹಿಂಬದಿಯಿಂದ ಹೊಡೆದು, ನನ್ನ ಕೈಯಿಂದ ಆಕೆಯ ಕಣ್ಣಿನ ಕೆಳಗೆ ಗುದ್ದಿದೆ. ಆಕೆ ಗಟ್ಟಿಯಾಗಿ ಚೀರಿ ಇದ್ದಕ್ಕಿದ್ದಂತೆ ಸ್ಥಬ್ದಳಾದಳು. ಆಕೆ ಸತ್ತು ಹೋದಳೆಂದು ತಿಳಿದು ಕೈಯಲ್ಲಿದ್ದ ಮಚ್ಚನ್ನು ಅಲ್ಲೆ ಎಸೆದು ಮುಂದಕ್ಕೆ ಹೊರಟೆ".

ಜೈಶಂಕರ್ ನ ಹೇಳಿಕೆಯ ಸತ್ಯಾಸತ್ಯತೆಯನ್ನು ಪರಿಶಿಲಿಸಲು ಹಿರಿಯೂರು ಪೊಲೀಸರು ಕೂಡಲೇ ರಾಂಪುರ ಪೊಲೀಸ್ ಠಾಣೆಯನ್ನು ಸಂಪರ್ಕಿಸಿ ಈ ಬಗ್ಗೆ ಯಾವುದಾದರೂ ಪ್ರಕರಣ ದಾಖಲಾಗಿದೆಯೋ, ಹೇಗೆ ಎಂದು ವಿಚಾರಿಸಿದರು. ೧೦ನೇ ಏಪ್ರಿಲ್ ರಾತ್ರಿ ೭.೩೦ ಗಂಟೆ ಸಮಯದಲ್ಲಿ ತಮ್ಮೇನಹಳ್ಳಿ ಗ್ರಾಮದ ಬಳಿ ಇರುವ ಕೋಳಿ ಫಾರಂ ಮನೆಯೊಂದಕ್ಕೆ ಒಬ್ಬ ಅಪರಿಚಿತ ಏಕಾಏಕಿ ನುಗ್ಗಿ ನಾಗಮ್ಮ ಎಂಬಾಕೆಗೆ 'ಪೈಸೆ ಲಾವೋ' ಎಂದು ಹೆದರಿಸಿ ಅವಳ ಮೇಲೆ ಮಾರಣಾಂತಿಕವಾಗಿ ಹಲ್ಲೆ ಮಾಡಿ ಕೊಲೆ ಮಾಡಿದ್ದು, ಆನಂತರ ವಿಮಲ ಎಂಬಾಕೆಯನ್ನು ಬೆದರಿಸಿ ಅವಳ ತಲೆಗೆ ಮಚ್ಚಿನ ಹಿಂಬಾಗದಿಂದ ಹೊಡೆದು ಜಮೀನಿನ ಮುಂಭಾಗದಲ್ಲಿ ಕಟ್ಟಿ ಹಾಕಿ ಓಡಿಹೋಗಿದ್ದಾನೆ. ಈ ಸಂಬಂಧ ಕೊಲೆ ಪ್ರಯತ್ನ ಹಾಗೂ ಕೊಲೆ ಪ್ರಕರಣ ದಾಖಲಾಗಿದೆ ಎಂಬ ಉತ್ತರ ಬಂದಿತು.

ರಾಂಪುರದಲ್ಲಿ ತಾನು ಅತ್ಯಾಚಾರ ಮಾಡಿದನೆಂದು ಜೈಶಂಕರ್ ಹೇಳಿರುವ ಬಗ್ಗೆ ವಿಚಾರಿಸಿದಾಗ, ಫಿರ್ಯಾಧಿ ವಿಮಲ ತನ್ನ ಮೇಲೆ ಬಲತ್ಕಾರವಾದ ಬಗ್ಗೆ ಯಾವುದೇ ದೂರು ನೀಡಿಲ್ಲ ಎಂದು ರಾಂಪುರ ಪೊಲೀಸರು ತಿಳಿಸಿದರು.

ಜೈಶಂಕರ್‌ನ ಸ್ವಇಚ್ಛಾ ಹೇಳಿಕೆಯನ್ನು ಬರೆದುಕೊಳ್ಳುವ ಸಮಯದಲ್ಲಿ ಚಿತ್ರದುರ್ಗ ಜಿಲ್ಲಾ ಎಸ್.ಪಿ ಎಂ.ಎನ್.ನಾಗರಾಜ್ ಹಿರಿಯೂರು ಠಾಣೆಗೆ ಬಂದು ಜೈಶಂಕರ್ ತಾನು ಮಾಡಿದೆನೆಂದು ಒಪ್ಪಿಕೊಂಡ ಪ್ರಕರಣಗಳ ಬಗ್ಗೆ ವಿಚಾರಿಸಿದರು. ಆತ ತುಮಕೂರು ಜಿಲ್ಲೆಯ ಕೋರಾ ಪೊಲೀಸ್ ಠಾಣೆಯ

ವ್ಯಾಪ್ತಿಯ ಕೊಲೆ, ಹಿರಿಯೂರು ಗ್ರಾಮಾಂತರ ಠಾಣೆಯ ಅತ್ಯಾಚಾರ ಹಾಗೂ ಕೊಲೆ, ಮತ್ತು ರಾಂಪುರ ಪೊಲೀಸ್ ಠಾಣೆಯ ವ್ಯಾಪ್ತಿಯ ಕೋಳಿ ಫಾರಂನಲ್ಲಿ ನಡೆದ ಪ್ರಕರಣಗಳನ್ನು ಒಪ್ಪಿಕೊಂಡಿರುವ ಬಗ್ಗೆ ಇನ್ಸ್‌ಪೆಕ್ಟರ್ ತಿಳಿಸಿದರು.

"ಏಪ್ರಿಲ್ ತಿಂಗಳಿನಲ್ಲಿ ಚಿತ್ರದುರ್ಗ ಜಿಲ್ಲೆಯಲ್ಲಿಯೇ ಇಂತಹದೇ ಐದು ಪ್ರಕರಣಗಳು ವರದಿಯಾಗಿವೆ. ಇವುಗಳ ಬಗ್ಗೆಯೂ ಆರೋಪಿಯನ್ನು ವಿಚಾರಿಸುವುದು ಒಳ್ಳೆಯದು" ಎಂದರು ಎಸ್.ಪಿ.

"ಸರ್, ಈತನ ಸ್ವಇಚ್ಛಾ ಹೇಳಿಕೆ ಇನ್ನೂ ಪೂರ್ತಿಗೊಂಡಿಲ್ಲ. ಇಲ್ಲಿಯವರೆಗೆ ೨೦೧೧ರ ೧೧ನೇ ಏಪ್ರಿಲ್‌ವರೆಗೆ ತಾನು ಮಾಡಿದ ಪ್ರಕರಣಗಳ ಬಗ್ಗೆ ಮಾತ್ರ ಹೇಳಿದ್ದಾನೆ. ನಮಗೆ ಆಶ್ಚರ್ಯವೆನಿಸಿದ್ದು ಈ ವ್ಯಕ್ತಿ ನಿರ್ವಿಕಾರ ಮನೋಭಾವದಿಂದ ತಾನು ಮಾಡಿದ ಕೃತ್ಯಗಳ ಬಗ್ಗೆ ಯಥಾವತ್ತಾಗಿ ಹೇಳುತ್ತಾನೆ. ಈತನ ಜ್ಞಾಪಕಶಕ್ತಿ ಬಹಳ ಚೆನ್ನಾಗಿದೆ" ಎಂದರು ಇನ್ಸ್‌ಪೆಕ್ಟರ್.

"ಇವನ ಮುಂದುವರೆದ ಹೇಳಿಕೆ ದಾಖಲಾಗುವಾಗ ನಾನು ಇಲ್ಲಿಯೇ ಇರುತ್ತೇನೆ" ಎಂದು ಎಸ್.ಪಿ ಜೈಶಂಕರ್‌ನ ಮುಂದುಗಡೆ ಕುಳಿತುಕೊಂಡರು.

ಎದುರಿಗಿದ್ದ ವ್ಯಕ್ತಿಯನ್ನು ತದೇಕಚಿತ್ತದಿಂದ ಎಸ್.ಪಿ ನೋಡಿದರು. ಒಂದು ಟೀ ಶರ್ಟ್ ಧರಿಸಿದ್ದ ಆ ವ್ಯಕ್ತಿ ಮಧ್ಯವಯಸ್ಕನಾಗಿದ್ದು, ಎತ್ತರವಾಗಿದ್ದ. ಅವನ ತಲೆ ಕೂದಲು ಸ್ವಲ್ಪ ಉದುರಿದ್ದು ಅಲ್ಲಲ್ಲಿ ನರೆ ಕೂದಲುಗಳಿದ್ದವು. ಎರಡೂ ಕಣ್ಣುಗಳು ಕೆಂಪಾಗಿದ್ದವು. ದೊಡ್ಡ ಹಣೆ, ದಪ್ಪ ಮೀಸೆ ಇದ್ದ ಜೈಶಂಕರ್ ಬಹಳ ದಿನಗಳಿಂದ ಪೊಲೀಸರ ಕಣ್ಣುತಪ್ಪಿಸಿ ಓಡಾಡುತ್ತಿದ್ದುದರಿಂದ ಅವನ ಗಡ್ಡ ದೊಡ್ಡದಾಗಿ ಬೆಳೆದಿತ್ತು. "ಈ ಕೊಲೆಗಳನ್ನು ಮಾಡಿರುವ ಬಗ್ಗೆ ನಿನಗೆ ಪಶ್ಚಾತಾಪದ ಭಾವನೆಯೇನಾದರೂ ಬಂದಿದೆಯೇ" ಎಂದುಕೇಳಿದರು ನಾಗರಾಜ್.

"ಸರ್, ಖಂಡಿತ ಪಶ್ಚಾತ್ತಾಪದ ಭಾವನೆ ಬಂದಿದೆ. ಆದರೆ ಏನು ಮಾಡುವುದು ಆಕಸ್ಮಿಕವಾಗಿ ಇಂತಹ ಕೃತ್ಯಗಳು ನಡೆದು ಹೋದವು" ಎಂದ ಜೈಶಂಕರ್.

"ಸರಿ, ಮುಂದೇನಾಯಿತು ಹೇಳು" ಎಂದರು ಎಸ್.ಪಿ.

"ಸರ್, ಕೋಳಿ ಫಾರಂ ಬಳಿ ಇದ್ದ ಒಂಟಿ ಮನೆಯ ಕೊಲೆ ಪ್ರಕರಣದ ನಂತರ ನಾನು ರಸ್ತೆಯಲ್ಲಿ ನಡೆಯುತ್ತಾ ರೇಲ್ವೆ ಗೇಟ್ ಬಳಿ ಬಂದು ನಿಂತೆ. ಆಗ ಅಲ್ಲಿಗೆ ಚಳ್ಳಕರೆ ಕಡೆಗೆ ಹೋಗುವ ಒಂದು ಲಾರಿ ಬಂದಿತು. ಆ ಲಾರಿಯನ್ನು ಹತ್ತಿಕೊಂಡು ಚಳ್ಳಕರೆ ಮಾರ್ಗವಾಗಿ ಚಿತ್ರದುರ್ಗಕ್ಕೆ ವಾಪಸ್ ಬಂದೆ. ಆನಂತರ ಹಾಗೆಯೇ ನಡೆದುಕೊಂಡು ಹೋಗಿ ನಾಮಕ್ಕಲ್ ಟ್ರಾನ್ಸ್‌ಪೋರ್ಟ್ ಬಳಿ ಇರುವ ಗುಡ್ಡದ ಮೇಲಿನ ದೇವಸ್ಥಾನದ ಪಕ್ಕದಲ್ಲಿದ್ದ ಹಾಳು ಮನೆಗೆ ಮತ್ತೆ ಹೋಗಿ ಅಲ್ಲಿಯೇ ಉಳಿದುಕೊಂಡೆ. ಇದಾದ ನಂತರ ವಿ.ಆರ್.ಎಲ್ ಕಛೇರಿ ಎದುರು ದೂರದಲ್ಲಿ ಒಂದು ಹಾಳು ಮನೆ ಕಂಡಿತು. ಆ ಮನೆಗೆ ಹೋಗಿ ಎರಡು ದಿನಗಳ ಕಾಲ ಅಲ್ಲಿ ಉಳಿದುಕೊಂಡು ರಸ್ತೆಯ ಪಕ್ಕದಲ್ಲಿದ್ದ

ಡಾಬಾಗಳಲ್ಲಿ ಊಟ ಮಾಡಿಕೊಂಡು ವಾಸ ಮಾಡುತ್ತಿದ್ದೆ. ಸುಮಾರು ಮೂರು ದಿನಗಳ ನಂತರ ಬೆಳಿಗ್ಗೆ ಎಂಟು ಗಂಟೆಗೆ ಚಿತ್ರದುರ್ಗದಿಂದ ಹಿರಿಯೂರು ಕಡೆಗೆ ಹೋಗುವ ಲಾರಿಯೊಂದನ್ನು ಹತ್ತಿಕೊಂಡು ಗುಯಲಾಳು ಚೆಕ್ ಫೋಸ್ಟ್ ಬಳಿ ಇಳಿದೆ. ಬಹಳ ಹಸಿವಾಗಿತ್ತು. ಊಟ ಎಲ್ಲಿಯಾದರು ದೊರೆಯತ್ತೆದೆಯೇ ಎಂದು ನೋಡಿದಾಗ, ಚೆಕ್ ಫೋಸ್ಟ್‌ನ ಪೂರ್ವ ದಿಕ್ಕಿಗೆ ಒಂದು ಮಣ್ಣಿನ ರಸ್ತೆ ಕಂಡಿತು.

ಚಿತ್ರದುರ್ಗದಲ್ಲಿ ಮುಂದುವರೆದ ಕೊಲೆ ಮತ್ತು ರೇಪ್

ಪೊಲೀಸರ ಮುಂದೆ ಜೈಶಂಕರ್ ನ ಹೇಳಿಕೆ ಹೀಗೆ ಮುಂದುವರೆಯಿತು:

ಗುಯಿಲಾಳು ಚೆಕ್ ಪೋಸ್ಟ್ ರಸ್ತೆಯಲ್ಲಿಯೇ ಸ್ವಲ್ಪ ದೂರ ನಡೆದುಕೊಂಡು ಹೋದಾಗ ಒಂದು ಹೊಲದಲ್ಲಿ ಸುಮಾರು ೬೦ ವರ್ಷ ವಯಸ್ಸಿನ ಅಜ್ಜಿ ಹತ್ತಿಯನ್ನು ಬಿಡಿಸುತ್ತಿದ್ದಳು. ಅವಳ ಬಳಿ ಹೋಗಿ ಊಟ ಕೊಡಲು ಕೇಳಿದೆ. ಆಕೆ ನಿನಗೆ ಏನನ್ನೂ ಕೊಡುವುದಿಲ್ಲ, ಇಲ್ಲಿಂದ ಹೊರಟು ಹೋಗು ಎಂದಳು.

“ನನಗೆ ಇದ್ದಕ್ಕಿದಂತೆ ಕೋಪ ಬಂದು ನನ್ನ ಬಳಿ ಇದ್ದ ರೇಜರ್‌ನಿಂದ ಆಕೆಯ ಕತ್ತನ್ನು ಕೊಯ್ದೆ. ಬಳಬಳನೆ ರಕ್ತ ಹರಿಯತೊಡಗಿದಾಗ ನನಗೆ ಗಾಭರಿಯಾಗಿ ಅವಳ ಸೀರೆಯ ಸೆರಗನ್ನು ತುಂಡು ಮಾಡಿ ಅವಳ ಕುತ್ತಿಗೆಗೆ ಬ್ಯಾಂಡೇಜ್‌ನಂತೆ ಸುತ್ತಿದೆ. ಆಕೆಯನ್ನು ಅಲ್ಲಿಯೇ ಬಿಟ್ಟು ಮುಂದೆ ಹೋಗುತ್ತಿದ್ದಾಗ ಮರದ ಕೊಂಬೆಯೊಂದಕ್ಕೆ ಪ್ಲಾಸ್ಟಿಕ್ ಕವರ್ ಒಂದನ್ನು ನೇತು ಹಾಕಿದ್ದು ಅದರಲ್ಲಿ ಒಂದು ಟಿಫನ್ ಕಾರಿಯರ್ ಕಂಡಿತು. ಅದರಲ್ಲಿದ್ದ ಊಟವನ್ನು ಮಾಡಿ ಅಲ್ಲಿದ್ದ ನೀರಿನ ಬಾಟಲ್‌ನಿಂದ ನೀರನ್ನು ಕುಡಿದು, ರೇಜರ್, ನೀರಿನ ಬಾಟಲ್ ಹಾಗೂ ಊಟದ ಡಬ್ಬವನ್ನು ಅಲ್ಲೇ ಎಸೆದು ಹೊರಟು ಹೋದೆ.”

“ನಂತರ ನಾನು ಗುಯಲಾಳು ಚೆಕ್ ಫೋಸ್ಟ್‌ಗೆ ವಾಪಸ್ ಬಂದು ಚಿತ್ರದುರ್ಗಕ್ಕೆ ಹೋಗುತ್ತಿದ್ದ ಒಂದು ಆಟೋರಿಕ್ಷಾದಲ್ಲಿ ಮತ್ತೆ ವಿ.ಆರ್.ಎಲ್ ಆಫೀಸ್ ಬಳಿ ಹೋಗಿ ನಾನು ಈ ಹಿಂದೆ ಉಳಿದುಕೊಂಡಿದ್ದ ಪಾಳು ಮನೆಯಲ್ಲೇ ಮತ್ತೆ ಮೂರು ನಾಲ್ಕು ದಿನ ಉಳಿದುಕೊಂಡೆ. ನನ್ನ ಕೈಯಲ್ಲಿ ಸ್ವಲ್ಪವೂ ಹಣವಿರಲಿಲ್ಲ” ಎಂದು ಮುಂದುವರೆಸಿದ ಜೈಶಂಕರ್.

ಅಷ್ಟರಲ್ಲಿ ಅವನನ್ನು ತಡೆದ ಎಸ್.ಪಿ ನಾಗರಾಜ್, “ಗುಯಲಾಳು ಪ್ರಕರಣದಲ್ಲಿ ದಾಖಲಾಗಿರುವ ಪ್ರಕರಣದ ವಿವರ ನೀಡಿ” ಎಂದು ಸ್ಥಳದಲ್ಲದ್ದ ಅಧಿಕಾರಿಗಳನ್ನು ಕೇಳಿದರು.

“ಸರ್, ಐಮಂಗಲ ಪೊಲೀಸ್ ಠಾಣೆಯಲ್ಲಿ ಈ ಬಗ್ಗೆ ಕೊಲೆ ಕೇಸ್ ದಾಖಲಾಗಿದೆ. ಈತ ಹೇಳಿದ ಮುದುಕಿಯ ಹೆಸರು ಬಸಮ್ಮ. ಆಕೆಗೆ ಅರವತ್ತು ವರ್ಷ ವಯಸ್ಸಾಗಿದ್ದು ವಿದವೆಯಾಗಿದ್ದಳು. ಈತ ಕುತ್ತಿಗೆ ಕುಯ್ಯಲಿಲ್ಲ ಎಂದು ಹೇಳಿದರೂ ಆಕೆ ತನ್ನ ಕುತ್ತಿಗೆಗೆ ಆದ ಗಾಯದಿಂದಲೇ ಸ್ಥಳದಲ್ಲೇ ಮೃತಪಟ್ಟಿದ್ದಳು.

೧೩ನೇ ತಾರೀಖು ಬೆಳಿಗ್ಗೆ ೭.೩೦ ಗಂಟೆಗೆ ಈ ಪ್ರಕರಣ ನಡೆಯಿತೆಂದು ತಿಳಿದು ಬಂದಿದೆ. ಈ ಪ್ರಕರಣ ಇನ್ನೂ ತನಿಖೆಯಲ್ಲಿದೆ. ಈಗ ಇವನ ಹೇಳಿಕೆಯಿಂದ ಈ ಪ್ರಕರಣ ಪತ್ತೆಯಾದಂತಾಯಿತು" ಎಂದರು ಇನ್ಸ್‌ಪೆಕ್ಟರ್.

"ಐಮಂಗಲ ಪೊಲೀಸ್ ಠಾಣೆಯ ಪ್ರಕರಣ ದಾಖಲಾಗಿದ್ದು ೧೩ನೇ ಏಪ್ರಿಲ್‌ರಂದು. ಇದಾದ ೧೪ ದಿನಗಳ ನಂತರ ಅಂದರೆ ೨೭ನೇ ಏಪ್ರಿಲ್‌ರಂದು ಚಿತ್ರದುರ್ಗ ಗ್ರಾಮಾಂತರ ಪೊಲೀಸ್ ಠಾಣಾ ವ್ಯಾಪ್ತಿಯಲ್ಲಿ ಸೀಬಾರ ಗ್ರಾಮದ ಸಮೀಪದಲ್ಲಿ ಒಂದು ಡಬ್ಬಲ್ ಮರ್ಡರ್ ಕೇಸ್ ನಡೆದಿತ್ತು. ಇದೂ ನಿನ್ನ ಕೈವಾಡವೇ?" ಎಂದು ಜೈಶಂಕರ್‌ನನ್ನು ಪ್ರಶ್ನಿಸಿದರು ಎಸ್.ಪಿ.

ಮುಗುಳ್ನಗುತ್ತಾ, "ಹೌದು ಸರ್, ಅದು ನನ್ನ ಮುಂದಿನ ಕೇಸ್. ಅದರ ಬಗ್ಗೆ ಈಗ ಹೇಳುತ್ತೇನೆ ಕೇಳಿ" ಎಂದು ತನ್ನ ಕಥೆಯನ್ನು ಮುಂದುವರೆಸಿದ.

"ನಾನು ಪಾಳು ಮನೆಯಲ್ಲೇ ಮೂರ್‍ನಾಲ್ಕು ದಿನಗಳನ್ನು ಕಳೆದ ನಂತರ ಒಂದು ಲಾರಿಯಲ್ಲಿ ಹೊಸಪೇಟೆಗೆ ಹೋದೆ. ಅಲ್ಲಿಂದ ರಾಷ್ಟ್ರೀಯ ಹೆದ್ದಾರಿ ೧೩ರಲ್ಲಿ ಇರುವ ಒಂದು ಪೆಟ್ರೋಲ್ ಬಂಕ್ ಬಳಿ ಒಂದು ನಿರ್ಜನ ಮನೆಯಿತ್ತು. ಎಳೆಂಟು ದಿವಸ ಅಲ್ಲಿಯೇ ವಾಸ ಮಾಡಿ ಹೋಟೆಲ್‌ಗಳಲ್ಲಿ ಬಿಕ್ಷೆ ಬೇಡಿ ಏನು ಸಿಗುತ್ತದೋ ಆ ಊಟವನ್ನು ಮಾಡಿಕೊಂಡಿದ್ದೆ. ಇದಾದ ನಂತರ ಮತ್ತೆ ಚಿತ್ರದುರ್ಗಕ್ಕೆ ಬರಬೇಕೆನಿಸಿತು. ನಾನು ಲಾರಿ ಮಾಡಿಕೊಂಡು ಮತ್ತೆ ಚಿತ್ರದುರ್ಗಕ್ಕೆ ವಾಪಸ್ ಬಂದೆ. ಆನಂತರ ಅಲ್ಲಿಂದ ದಾವಣಗೆರೆಗೆ ಹೋಗುವ ರಾಷ್ಟ್ರೀಯ ಹೆದ್ದಾರಿ ನಾಲ್ಕರಲ್ಲಿ ನಡೆದುಕೊಂಡು ಹೊರಟೆ. ಚಿತ್ರದುರ್ಗದ ಹೊರವಲಯದಲ್ಲಿ ಜೈಹಿಂದ್ ಡಾಬಾ ಎಂಬ ಡಾಬಾವಿತ್ತು. ಅದರ ಪಕ್ಕದಲ್ಲಿ ಒಂದು ಸರ್ವೀಸ್ ರಸ್ತೆ ಇದ್ದು ಆ ರಸ್ತೆಯ ಪಕ್ಕದಲ್ಲಿ ಒಂದು ತೋಟದ ಮನೆ ಕಂಡಿತು. ನಾನು ಅದೇ ದಿನ ರಾತ್ರಿ ೯ ಗಂಟೆಗೆ ಆ ತೋಟದ ಮನೆಗೆ ಹೋಗಿ ಮನೆಯ ಬಾಗಿಲು ಬಡಿದೆ. ಆ ಮನೆಯಲ್ಲಿ ೫೫ ವರ್ಷದ ಒಬ್ಬ ಗಂಡಸು ಹಾಗೂ ೪೫ ವರ್ಷದ ಹೆಂಗಸು, ಮೂರು ನಾಲ್ಕು ವರ್ಷ ವಯಸ್ಸಿನ ಒಂದು ಹೆಣ್ಣು ಮಗುವಿತ್ತು. ಬಾಗಿಲು ತೆಗೆದ ವ್ಯಕ್ತಿಗೆ ನನಗೆ ದುಡ್ಡು ಕೊಡು ಎಂದು ಕೇಳಿದೆ".

ಆತ, "ನೀನು ಯಾರು, ಇಲ್ಲಿಗೆ ಏಕೆ ಬಂದೆ, ಏಕೆ ಹಣ ಕೇಳುತ್ತಿರುವೆ?"ಎಂದು ಗದರಿದ.

ನನಗೆ ಏಕಾಏಕಿ ಸಿಟ್ಟು ಬಂದು ಅಲ್ಲೇ ಕಂಡ ಒಂದು ಚಾಕುವಿನಿಂದ ಅವನ ಕುತ್ತಿಗೆ ಮತ್ತು ಎದೆಗೆ ಚುಚ್ಚಿದೆ. ಅವನು ಅಯ್ಯೋ ಎನ್ನುತ್ತಾ ಕೆಳಗೆ ಬಿದ್ದ. ತನ್ನ ಗಂಡನನ್ನು ರಕ್ಷಿಸಲು ಆ ಹೆಣ್ಣುಮಗಳು ಬಂದಾಗ ಅದೇ ಮಚ್ಚಿನಿಂದ ಅವಳ ಕುತ್ತಿಗೆಗೆ ಹೊಡೆದೆ. ಆಕೆ ನೆಲಕ್ಕೆ ಬಿದ್ದಳು. ಆಕೆ ಬಿದ್ದ ಕೂಡಲೇ ಆಕೆಯ ಮೇಲೆ ಬಲಾತ್ಕಾರ ಮಾಡಬೇಕೆನಿಸಿತು. ಅವಳನ್ನು ಬಲಾತ್ಕರಿಸಿದೆ"

"ಅಯ್ಯೋ ಪಾಪಿ" ಎಂದು ಉದ್ಗರಿಸಿದ ಎಸ್.ಪಿ, "ನೀನು ಹಾಗಾದರೆ ಸತ್ತ ವ್ಯಕ್ತಿಯ ಮೇಲೆಯೂ ಸಂಭೋಗ ಮಾಡುವವನೇ?"ಎಂದು ಪ್ರಶ್ನಿಸಿದರು.

"ಇಲ್ಲ ಸರ್, ನನಗೆ ಆ ಸಮಯದಲ್ಲಿ ಆಕೆ ಸತ್ತಳು ಎಂಬುದು ತಿಳಿದಿರಲಿಲ್ಲ. ಆಕೆ ರಕ್ತಸಿಕ್ತಳಾಗಿ ಕೆಳಗೆ ಬಿದ್ದಿದ್ದಳು. ಆಕೆಯನ್ನು ನೋಡಿದ ನನಗೆ ಅವಳ ಮೇಲೆ ಅತ್ಯಾಚಾರ ಮಾಡಬೇಕೆನಿಸಿತು, ಮಾಡಿಬಿಟ್ಟೆ" ಎಂದು ನಿರ್ವಿಕಾರವಾಗಿ ಹೇಳಿದ ಜೈಶಂಕರ್.

"ಅದು ಸರಿ, ಆಕೆಯ ಮನೆಯಲ್ಲಿ ಒಂದು ಸಣ್ಣ ಮಗುವಿತ್ತು ಎಂದು ಹೇಳಿದೆ. ಆ ಮಗುವಿಗೆ ನೀನೇನು ಮಾಡಿದೆ" ಎಂದು ಕೇಳಿದರು ಎಸ್.ಪಿ.

"ನಾನು ಆ ವ್ಯಕ್ತಿ ಮತ್ತು ಅವನ ಹೆಂಡತಿಯ ಮೇಲೆ ದಾಳಿ ಮಾಡಿದಾಗ, ಆ ಮಗು ಅಳುತ್ತಾ ದೂರದಲ್ಲಿ ನಿಂತಿತ್ತು. ಅಷ್ಟರಲ್ಲಿ ನಾನು ಕೆಳಗೆ ಬಿದ್ದಿದ್ದ ವ್ಯಕ್ತಿಯ ಜೇಬಿನಲ್ಲಿದ್ದ ಪರ್ಸ್ ತೆಗೆದುಕೊಂಡು, ಅದರಲ್ಲಿದ್ದ ಹಣವನ್ನು ಹೊರತೆಗೆದು ಆ ಪರ್ಸ್‌ನ್ನು ಅಲ್ಲೇ ಬಿಸಾಕಿದೆ. ಆ ಮಗು ಮೂಲೆಯಲ್ಲಿ ಕುಳಿತು ಅಳುತ್ತಿತ್ತು. ಆಕೆಯನ್ನು ಒಂದು ರೂಮಿನಲ್ಲಿ ಹಾಕಿ ಹೊರಗಿನಿಂದ ಚಿಲಕ ಹಾಕಿ ನಾನು ಕೊಲೆ ಮಾಡಲು ಉಪಯೋಗಿಸಿದ ಚಾಕುವನ್ನು ನೀರಿನಿಂದ ತೊಳೆದು ಅಲ್ಲಿಯೇ ಬಿಸಾಕಿದೆ.

ಆನಂತರ ಮತ್ತೆ ರಾಷ್ಟ್ರೀಯ ಹೆದ್ದಾರಿ ನಾಲ್ಕಕ್ಕೆ ಬಂದು ಸಿಕ್ಕ ಒಂದು ಲಾರಿಯಲ್ಲಿ ಚಿತ್ರದುರ್ಗ ನಗರಕ್ಕೆ ಬಂದು ಇಳಿದೆ. ಚಿತ್ರದುರ್ಗದಿಂದ ಹೊಸಪೇಟೆಗೆ ಹೋಗುವ ರಸ್ತೆಯಲ್ಲಿ ನಡೆದುಕೊಂಡು ಹೋಗುತ್ತಿದ್ದೆ. ಆ ರಸ್ತೆಯ ಬದಿಯಲ್ಲಿ ಒಂದು ಮನೆ ಕಂಡಿತು. ಆ ಮನೆಯಲ್ಲಿ ಆ ರಾತ್ರಿ ಮಲಗಿಕೊಂಡೆ. ಮಾರನೆಯ ದಿನ ಹೊಸಪೇಟೆ ಕಡೆ ಹೋಗುವ ಲಾರಿ ಹತ್ತಿಕೊಂಡು ನೇರವಾಗಿ ಇಳಕಲ್‌ಗೆ ಹೋದೆ. ಮಧ್ಯಾಹ್ನ ಮೂರು ಗಂಟೆ ಸುಮಾರು ನಾವು ಇಳಕಲ್ ತಲುಪಿದೆವು. ಇಳಕಲ್‌ನಲ್ಲಿ ಇಳಿದು ಅಲ್ಲೇ ಮೂರ್‍ನಾಲ್ಕು ದಿವಸ ಓಡಾಡಿಕೊಂಡಿದ್ದೆ. ನಾನು ಕಳ್ಳತನ ಮಾಡಿದ್ದ ಹಣ ಉಪಯೋಗ ಮಾಡಿ ರಸ್ತೆಯ ಬದಿಯಲ್ಲಿದ್ದ ಡಾಬಾಗಳಲ್ಲಿ ಊಟಮಾಡಿಕೊಂಡು ಅಲ್ಲೇ ತಿರುಗಾಡಿಕೊಂಡಿದ್ದೆ. ಇಲ್ಲಿ ಇರುವುದು ಬೇಡ ಮಹಾರಾಷ್ಟ್ರದ ಕಡೆ ಹೋಗೋಣವೆಂದುಕೊಂಡು ಇನ್ನೊಂದು ಲಾರಿ ಹಿಡಿದು ಜಳಕಿ ಚೆಕ್ ಪೋಸ್ಟ್ ಬಳಿ ಇಳಿದುಕೊಂಡೆ. ಲಾರಿಯಿಂದ ಇಳಿದು ರಸ್ತೆಯ ಬಳಿ ನಡೆದುಕೊಂಡು ಹೋಗುತ್ತಿದ್ದಾಗ ಬಹಳ ಹಸಿವಾಯಿತು. ಆಗ ರಸ್ತೆಯ ಪಕ್ಕದಲ್ಲಿದ್ದ ಮನೆಯೊಂದರ ಬಳಿ ಹೋಗಿ ಬಾಗಿಲು ಬಡಿದೆ. ಆ ಮನೆಯಲ್ಲಿ ಒಬ್ಬ ಗಂಡಸು ಮತ್ತು ಹೆಂಗಸು ಇದ್ದರು. ನಾನು ಟ್ರಾಫಿಕ್ ಕಾನ್ಸ್‌ಟೇಬಲ್. ನನಗೆ ಹಸಿವಾಗಿದೆ. ಊಟ ಕೊಡಿ ಎಂದು ಕೇಳಿದಾಗ, ಮನೆಯಲ್ಲಿದ್ದ ಗಂಡಸಿಗೆ ನನ್ನ ಮೇಲೆ ಸಂಶಯ ಬಂದು, ನೀನು ಇಲ್ಲೇ ಇರು ಪೊಲೀಸರಿಗೆ ವಿಚಾರ ತಿಳಿಸುತ್ತೇವೆ ಎಂದ. ನಾನು ಹೆದರಿ ಅಲ್ಲಿಂದ ಓಡಿ ಹೋದೆ. ಅವರೆಲ್ಲರೂ ಗಲಾಟೆ ಮಾಡಿ ನನ್ನನ್ನು ಹಿಂಬಾಲಿಸಿಕೊಂಡು ಬಂದು ಹಿಡಿದರು. ಆನಂತರ ನನ್ನನ್ನು ಪೊಲೀಸರಿಗೆ ಕೊಟ್ಟರು. ನಾನು ಆ ಜಿಲ್ಲೆಯಲ್ಲಿ

ಯಾವುದೇ ಕೃತ್ಯವನ್ನು ಮಾಡಿರಲಿಲ್ಲ. ಆನಂತರ ಆ ಪೋಲೀಸರು ನನ್ನನ್ನು ನಿಮ್ಮ ಮುಂದೆ ಹಾಜರಾಗಲು ಕಳುಹಿಸಿದ್ದಾರೆ. ನಾನು ನಿಮ್ಮ ಮುಂದೆ ಬಂದು ಇದ್ದ ವಿಷಯವನ್ನು ಸವಿಸ್ತಾರವಾಗಿ ಹೇಳಿದ್ದೇನೆ. ಮುಂದೆ ನಿಮ್ಮ ಕಾರ್ಯವನ್ನು ಮಾಡಬಹುದು" ಎಂದ ಜೈಶಂಕರ್.

ಇವನ ವೃತ್ತಾಂತವನ್ನು ಕೇಳಿ ಗಾಭರಿಯಾಗಿದ್ದ ಎಸ್.ಪಿ ಅವನಿಗೆ ಇನ್ನಷ್ಟು ಪ್ರಶ್ನೆಗಳನ್ನು ಹಾಕಿದಾಗ ಆತ ಹೇಳಿದ್ದು ಹೀಗೆ:

"ವಿನಾಕಾರಣ ತಮಿಳುನಾಡು ಪೋಲೀಸರು ನನ್ನ ಮೇಲೆ ಕೇಸ್‌ಗಳನ್ನು ದಾಖಲಿಸಿದ್ದರಿಂದ ನನ್ನ ಮನಸ್ಸಿನ ಮೇಲೆ ಕೆಟ್ಟ ಪರಿಣಾಮ ಉಂಟಾಯಿತು. ಯಾವ ಅಪರಾಧವನ್ನು ಮಾಡದವರ ಮೇಲೆ ಪೋಲೀಸರು ಸುಳ್ಳು ಕೇಸ್‌ಗಳನ್ನು ಹಾಕುವುದರಿಂದ ಅಪರಾಧಗಳನ್ನು ಮಾಡಿ ಅವರಿಂದ ತಪ್ಪಿಸಿಕೊಳ್ಳೋಣ ಎನ್ನುವ ಛಲವು ನನ್ನ ಮನದಲ್ಲಿ ಬಂದಿತು. ನಾನು ಯಾವ ತಪ್ಪು ಮಾಡಿಲ್ಲದಿದ್ದರೂ ಪೋಲೀಸರು ಸುಳ್ಳು ಕೇಸು ಹಾಕಿ ನನ್ನನ್ನು ಜೈಲಿಗೆ ಹಾಕಿರುವಾಗ ಕೊಲೆಯಂತಹ ಘೋರ ಅಪರಾಧವನ್ನು ಮಾಡಿ ಪೋಲೀಸರ ಕೈಗೆ ಬೀಳಬಾರದು ಎನ್ನುವ ಮನಸ್ಸು ನನಗೆ ಬಂದಿತು. ಇದೇ ಕಾರಣದಿಂದಲೇ ನಾನು ಜೈಲಿನಿಂದ ತಪ್ಪಿಸಿಕೊಂಡ ನಂತರ ಈ ರೀತಿ ಸರಣಿ ಅಪರಾಧಗಳನ್ನು ಮಾಡಲು ತೊಡಗಿದೆ".

ಅಮಾಯಕರ ಮೇಲೆ ಮಾತ್ರ ಹಲ್ಲೆ

ಜೈಶಂಕರ್‌ನ ವಿಚಾರಣೆಯನ್ನು ಮುಂದುವರೆಸಿದ ಚಿತ್ರದುರ್ಗದ ಎಸ್. ಪಿ. ನಾಗರಾಜ್, "ನೀನು ಕೇವಲ ಕೊಲೆ ಮಾಡಿ ತಪ್ಪಿಸಿಕೊಳ್ಳುವ ಉದ್ದೇಶವನ್ನಿಟ್ಟುಕೊಂಡಿದ್ದರೆ, ಅತ್ಯಾಚಾರವನ್ನು ಏಕೆ ಮಾಡಿದೆ?" ಎಂದು ಅವನನ್ನು ಕೇಳಿದರು.

"ಸರ್, ನನಗೆ ವಿನಾಕಾರಣ ಯಾರದೇ ಕೊಲೆ ಅಥವಾ ಅತ್ಯಾಚಾರ ಮಾಡುವ ಉದ್ದೇಶವೇ ಇರುತ್ತಿರಲಿಲ್ಲ. ಒಂದು ವೇಳೆ ನಾನು ಊಟ ಕೇಳಿದಾಗ ಯಾವುದೇ ರೀತಿಯ ಪ್ರತಿರೋಧ ತೋರದೆ ತಿನ್ನಲು ಏನನ್ನಾದರೂ ಕೊಟ್ಟುಬಿಟ್ಟಿದ್ದರೆ ನಾನು ಅವರ ಕೊಲೆಯನ್ನು ಮಾಡುತ್ತಲೇ ಇರಲಿಲ್ಲ. ಆದರೆ ಊಟ ಕೊಡುವುದಿಲ್ಲವೆಂದು ನನ್ನೊಡನೆ ಜಗಳ ತೆಗೆದರೆ ನನಗೆ ಇದ್ದಕ್ಕಿದ್ದಂತೆ ಕೋಪ ಬಂದು ಕೊಲೆ ಮಾಡುತ್ತಿದ್ದೆ" ಎಂದ.

"ನೀನು ಇಂತಹ ಮನೆಗಳಿಗೇ ದಾಳಿ ಮಾಡಬೇಕೆಂದು ಪೂರ್ವ ಯೋಜನೆಯನ್ನು ಹಾಕಿಕೊಂಡಿರುತ್ತಿದ್ದೆಯೋ ಇಲ್ಲವೇ ನಿನ್ನ ಕಣ್ಣಿಗೆ ಕಂಡ ಮನೆಗಳಿಗೆ ನುಗ್ಗುತ್ತಿದ್ದೆಯೋ?"

"ನಾನು ಸಾಮಾನ್ಯವಾಗಿ ನಿರ್ಜನ ಪ್ರದೇಶದಲ್ಲಿರುವ ಒಂಟಿ ಮನೆಗಳನ್ನೇ ಆಯ್ಕೆ ಮಾಡಿಕೊಳ್ಳುತ್ತಿದ್ದೆ. ಅಂತಹ ಮನೆಗಳಲ್ಲಿ ಅಪರಾಧ ಮಾಡಿ ಪರಾರಿಯಾಗುವುದು ಸುಲಭ ಎಂದು ನನಗೆ ತಿಳಿದಿತ್ತು. ನಾನು ಹಣ ಅಥವಾ

ಆಹಾರವನ್ನು ಕೇಳಲು ಮಾತ್ರ ಕಂಡವರ ಮನೆಗಳಿಗೆ ಹೋಗುತ್ತಿದ್ದೆ. ನನಗೆ ಏಕಾಏಕಿ ಯಾವುದೇ ಹೆಣ್ಣು ಮಗಳ ಮೇಲೆ ಅತ್ಯಾಚಾರ ಮಾಡುವ ಮನಸ್ಸಿರಲಿಲ್ಲ. ಆದರೆ ಯಾವುದೇ ಒಬ್ಬ ಹೆಣ್ಣು ಮಗಳು ನೀನು ಕೇಳಿದ್ದನ್ನು ನಾನು ಕೊಡುತ್ತೇನೆ, ನನಗೆ ಏನನ್ನೂ ಮಾಡಬೇಡ ಎಂದು ಗೋಗರೆದಾಗ ಆಕೆಯ ಮೇಲೆ ಅತ್ಯಾಚಾರ ಮಾಡುವ ಮನಸ್ಸು ನನಗೆ ಬಂದು ಬಿಡುತ್ತಿತ್ತು. ಯಾರು ತನ್ನ ಮೇಲೆ ಅತ್ಯಾಚಾರ ಮಾಡದಿರಲು ಗೋಗರೆದರೋ ಅಂತಹವರ ಮೇಲೆ ಮಾತ್ರ ನಾನು ಅತ್ಯಾಚಾರ ನಡೆಸಿದೆ" ಎಂದ ಜೈಶಂಕರ್.

"ನೀನು ಅತ್ಯಾಚಾರ ಮಾಡಿದ ನಂತರ ಆ ಹೆಣ್ಣುಗಳ ಕೊಲೆಯನ್ನು ಏಕೆ ಮಾಡಿದೆ?"

"ಒಂದು ವೇಳೆ ನಾನು ಕೊಲೆ ಮಾಡದಿದ್ದರೆ ಆ ಹೆಣ್ಣುಮಗಳು ನನ್ನ ಮುಖವನ್ನು ಗುರುತಿಸಿ ಖಂಡಿತವಾಗಿಯೂ ಪೊಲೀಸರಿಗೆ ನನ್ನ ಬಗ್ಗೆ ತಿಳಿಸುತ್ತಾಳೆ. ಆಗ ನಾನು ಮತ್ತೊಮ್ಮೆ ಪೊಲೀಸರಿಗೆ ಸಿಕ್ಕಿಹಾಕಿಕೊಳ್ಳುತ್ತೇನೆ ಎಂಬ ಉದ್ದೇಶದಿಂದ ಆ ಹೆಣ್ಣು ಮಗಳ ಕೊಲೆ ಮಾಡುತ್ತಿದ್ದೆ" ಎಂದ.

"ಹಾಗಾದರೆ ನೀನು ಹಿರಿಯೂರಿನಲ್ಲಿ ರೇಪ್ ಮಾಡಿದ ಹೆಣ್ಣುಮಗಳ ಕೊಲೆಯನ್ನು ಏಕೆ ಮಾಡಲಿಲ್ಲ?" ಎಂದು ಮರುಪ್ರಶ್ನೆ ಹಾಕಿದರು ಎಸ್.ಪಿ.

"ಸರ್, ಆ ಪ್ರಕರಣವೇ ಬೇರೆ. ಅಲ್ಲೇನಾಯಿತು ಎಂದರೆ ಆ ಹೆಣ್ಣುಮಗಳು ನಾನು ಕೇಳಿದ ಹಣವನ್ನು ಕೊಟ್ಟುಬಿಟ್ಟಳು. ಎರಡನೆಯದಾಗಿ ನಾನು ತಮಿಳುನಾಡು ಮೂಲದವನು. ಅಲ್ಲಿಯವರೆಗೆ ಕರ್ನಾಟಕದಲ್ಲಿ ಯಾವುದೇ ಪೊಲೀಸರಿಗೆ ನಾನು ಸಿಕ್ಕಿಬಿದ್ದಿರಲಿಲ್ಲ. ಹೀಗಾಗಿ ಅವಳು ನನ್ನ ಚಹರೆಯ ಪಟ್ಟಿಯನ್ನು ಪೊಲೀಸರಿಗೆ ತಿಳಿಸಿದರೂ ನಾನು ಸಿಕ್ಕಿಬೀಳುವುದಿಲ್ಲವೆಂಬ ಭಂಡ ಧೈರ್ಯದಿಂದ ಅವಳ ಕೊಲೆಯನ್ನು ಮಾಡದೆಯೇ ಅವಳನ್ನು ಹಾಗೇ ಬಿಟ್ಟೆ, ಅದೇ ನಾನು ಮಾಡಿದ ದೊಡ್ಡ ತಪ್ಪು ಎಂದು ಈಗ ನನಗೆ ಅನಿಸುತ್ತದೆ" ಎಂದ ಜೈಶಂಕರ್.

"ಹೌದು, ಅಪರಾಧ ವಿಜ್ಞಾನದ ಮೊದಲ ಪಾಠವೆಂದರೆ ಅಪರಾಧಿಯು ಯಾವುದಾದರೂ ಒಂದು ತಪ್ಪು ಮಾಡಿಯೇ ಸಿಕ್ಕಿಬೀಳುತ್ತಾನೆ ಎನ್ನುವುದು. ನೀನು ತಪ್ಪು ಮಾಡಿ ಸಿಕ್ಕಿಬಿದ್ದೆ" ಎಂದು ಮೇಲಕ್ಕೆದ್ದರು ಜಿಲ್ಲಾ ಎಸ್.ಪಿ.

ಅವರು ಪೊಲೀಸ್ ಠಾಣೆಯಿಂದ ನಿರ್ಗಮಿಸಿದ ಕೂಡಲೇ ಇನ್ಸ್ ಪೆಕ್ಟರ್ ಜೈಶಂಕರ್ ನ ವಿಚಾರಣೆಯನ್ನು ಮುಂದುವರೆಸಿ, "ಜೈಶಂಕರ್, ನೀನು ಅಪರಾಧಗಳನ್ನು ಮಾಡಲು ಮುಖ್ಯ ಕಾರಣವೇನು ಎಂದು ತಿಳಿಸಲೇ ಇಲ್ಲವಲ್ಲ?"ಎಂದು ಪ್ರಶ್ನಿಸಿದರು.

"ಅಮಾವಾಸ್ಯೆ ಹಾಗೂ ಹುಣ್ಣಿಮೆಯ ಎರಡು ದಿನ ಹಿಂದೆ ಹಾಗೂ ಎರಡು ದಿನ ಮುಂದೆ ನನ್ನ ಮನಸ್ಸು ಸ್ಥಿಮಿತದಲ್ಲಿರುವುದಿಲ್ಲ. ಆಕ್ರೋಶದಿಂದ ಕುದಿಯುತ್ತಿರುತ್ತದೆ. ನಾನು ಆ ಸಮಯದಲ್ಲಿ ಮಾನಸಿಕವಾಗಿ ಸಮತೋಲನ

ಕಳೆದುಕೊಂಡುಬಿಡುತ್ತೇನೆ. ಆಗ ಏನಾದರೂ ಮಾಡಬೇಕೆಂದೆನಿಸುತ್ತದೆ. ನಾನು ಮೂರ್‍ನಾಲ್ಕು ವರ್ಷಗಳಿಂದ ಈ ರೋಗದಿಂದ ಬಳಲುತ್ತಿದ್ದೇನೆ. ನಾನು ರಾತ್ರಿ ಮಲಗಿರುವಾಗ ಯಾರೋ ನನ್ನನ್ನು ಬಿಗಿಯಾಗಿ ಅಪ್ಪಿಕೊಂಡು ನನ್ನ ಉಸಿರು ಕಟ್ಟಿಸಿದಂತೆ ಅನಿಸುತ್ತದೆ. ಆಗ ನಾನು ಚೀರುತ್ತಾ ಹಾಸಿಗೆಯಿಂದ ಎದ್ದುಬಿಡುತ್ತೇನೆ. ಬಹಳಷ್ಟು ಜನರು ವೈದ್ಯರಿಗೆ ತೋರಿಸಿದೆ. ಚಿಕಿತ್ಸೆ ಮಾಡಿಸಿಕೊಳ್ಳಲು ಹೇಳಿದರು. ನಾನು ಚಿಕಿತ್ಸೆ ಮಾಡಿಸಿಕೊಂಡರೆ ಪ್ರಯೋಜನವಿಲ್ಲ ಎನಿಸಿತು. ಏಕೆಂದರೆ ನಮ್ಮ ಮನೆಯವರು, ಅಕ್ಕಪಕ್ಕದವರು ಊರಿನವರು, ಯಾರೂ ನನ್ನನ್ನು ನಂಬುವುದಿಲ್ಲ. ಎಲ್ಲರೂ ನನ್ನನ್ನು ದೂರ ಮಾಡಿದ್ದಾರೆ. ನನ್ನ ಹೆಂಡತಿ ಮಕ್ಕಳೇ ನನ್ನನ್ನು ದೂರ ಮಾಡಿದ್ದಾರೆ. ನಾನು ನನ್ನ ರೋಗಕ್ಕೆ ಚಿಕಿತ್ಸೆ ಪಡೆದು ಮಾನಸಿಕವಾಗಿ ಗುಣ ಹೊಂದಿದರೂ ಅದರ ಪ್ರತಿಫಲವೇನು ನೀವೇ ಹೇಳಿ" ಎಂದ ಜೈಶಂಕರ್.

"ಹಾಗಾದರೆ ನೀನು ಇದುವರೆಗೆ ಮಾಡಿದ ಎಲ್ಲಾ ಅಪರಾಧಗಳಿಗೂ ನಿನ್ನ ಮಾನಸಿಕ ಅಸ್ವಸ್ಥತೆಯೇ ಕಾರಣ ಎಂದು ಹೇಳುವಿಯಾ?"

"ಹೌದು" ಎಂದು ಜೈಶಂಕರ್ ತಲೆದೂಗಿದ.

"ಕೆಟ್ಟ ಕನಸುಗಳ್ನು ನೋಡಿ ರಾತ್ರಿಯ ವೇಳೆ ಎಚ್ಚರಗೊಳ್ಳುತ್ತೇನೆ ಎಂದು ಹೇಳಿದೆ. ನೀನು ರಾತ್ರೋರಾತ್ರಿ ರಸ್ತೆಯ ಪಕ್ಕದಲ್ಲಿ, ತೋಟಗಳಲ್ಲಿ, ಹೊಲಗಳಲ್ಲಿ ಒಬ್ಬಂಟಿಯಾಗಿ ನಡೆದುಕೊಂಡು ಹೋಗುತ್ತಿದ್ದಾಗ ನಿನಗೆ ಕಾಡು ಪ್ರಾಣಿಗಳು, ಹಾವು ಚೇಳು ಮತ್ತಿತರರ ಭಯ ಬರುತ್ತಿರಲಿಲ್ಲವೇ?"

"ಸರ್, ನನಗೆ ಯಾವ ರೀತಿಯ ಭಯವೂ ಇರಲಿಲ್ಲ. ಒಂದು ವೇಳೆ ಹಾವೋ, ಚೇಳೋ ಕಚ್ಚಿದರೆ ಏನಾಗುತ್ತದೆ ಹೇಳಿ, ನಾನು ಸತ್ತು ಹೋಗುತ್ತೇನೆ, ಅಷ್ಟೇ ತಾನೆ ಎಂಬ ಮನಸ್ಥಿತಿಯಿತ್ತು. ಹೀಗಾಗಿ ಯಾವುದೇ ಭಯವಿಲ್ಲದೇ ನಿರ್ಜನ ಪ್ರದೇಶದಲ್ಲಿ ಓಡಾಡುವ ಗಟ್ಟಿ ಮನಸ್ಸು ನನಗೆ ಇದೆ".

"ಹಾಗಾದರೆ ನಿನಗೆ ಯಾರ ಬಗ್ಗೆಯೂ ಹೆದರಿಕೆಯಿಲ್ಲ ಎನ್ನಬಹುದೇ?"

"ಇಲ್ಲ ಸರ್, ಹೆದರಿಕೆಯಿದೆ. ನಾನು ಹೆದರುವುದು ತಮಿಳುನಾಡು ಪೊಲೀಸರಿಗೆ ಮಾತ್ರ. ಅವರು ನನ್ನನ್ನು ಮೂರು ಬಾರಿ ಸುಳ್ಳು ದೂರಿನ ಮೇಲೆ ಬಂಧಿಸಿ ಜೈಲಿಗೆ ಕಳುಹಿಸಿರುತ್ತಾರೆ. ಹೀಗಾಗಿ ಅವರೆಂದರೆ ಭಯ."

"ನನಗೆ ನಿನ್ನ ಮಾತನ್ನು ನಂಬಲು ಬರುವುದಿಲ್ಲ" ಎಂದರು ತನಿಖಾಧಿಕಾರಿ.

"ನಾನು ಹೇಳುವುದನ್ನು ತಾಳ್ಮೆಯಿಂದ ಕೇಳಿ. ನಮ್ಮ ಊರಿನಲ್ಲಿ ನನಗೂ ನಮ್ಮ ಗ್ರಾಮ ಪಂಚಾಯತಿ ಅಧ್ಯಕ್ಷರಿಗೂ ಜಮೀನಿನ ಬಗ್ಗೆ ವ್ಯಾಜ್ಯವಿತ್ತು. ನಮ್ಮ ಜಮೀನು ಮತ್ತು ಅವರ ಜಮೀನು ಅಕ್ಕಪಕ್ಕದಲ್ಲಿದ್ದವು. ನನ್ನ ಜಮೀನನ್ನು ಹೇಗಾದರೂ ಮಾಡಿ ಲಪಟಾಯಿಸಬೇಕೆಂಬ ದುರುದ್ದೇಶದಿಂದ ನಾನು ತನ್ನ ಹೆಂಡತಿಯ ಮೇಲೆ ಬಲತ್ಕಾರಕ್ಕೆ ಯತ್ನಿಸಿದೆ ಎಂದು ಅಧ್ಯಕ್ಷರು ಪೊಲೀಸರಿಗೆ ಸುಳ್ಳು ದೂರು ನೀಡಿದಾಗ ಪೊಲೀಸರು ನನಗೆ ದಂಡ ಹಾಕಿಸಿದರು.

ಆನಂತರ ಇಂದಿರಾ ಗಾಂಧಿ ಕೊಲೆ ಪ್ರಕರಣದಲ್ಲಿ ಪೊಲೀಸರು ನನ್ನ ಮೇಲೆ ಸುಳ್ಳು ಕೇಸು ದಾಖಲು ಮಾಡಿದರು. ನನಗೂ ಆಕೆಗೂ ಹಣದ ಬಗ್ಗೆ ವಿವಾದವಿತ್ತೇ ಹೊರತು ಬೇರಾವ ಸಮಸ್ಯೆ ಇರಲಿಲ್ಲ. ನಾನು ಅವಳ ಕೊಲೆ ಮಾಡಿಲ್ಲ. ಪೊಲೀಸರು ನನ್ನನ್ನು ಜೈಲಿನಿಂದ ಹೊರಬರದಂತೆ ನೋಡಿಕೊಂಡು ನನ್ನ ವಿರೋಧಿಗಳಿಗೆ ಸಹಾಯವನ್ನು ಮಾಡುತ್ತಾರೆ ಎನ್ನುವ ಭಾವನೆ ನನ್ನ ಮನದಲ್ಲಿ ಬಂದಿತು. ಅದೇ ಕಾರಣಕ್ಕಾಗಿಯೇ ನಾನು ಜೈಲಿನಿಂದ ತಪ್ಪಿಸಿಕೊಂಡಿದ್ದು" ಎಂದ.

ಆತನ ಸುದೀರ್ಘ ಹೇಳಿಕೆಯನ್ನು ದಾಖಲು ಮಾಡಿಕೊಂಡ ತನಿಖಾದಿಕಾರಿ ತಮಿಳುನಾಡಿನ ಸೇಲಂ ಜಿಲ್ಲೆಯ ಪೊಲೀಸರಿಗೆ ಜೈಶಂಕರ್ ಬಂಧಿತನಾಗಿರುವ ಮಾಹಿತಿಯನ್ನು ತಿಳಿಸಿದರು.

ಮಾರನೆಯ ದಿನವೆ ತಮಿಳುನಾಡು ಪೊಲೀಸ್ ಅಧಿಕಾರಿಗಳ ತಂಡವೊಂದು ಹಿರಿಯೂರಿಗೆ ಬಂದು ಜೈಶಂಕರ್‌ನನ್ನು ವಿಚಾರಣೆಗೆ ಒಳಪಡಿಸಿ ಆನಂತರ ಚಿತ್ರದುರ್ಗ ಜಿಲ್ಲೆಯ ಎಸ್.ಪಿಯವರನ್ನು ಭೇಟಿಮಾಡಿತು. ಜೈಶಂಕರ್ ತಮಿಳುನಾಡಿನಲ್ಲಿ ಮಾಡಿರುವ ಅಪರಾಧಗಳ ಬಗ್ಗೆ ತಮಿಳುನಾಡು ಪೊಲೀಸರು ಹಂಚಿಕೊಂಡ ವಿವರಗಳು ಮೈಜುಮ್ಮೆನಿಸುವುದಾಗಿತ್ತು.

ತಮಿಳುನಾಡಿನಲ್ಲಿ ಸರಣಿ ಅಪರಾಧಗಳು :

ತಮಿಳುನಾಡಿನಿಂದ ಬಂದಿದ್ದ ಇನ್ಸ್‌ಪೆಕ್ಟರ್ ಪಳನಿಸ್ವಾಮಿ ಹಲವಾರು ವರ್ಷಗಳ ಕಾಲ ಸೇಲಂ ವಿಭಾಗದ ಗುರುತರ ಅಪರಾಧಗಳ ತನಿಖಾ ತಂಡದಲ್ಲಿ ಕಾರ್ಯನಿರ್ವಹಿಸಿದ್ದ ಅಧಿಕಾರಿಯಾಗಿದ್ದರು. ಅವರು ಸೈಕೋ ಶಂಕರ್ ಬಗ್ಗೆ ನೀಡಿದ ಮಾಹಿತಿ ಹೀಗಿತ್ತು:

"ಮೇ ೨೦೦೮ರಲ್ಲಿ ಜೈಶಂಕರ್ ಕೊಲೆ ಮಾಡಿದ್ದ ಇಂದಿರಾ ಗಾಂಧಿಯ ನಿಜ ಹೆಸರು ಜಯಮಣಿ. ಆಕೆ ೩೯ ವರ್ಷ ವಯಸ್ಸಿನವಳಾಗಿದ್ದು ಪೊಲೀಸ್ ಹೆಡ್‌ಕಾನ್ಸ್‌ಟೇಬಲ್ ಆಗಿ ಸೇಲಂನಲ್ಲಿರುವ ಮಹಿಳಾ ಪೊಲೀಸ್ ಠಾಣೆಯಲ್ಲಿ ಕರ್ತವ್ಯ ಮಾಡುತ್ತಿದ್ದಳು. ಆಕೆ ಹಾಗೂ ಶಂಕರ್‌ನ ಮಧ್ಯೆ ಅಕ್ರಮ ಸಂಬಂಧ ಇತ್ತು. ತನ್ನನ್ನು ಮದುವೆಯಾಗಬೇಕೆಂದು ಅವಳು ಪೀಡಿಸಿದಾಗ ಆಕೆಯನ್ನು ಮುಗಿಸಲು ಶಂಕರ್ ಸ್ಕೆಚ್ ಹಾಕಿದ. ಆಕೆ ಅಂದಿನ ಉಪಮುಖ್ಯಮಂತ್ರಿ ಸ್ಟಾಲಿನ್ ತಿರಪ್ಪೂರ್‌ಗೆ ಬಂದಾಗ ಬಂದೋಬಸ್ತ್ ಕರ್ತವ್ಯಕ್ಕಾಗಿ ಬಂದಿದ್ದಳು. ಆ ಸಮಯದಲ್ಲಿ ಜೈಶಂಕರ್ ಆಕೆಯನ್ನು ಅಪಹರಿಸಿ, ಬಲತ್ಕಾರ ಮಾಡಿ ಆಕೆಯ ಕೊಲೆ ಮಾಡಿ ಅವಳ ಶವವನ್ನು ಬಚ್ಚಿಟ್ಟಿದ್ದ. ಆಕೆಯ ಶವವು ಕೊಲೆಯಾದ ಹತ್ತು ದಿನಗಳ ನಂತರ ಪೊಲೀಸರಿಗೆ ದೊರಕಿತ್ತು. ತಿರುಪ್ಪೂರು ಪೊಲೀಸರು ಕೊಲೆಗಾರನಿಗಾಗಿ ಸುಮಾರು ಒಂದು ತಿಂಗಳು ಶೋಧ ನಡೆಸಿದರು. ಅಕ್ಟೋಬರ್ ೧೯ರಂದು ಕಡೆಗೂ ಜೈಶಂಕರ್ ಸಿಕ್ಕಿಬಿದ್ದು ಮೊದಲ ಬಾರಿಗೆ ಪೊಲೀಸರ ಅತಿಥಿಯಾದ.

"ಆತ ಈ ಪ್ರಕರಣದಲ್ಲಿ ನ್ಯಾಯಾಲಯದಿಂದ ಜಾಮೀನು ಪಡೆದ ನಂತರ ಮತ್ತೆ ಅತ್ಯಾಚಾರ ಮತ್ತು ಕೊಲೆಯ ಚಾಳಿಯನ್ನು ಮುಂದುವರೆಸಿದ. ೨೦ನೇ ಏಪ್ರಿಲ್ ೨೦೦೯ರ ಮುಂಜಾನೆ ಐದು ಗಂಟೆಗೆ ಆತ ತೋಂಪರಕಂಪಟ್ಟಿ ಬಸ್ ಸ್ಟಾಂಡಿನಲ್ಲಿ ಜಯಲಕ್ಷ್ಮೀ ಎಂಬಾಕೆಯನ್ನು ಇರಿದು ಕೊಂದ. ಈ ಪ್ರಕರಣದಲ್ಲಿ ಕೊಲೆ ಪ್ರಕರಣವೊಂದು ದಾಖಲಾಯಿತು. ಆ ಸಂದರ್ಭದಲ್ಲಿ ಜೈಶಂಕರ್‌ನೇ ಕೊಲೆಗಾರನೆಂದು ನಮಗೆ ತಿಳಿದಿರಲಿಲ್ಲ. ಗೋವಿಂದರಾಜ್ ಎನ್ನುವ ವ್ಯಕ್ತಿಯನ್ನು ಈ ಪ್ರಕರಣದಲ್ಲಿ ಬಂಧಿಸಿ ಅವನ ವಿರುದ್ಧ ನ್ಯಾಯಾಲಯದಲ್ಲಿ ಆರೋಪಪಟ್ಟಿಯನ್ನು ಸಲ್ಲಿಸಲಾಗಿತ್ತು. ಆ ಪ್ರಕರಣ ನ್ಯಾಯಾಲಯದ ವಿಚಾರಣೆಯಲ್ಲಿತ್ತು.

ಅಷ್ಟರಲ್ಲಿ ಬೇರೊಂದು ಪ್ರಕರಣದಲ್ಲಿ ಜೈಶಂಕರ್ ಸಿಕ್ಕಿಬಿದ್ದು ತಾನೇ ಜಯಲಕ್ಷ್ಮೀಯನ್ನು ಕೊಲೆ ಮಾಡಿದೆ ಎಂದು ತಪ್ಪೊಪ್ಪಿಕೊಂಡ. ತಾನು ಜಯಲಕ್ಷ್ಮಿಯ ಮೊಮ್ಮಗಳ ಮೇಲೆ ಅತ್ಯಾಚಾರ ನಡೆಸಲು ಪ್ರಯತ್ನಿಸಿ ವಿಫಲನಾದಾಗ ಉದ್ರೇಕಗೊಂಡು ಎಪ್ಪತ್ತು ವರ್ಷದ ಜಯಲಕ್ಷ್ಮಿಯನ್ನು ಇರಿದು ಕೊಂದೆ ಎಂದು ಅವನು ತಿಳಿಸಿದ. ಅಮಾಯಕ ವ್ಯಕ್ತಿಯಾದ ಗೋವಿಂದರಾಜ್ ಮೇಲೆ ವಿನಾಕಾರಣವಾಗಿ ಕೊಲೆ ಅರೋಪ ಹೊರಿಸಿದ ಕಾರಣಕ್ಕಾಗಿ ಪೊಲೀಸ್ ಇನ್ಸ್‌ಪೆಕ್ಟರ್ ಅಮಾನತ್ತುಗೊಂಡು ಅವರ ಮೇಲೆ ಇಲಾಖಾ ವಿಚಾರಣೆ ನಡೆಯಿತು.

"ಜೈಶಂಕರ್ ತಮಿಳುನಾಡಿನಲ್ಲಿ ಒಟ್ಟು ಎಷ್ಟು ಪ್ರಕರಣಗಳಲ್ಲಿ ಭಾಗಿಯಾಗಿದ್ದಾನೆ" ಎಂದು ಚಿತ್ರದುರ್ಗ ಎಸ್.ಪಿ ಪ್ರಶ್ನಿಸಿದರು.

"ಸರ್, ೨೦೦೯ರಲ್ಲಿ ಒಟ್ಟಾರೆ ೧೯ ಪ್ರಕರಣಗಳಲ್ಲಿ ಭಾಗಿಯಾಗಿದ್ದಾನೆ. "ಅದೇ ದಿನ, ಅಂದರೆ ೨೦ನೇ ಏಪ್ರಿಲ್ ೨೦೦೯ರಂದು ನಂಜಾಮ್ಮಾಳ್ ಮತ್ತು ಆಕೆಯ ಗಂಡ ಶಣ್ಮುಗಂ ಎಂಬುವರು ತಮ್ಮ ಮನೆಯಲ್ಲಿ ಇದ್ದಾಗ, ಅಪರಿಚಿತ ವ್ಯಕ್ತಿಯೊಬ್ಬ ಅವರಲ್ಲಿಗೆ ಬಂದು ತನಗೆ ತುರ್ತಾಗಿ ಟಾರ್ಚ್ ಬೇಕಾಗಿದೆ ಎಂದು ಕೇಳಿದ. ನಮ್ಮ ಬಳಿ ಟಾರ್ಚ್ ಇಲ್ಲ, ಬೇಕಾದರೆ ಈ ಕಡ್ಡಿಪಟ್ಟಣವನ್ನು ಇಟ್ಟುಕೋ ಎಂದು ಅವರು ಹೇಳಿದಾಗ, ಕೋಪಗೊಂಡ ಆ ವ್ಯಕ್ತಿ ತನ್ನ ಬಳಿಯಿದ್ದ ಚಾಕುವಿನಿಂದ ಶಣ್ಮುಗಂನ ಕುತ್ತಿಗೆಗೆ ಇರಿದು ಓಡಿಹೋದ. ಶಣ್ಮುಗಂ ಆಸ್ಪತ್ರೆಗೆ ದಾಖಲಾದರೂ ಚಿಕಿತ್ಸೆ ಫಲಕಾರಿಯಾಗದೆ ಮರಣಹೊಂದಿದ. ಈ ಪ್ರಕರಣದಲ್ಲಿ ಶಂಕರ್ ಮತ್ತೊಮ್ಮೆ ಪೊಲೀಸರ ಅತಿಥಿಯಾದ. ಆಗ ತಾನು ಹಿಂದೆ ಮಾಡಿದ ಹಲವಾರು ಪ್ರಕರಣಗಳ ಬಗ್ಗೆ ಮಾಹಿತಿ ನೀಡಿದ.

"೨೦ನೇ ಜೂನ್ ೨೦೦೯ರ ರಾತ್ರಿ ಪೆರಮನಲ್ಲೂರ್ ಎಂಬ ಊರಿನಲ್ಲಿ ರಾಷ್ಟ್ರೀಯ ಹೆದ್ದಾರಿ ಪಕ್ಕದಲ್ಲಿದ್ದ ವರ್ಕ್‌ಶಾಪ್ ಒಂದರಬಳಿ ಇಪ್ಪತ್ತೆಂಟು ವರ್ಷದ ಲಕ್ಷ್ಮೀ ಎಂಬಾಕೆಯು ನಡೆದು ಹೋಗುತ್ತಿದ್ದಾಗ, ಜೈಶಂಕರ್ ಆಕೆಯನ್ನು ತಡೆದು ಆಕೆಯ ಕುತ್ತಿಗೆ ಹಾಗೂ ಕೆನ್ನೆಗೆ ಚಾಕುವಿನಿಂದ ಇರಿದು ಆಕೆಯನ್ನು ರಸ್ತೆಯ ಪಕ್ಕದಲ್ಲಿದ್ದ ಹೊಲವೊಂದಕ್ಕೆ ಕರೆದುಕೊಂಡು ಹೋಗಿ ಅತ್ಯಾಚಾರ ಮಾಡಿದ. ಆನಂತರ ಆಕೆ ಧರಿಸಿದ್ದ ಬೆಂಡೋಲೆಗಳನ್ನು ಕಳಚಿ ಆಕೆಯ ಕೊಲೆ ಮಾಡಿದ.

೧ನೇ ಜುಲೈ ೨೦೦೮ರಂದು ಜೈಶಂಕರ್ ಪೂವತ್ತಾಳ್ ಎಂಬ ಮುವತ್ತು ವರ್ಷದ ಮಹಿಳೆಯ ಕುತ್ತಿಗೆ ಹಾಗೂ ಎದೆಗೆ ಇರಿದು ಆಕೆ ಧರಿಸಿದ್ದ ಆಭರಣಗಳನ್ನು ಕಳ್ಳತನ ಮಾಡಿದ. ಆಕೆ ಅದೃಷ್ಟವಶಾತ್ ಸಾಯಲಿಲ್ಲ. ಅವಳ ದೂರಿನ ಮೇರೆಗೆ ಶಂಕರ್‌ನ ಮೇಲೆ ಇನ್ನೊಂದು ದೂರು ದಾಖಲಾಗಿ ಆತನ ವಿರುದ್ಧ ನ್ಯಾಯಾಲಯದಲ್ಲಿ ಆರೋಪಪಟ್ಟಿಯನ್ನು ಸಲ್ಲಿಸಲಾಯಿತು.

"ಸ್ವಲ್ಪ ದಿನಗಳ ನಂತರ ಶಂಕರ್ ಕೃಷ್ಣಗಿರಿ ಜಿಲ್ಲೆಯ ಅಮಲೆಟ್ಟಿ ಎಂಬ ಜಾಗದಲ್ಲಿ ಶ್ಯಾಮಲ ಎಂಬ ನಲವತ್ತೈದು ವರ್ಷ ವಯಸ್ಸಿನ ಗ್ರಾನೈಟ್ ಕಂಪನಿಯ ಉದ್ಯೋಗಿಯನ್ನು ಬಲಾತ್ಕಾರ ಮಾಡಲು ಹೋದಾಗ ಆಕೆ ಜೋರಾಗಿ ಅರಚಿದಳು. ಆ ಸಂದರ್ಭದಲ್ಲಿ ಹೆದರಿದ ಶಂಕರ್ ಓಡಿಹೋಗುತ್ತಿದ್ದಾಗ ಅವನನ್ನು ಬೆನ್ನಟ್ಟಿದ ಕೆಲವರು ಅವನನ್ನು ಹಿಡಿದು ಪೊಲೀಸರಿಗೆ ಒಪ್ಪಿಸಿದರು. ಶ್ಯಾಮಲಳ ಮೇಲೆ ಅತ್ಯಾಚಾರ ಮಾಡಿ ಅವಳನ್ನು ಕೊಲೆ ಮಾಡುವ ಉದ್ದೇಶ ತನಗಿತ್ತೆಂದು ಅವನು ಹೇಳಿದ. ಇದಾದ ಒಂದು ವಾರದ ನಂತರ ಧರ್ಮಪುರಿ ಜಿಲ್ಲೆಯಲ್ಲಿ ರಾಣಿ ಎನ್ನುವ ಹೆಣ್ಣುಮಗಳು ಅರಣ್ಯ ಇಲಾಖೆಯ ನರ್ಸರಿಯಲ್ಲಿ ಕೆಲಸ ಮಾಡುತ್ತಿದ್ದಾಗ ಆಕೆಯನ್ನು ಬಲತ್ಕಾರ ಮಾಡಲು ಹೋಗಿ ಆಕೆಯ ಕೈಗೆ ಚಾಕುವಿನಿಂದ ಇರಿದ. ಆ ಸಂದರ್ಭದಲ್ಲಿ ಜೈಶಂಕರ್ ಮೇಲೆ ಕೊಲೆ ಯತ್ನದ ಪ್ರಕರಣವೊಂದು ದಾಖಲಾಯಿತು.

"ಇದಾದ ಮೂರು ದಿನದ ನಂತರ ಈತ ಇಪ್ಪತ್ತೆಂಟು ವರ್ಷ ವಯಸ್ಸಿನ ವೆಂಕಟೇಶ್ವರಿ ಎಂಬ ಮಹಿಳೆ ಮನೆಯಲ್ಲಿ ತನ್ನ ಮಗುವಿನ ಜೊತೆ ಇದ್ದಾಗ, ಅವಳ ಮನೆಗೆ ಏಕಾಏಕಿ ನುಗ್ಗಿ ಆಕೆಗೆ ಚಾಕು ತೋರಿಸಿ, ಬೆದರಿಸಿ ಆಕೆ ಧರಿಸಿದ ಚಿನ್ನದ ಸರ, ಬೆಂಡೋಲೆ ಮುಂತಾದವನ್ನು ಕದ್ದುಕೊಂಡು ಹೋದ.

"೧೬ನೇ ಜುಲೈರಂದು ಜೈಶಂಕರ್ ಬೆಳಿಗ್ಗೆ ೭.೩೦ ಗಂಟೆಗೆ ಮಂಕ್ಕುಟ್ಟೈ ಎಂಬ ಊರಿನ ದೂರವಾಣಿ ಕೇಂದ್ರದ ಬಳಿ ಮಧು ಎಂಬಾಕೆ ದಾರಿಯಲ್ಲಿ ನಡೆದು ಹೋಗುತ್ತಿದ್ದಾಗ ಮೋಟರ್ ಸೈಕಲ್‌ನಲ್ಲಿ ಅವಳ ಎದುರು ಬಂದ. ಇವನ ಬಗ್ಗೆ ಏನೂ ಗೊತ್ತಿಲ್ಲದ ಆಕೆ ತನ್ನ ಊರಿನವರೆಗೆ ಲಿಫ್ಟ್ ನೀಡಬೇಕೆಂದು ಅವನನ್ನು ಕೋರಿದಳು. ಒಪ್ಪಿದ ಜೈಶಂಕರ್ ಆಕೆಯನ್ನು ತನ್ನ ಮೋಟರ್ ಸೈಕಲ್ ಮೇಲೆ ಕೂರಿಸಿಕೊಂಡು ಆಕೆಯನ್ನು ಸಣ್ಣಮಾವು ರಕ್ಷಿತ ಅರಣ್ಯ ಪ್ರದೇಶಕ್ಕೆ ಕರೆದುಕೊಂಡು ಹೋಗಿ ಆಕೆಯ ಮೇಲೆ ಬಲಾತ್ಕಾರ ಮಾಡಿ ಅವಳ ಕೊಲೆ ಮಾಡಿದ.

"ಒಂದು ವಾರದ ನಂತರ ಜೈಶಂಕರ್ ಶಾರದ ಎಂಬ ಹೆಣ್ಣುಮಗಳು ಹಾಗೂ ಅವಳ ಮಗುವಿಗೆ ಚಾಕುವಿನಿಂದ ಇರಿದು ಅವರ ಆಭರಣಗಳನ್ನು ಕದಿಯಲು ಪ್ರಯತ್ನಪಟ್ಟ. ಆ ಸಮಯದಲ್ಲಿ ಶಾರದ ಗಲಾಟೆಯಬ್ಬಿಸಿದಾಗ ಶಂಕರ್ ಹೆದರಿ ಓಡಿಹೋದ. ಆ ಸಂದರ್ಭದಲ್ಲಿ ಜೈಶಂಕರ್ ಸ್ಥಳದಲ್ಲಿ ತನ್ನ

ಮೊಬೈಲ್ ಫೋನ್‌ನನ್ನು ಬಿಟ್ಟು ಹೋಗಿದ್ದ. ಈ ಕಾರಣದಿಂದಲೇ ಆತನನ್ನು ನಾವು ಬಂಧಿಸಲು ಸಾಧ್ಯವಾಯಿತು" ಎಂದರು ಇನ್ಸ್‌ಪೆಕ್ಟರ್.

"ಜೈಶಂಕರ್‌೧೮ನೇ ಮಾರ್ಚ್ ೨೦೧೧ರ ರಾತ್ರಿ ಸೇಲಂನ ಬಸ್ ಸ್ಟಾಂಡ್‌ನಲ್ಲಿ ಪೊಲೀಸರ ಸುಪರ್ದಿಯಿಂದ ತಪ್ಪಿಸಿಕೊಂಡಿದ್ದು ತಮಗೆಲ್ಲ ತಿಳಿದೇ ಇದೆ. ಆ ಸಂದರ್ಭದಲ್ಲಿ ಇವನ ಬೆಂಗಾವಲಿಗೆ ಕಾನ್ಸ್‌ಟೇಬಲ್ ರಾಜವೇಲು ಹಾಗೂ ಕಾನ್ಸ್‌ಟೇಬಲ್ ಚಿನ್ನಸ್ವಾಮಿ ಎಂಬ ಇಬ್ಬರನ್ನು ನೇಮಿಸಲಾಗಿತ್ತು. ಇವರ ವಶದಿಂದ ಆತ ತಪ್ಪಿಸಿಕೊಂಡಾಗ ಕಾನ್ಸ್‌ಟೇಬಲ್ ಚಿನ್ನಸ್ವಾಮಿ ತಾನು ಇಲಾಖಾ ವಿಚಾರಣೆಯನ್ನು ಎದುರಿಸಬೇಕು ಹಾಗೂ ಪೊಲೀಸ್ ನೌಕರಿಯಿಂದ ತನ್ನನ್ನು ವಜಾಮಾಡಲಾಗುತ್ತದೆ ಎಂಬ ಹೆದರಿಕೆಯಿಂದ ತನ್ನ ರೈಫಲ್‌ನಿಂದಲೇ ತನ್ನ ಕುತ್ತಿಗೆಗೆ ಗುಂಡು ಹಾರಿಸಿಕೊಂಡು ಆತ್ಮಹತ್ಯೆ ಮಾಡಿಕೊಂಡ."

"ಹಾಗಾದರೆ ತಮಿಳುನಾಡಿನಲ್ಲಿ ಇಬ್ಬರು ಪೊಲೀಸರ ಸಾವಿಗೆ ಜೈಶಂಕರ್ ಕಾರಣ ಎನ್ನಿ"

"ಹೌದು ಸರ್, ಇಂದಿರಾ ಗಾಂಧಿಯ ನೇರಹತ್ಯೆಯನ್ನು ಜೈಶಂಕರ್ ಮಾಡಿ ಚಿನ್ನಸ್ವಾಮಿಯ ಪರೋಕ್ಷ ಸಾವಿಗೆ ಆತ ಕಾರಣನಾದ. ಇಂತಹ ಕುಖ್ಯಾತ ಅಪರಾಧಿಯನ್ನು ನಿಮ್ಮ ರಾಜ್ಯದಲ್ಲಿ ಶೀಘ್ರದಲ್ಲಿಯೇ ಬಂಧಿಸಿ ಹಲವಾರು ಅಮಾಯಕ ಸ್ತ್ರೀಯರ ರಕ್ಷಣೆಯನ್ನು ಮಾಡುವಲ್ಲಿ ನೀವು ಯಶಸ್ವಿಯಾದಿರಿ" ಎಂದರು ಪಳನಿಸ್ವಾಮಿ.

"ಅವನು ನಮ್ಮ ಕೈಗೆ ಸಿಕ್ಕದ್ದೂ ಸಾರ್ವಜನಿಕ ಸಹಕಾರದಿಂದಲೇ" ಎಂದರು ಎಸ್.ಪಿ.ನಾಗರಾಜ್.

"ಸರ್, ತಾವು ಜೈಶಂಕರ್‌ನ ಬಗ್ಗೆ ಇನ್ನೊಂದು ವಿಷಯವನ್ನು ಗಮನಿಸಿರಲೇಬೇಕು. ಆತ ಕರ್ನಾಟಕದಲ್ಲಿ ಮಾಡಿದ ಆರು ಅಪರಾಧಗಳು ಒಂದೇ ತಿಂಗಳ ಅಂತರದಲ್ಲಿ ಮಾಡಿದ್ದು. ಅದೇ ರೀತಿ ನಮ್ಮ ರಾಜ್ಯದಲ್ಲೂ ಆತ ಮಾಡಿದ ೧೯ ಅಪರಾಧಗಳನ್ನೂ ಏಪ್ರಿಲ್ ನಿಂದ ಸೆಪ್ಟಂಬರ್ ೨೦೦೯ ರ ಐದೇ ತಿಂಗಳ ಅವಧಿಯಲ್ಲಿ ಮಾಡಿದ್ದಾನೆ. ತಾನು ಜೈಲಿಗೆ ಹೋದಾಗ ಅಥವಾ ತನ್ನ ಕೈಯಲ್ಲಿ ಸಾಕಷ್ಟು ಹಣ ಇದ್ದಾಗ ಮಾತ್ರ ಜೈಶಂಕರ್ ಸುಮ್ಮನಿರುತ್ತಿದ್ದ ಎನಿಸುತ್ತದೆ" ಎಂದು ಹೇಳಿ "ಅವನು ಹೇಗೆ ಸಿಕ್ಕಿಬಿದ್ದ ಎಂದು ತಿಳಿಯುವ ಕುತೂಹಲವಾಗಿದೆ. ನಾನು ಬಿಜಾಪುರಕ್ಕೆ ಹೋಗುವೆ" ಎನ್ನುತ್ತಾ ಪಳನಿಸ್ವಾಮಿ ಚಿತ್ರದುರ್ಗ ಎಸ್. ಪಿಯವರಿಂದ ಬೀಳ್ಕೊಂಡರು.

ಮತ್ತೆ ಪರಾರಿಯಾದ ಸೀರಿಯಲ್ ಕಿಲ್ಲರ್

ಮಾರನೆಯ ದಿನವೇ ತಮಿಳುನಾಡಿನ ಇನ್ಸ್‌ಪೆಕ್ಟರ್ ಪಳನಿಸ್ವಾಮಿ ಬಿಜಾಪುರ ಜಿಲ್ಲೆಗೆ ಹೋಗಿ ಅಲ್ಲಿನ ಎಸ್.ಪಿಯವರನ್ನು ಭೇಟಿಯಾಗಿ ಆ ಜಿಲ್ಲೆಯ ಅಧಿಕಾರಿಗಳು ಹಾಗೂ ಜನತೆ ಇಂತಹ ಕುಖ್ಯಾತ ಅಪರಾಧಿಯನ್ನು ಬಂಧಿಸಿದ ಕಾರಣಕ್ಕಾಗಿ

ಅವರನ್ನು ಅಭಿನಂದಿಸಿದರು. "ಸರ್, ಈ ಅಪರಾಧಿಯು ಹೇಗೆ ಬಂಧನವಾದ ಎನ್ನುವ ಬಗ್ಗೆ ತಿಳಿಯುವ ಕುತೂಹಲವಿದೆ. ತಾವು ದಯವಿಟ್ಟು ತಿಳಿಸುವಿರಾ" ಎಂದು ಕೇಳಿದರು.

ಬಿಜಾಪುರದ ಎಸ್.ಪಿ "ನಮಗೆ ಚಿತ್ರದುರ್ಗ ಜಿಲ್ಲೆಯ ಪೊಲೀಸರಿಂದ ಅಲ್ಲಿ ನಡೆದ ಸರಣಿ ಅತ್ಯಾಚಾರ ಹಾಗೂ ಕೊಲೆಗಳ ಮಾಹಿತಿ ಏಪ್ರಿಲ್ ತಿಂಗಳಲ್ಲೇ ಬಂದಿತ್ತು. ನಮ್ಮ ಕಛೇರಿಗೂ ವಾಟೆಂಡ್ ಪೋಸ್ಟರ್‌ಗಳು ಬಂದಿದ್ದವು. ದಿನಾಂಕ ೪ನೇ ಮೇ ೨೦೧೧ರಂದು ಜೈಶಂಕರ್ ಒಂದು ಮೋಟರ್ ಸೈಕಲ್‌ನಲ್ಲಿ ಜಳಕಿಗೆ ಬಂದ.ಅದು ಕಳ್ಳತನ ಮಾಡಿದ್ದ ಮೋಟರ್ ಸೈಕಲ್ ಎಂದು ಆನಂತರ ನಮಗೆ ತಿಳಿಯಿತು. ಆತ ರಸ್ತೆಯ ಬದಿಯ ಹೊಲದಲ್ಲಿದ್ದ ಚಂದ್ರಕಲಾ ಹೊಟಗಿ ಎಂಬ ಹೆಣ್ಣುಮಗಳನ್ನು ನೋಡಿ ನೀರು ಹಾಗೂ ಊಟ ಕೊಡಲು ಕೇಳಿದ. ಆಕೆ ನೀರು ಕೊಡಲು ಮುಂದಾದಾಗ ಜೈಶಂಕರ್ ಆಕೆಯ ಮೇಲೆರಗಿ ಬಲಾತ್ಕಾರ ಮಾಡಲು ಯತ್ನಿಸಿದ. ಅಷ್ಟರಲ್ಲಿ ಚಂದ್ರಕಲಾ ಜೋರಾಗಿ ಚೀರಿದಳು. ಅವಳ ಅದೃಷ್ಟಕ್ಕೆ ಆಕೆಯ ಗಂಡ ಪ್ರಕಾಶ್ ಹೊಟಗಿ ಮತ್ತು ಆತನ ಸ್ನೇಹಿತ ಅವಳ ರಕ್ಷಣೆಗೆ ಬಂದರು. ಅವರನ್ನು ನೋಡಿದ ಜೈಶಂಕರ್ ಓಡತೊಡಗಿದ.ಆದರೆ ಪ್ರಕಾಶ್ ಇತರ ಗ್ರಾಮಸ್ಥರ ನೆರವಿನಿಂದ ಅವನನ್ನು ಹಿಡಿಯಲು ಸಫಲನಾದ.

ಗ್ರಾಮಸ್ಥರು ಜೈಶಂಕರನಿಗೆ ಸರಿಯಾಗಿ ಥಳಿಸಿ ಅವನನ್ನು ಜಳಕಿ ಪೊಲೀಸ್ ಠಾಣೆಗೆ ಕರೆತಂದರು. ಅಲ್ಲಿನ ಪೋಲಿಸರಿಗೆ ಈತ ಕುಖ್ಯಾತ ಅಪರಾಧಿ ಎಂದು ಆಗ ಗೊತ್ತಿರಲಿಲ್ಲ. ಈತ ಸಾರ್ವಜನಿಕರಿಂದ ಸಾಕಷ್ಟು ಪೆಟ್ಟು ತಿಂದಿದ್ದಾನೆ ಎಂದು ಆ ರಾತ್ರಿ ಅವನನ್ನು ಲಾಕಪ್‌ನಲ್ಲಿಯೇ ಇಟ್ಟರು. ಮಾರನೆಯ ಬೆಳಿಗ್ಗೆ ಆತ ತಮಿಳು ಮಾತನಾಡುತ್ತಿದ್ದುದರಿಂದ ಅವರಿಗೆ ಅನುಮಾನ ಬಂದು 'ಜೈಶಂಕರ್ ಬೇಕಾಗಿದ್ದಾನೆ' ಎಂದು ನಮ್ಮ ಕಛೇರಿಯಿಂದ ಕಳುಹಿಸಿದ್ದ ಫೋಟೋವನ್ನು ನೋಡಿ ಅವನೇ ಇವನು ಎಂದು ಖಾತ್ರಿ ಪಡಿಸಿಕೊಂಡು ನನ್ನ ಕಛೇರಿಗೆ ಸುದ್ಧಿ ಮುಟ್ಟಿಸಿದರು. ನಾವು ಜಳಕಿಗೆ ಹೋಗಿ ಅವನನ್ನು ವಿಚಾರಣೆ ಮಾಡಿದಾಗ ತಾನೇ ತಮಿಳುನಾಡು ಹಾಗೂ ಕರ್ನಾಟಕದಲ್ಲಿ ಅಪರಾಧ ಮಾಡಿದ್ದ ಜೈಶಂಕರ್ ಎಂದು ಆತ ಒಪ್ಪಿಕೊಂಡ. ನಾವು ಕೂಡಲೇ ಚಿತ್ರದುರ್ಗ ಎಸ್.ಪಿಯವರನ್ನು ಸಂಪರ್ಕಿಸಿ ಜೈಶಂಕರ್ ನಮ್ಮ ಬಲೆಗೆ ಬಿದ್ದಿದ್ದಾನೆಂದು ತಿಳಿಸಿದೆವು. ಚಿತ್ರದುರ್ಗ ಪೊಲೀಸರು ಬಂದು ಆತನನ್ನು ತಮ್ಮ ವಶಕ್ಕೆ ಪಡೆದರು. ಹೀಗೆ ಜೈಶಂಕರ್ ಬಂಧಿಯಾದ" ಎಂದರು.

"ಸರ್, ನಿಮಗೆ ಗೊತ್ತಿಲ್ಲದಿರಬಹುದು, ನಾವು ತಮಿಳುನಾಡು ಪೊಲೀಸರು ಜೈಶಂಕರ್‌ನ ಚಲನವಲನಗಳನ್ನು ಸೂಕ್ಷ್ಮವಾಗಿ ಗಮನಿಸುತ್ತಿದ್ದೆವು. ಆತ ತಮಿಳುನಾಡಿನಲ್ಲಿ ಅಪರಾಧ ನಡೆಸಿ ತಲೆಮರಿಸಿಕೊಂಡು ಮುಂಬೈಗೆ ಓಡಿಹೋಗಿದ್ದ ಬಗ್ಗೆ ನಮಗೆ ಮಾಹಿತಿಯಿತ್ತು. ಆತನ ಸೆಲ್ ಫೋನ್ ಟ್ರಾಕ್ ಮಾಡಿ ಆತನ ಚಲನವಲನಗಳ ಮೇಲೆ ಗಮನಹರಿಸಿದ್ದು ಆತ ಮುಂಬೈನಲ್ಲಿ ಕೆಲ ಕಾಲ ಇದ್ದದ್ದು

ನಮಗೆ ತಿಳಿದಿತ್ತು. ನಂತರ ಆತನ ಫೋನ್ ಸ್ವಿಚ್ ಆಫ್ ಆಯಿತು. ಆತ ಮುಂಬೈನಿಂದ ಜಿಲ್ಲೆಗೆ ಹೋಗಿ ಬಿಜಾಪುರಕ್ಕೆ ಬಂದನೋ ಇಲ್ಲವೇ ಚಿತ್ರದುರ್ಗದಿಂದ ಮುಂಬೈಗೆ ಹೋಗಿ ಮತ್ತೆ ನಿಮ್ಮ ರಾಜ್ಯಕ್ಕೆ ವಾಪಾಸಾದನೋ ತಿಳಿಯದು. ಆತ ಎಲ್ಲಿಂದ ಮೋಟರ್ ಬೈಕ್ ಕದ್ದಿದ್ದ ಎಂಬ ಮಾಹಿತಿ ತಮಗೆ ತಿಳಿಯಿತೆ?"

"ಇಲ್ಲ ಆ ವಿಷಯದ ಬಗ್ಗೆ ನನಗೆ ಮಾಹಿತಿಯಿಲ್ಲ. ಆದರೆ ತನಿಖೆ ನಡೆಸುತ್ತಿದ್ದೇವೆ" ಎಂದರು ಎಸ್.ಪಿ. ತಮಿಳುನಾಡು ಅಧಿಕಾರಿ ಜೈಶಂಕರ್‌ನನ್ನು ಭೇಟಿಮಾಡಲು ಬೆಂಗಳೂರಿಗೆ ಹೋದರು.

ಜೈಶಂಕರ್ ಶಾಮೀಲಾಗಿದ್ದ ಪ್ರಕರಣಗಳ ತನಿಖೆ ಮುಗಿದ ನಂತರ ನ್ಯಾಯಾಲಯವು ಜೈಶಂಕರ್‌ನನ್ನು ಪರಪ್ಪನ ಅಗ್ರಹಾರ ಕೇಂದ್ರೀಯ ಕಾರಾಗೃಹ, ಬೆಂಗಳೂರು ಇಲ್ಲಿಗೆ ವಿಚಾರಣಾ ಕೈದಿಯಾಗಿ ಕಳುಹಿಸಿತ್ತು. ಆತ ಅಲ್ಲಿಯೇ ಇದ್ದ.

೨೦೧೩ ರಲ್ಲಿ ಜೈಶಂಕರ್ ವಿರುದ್ಧ ಆರೋಪಪಟ್ಟಿ ಸಲ್ಲಿಸಲಾಗಿದ್ದ ಪ್ರಕರಣಗಳು ನ್ಯಾಯಾಲಯದಲ್ಲಿ ವಿಚಾರಣೆಗೆ ಬಂದವು. ೨೦೧೩ ಆಗಸ್ಟ್ ತಿಂಗಳಲ್ಲಿ ತುಮಕೂರು ಸೆಷನ್ಸ್ ನ್ಯಾಯಾಲಯದಲ್ಲಿ ಜೈಶಂಕರ್‌ನ ವಿಚಾರಣೆ ಪ್ರಾರಂಭವಾಯಿತು. ಜೈಶಂಕರ್‌ನನ್ನು ವಿಚಾರಣೆಗಾಗಿ ಬೆಂಗಳೂರಿನ ಜೈಲಿನಿಂದ ತುಮಕೂರಿನವರಗೆ ಪ್ರತಿದಿನವೂ ಕರೆದುಕೊಂಡು ಹೋಗಿ ವಾಪಸ್ ಕರೆತರಲಾಗುತ್ತಿತ್ತು. ಈಗಾಗಲೇ ಆತ ಜೈಲಿನಿಂದ ಪರಾರಿಯಾಗಿದ್ದ ಕಾರಣ ಅವನ ಬಗ್ಗೆ ಹೆಚ್ಚಿನ ಮುತುವರ್ಜಿಯನ್ನು ವಹಿಸಲಾಗಿತ್ತು.

೩೧ನೇ ಆಗಸ್ಟ್ ೨೦೧೩ರಂದು ವಾಡಿಕೆಯಂತೆ ಅವನನ್ನು ತುಮಕೂರು ನ್ಯಾಯಾಲಯಕ್ಕೆ ಕರೆದುಕೊಂಡು ಹೋಗಿ ವಾಪಸ್ ಕರೆತರಲಾಯಿತು. ಜೈಲಿಗೆ ವಾಪಸಾದ ಕೂಡಲೇ ಜೈಶಂಕರ್ ತನಗೆ ತೀವ್ರ ಎದೆನೋವು ಎಂದು ದೂರಿದ. ಪರಪ್ಪನ ಅಗ್ರಹಾರ ಜೈಲಿನಲ್ಲಿಯೇ ಇದ್ದ ಆಸ್ಪತ್ರೆಗೆ ಅವನನ್ನು ಆ ರಾತ್ರಿ ದಾಖಲು ಮಾಡಿ ಶುಶ್ರೂಷೆಯನ್ನು ಆರಂಭಿಸಲಾಯಿತು. ಆತನನ್ನು ವಿಶೇಷ ಸೆಲ್ (ಲಾಕಪ್) ನಲ್ಲಿ ಇಡಲಾಗಿತ್ತು. ಅರ್ಧ ಗಂಟೆಗೊಮ್ಮೆ ಕಾವಲುಗಾರರು ಅವನ ಸೆಲ್‌ಗೆ ಬಂದು ಪರೀಕ್ಷಿಸುತ್ತಿದ್ದರು.

ಅದೇ ರಾತ್ರಿ ಸುಮಾರು ೨ ಗಂಟೆಗೆ ಅವನನ್ನು ಪರೀಕ್ಷಿಸಲು ಬಂದ ಕಾವಲುಗಾರನಿಗೆ ಆಶ್ಚರ್ಯ ಕಾದಿತ್ತು. ಜೈಶಂಕರ್ ಮೊದಲನೆಯ ಮಹಡಿಯ ತನ್ನ ಸೆಲ್‌ನಲ್ಲಿರಲಿಲ್ಲ. ಗಾಬರಿಯಾದ ಕಾವಲುಗಾರ ಕೂಡಲೇ ಇತರರನ್ನು ಎಚ್ಚರಿಸಿದ.ಇಡೀ ಜೈಲಿನಲ್ಲಿ ಜೈಶಂಕರ್‌ಗಾಗಿ ಹುಡುಕಾಟ ನಡೆಯಿತು. ಆಸ್ಪತ್ರೆ ವಾರ್ಡಿನ ಹೊರಗಡೆ ಇರುವ ಉದ್ಯಾನವನಕ್ಕೂ ಆಸ್ಪತ್ರೆ ವಾರ್ಡ್‌ಗೂ ಮಧ್ಯ ಇದ್ದ ಗೇಟ್ ತೆರೆದಿತ್ತು. ಅಲ್ಲಿಂದ ಮುಂದೆ ಜೈಲಿನ ಹೊರ ಆವರಣಕ್ಕೆ ಹೋಗುವ ಗೇಟ್ ಸಹಾ ತೆರೆದಿತ್ತು. ಅದೇ ಹಾದಿಯಲ್ಲಿ ಜೈಶಂಕರ್ ಹೋಗಿರಬಹುದೆಂದು

ಊಹಿಸಿದ ಸಿಬ್ಬಂದಿ ಮುಂದೆ ಹೋದಾಗ ಜೈಲಿನ ಆ ಬಾಗದ ಗೋಡೆ ಎದುರಾಯಿತು.

ಜೈಶಂಕರ್ ೩೦ ಅಡಿ ಎತ್ತರದ ಜೈಲಿನ ಹೊರ ಗೋಡೆಯನ್ನು ಏರಿ ಎಸ್ಕೇಪ್ ಆಗಿದ್ದಾನೆಯೋ ಹೇಗೆ ಎಂದು ತಿಳಿಯಲು ಆ ಗೋಡೆಯನ್ನು ಸೂಕ್ಷ್ಮವಾಗಿ ಪರಿಶೀಲಿಸಲಾಯಿತು. ಗೋಡೆಯ ಒಂದು ಭಾಗದಲ್ಲಿ ಅಲ್ಲಲ್ಲಿ ರಕ್ತದ ಕಲೆಗಳು ಕಂಡವು. ಗೋಡೆಯ ಹೊರಭಾಗದಲ್ಲಿನ ಮಣ್ಣಿನ ಮೇಲೆ ಭಾರೀ ವಸ್ತುವೊಂದು ಮೇಲಿನಿಂದ ಬಿದ್ದಂತಹ ಗುರುತುಗಳಿದ್ದವು.

ಜೈಲಿನ ಹೊರ ಗೋಡೆಯ ಮೇಲೆ ವಿದ್ಯುತ್ ಹರಿಯುವ ತಂತಿಗಳನ್ನು ಹಾಕಿದ್ದಲ್ಲದೆ ಯಾರೂ ಗೋಡೆಯನ್ನು ದಾಟಲು ಸಾಧ್ಯವಾಗದಂತೆ ಗಾಜಿನ ಚೂರುಗಳನ್ನು ಅಳವಡಿಸಲಾಗಿತ್ತು. ಹೊರಗೋಡೆಯನ್ನು ಹತ್ತಬೇಕೆಂದರೆ ೨೦ ಅಡಿ ಎತ್ತರದ ಒಂದು ಗೋಡೆಯನ್ನು ಏರಿ, ಆದಾದನಂತರ ೧೫ಅಡಿ ಎತ್ತರದ ಇನ್ನೊಂದು ಗೋಡೆಯನ್ನು ಏರಬೇಕಾಗಿತ್ತು. ಇಷ್ಟೆಲ್ಲಾ ಮುಂಜಾಗರೂಕತಾ ಕ್ರಮಗಳಿದ್ದರೂ ಜೈಶಂಕರ್ ಹೇಗೆ ಎಸ್ಕೇಪ್ ಆದ ಎನ್ನುವುದು ನಿಗೂಢವಾಗಿತ್ತು.

ಆ ಸಮಯದಲ್ಲಿ ಜೈಲಿನ ಮುಖ್ಯಸ್ಥರಾಗಿದ್ದ ಎ.ಎಸ್.ಪಿ ದರ್ಜೆಯ ಅಧಿಕಾರಿ ಹಾಗೂ ಹಲವರನ್ನು ಜೈಶಂಕರ್‌ನ ಪರಾರಿಗಾಗಿ ಅಮಾನತ್ತು ಮಾಡಲಾಯಿತು. ತನಿಖೆಯನ್ನು ಬೆಂಗಳೂರು ನಗರ ಪೋಲಿಸರಿಗೆ ಒಪ್ಪಿಸಲಾಯಿತು.

ಆಸ್ಪತ್ರೆಯ ತನ್ನ ಸೆಲ್‌ಗೆ ಹಾಕಿದ್ದ ಬೀಗವನ್ನು ಜೈಶಂಕರ್ ನಕಲಿ ಬೀಗದ ಕೈಯನ್ನು ಬಳಸಿ ತೆರೆದಿದ್ದುದು ತನಿಖೆಯಲ್ಲಿ ಕಂಡುಬಂದಿತು.ಜೈಲಿನ ಯಾವುದೋ ಸಿಬ್ಬಂದಿ ಅವನಿಗೆ ಕೀಲಿ ಕೈಯನ್ನು ಕೊಟ್ಟಿರಬಹುದು ಎಂದು ಊಹಿಸಲಾಯಿತು. ಆತ ತನ್ನ ಸೆಲ್‌ನಲ್ಲಿದ್ದ ಬೆಡ್ ಶೀಟನ್ನು ತನ್ನೊಡನೆ ತೆಗೆದುಕೊಂಡು ಹೋಗಿದ್ದರಿಂದ ಅದನ್ನು ಬಳಸಿ ಮೂರೂ ಗೋಡೆಗಳನ್ನು ಏರಿರಬಹುದು ಎಂದು ತರ್ಕಿಸಲಾಯಿತು.

ಆ ರಾತ್ರಿ ಕೆಲವು ನಿಮಿಷಗಳ ಕಾಲ ಜೈಲಿಗೆ ವಿದ್ಯುತ್ ಸರಬರಾಜು ನಿಂತುಹೋಗಿದ್ದ ವಿಷಯವು ತನಿಖೆಯಲ್ಲಿ ತಿಳಿದುಬಂದಿತು. ಇದೇ ಕಾರಣಕ್ಕಾಗಿಯೇ ಮುಖ್ಯ ಗೋಡೆಯ ಮೇಲೆ ವಿದ್ಯುತ್ ಹರಿಯುವ ತಂತಿಗಳು ನಿಷ್ಕ್ರಿಯವಾಗಿದ್ದಲ್ಲದೆ ದೀಪಗಳೂ ಆರಿದ್ದರಿಂದ ಸಿಸಿಟಿವಿ ಕ್ಯಾಮರಾಗಳೂ ಕಾರ್ಯನಿರ್ವಹಿಸಿರಲಿಲ್ಲ. ಜೈಶಂಕರ್ ಇದ್ದ ಆಸ್ಪತ್ರೆ ವಾರ್ಡಿನ ಕೆಳಗಿನ ಮಹಡಿಯಲ್ಲಿ ಇದ್ದ ಸೆಲ್ ಗಳಲ್ಲಿ ಅಬ್ದುಲ್ ನಸೀರ್ ಮದಾನಿ ಮುಂತಾದ ಕುಖ್ಯಾತಿಗಳು ಬಂಧಿಗಳಾಗಿದ್ದರು. ಆ ಸೆಲ್ ಗಳಿಗೆ ವಿಶೇಷ ರಕ್ಷಣೆ ನೀಡಲಾಗಿತ್ತು. ಹೀಗಿದ್ದರೂ ಆಸ್ಪತ್ರೆ ವಾರ್ಡಿನಿಂದ ಹೊರಗೆ ಹೋಗುವ ಎರಡೂ ಗೇಟ್‌ಗಳನ್ನು ತೆರೆದಿದ್ದುದು ಸಂಶಯಕ್ಕೆ ಎಡೆಮಾಡಿತ್ತು. ಖಂಡಿತವಾಗಿಯೂ ಯಾರೋ ಜೈಲು ಅಧಿಕಾರಿಗಳು ಜೈಶಂಕರ್‌ನ ಪರಾರಿಯಲ್ಲಿ ಶಾಮೀಲಾಗಿರಬೇಕು ಎಂದು ಪೋಲಿಸರು ತಿಳಿದರು.

ಜೈಲಿನ ಹೊರ ಗೋಡೆಯ ಮೇಲೆ ಸುಮಾರು ೧೫ ರಿಂದ ೨೦ ಅಡಿ ದೂರದವರಗೆ ಜೈಶಂಕರ್ ನಡೆಯುವಾಗ ಸರ್ಕಸ್‌ನಲ್ಲಿನ ವ್ಯಕ್ತಿಗಳು ಹಗ್ಗದ ಮೇಲೆ ನಡೆಯುವಂತೆ ಕೈಯಲ್ಲಿ ಒಂದು ಬಿದಿರಿನ ಕಂಬವನ್ನು ಹಿಡಿದುಕೊಂಡು ದೇಹದ ಸಮತೋಲನ ಕಾಯ್ದುಕೊಂಡು ನಡೆದು ಆನಂತರ ಕೆಳಗೆ ಧುಮುಕಿ ಪರಾರಿಯಾಗಿರಬಹುದು ಎಂದು ಕೆಲವು ಅಧಿಕಾರಿಗಳು ಊಹಿಸಿದರು.

ಅಂತ್ಯಗೊಂಡ ಕ್ರಿಮಿನಲ್ ಅಧ್ಯಾಯ

ಜೈಶಂಕರ್ ೩೦ ಅಡಿ ಎತ್ತರದ ಗೋಡೆಯಿಂದ ದುಮುಕಿದ ನಂತರ ಅವನಿಗೆ ಭಾರೀ ಗಾಯಗಳಾಗಿರಲೇಬೇಕು ಹಾಗೂ ಅವನು ಪರಾರಿಯಾಗಲು ಹೊರಗಿನವರು ಯಾರೋ ಸಹಕರಿಸಿರಬೇಕು ಎಂದು ಪೊಲೀಸರು ತರ್ಕಿಸಿದರು. ಬೆಂಗಳೂರು ಪೊಲೀಸರು ಜೈಶಂಕರ್ ಪರಾರಿಯಾದ ಬಗ್ಗೆ ತಮಿಳುನಾಡು ಪೊಲೀಸರಿಗೆ ಮಾಹಿತಿ ನೀಡಿದರು. ಅದೇ ರೀತಿ ಆತ ಈ ಹಿಂದೆ ಮುಂಬೈಗೆ ಹೋಗಿದ್ದ ಮಾಹಿತಿ ಇದ್ದುದ್ದರಿಂದ ಆ ರಾಜ್ಯದ ಪೊಲೀಸರಿಗೂ ಮಾಹಿತಿ ನೀಡಿದ್ದಲ್ಲದೆ ಎಲ್ಲಾ ದಕ್ಷಿಣ ರಾಜ್ಯಗಳ ಪೊಲೀಸ್ ಮುಖ್ಯಸ್ಥರಿಗೂ ಜೈಶಂಕರ್ ತಪ್ಪಿಸಿಕೊಂಡು ಹೋಗಿದ್ದಾನೆ ಎನ್ನುವ ಮಾಹಿತಿ ಹೋಯಿತು. ಬೆಂಗಳೂರು ಪೊಲೀಸ್ ಆಯುಕ್ತರಾಗಿದ್ದ ರಾಘವೇಂದ್ರ ಔರಾದ್ಕರ್ ಜೈಶಂಕರ್‌ನನ್ನು ಪತ್ತೆ ಮಾಡಲು ಒಂದು ವಿಶೇಷ ತನಿಖಾ ದಳವನ್ನು ರಚಿಸಿದರು. ಈ ದಳವು ಕೂಡಲೇ ತನ್ನ ಕೆಲಸವನ್ನು ಪ್ರಾರಂಭಿಸಿ ಜೈಶಂಕರ್ ಹೋಗಿರಬಹುದಾದ ಜಾಗಗಳಿಗೆ ತನಿಖಾ ತಂಡಗಳನ್ನು ಕಳುಹಿಸಿತು.

ವಿಶೇಷ ತನಿಖಾ ದಳವು ತಮಿಳುನಾಡಿನಲ್ಲಿ ಜೈಶಂಕರ್‌ನ ಕುಟುಂಬದವರು, ಸ್ನೇಹಿತರು, ಅವನ ಜೊತೆ ಲಾರಿ ಡ್ರೈವರ್ ಆಗಿ ಕೆಲಸ ಮಾಡಿದವರು ಇವರೆಲ್ಲರನ್ನೂ ಸಂಪರ್ಕಿಸಿ ಜೈಶಂಕರ್ ಒಂದು ವೇಳೆ ಅಲ್ಲಿಗೆ ಬಂದರೆ ಅಥವಾ ಫೋನ್ ಮುಖಾಂತರ ಸಂಪರ್ಕಿಸಿದರೆ ತಮಗೆ ಮಾಹಿತಿ ನೀಡಬೇಕೆಂದು ಕೋರಿತು. ಜೈಶಂಕರ್‌ನ ಭಾವಚಿತ್ರವುಳ್ಳ ಸಾವಿರಾರು ಪೋಸ್ಟರ್‌ಗಳನ್ನು ಮಾಡಿಸಿ ಸಾರ್ವಜನಿಕರಿಗೆ ಹಂಚಿ ಅವನ ಬಗ್ಗೆ ಮಾಹಿತಿ ನೀಡಿದರೆ ಬಹುಮಾನವನ್ನು ಕೊಡುವುದಾಗಿ ತಿಳಿಸಲಾಯಿತು.

ಜೈಶಂಕರ್ ಪರಾರಿಯಾಗುವಾಗ ಖಂಡಿತವಾಗಿಯೂ ಗಾಯಗೊಂಡಿರ-ಬಹುದಾದ್ದರಿಂದ ಆತ ಬೆಂಗಳೂರಿನಿಂದ ದೂರ ಹೋಗದೇ ಹತ್ತಿರದಲ್ಲಿಯೇ ಎಲ್ಲಿಯೋ ಅಡಗಿಕೊಂಡಿದ್ದಾನೆ ಎಂದು ಕೆಲವರು ಊಹಿಸಿದರು, ಮತ್ತೆ ಕೆಲ ಪೊಲೀಸರು ಪರಪ್ಪನ ಅಗ್ರಹಾರ ಜೈಲಿನಿಂದ ಹೊಸೂರು ಗಡಿಭಾಗ ಸಾಕಷ್ಟು ದೂರವಿಲ್ಲದ ಕಾರಣ ಆತ ತಮಿಳುನಾಡಿಗೆ ಹೋಗಿದ್ದಾನೆಂದು ತರ್ಕಿಸಿದರು.

ಕರ್ನಾಟಕದ ಜೈಲುಗಳಲ್ಲಿ ಬಂಧಿಗಳಿಗೆ ತಮ್ಮ ಬಂಧುಮಿತ್ರರನ್ನು ಸಂಪರ್ಕಿಸಲು ಬಿ.ಎಸ್.ಎನ್.ಎಲ್ ಸಂಸ್ಥೆ ಕೊಡುವ 'ಕಾಲಿಂಗ್ ಕಾರ್ಡ್'

ಎನ್ನುವ ಕಾರ್ಡ್ ಕೊಡಲಾಗುತ್ತಿತ್ತು. ಇದೇ ರೀತಿ ಜೈಶಂಕರ್‌ಗೂ ಕಾಲಿಂಗ್ ಕಾರ್ಡ್ ಕೊಟ್ಟಿದ್ದನ್ನು ಪೊಲೀಸರು ಗಮನಿಸಿದ್ದರು.ಸದರಿ ಕಾರ್ಡ್‌ನಿಂದ ಯಾರು ಯಾರಿಗೆ ಆತ ಫೋನ್ ಮಾಡಿದ್ದ ಎಂಬ ವಿವರಗಳನ್ನು ಪೊಲೀಸರು ಕಲೆ ಹಾಕಿದಾಗ ಜೈಶಂಕರ್ ಐದು ಜನರ ಜೊತೆ ಮಾತ್ರ ಮಾತನಾಡಿದ್ದ ವಿಷಯ ತಿಳಿಯಿತು. ಆ ಐದು ಜನರಲ್ಲಿ ಯಾರನ್ನು ಜೈಶಂಕರ್ ಕಟ್ಟಕಡೆಗೆ ಸಂಪರ್ಕ ಮಾಡಿದ್ದನೋ ಆವನನ್ನೇ ಮೊದಲಿಗೆ ಪತ್ತೆ ಮಾಡಲಾಯಿತು.

ಜೈಶಂಕರ್ ಎಲ್ಲಿದ್ದಾನೆ, ಅವನು ನಿನ್ನ ಜೊತೆ ಏನು ಮಾತನಾಡಿದ ಎನ್ನುವ ವಿವರಗಳನ್ನು ತಿಳಿಸದಿದ್ದರೆ ಪರಿಣಾಮ ನೆಟ್ಟಗಿರುವುದಿಲ್ಲ ಎಂದು ಆ ವ್ಯಕ್ತಿಗೆ ಹೆದರಿಸಲಾಯಿತು. ತಾನು ಪರಪ್ಪನ ಅಗ್ರಹಾರ ಜೈಲಿನಿಂದ ಪರಾರಿಯಾಗುವು–ದಾಗಿಯೂ ಆನಂತರ ತನಗೆ ಸಹಾಯ ಮಾಡಬೇಕೆಂದು ಜೈಶಂಕರ್ ಹೇಳಿದ್ದ ಎಂದು ತಿಳಿಸಿದ ಆ ವ್ಯಕ್ತಿ ಜೈಶಂಕರ್ ಒಂದು ಮೋಟರ್ ಸೈಕಲ್ ಹಾಗೂ ಹಣದ ಜೊತೆ ತಾನು ತಪ್ಪಿಸಿಕೊಂಡ ನಂತರ ಅಡಗುವಂತಹ ನಿಗದಿತ ಜಾಗಕ್ಕೆ ಬರಲು ಸೂಚಿಸಿದ್ದಾನೆ ಎಂಬ ಮಾಹಿತಿಯನ್ನು ಕೊಟ್ಟ. ಇದನ್ನು ಕೇಳಿ ಸಂತಸಗೊಂಡ ಪೊಲೀಸರು, ನೀನು ಜೈಶಂಕರ್ ಹೇಳಿದ ಹಾಗೆಯೇ ಅವನು ಸೂಚಿಸಿರುವ ಜಾಗಕ್ಕೆ ಹೋಗು. ನಾವು ನಿನ್ನನ್ನು ಹಿಂಬಾಲಿಸಿ ಅವನನ್ನು ಬಂಧಿಸುತ್ತೇವೆ ಎಂದರು.

ಅಂತೆಯೇ ಆ ಮಾಹಿತಿದಾರ ಪರಪ್ಪನ ಅಗ್ರಹಾರ ಜೈಲಿನಿಂದ ಕೇವಲ ಎರಡೇ ಕಿ.ಮೀ ದೂರದಲ್ಲಿದ್ದ ಕೂಡ್ಲು ಗೇಟ್ ಬಳಿ ಇದ್ದ ಒಂದು ಗುಡಿಸಿಲಿಗೆ ಹೋದ. ಅವನನ್ನು ಹಿಂಬಾಲಿಸಿದ ಪೊಲೀಸರು ಗುಡಿಸಿಲಿನಲ್ಲಿದ್ದ ಜೈಶಂಕರ್‌ನನ್ನು ಬಂಧಿಸಿದರು. ಆತ ಜೈಲಿನಿಂದ ಹೇಗೆ ಪರಾರಿಯಾದನೆಂದು ಪ್ರಶ್ನಿಸಿದಾಗ "ನಾನು ಹೇಗೋ ಮಾಡಿ ನನ್ನ ಕೋಣೆಗೆ ಹಾಕಿದ್ದ ಬೀಗದ ಡೂಪ್ಲಿಕೇಟ್ ಬೀಗದ ಕೈಯನ್ನು ಸಂಪಾದಿಸಿದೆ. ರಾತ್ರಿ ಒಬ್ಬ ಕಾವಲುಗಾರ ನನ್ನ ಸೆಲ್‌ನ ಮುಂದೆ ಬಂದು ಪರೀಕ್ಷಿಸಿ ಹೋದ ನಂತರ ಇನ್ನೊಬ್ಬ ಕಾವಲುಗಾರ ಬರಲು ಇನ್ನರ್ಧ ಗಂಟೆ ಸಮಯವಾಗುತ್ತದೆ ಎಂದು ನಾನು ಗಮನಿಸಿದ್ದೆ. ಮಧ್ಯರಾತ್ರಿಯ ನಂತರ ಒಬ್ಬ ಕಾವಲುಗಾರ ಬಂದ. ಅವನು ಹೋದ ಕೂಡಲೇ ನನ್ನ ಬಳಿ ಇದ್ದ ನಕಲಿ ಬೀಗದ ಕೈಯಿಂದ ನನ್ನ ಸೆಲ್‌ನ ಬೀಗವನ್ನು ತೆಗೆದು ಬಾಗಿಲನ್ನು ನಿಧಾನವಾಗಿ ತೆಗೆದು ನಡೆದುಕೊಂಡು ಹೋದೆ. ನಾನು ಹೋಗುವಾಗ ಜೈಲು ಸಿಬ್ಬಂದಿ ಧರಿಸಿವ ಖಾಕಿ ಬಣ್ಣದ ಸಮವಸ್ತ್ರವನ್ನು ತೊಟ್ಟಿದ್ದೆ. ಯಾರಿಗೂ ಸಂಶಯ ಬರದಂತೆ ಸಲೀಸಾಗಿ ಜೈಲಿನ ಆವರಣಕ್ಕೆ ಹೋದೆ.

"ನಾನು ಜೈಲಿನ ಪೊಲೀಸ್ ಅಧಿಕಾರಿಗಳ ನಂಬಿಕೆ ಗಳಿಸಿದ್ದೆ. ಈ ನಂಬಿಕೆಯಿಂದ ಕೆಲವೊಮ್ಮೆ ಅವರೇ ನನ್ನನ್ನು ಹೊರಗೆ ಅಡ್ಡಾಡಲು ಬಿಡುತ್ತಿದ್ದರು. ಒಮ್ಮೆ ನಾನು ಉದ್ಯಾನವನದವರೆಗೂ ನಡೆದುಕೊಂಡು ಹೋಗಿದ್ದೆ. ಹೀಗಾಗಿ ಜೈಲಿನ ಕಟ್ಟಡಗಳ ಬಗ್ಗೆ ನನಗೆ ಮಾಹಿತಿಯಿತ್ತು. ಜೈಲಿನ ಅಧಿಕಾರಿ ಹಾಗೂ

ಸಿಬ್ಬಂದಿ ವರ್ಗದಲ್ಲಿ ಎರಡು ಬಣಗಳಿದ್ದವು. ಒಂದು ಬಣಕ್ಕೆ ಇನ್ನೊಂದು ಬಣವನ್ನು ಕಂಡರೆ ಆಗುತ್ತಿರಲಿಲ್ಲ ಹಾಗೂ ಜೈಲಿನಲ್ಲಿ ಅಳವಡಿಸಿದ್ದ ಬಹುತೇಕ ಸಿಸಿಟಿವಿ ಕ್ಯಾಮರಾಗಳು ಕೆಲಸ ಮಾಡುತ್ತಿರಲಿಲ್ಲ ಎಂದು ನನಗೆ ತಿಳಿದಿತ್ತು. ಈ ಪರಿಸ್ಥಿತಿಯ ಲಾಭವನ್ನು ನಾನು ಉಪಯೋಗಿಸಿಕೊಂಡೆ.

ನಮ್ಮ ಸೆಲ್ ಇದ್ದ ಕಟ್ಟಡದ ಹೊರಗೆ ಬಂದ ನಂತರ ಮುಂದಿದ್ದ ೨೦ ಅಡಿ ಎತ್ತರದ ಗೋಡೆಯನ್ನು ನನ್ನ ಬಳಿ ಇದ್ದ ಬೆಡ್ ಶೀಟ್ ಮತ್ತು ಬೆಲ್ಟ್‌ನ ಸಹಾಯದಿಂದ ಏರಿ, ಮುಂದೆ ಎದುರಾದ ೧೫ ಅಡಿ ಎತ್ತರದ ಇನ್ನೊಂದು ಗೋಡೆಯನ್ನು ಹಾಗೆಯೇ ಏರಿದೆ. ಹೊರ ಗೋಡೆಯ ಮೇಲೆ ಗಾಜಿನ ಚೂರುಗಳನ್ನು ಹಾಕಿದ್ದರಿಂದ ದರ ಮೇಲೆ ನಡೆಯುವಾಗ ನನ್ನ ಕಾಲಿಗೆ ಗಾಜು ಚುಚ್ಚಿ ರಕ್ತ ಬರದಿರಲೆಂದು ಆಸ್ಪತ್ರೆ ವಾರ್ಡಿನಲ್ಲಿದ್ದ ಬೆಡ್‌ಶೀಟ್‌ನ್ನು ಗಾಜಿನ ಮೇಲೆ ಹಾಸಿದ್ದೆ. ಆನಂತರ ಕೆಳಗೆ ದುಮುಕಿ ಪರಾರಿಯಾದೆ.

"ನಾನು ಕೆಳಗೆ ಧುಮುಕಿದಾಗ ನನ್ನ ಕಾಲಿಗೆ ಹಾಗೂ ಬೆನ್ನಿಗೆ ಪೆಟ್ಟು ಬಿದ್ದಿತು. ನಾನು ಜೈಲಿನಿಂದ ಪರಾರಿಯಾಗುವ ಸಮಯದಲ್ಲಿ ನನ್ನ ಬಳಿ ಐದು ನೂರು ರೂಪಾಯಿಗಳು ಇದ್ದವು. ಆ ಹಣವನ್ನು ಉಪಯೋಗಿಸಿ ನಾನು ಅವಿತಿದ್ದ ಗುಡಿಸಲಿನ ಹೊರಗಡೆ ಇದ್ದ ಹೊಟೇಲ್‌ನಿಂದ ಊಟ ತರಿಸಿಕೊಳ್ಳುತ್ತಿದ್ದೆ. ಕಾಲಿಗೆ ಭಾರೀ ಪೆಟ್ಟು ಬಿದ್ದುದ್ದರಿಂದ ದಾರಿಹೋಕರಿಗೆ ನನಗೆ ಊಟ ತಂದುಕೊಡಲು ಕೋರುತ್ತಿದ್ದೆ. ಬಹಳಷ್ಟು ಜನ ನನಗೆ ಸಹಾಯ ಮಾಡಿದರು. ಅದೃಷ್ಟವಶಾತ್ ಯಾರೂ ನನ್ನನ್ನು ಗುರುತಿಸಲೇ ಇಲ್ಲ" ಎಂದ ಜೈಶಂಕರ್.

"ನೀನು ಜೈಲಿನಿಂದ ಏಕೆ ಪರಾರಿಯಾದೆ?" ಎಂದು ಪೊಲೀಸರು ಪ್ರಶ್ನಿಸಿದರು.

"ನಾನು ಒಟ್ಟು ೧೫ ಪ್ರಕರಣಗಳಲ್ಲಿ ಆರೋಪಿಯಾಗಿದ್ದೇನೆ. ಇದರಲ್ಲಿ ೪ -೫ ಪ್ರಕರಣಗಳಲ್ಲಿ ಶಿಕ್ಷೆಯಾಗಿದೆ. ಈಗಾಗಲೇ ನನಗಾಗಿರುವ ಶಿಕ್ಷೆಯನ್ನು ಕೂಡಿಸಿದರೆ ನಾನು ಮುಂದಿನ ೩೨ ವರ್ಷಗಳು ಜೈಲಿನಲ್ಲಿ ಇರಬೇಕಾಗುತ್ತಿತ್ತು. ಮುಂದೆ ಯಾವ ಪ್ರಕರಣದಲ್ಲಿ ನನಗೆ ಮರಣದಂಡನೆಯಾಗುತ್ತದೋ ಏನೋ ತಿಳಿದಿರಲಿಲ್ಲ. ನನ್ನ ಹೆಂಡತಿ ಮಕ್ಕಳ ಚಿಂತೆಯೇ ನನ್ನನ್ನು ಕಾಡುತ್ತಿತ್ತು.ಜೈಲಿನಿಂದ ಪರಾರಿಯಾಗಿ ನನ್ನ ಡ್ರೈವರ್ ಮಿತ್ರನ ಸಹಾಯದಿಂದ ಹರಿಯಾಣ ರಾಜ್ಯಕ್ಕೆ ಹೋಗಿ ಅಲ್ಲಿ ಹೆಂಡತಿ ಮಕ್ಕಳ ಜೊತೆ ನೆಮ್ಮದಿಯ ಜೀವನ ಮಾಡಬೇಕೆಂದಿದ್ದೆ. ಆದರೆ ನನ್ನ ದುರಾದೃಷ್ಟ ಜೈಲಿನ ಕಾಂಪೌಂಡ್ ಗೋಡೆ ಎತ್ತರವಾಗಿತ್ತು, ಕೆಳಗೆ ಬೀಳುವಾಗ ನನಗೆ ಭಾರೀ ಪೆಟ್ಟು ಬಿದ್ದಿತು" ಎಂದ.

ಜೈಶಂಕರ್‌ನ ಬೆನ್ನು ಮೂಳೆಗೆ ಪೆಟ್ಟು ಬಿದ್ದಿದ್ದರಿಂದ ಆ ಸಮಯದಲ್ಲಿ ಅವನಿಗೆ ತುರ್ತು ಚಿಕಿತ್ಸೆ ಮಾಡಿಸಬೇಕಾಗಿತ್ತು.ಆತನನ್ನು ಪರೀಕ್ಷಿಸಿದ ವೈದ್ಯರು ಅವನ ಬೆನ್ನ ಮೂಳೆ ಮುರಿದಿದ್ದು, ಶಸ್ತ್ರಚಿಕಿತ್ಸೆಯ ಅಗ್ಯತವಿದೆ ಎಂದು ಹೇಳಿದರು. ಆತನನ್ನು ವಿಕ್ಟೋರಿಯಾ ಆಸ್ಪತ್ರೆಗೆ ದಾಖಲಿಸಿ ಶಸ್ತ್ರಚಿಕಿತ್ಸೆಯನ್ನು ಮಾಡಿಸಲಾಯಿತು. ಆತ ಚೇತರಿಸಿಕೊಂಡ ನಂತರ ಆತನನ್ನು ಪರಪ್ಪನ ಅಗ್ರಹಾರಕ್ಕೆ ಕರೆತರಲಾಯಿತು.

ಜೈಲಿಗೆ ವಾಪಸ್ ಬಂದ ಜೈಶಂಕರ್ ಖಿನ್ನತೆಗೆ ಒಳಗಾಗಿದ್ದು ಕಂಡುಬಂದಿತು. ಅವನಿಗೆ ನಡೆಯಲು ಆಗದೇ ಹೋದ್ದರಿಂದ ವೀಲ್‌ಚೇರ್‌ನಲ್ಲಿ ಆತ ಓಡಾಡಬೇಕಾಗಿತ್ತು. ಆತನ ಸಹಾಯಕ್ಕಾಗಿ ಇನ್ನೊಬ್ಬ ಕೈದಿಯನ್ನು ಕೊಡಲಾಗಿತ್ತು. ಕಾರಾಗೃಹದ ಕೋಣೆಯಲ್ಲಿ ಒಬ್ಬಂಟಿಯಾಗಿದ್ದುದರಿಂದಲೂ,ಬೆನ್ನಹುರಿಯ ಗಾಯದಿಂದಲೂ ಕಾಲು ನೋವಿನಿಂದಾಗಿಯೂ ಜೈಶಂಕರ್ ಖಿನ್ನತೆಗೆ ಜಾರಿದ್ದ.

ಆತ ಮಾನಸಿಕ ಅಸ್ವಸ್ಥನಾಗಿದ್ದಾನೆ ಎಂದು ವೈದ್ಯರು ಅಭಿಪ್ರಾಯಪಟ್ಟರು. ಆದರೂ ಅವನ ಬಗ್ಗೆ ಯಾವುದೇ ರೀತಿಯ ಎಚ್ಚರ ತಪ್ಪಿದರೆ ತಮಗೆ ಗಂಡಾಂತರ ಖಂಡಿತ ಎಂದು ಭಾವಿಸಿದ ಜೈಲು ಅಧಿಕಾರಿಗಳು ಹೆಚ್ಚಿನ ಮುತುವರ್ಜಿ ವಹಿಸಿ ಅವನನ್ನು ನೋಡಿಕೊಳ್ಳತೊಡಗಿದರು. ಆತ ಪೊಲೀಸರ ಬಂದೋಬಸ್ತಿನಲ್ಲಿ ನ್ಯಾಯಾಲಯಗಳಿಗೆ ಹೋಗಿ ತನ್ನ ಪ್ರಕರಣಗಳ ವಿಚಾರಣೆಯನ್ನು ಮುಗಿಸಿ ಬರುತ್ತಿದ್ದ. ಆತ ಸುಮಾರು ೩೦ಕ್ಕಿಂತ ಹೆಚ್ಚು ಪ್ರಕರಣಗಳನ್ನು ಎದುರಿಸುತ್ತಿದ್ದುದರಿಂದ ಈ ಪ್ರಕರಣಗಳ ವಿಚಾರಣೆ ಸಾಕಷ್ಟು ಸಮಯ ಹಿಡಿಯುತ್ತಿತ್ತು.ಆಗಲೇ ನಾಲ್ಕೈದು ಪ್ರಕರಣಗಳಲ್ಲಿ ನ್ಯಾಯಾಲಯ ಶಿಕ್ಷೆ ವಿಧಿಸಿತ್ತು.

೨೦೧೮ರ ಜನವರಿ ತಿಂಗಳಲ್ಲಿ ಜೈಶಂಕರ್ ತೀರಾ ಖಿನ್ನನಾದ. ಯಾರೊಂದಿಗೂ ಮಾತನಾಡುತ್ತಿರಲಿಲ್ಲ. ತಾನು ಆತ್ಮಹತ್ಯೆ ಮಾಡಿಕೊಳ್ಳುತ್ತೇನೆ ಎಂದು ಪದೇ ಪದೇ ಆತ ಜೈಲಿನ ವೈದ್ಯರಿಗೆ ಹೇಳುತ್ತಿದ್ದ.

೨೦೧೮ರ ಫೆಬ್ರವರಿ ೨೭ ರಂದು ರಾತ್ರಿಯ ೨ ಗಂಟೆಯ ಸುಮಾರಿಗೆ ಜೈಶಂಕರ್ ತನ್ನ ಕುತ್ತಿಗೆಯನ್ನು ಒಂದು ಶೇವಿಂಗ್ ಬ್ಲೇಡ್‌ನಿಂದ ಕೂಯ್ದುಕೊಂಡ. ಆತ ನೋವಿನಿಂದ ನರಳುತ್ತಿದ್ದುದನ್ನು ಕಂಡ ಜೈಲರ್‌ಗಳು ಕೂಡಲೇ ಅವನನ್ನು ಜೈಲಿನ ಆಸ್ಪತ್ರೆಗೆ ದಾಖಲಿಸಿದರು. ಆತನ ಪರಿಸ್ಥಿತಿ ಬಿಗಡಾಯಿಸಿದ ಕಾರಣ ಅವನನ್ನು ವಿಕ್ಟೋರಿಯಾ ಆಸ್ಪತ್ರೆಗೆ ಸೇರಿಸಲಾಯಿತು. ಅಲ್ಲಿ ನೀಡಿದ ಚಿಕಿತ್ಸೆ ಫಲಕಾರಿಯಾಗದೆ ಬೆಳಿಗ್ಗೆ ೫.೧೫ಕ್ಕೆ ಜೈಶಂಕರ್ ಅಸುನೀಗಿದ.

ಭಾರತದ ಅತ್ಯಂತ ಕುಖ್ಯಾತ ಅಪರಾಧಿಗಳಲ್ಲಿ ಒಬ್ಬನಾಗಿದ್ದ ಜೈಶಂಕರ್‌ನ ಅಧ್ಯಾಯ ಅಲ್ಲಿಗೆ ಮುಗಿಯಿತು. ಕರ್ನಾಟಕ, ತಮಿಳುನಾಡು ಹಾಗೂ ಆಂಧ್ರಪ್ರದೇಶದ ಹೆಣ್ಣುಮಕ್ಕಳು ಆತನ ನಿಧನದಿಂದ ನೆಮ್ಮದಿಯ ನಿಟ್ಟುಸಿರು ಬಿಟ್ಟರು.

■■

೨. ದಂಡುಪಾಳ್ಯದ ಹಂತಕರು

ಹಿಂದಲಗಾ ಜೈಲಿನ ಅಧೀಕ್ಷಕರ ಕೊಠಡಿಯಲ್ಲಿ ದಂಡುಪಾಳ್ಯ ತಂಡದ ಆಂಜನೇಯನನ್ನು ಭೇಟಿಮಾಡಿದಾಗ ಆತನನ್ನೇ ತದೇಕ ದೃಷ್ಟಿಯಿಂದ ನೋಡಿದೆ.

"ನಮ್ಮ ಮೇಲೆ ಪೊಲೀಸರು ಸುಳ್ಳು ಕೇಸ್‌ಗಳನ್ನು ಹಾಕಿ ನಮ್ಮನ್ನು ಈ ಕೊಂಪೆಗೆ ತಳ್ಳಿದ್ದಾರೆ. ನಾನು ನಲವತ್ತು ಕೊಲೆಗಳು, ನೂರಾರು ದರೋಡೆಗಳನ್ನು ಮಾಡಿರುವೆ ಎಂದರೆ ನಿಮಗೆ ನಂಬಲು ಸಾಧ್ಯವೇ?" ಎಂದು ಆತ ಕೇಳಿದ.

"ಆಂಧ್ರಪ್ರದೇಶದಲ್ಲಿ ಪ್ರಭಾಕರ ರಾಜು ಎನ್ನುವ ಪೊಲೀಸ್ ಸಬ್‌ಇನ್ಸ್‌ಪೆಕ್ಟರ್ ಒಬ್ಬರನ್ನು ಇವನ ತಂಡ ಕೊಲೆ ಮಾಡಿದ ಬಗ್ಗೆ ನಿಮಗೆ ಗೊತ್ತೇ" ಎಂದು ಕೇಳಿದರು ಜೈಲಿನ ಅಧಿಕಾರಿ.

ನಾನು ಗಾಭರಿಯಾಗಿ ಆಂಜನೇಯನನ್ನೇ ದೃಷ್ಟಿಸಿದೆ. ಪೊಲೀಸರನ್ನೇ ಕೊಲೆ ಮಾಡಿದಂತಹ ವ್ಯಕ್ತಿಯಂತೆ ಆತ ಕಾಣಲಿಲ್ಲ. ಅರ್ಧ ತೋಳಿನ ಬನಿಯನ್ ಹಾಗೂ ಪೈಜಾಮದಲ್ಲಿ ಆತ ರೈತ ಕೂಲಿಕಾರನಂತಿದ್ದ. ವಯಸ್ಸು ಸುಮಾರು ಅರವತ್ತರಿಂದ ಅರವತ್ತೈದು ಎಂದು ಊಹಿಸಿದೆ. ಸಣಕಲು ದೇಹವಾದರೂ ಬಲಿಷ್ಟ ಸ್ನಾಯುಗಳು ಎದ್ದು ಕಾಣುತ್ತಿದ್ದವು. ಕಪ್ಪು ಬಣ್ಣ, ಕೋಲು ಮುಖ, ಕುರುಚಲುಗಡ್ಡ, ತಲೆಕೂದಲುಗಳು ವಿರಳವಾಗಿ ಬೆಳ್ಳಗಾಗಿದ್ದವು. ಅವನ ಕಣ್ಣುಗಳನ್ನೇ ದಿಟ್ಟಿಸಿದೆ. ಅವನ ಕಣ್ಣಂಚಿನಲ್ಲಿ ಕೆಲವು ಹನಿಗಳು ಕಂಡವು. ಆದರೆ ಆ ಕಣ್ಣುಗಳು ಭಾವನಾರಹಿತವಾಗಿ ಕ್ರೂರವಾಗಿದ್ದವು. ನನ್ನ ದೃಷ್ಟಿ ಕಲೆತಾಗ ಆತ ತನ್ನ ಮುಖವನ್ನು ಕೆಳಗೆ ಮಾಡಿದ. ಹೆದರಿದ ಮೊಲದಂತೆ ಅತ್ತಿತ್ತಲೇ ಪದೇ ಪದೇ ನೋಡುತ್ತಿದ್ದ.

"ನಿನ್ನನ್ನು ನಾನು ನೋಡುತ್ತಿರುವುದು ಇದೇ ಮೊದಲು. ಪತ್ರಿಕೆಗಳಲ್ಲಿ ನಿನ್ನ ತಂಡದ ಬಗ್ಗೆ ಓದಿದ್ದೇನೆ. ನಿನ್ನ ತಂಡವು ಇಡೀ ದೇಶದಲ್ಲಿಯೇ ಭೀಕರ ಕೊಲೆಗಳು, ದರೋಡೆ, ಅತ್ಯಾಚಾರಗಳಿಗಾಗಿ ಕುಖ್ಯಾತಿಯನ್ನು ಪಡೆದಿರುವುದು ನನಗೆ ತಿಳಿದಿದೆ. ಆದರೆ ನಿಮ್ಮ ವೃತ್ತಾಂತವನ್ನು ನಿನ್ನ ಬಾಯಿಯಲ್ಲೇ ಕೇಳಬೇಕೆಂದು ಇಲ್ಲಿಗೆ ಬಂದಿದ್ದೇನೆ. ನೀನು ಸವಿಸ್ತಾರವಾಗಿ ತಿಳಿಸಬಲ್ಲೆಯಾ?" ಎಂದೆ.

"ನನ್ನ ತಂಡ ನೂರಕ್ಕಿಂತ ಹೆಚ್ಚು ಅಪರಾಧಗಳಲ್ಲಿ ಭಾಗಿಯಾಗಿದೆ ಎಂದು ಪೊಲೀಸರು ಆರೋಪ ಮಾಡುತ್ತಾರೆ. ಆದರೆ ನಾನು ಒಂದೇ ಒಂದು ಪ್ರಕರಣದಲ್ಲಿಯೂ ಶಾಮೀಲಾಗಿಲ್ಲ. ಪೊಲೀಸ್ ಇನ್ಸ್‌ಪೆಕ್ಟರ್ ಚಲಪತಿ ನಮ್ಮ ಮೇಲೆ ಸುಳ್ಳು ಕೇಸುಗಳನ್ನು ಹಾಕಿ ನಮ್ಮನ್ನು ಜೈಲಿಗೆ ತಳ್ಳಿದ್ದಾರೆ. ನೀವಾದರೂ ನನ್ನನ್ನು ನಂಬಿ ನನ್ನ ಬಗ್ಗೆ ಹಿರಿಯ ಅಧಿಕಾರಿಗಳಿಗೆ ಹೇಳಿ" ಎಂದ.

"ನಿನ್ನನ್ನೂ ಸೇರಿಸಿ ನಿನ್ನ ತಂಡದ ಹಲವಾರು ಜನರಿಗೆ ಮರಣದಂಡನೆ–ಯಾಗಿರುವುದು ನಿಜವೇ?"ಎಂದೆ.

"ಹೌದು"

"ಎಷ್ಟು ಪ್ರಕರಣದಲ್ಲಿ ನಿನಗೆ ಮರಣದಂಡನೆಯಾಗಿದೆ?"

"ಐದಾರು ಪ್ರಕರಣಗಳು ಇರಬಹುದು. ಅವುಗಳಲ್ಲಿ ಅಪೀಲಿನ ನಂತರ ಎರಡರಲ್ಲಿ ಶಿಕ್ಷೆಯನ್ನು ಮಾರ್ಪಾಟು ಮಾಡಿ ಜೀವಾವಧಿ ಶಿಕ್ಷೆಯನ್ನು ಕೊಟ್ಟಿದ್ದಾರೆ"

"ನ್ಯಾಯಾಲಯದಲ್ಲಿ ನಿನ್ನ ಪರ ವಕಾಲತ್ತು ವಹಿಸಿದವರು ಸರ್ಕಾರ ಕೊಟ್ಟ ವಕೀಲರೇ, ಇಲ್ಲವೇ ಖಾಸಗಿಯವರೇ?"

"ನಮ್ಮ ಖರ್ಚಿನಿಂದಲೇ ನಾವೊಬ್ಬ ಒಳ್ಳೆಯ ಲಾಯರ್ ಇಟ್ಟುಕೊಂಡಿದ್ದೆವು"

"ಐದು ಕೊಲೆ ಪ್ರಕರಣಗಳಲ್ಲಿ ನಿಮ್ಮ ಪರ ವಾದಿಸಲು ವಕೀಲರು ಲಕ್ಷಗಟ್ಟಲೆ ರೂಪಾಯಿ ಫೀಸನ್ನು ಪಡೆದಿರಬೇಕಲ್ಲವೇ?" ಎಂದೆ. ಆತ ಮಾತನಾಡಲಿಲ್ಲ.

"ಆಂಧ್ರದ ಸಬ್‌ಇನ್ಸ್‌ಪೆಕ್ಟರ್ ಕೊಲೆಯ ಬಗ್ಗೆತಿಳಿಸು"ಎಂದೆ.

"ಆ ಕೊಲೆಯನ್ನು ನಾವು ಮಾಡಿಲ್ಲ"ಎಂದ.

"ಇರಲಿ, ನಿನ್ನ ಮೇಲೆ ಯಾವ ಆರೋಪವನ್ನು ಹೊರಿಸಲಾಗಿತ್ತು?"

"ಆಂಧ್ರಪ್ರದೇಶದ ಚಿತ್ತೂರು ಜಿಲ್ಲೆಯ ರಾಳ್ಳಬಡಗೂರು ಪೊಲೀಸ್ ಠಾಣೆಯ ಸಬ್‌ಇನ್ಸ್‌ಪೆಕ್ಟರ್‌ಗೂ ಹಾಗೂ ಅಲ್ಲಿಯ ಒಬ್ಬ ಹೆಡ್‌ಕಾನ್ಸ್‌ಟೇಬಲ್‌ನ ಮಧ್ಯೆ ವೈಮನಸ್ಯವಿತ್ತು. ಹೆಡ್‌ಕಾನ್ಸ್‌ಟೇಬಲ್ ತನ್ನ ಮೇಲಾಧಿಕಾರಿಯನ್ನು ಕೊಲ್ಲಲು ನಮಗೆ ನಲವತ್ತು ಸಾವಿರ ರೂಪಾಯಿ ಸುಪಾರಿ ಕೊಟ್ಟನೆಂಬ ಆರೋಪ ಮಾಡಿದರು. ಸಬ್‌ಇನ್ಸ್‌ಪೆಕ್ಟರ್ ರಾತ್ರಿ ಮೋಟರ್‌ಬೈಕ್‌ನಲ್ಲಿ ಬರುತ್ತಿದ್ದಾಗ ನಾನು ಹಾಗೂ ನನ್ನ ತಂಡದವರು ರಸ್ತೆಯ ಬದಿಯಲ್ಲಿ ಅಡಗಿ ನಿಂತು ಅವನ ಮೇಲೆ ಲಾಠಿ ಬೀಸಿ ಆತ ಮೋಟಾರ್ ಸೈಕಲ್‌ನಿಂದ ಕೆಳಗೆ ಬೀಳುವಂತೆ ಮಾಡಿ ಆ ಅಧಿಕಾರಿ ಕೆಳಗೆ ಬಿದ್ದಾಗ ಅವನ ತಲೆಯನ್ನು ಕಲ್ಲಿನಿಂದ ಜಜ್ಜಿ ಕುತ್ತಿಗೆಯನ್ನು ಸೀಳಿ ಕೊಲೆ ಮಾಡಿ, ಆತನ ರಿವಾಲ್ವರನ್ನು ಕಸಿದುಕೊಂಡ ಆರೋಪವನ್ನು ಹೊರಿಸಿದರು."

"ಕಳುವಾಗಿದ್ದ ಆ ಪೊಲೀಸ್ ರಿವಾಲ್ವರ್ ಅನ್ನು ನಿಮ್ಮ ವಶದಿಂದಲೇ ಮರಳಿ ಪಡೆಯಲಾಯಿತಲ್ಲವೇ?"

“ಸರ್, ಆ ಕೇಸನ್ನು ಆಂಧ್ರ ಪೊಲೀಸರು ನಾಪತ್ತೆ ಎಂದು ಮುಚ್ಚಿದ್ದರು. ಕರ್ನಾಟಕದ ಪೊಲೀಸರು ತಾವು ಪತ್ತೆ ಮಾಡಿದ್ದೇವೆ ಎಂದು ಹೇಳುತ್ತಾರೆ, ನೀವು ನಂಬುವಿರಾ?”

“ನಿಮ್ಮಿಂದಲೇ ಮಾಹಿತಿ ಬರದೇ ಹೋಗಿದ್ದಲ್ಲಿ ನಮ್ಮ ಪೊಲೀಸರು ಕಳವಾದ ರಿವಾಲ್ವರನ್ನು ಮರಳಿ ಪಡೆದು ಈ ಪ್ರಕರಣದ ಪತ್ತೆ ಮಾಡಲು ಹೇಗೆ ತಾನೇ ಸಾಧ್ಯ?”ಎಂದೆ.

ಇನ್ಸ್‌ಪೆಕ್ಟರ್ ಚಲಪತಿ ನಮಗೆ ಚಿತ್ರಹಿಂಸೆಯನ್ನು ನೀಡಿ ನಾವು ತಪ್ಪೊಪ್ಪಿಕೊಳ್ಳುವಂತೆ ಮಾಡಿದರು.”

“ಹಾಗಾದರೆ ಆ ಅಧಿಕಾರಿಯ ಕೊಲೆಯನ್ನು ನೀವೇ ಮಾಡಿದಿರಿ ಎಂದಾಯಿತು.”

ಆತ ಕೆಮ್ಮತೊಡಗಿ, “ಒಂದು ಗ್ಲಾಸ್ ನೀರು ಬೇಕು” ಎಂದ.

ಅಲ್ಲಿದ್ದ ಜೈಲಿನ ವೈದ್ಯರು, “ಈತನಿಗೆ ಗಾಂಜಾ ಹಾಗೂ ಬೀಡಿ ಸೇದುವ ಚಟಗಳಿರುವುದರಿಂದ ಈತನ ಪುಪ್ಪಸ ಹಾಳಾಗಿದೆ. ಸದಾಕಾಲವೂ ಕೆಮ್ಮುತ್ತಲೇ ಇರುತ್ತಾನೆ. ಈತ ಹಲವಾರು ವ್ಯಾಧಿಗಳಿಂದ ನರಳುತ್ತಿದ್ದಾನೆ”ಎಂದರು.

“ಪಿ.ಎಸ್.ಐ ಕೊಲೆಯ ಪ್ರಕರಣದಲ್ಲಿ ನಿನ್ನನ್ನು ವಿಚಾರಣಾಧೀನ ಕೈದಿಯೆಂದು ಆಂಧ್ರಪ್ರದೇಶದ ಚಿತ್ತೂರು ಜೈಲಿಗೆ ಹಾಕಿದ್ದಾಗ ನೀನು ಹಾಗೂ ನಿನ್ನ ಅನುಯಾಯಿಗಳು ತಪ್ಪಿಸಿಕೊಂಡು ಓಡಿ ಹೋದದ್ದು ನಿಜವೇ?

“ಜೈಲಿನಿಂದ ನಾವು ಓಡಿಹೋದದ್ದು ನಿಜ”

“ಸಬ್‌ಇನ್ಸ್‌ಪೆಕ್ಟರ್‌ರ ಕೊಲೆಯುನ್ನಾಗಲೀ ಬೇರೆ ಯಾವುದೇ ಅಪರಾಧವನ್ನಾಗಲೀ ನೀವು ಮಾಡದೆಯೇ ಇದ್ದಲ್ಲಿ ಜೈಲಿನಿಂದ ಏಕೆ ತಪ್ಪಿಸಿಕೊಂಡು ಬಂದಿರಿ?”

“ಕೆಲವು ಕೈದಿಗಳು ಜೈಲಿನ ಅಧಿಕಾರಿಗಳಿಗೆ ಹೊಡೆದು ಜೈಲಿನ ಗೋಡೆ ಹಾರಿ ಎಸ್ಕೇಪ್ ಆಗುತ್ತಿದ್ದರು. ಅವರನ್ನು ನೋಡಿ ಅವರ ಹಿಂದೆ ನಾವೂ ಓಡಿದೆವು”

“ನಿಮ್ಮ ತಂಡ ಹಲವಾರು ರಾಜ್ಯಗಳಲ್ಲಿ, ವಿಶೇಷವಾಗಿ ಹಿರಿಯ ನಾಗರೀಕರು, ಮಹಿಳೆಯರು ಹಾಗೂ ಅಬಲರನ್ನೇ ದರೋಡೆ ಮಾಡಿ ಕೊಲೆ ಮಾಡುತ್ತಿದ್ದುದು ನಿಜವೇ?”

“ಇದು ಸುಳ್ಳು. ನಾನು ಯಾವ ತಂಡಕ್ಕೂ ಸೇರಿಲ್ಲ. ನನ್ನ ಪಾಡಿಗೆ ನಾನು ಕೂಲಿ ಮಾಡಿಕೊಂಡು ಜೀವಿಸುತ್ತಿದ್ದೆ ”ಎಂದ ಆಂಜನೇಯ.

“ನಿನ್ನ ತಂಡದ ಹಲವಾರು ಸದಸ್ಯರು ಇದೇ ಜೈಲಿನಲ್ಲಿದ್ದಾರೆ. ನೀನೇ ಆ ತಂಡದ ನಾಯಕ ಎಂದು ತಿಳಿದು ಬಂದಿದೆ. ಅವರನ್ನೇ ಕೇಳಲೇ?”

ಆತ ಮಾತನಾಡಲಿಲ್ಲ. ಅವನನ್ನು ಇನ್ನು ಹೆಚ್ಚು ಪ್ರಶ್ನಿಸಿ ಪ್ರಯೋಜನವಿಲ್ಲ ಎಂದುಕೊಂಡು ಹೋಗಲು ಹೇಳಿದೆ.

ಆತನ ಪತ್ನಿ ಸರಸ್ವತಿ ಹಲವಾರು ಕೊಲೆ ಪ್ರಕರಣಗಳಲ್ಲಿ ಶಿಕ್ಷೆಹೊಂದಿ, ಒಂದರಲ್ಲಿ ಮರಣದಂಡನೆ ಶಿಕ್ಷೆಗೊಳಗಾಗಿ ಅದೇ ಜೈಲಿನಲ್ಲಿಯೇ ಇದ್ದಳು. ಆಕೆ ಸುಮಾರು ಐದು ಅಡಿ ಎತ್ತರವಿದ್ದು ಕೃಷವಾಗಿದ್ದಳು. ತಲೆಕೂದಲು ಅಲ್ಪ ಸ್ವಲ್ಪ ನರೆತಿದ್ದವು. ನೋಡಲು ಬೆದರಿದ ಗುಬ್ಬಿಯಂತೆ ಕಾಣುತ್ತಿದ್ದಳು. ಆಂಜನೇಯನಂತೆಯೇ ಅವಳ ಕಣ್ಣುಗಳೂ ಒಂದೆಡೆ ಸ್ಥಿರವಾಗಿ ನಿಲ್ಲುತ್ತಿರಲಿಲ್ಲ.

"ಪೊಲೀಸ್ ಇನ್ಸ್‌ಪೆಕ್ಟರ್ ಚಲಪತಿ ನಮ್ಮ ಮೇಲೆ ವೃಥಾ ಸುಳ್ಳು ಆರೋಪವನ್ನು ಹೊರಿಸಿದ್ದಾರೆ, ನ್ಯಾಯಾಲಯವೂ ನಮಗೆ ವಿನಾಕಾರಣ ಶಿಕ್ಷೆ ನೀಡಿದೆ" ಎಂದಳು. ಎಷ್ಟೇ ಬಾರಿ ಕೇಳಿದರೂ ಆಕೆ ತಾನು ನಿರ್ದೋಷಿ ಎಂದೇ ವಾದಿಸಿದಳು.

ಈ ಕೈದಿಗಳಿಂದ ಮಾಹಿತಿಯನ್ನು ಪಡೆಯುವುದು ಕಠಿಣವೆಂದು ಮನಗಂಡ ನಾನು ದಂಡುಪಾಳ್ಯ ತಂಡದ ಬಗ್ಗೆ ಹೆಚ್ಚು ತಿಳಿಯಲು ಆ ತಂಡದ ಸದಸ್ಯರನ್ನು ನ್ಯಾಯಾಲಯದ ಕಟಕಟೆಗೆ ತಳ್ಳಿದ ಚಲಪತಿಯವರನ್ನೇ ಭೇಟಿಯಾದೆ.

ಚಲಪತಿ ಬೆಂಗಳೂರು ನಗರದಲ್ಲಿ ಎ.ಸಿ.ಪಿಯಾಗಿ ಸೇವಾ ನಿವೃತ್ತಿ ಹೊಂದಿ ವಕೀಲರಾಗಿದ್ದಾರೆ. ನಾನು ಬೆಳಗಾವಿ ಜೈಲಿನಲ್ಲಿ ದಂಡುಪಾಳ್ಯ ತಂಡದ ಆಂಜನೇಯ ಹಾಗೂ ಅವನ ಪತ್ನಿಯನ್ನು ಭೇಟಿಮಾಡಿದ್ದನ್ನು ತಿಳಿಸಿ ಆ ತಂಡದ ಬಗ್ಗೆ ನನಗೆ ಹೆಚ್ಚಿನ ಮಾಹಿತಿಯನ್ನು ಕೊಡಲು ವಿನಂತಿಸಿದೆ.

"ನಮ್ಮ ದೇಶದ ಅತಿ ಕುಪ್ರಸಿದ್ಧ ದರೋಡೆ ತಂಡಗಳಲ್ಲಿ ಈ ತಂಡ ಒಂದಾಗಿದೆ. ಇವರದ್ದು ಸುಮಾರು ೩೦-೩೫ ಜನರ ತಂಡ. ಆಂಜನೇಯನೇ ತಂಡದ ಮೊದಲ ನಾಯಕ. ಆತ ಜೈಲಿಗೆ ಹೋದ ಬಳಿಕ ತಂಡ ಎರಡು ಹೋಳಾಗಿ ಇತರರು ನಾಯಕತ್ವವನ್ನು ವಹಿಸಿಕೊಂಡರು".

"ಎಂದಿನಿಂದ ಈ ತಂಡ ಪೊಲೀಸರ ಗಮನಕ್ಕೆ ಬಂದಿತು?"

"೧೯೩೮ರಲ್ಲಿ ಆಂಧ್ರಪ್ರದೇಶದ ಕುಪ್ಪಂನಲ್ಲಿ ಈ ತಂಡ ಮೊದಲಿಗೆ ಬೆಳಕಿಗೆ ಬಂದಿತು. ನಿಮಗೆ ತಿಳಿದಿರುವಂತೆ ಕುಪ್ಪಂ ನಗರವು ತಮಿಳುನಾಡು, ಆಂಧ್ರ ಪ್ರದೇಶ ಹಾಗೂ ಕರ್ನಾಟಕ, ಈ ಮೂರು ರಾಜ್ಯಗಳು ಕೂಡುವ ಸ್ಥಳದಲ್ಲಿದೆ. ಆ ಸಮಯದಲ್ಲಿ ಕಳ್ಳತನದ ಪ್ರಕರಣವೊಂದರ ಸಂಬಂಧದಲ್ಲಿ ಈ ತಂಡದ ಕೆಲವರನ್ನು ನಮ್ಮ ರಾಜ್ಯದ ಕಮ್ಮಸಂದ್ರ ಪೊಲೀಸ್ ಠಾಣೆಗೆ ವಿಚಾರಣೆಗಾಗಿ ಕರೆಸಲಾಗಿತ್ತು. ಠಾಣೆಗೆ ಬಂದ ತಂಡದವರು ಹಾಡಹಗಲೇ ಸಬ್‌ಇನ್ಸ್‌ಪೆಕ್ಟರ್‌ರನ್ನು ಠಾಣೆಯಲ್ಲೇ ಇರಿದು ಕೊಂದುಬಿಟ್ಟರು".

"ಬ್ರಿಟಿಷರ ಆಳ್ವಿಕೆಯಿದ್ದಾಗಲೇ ಇಂತಹಾ ಘೋರ ಕೃತ್ಯವನ್ನು ಮಾಡಿದರೆಂದರೆ ಅವರಿಗೆ ಪೊಲೀಸರೆಂದರೆ ಭಯವೇ ಇರಲಿಲ್ಲ ಎನ್ನಬಹುದೇ?"

"ಅವರಿಗೆ ಯಾರನ್ನು ಕಂಡರೂ ಭಯವಿಲ್ಲ. ಇದೇ ಕಾರಣಕ್ಕಾಗಿಯೇ ಇವರು ರಾಜಾರೋಷವಾಗಿ ಅಪರಾಧಗಳ ಸರಣಿಯನ್ನು ಎಸಗಿ ಪೊಲೀಸರಿಗೆ ತಲೆನೋವಾದರು. ಬಹಳ ವರ್ಷ ಈ ತಂಡ ಪತ್ತೆಯಾಗಿರಲಿಲ್ಲ. ಅಂದಿನಿಂದ ಇಂದಿನವರೆಗೆ ಈ ತಂಡ ಮಾಡಿದ ಕೊಲೆ-ದರೋಡೆ-ಕಳವು-ಅತ್ಯಾಚಾರಗಳಿಗೆ ಲೆಕ್ಕವೇ ಇಲ್ಲ. ಈ ತಂಡ ಭಾಗವಹಿಸಿದ್ದ ನೂರಕ್ಕೂ ಹೆಚ್ಚು ಕೇಸುಗಳನ್ನು ನಾನೇ ಪತ್ತೆ ಮಾಡಿದ್ದೇನೆ" ಎಂದರು ಚಲಪತಿ.

"ಈ ತಂಡವು ನಮ್ಮ ರಾಜ್ಯದಲ್ಲಿ ನಡೆಸಿದ ಕೆಲವು ಕುಖ್ಯಾತ ಪ್ರಕರಣಗಳ ಬಗ್ಗೆ ಹೇಳಬಲ್ಲಿರಾ?"

"ಖಂಡಿತವಾಗಿ. ೧೯೯೦ರ ಆಗಸ್ಟ್ ತಿಂಗಳಲ್ಲಿ ಆಂಧ್ರದ ಪಿ.ಎಸ್.ಐ ಕೊಲೆ ಮಾಡಿ ಆತನ ರಿವಾಲ್ವರ್ ಕದ್ದ ತಂಡದ ನಾಯಕನೇ ಆಂಜನೇಯ. ೧೯೯೪ ಹಾಗೂ ೧೯೯೭ರಲ್ಲಿ ಈ ತಂಡವು ಬೆಂಗಳೂರು ನಗರ ಹಾಗೂ ಸುತ್ತಮುತ್ತಲ ಪ್ರದೇಶಗಳಲ್ಲಿ ಹಲವಾರು ಭೀಕರ ಅಪರಾಧಗಳನ್ನು ಮಾಡಿತು. ಆದರೆ ದುರದೃಷ್ಟವಶಾತ್ ಯಾವ ಅಪರಾಧವೂ ಪತ್ತೆಯಾಗಲಿಲ್ಲ.

ಪತ್ತೆಯಾಗದ ಅಪರಾಧಗಳು :

ಎ.ಸಿ.ಪಿ ಚಲಪತಿ ಒಂದು ಗ್ಲಾಸ್ ನೀರನ್ನು ಕುಡಿದು ದಂಡುಪಾಳ್ಯ ತಂಡದ ಬಗ್ಗೆ ನನಗೆ ವಿವರಿಸತೊಡಗಿದರು.

೧೯೯೪ರಲ್ಲಿ ಈ ತಂಡವು ಬೆಂಗಳೂರು ನಗರ ಪೊಲೀಸ್‌ರ ಗಮನಕ್ಕೆ ಮೊದಲ ಬಾರಿ ಬಂದಿತು. ವೈಟ್‌ಫೀಲ್ಡ್ ಬಳಿ ಒಬ್ಬ ಯುವಕ ಮೋಟರ್ ಸೈಕಲ್ ಮೇಲೆ ಮಧ್ಯರಾತ್ರಿಯ ಸಮಯದಲ್ಲಿ ತನ್ನ ಮನೆಗೆ ವಾಪಾಸಾಗುತ್ತಿದ್ದಾಗ ಈ ತಂಡದ ಇಬ್ಬರು ರಸ್ತೆಯ ಎರಡು ಬದಿಯಲ್ಲಿ ತಮ್ಮ ಕೈಯಲ್ಲಿ ಹಗ್ಗವೊಂದನ್ನು ಹಿಡಿದು ನಿಂತು ಮೋಟರ್ ಸೈಕಲ್ ಬಂದಾಗ ಹಗ್ಗವನ್ನು ಹಿಡಿದೆಳೆದು ಮೋಟರ್ ಸೈಕಲ್ ಅನ್ನು ಕೆಳಗೆ ಬೀಳಿಸಿ ಬಿದ್ದು ಗಾಯಗೊಂಡಿದ್ದ ಸವಾರನನ್ನು ಹೆದರಿಸಿ ಅವನನ್ನು ಥಳಿಸಿ ಅವನ ಹಣವನ್ನು ದೋಚಿ ಪರಾರಿಯಾದರು. ಗಾಯಗೊಂಡಿದ್ದ ಸವಾರ ಅಸುನೀಗಿದ.

ಆಶ್ಚರ್ಯವೆಂದರೆ ಆನಂತರ ಆ ಸ್ಥಳಕ್ಕೆ ಬಂದ ಪೊಲೀಸರು ಆ ಸವಾರ ಹಿಟ್ ಅಂಡ್ ರನ್ ಕೇಸಿನಲ್ಲಿ ಮೋಟರ್ ಸೈಕಲ್‌ನಿಂದ ಬಿದ್ದು ಸತ್ತಿದ್ದಾನೆ ಎಂದು ಭಾವಿಸಿ ಈ ಪ್ರಕರಣವನ್ನು ವಾಹನ ಅಪಘಾತ ಪ್ರಕರಣವೆಂದೇ ಪರಿಗಣಿಸಿ ನಾಪತ್ತೆ ಎಂದು ಮುಕ್ತಾಯಗೊಳಿಸಿದರು."

"೧೯೯೭ರಲ್ಲಿ ಬೆಂಗಳೂರು ನಗರದ ಹೊರವಲಯದಲ್ಲಿರುವ ಕೆರೆಯೊಂದರಲ್ಲಿ ೩೫ ವರ್ಷ ವಯಸ್ಸಿನ ಒಬ್ಬ ಹೆಣ್ಣು ಮಗಳ ದೇಹವು ತೇಲುತ್ತಿತ್ತು. ಮರಣೋತ್ತರ ಪರೀಕ್ಷೆ ಮಾಡಿಸಿದಾಗ ಆಕೆ ಉಸಿರು ಕಟ್ಟಿ ಸತ್ತಿದ್ದಳೆಂದು ತಿಳಿಯಿತು. ಆಕೆಯು ಧರಿಸಿದ್ದ ದುಪಟ್ಟದಿಂದ ಆಕೆಯ ಕುತ್ತಿಗೆಯನ್ನು ಬಿಗಿದು ಕೊಲೆಮಾಡಿ ನಂತರ

ದೇಹವನ್ನು ನೀರಿಗೆ ಎಸೆಯಲಾಗಿದೆ ಎಂದು ವಿಧಿ ವಿಜ್ಞಾನ ತಜ್ಞರು ತಿಳಿಸಿದರು. ಪೊಲೀಸರು ಎಷ್ಟೇ ಪ್ರಯತ್ನ ಮಾಡಿದರೂ ಆ ಮಹಿಳೆಯ ಗುರುತು ಸಿಗಲಿಲ್ಲ ಮತ್ತು ಆಕೆಯ ಕೊಲೆ ಏಕಾಯಿತು, ಯಾರು ಮಾಡಿದರು ಎಂದು ತಿಳಿಯಲಿಲ್ಲ. ಕೆಲ ವರ್ಷಗಳ ನಂತರ ನಾನು ದಂಡುಪಾಳ್ಯ ತಂಡದ ಸದಸ್ಯರನ್ನು ಬಂಧಿಸಿದಾಗಲೇ ಈ ಕೇಸಿನಲ್ಲಿ ಅವರ ಕೈವಾಡವಿದ್ದುದು ಗೊತ್ತಾಗಿದ್ದು. ಆಗ ಅವರು ಹೇಳಿದ್ದೇನೆಂದರೆ ಮೃತ ಹೆಣ್ಣು ಮಗಳು ಒಬ್ಬ ವೇಶ್ಯೆಯಾಗಿದ್ದಳೆಂದೂ ಆಕೆಯ ಮೇಲೆ ತಾವು ಸಾಮೂಹಿಕ ಅತ್ಯಾಚಾರವನ್ನು ಮಾಡಿ ಆನಂತರ ಆಕೆಯ ಕೊಲೆ ಮಾಡಿ ಹೆಣವನ್ನು ಕೆರೆಯಲ್ಲಿ ಎಸೆದೆವು ಎಂದು.

೧೯೯೭ರಲ್ಲಿ ಮತ್ತೆ ಮೂರು ಪ್ರಕರಣಗಳು ಬೆಂಗಳೂರು ನಗರದಲ್ಲೇ ವರದಿಯಾದವು.. ಮೊದಲ ಪ್ರಕರಣದಲ್ಲಿ ೭೮ ವರ್ಷದ ಮುದುಕಿಯನ್ನು ಚಾಕುವಿನಿಂದ ತಿವಿದು ಕೊಲೆ ಮಾಡಿ ಆಕೆಯ ಕೈಯಲ್ಲಿದ್ದ ಉಂಗುರವನ್ನು ಕದಿಯಲಾಗಿತ್ತು. ಎರಡನೆಯ ಪ್ರಕರಣದಲ್ಲಿ ೭೦ ವರ್ಷದ ಇನ್ನೊಬ್ಬ ವೃದ್ಧೆಯನ್ನು ಅವಳ ಮನೆಯಲ್ಲಿಯೇ ಕೊಲೆ ಮಾಡಿ ಮನೆಯಲ್ಲಿದ್ದ ವಸ್ತುಗಳನ್ನು ದೋಚಲಾಗಿತ್ತು. ಮೂರನೆಯ ಪ್ರಕರಣದಲ್ಲಿ ಒಬ್ಬ ಬಿಕ್ಷುಕನ ತಲೆಯನ್ನು ಕಲ್ಲಿನಿಂದ ಜಚ್ಚಿ ಕೊಲೆ ಮಾಡಲಾಗಿತ್ತು. ಆ ಬಿಕ್ಷುಕ ಯಾರು ಎಂದು ಗೊತ್ತಾಗಿರಲಿಲ್ಲ. ನಾನು ಈ ತಂಡದ ಸದಸ್ಯರನ್ನು ಬಂಧಿಸಿ ಬಿಕ್ಷುಕನ ಬಗ್ಗೆ ಕೇಳಿದಾಗ ಅವರು ಹೇಳಿದ್ದೇನೆಂದರೆ ತಾವು ರಸ್ತೆಯಲ್ಲಿ ಹೋಗುತ್ತಿದ್ದಾಗ ತಮಗೆ ಲೈಂಗಿಕ ಉತ್ಸುಕತೆ ಹೆಚ್ಚಾಯಿತೆಂದು, ಆ ಸಮಯದಲ್ಲಿ ಹಾದಿಯಲ್ಲಿ ಹೋಗುತ್ತಿದ್ದ ಬಿಕ್ಷುಕನನ್ನು ಹಿಡಿದು ಅವನ ಜೊತೆ ಅನೈತಿಕ ಲೈಂಗಿಕ ಕ್ರಿಯೆಯನ್ನು ಮಾಡಿ ಆನಂತರ ಕೊಲೆ ಮಾಡಲಾಯಿತೆಂದು."

"ಹಾಗಾದರೆ ಈ ತಂಡದವರು ಲೈಂಗಿಕ ಅಪರಾಧಗಳನ್ನೂ ಮಾಡುತ್ತಿದ್ದರೇ?" ಎಂದು ನಾನು ಚಲಪತಿಯವರನ್ನು ಕೇಳಿದಾಗ ನಸುನಕ್ಕ ಅವರು, "ಏನು ಹೇಳಲಿ ಸರ್, ಅವರು ನಡೆಸಿದ ಸರಿಸುಮಾರು ಎಲ್ಲ ಅಪರಾಧಗಳಲ್ಲಿಯೂ ಲೈಂಗಿಕ ದೌರ್ಜನ್ಯದ ಅಂಶವಿದ್ದೇ ಇರುತ್ತಿತು" ಎನ್ನುತ್ತಾ ತಮ್ಮ ವಿವರಣೆಯನ್ನು ಮುಂದುವರೆಸಿದರು.

೧೯೯೮ರ ಕ್ರಿಸಮಸ್ ಹಬ್ಬದ ರಾತ್ರಿಯಂದು ಇದೇ ತಂಡದ ಆರು ಜನರು ಬೆಂಗಳೂರಿನ ಹೊರವಲಯದಲ್ಲಿರುವ ಭೂತರಾಜು ಎನ್ನುವವನ ಮನೆಗೆ ನುಗ್ಗಿದರು. ಹೆದರಿದ ಮನೆಯವರನ್ನು ತಮ್ಮ ಬಳಿ ಇರುವ ಹಣ ಮತ್ತು ಒಡವೆಗಳನ್ನು ಕೊಡಲು ಆದೇಶಿಸಿದರು. ಮನೆಯೊಡೆಯ ರಾಜು ಒಡವೆಗಳನ್ನು ಕೊಡಲು ಹಿಂದೆ ಮುಂದೆ ನೋಡಿದಾಗ, ತಂಡದ ಸದಸ್ಯನೊಬ್ಬ ಅವನ ತಲೆಗೆ ರಾಡಿನಿಂದ ಹೊಡೆದ. ರಾಜು ಅಲ್ಲೇ ಸತ್ತು ಬಿದ್ದ. ಇದನ್ನು ಕಂಡು ಹೆದರಿದ ಮನೆಯವರು ತಮ್ಮ ಮನೆಯಲ್ಲಿದ್ದ ಎಲ್ಲಾ ಬೆಲೆಬಾಳುವ ವಸ್ತುಗಳನ್ನೂ ತಂಡದ ವಶಕ್ಕೆ ಕೊಟ್ಟರು. ನಂತರ ದರೋಡೆಕೋರರು ಮನೆಯಿಂದ

ಹೊರಹೊರಟಾಗ ಮನೆಯವರು ಜೋರಾಗಿ ಅರಚಿ ಮನೆಯ ನೆರೆಹೊರೆಯವರ ಸಹಾಯವನ್ನು ಕೋರಿದರು. ದೂರದಲ್ಲಿ ಹೋಗುತ್ತಿದ್ದ ದರೋಡೆಕೋರರನ್ನು ಸಾರ್ವಜನಿಕರು ಅಟ್ಟಿಸಿಕೊಂಡು ಹೋಗಿ ಇಬ್ಬರನ್ನು ಹಿಡಿದರು. ಇದನ್ನು ಕಂಡ ಇತರ ದರೋಡೆಕೋರರಲ್ಲಿ ಒಬ್ಬಾತ ತನ್ನ ಕೈಯಲ್ಲಿದ್ದ ರಿವಾಲ್ವರ್‌ನಿಂದ ಸಾರ್ವಜನಿಕರತ್ತ ಗುಂಡು ಹಾರಿಸಿದ. ಒಬ್ಬ ವ್ಯಕ್ತಿಯ ಕಾಲಿಗೆ ಗುಂಡು ಬಡಿದು ಆತ 'ಅಯ್ಯೋ' ಎಂದು ಕೆಳಗೆ ಬಿದ್ದ. ಹೆದರಿದ ಇತರರು ತಾವು ಹಿಡಿದಿದ್ದ ದರೋಡೆಕೋರರನ್ನು ಬಿಟ್ಟು ಬಿಟ್ಟರು. ಎಲ್ಲರೂ ಓಡಿಹೋದರು.

ಇದಾದ ಕೆಲವೇ ದಿನಗಳ ನಂತರ ಇದೇ ತಂಡ ಉತ್ತರ ಬೆಂಗಳೂರು ಹೊರವಲಯದಲ್ಲಿದ್ದ ಗುಡಿಸಲೊಂದಕ್ಕೆ ನುಗ್ಗಿದರು. ಆ ಗುಡಿಸಿಲಿನಲ್ಲಿ ಕಸವನ್ನು ಆರಿಸುವ ಕಸುಬು ಮಾಡಿಕೊಂಡಿದ್ದ ಒಬ್ಬ ವ್ಯಕ್ತಿ ತನ್ನ ಹೆಂಡತಿಯೊಡನೆ ವಾಸವಾಗಿದ್ದ. ಈ ತಂಡದ ಇಬ್ಬರು ಆ ಗುಡಿಸಲಿನ ಒಳಗೆ ಏಕಾಏಕಿ ನುಗ್ಗಿ. ಒಳಗೆ ಮಲಗಿದ್ದ ಮಹಿಳೆಯನ್ನು ಹೊರಗೆಳೆದು ಸಾಮೂಹಿಕ ಅತ್ಯಾಚಾರ ಮಾಡಿ ಆಕೆಯನ್ನು ಕೊಂದರು. ಆಶ್ಚರ್ಯವೆಂದರೆ ಕೊಲೆಯಾದವಳ ಗಂಡ ಎಷ್ಟು ಸರಾಯಿ ಸೇವಿಸಿದ್ದನೆಂದರೆ ತನ್ನ ಹೆಂಡತಿಯ ಮೇಲಾದ ಅತ್ಯಾಚಾರ ಹಾಗೂ ಅವಳ ಕೊಲೆ ಅವನ ಗಮನಕ್ಕೆ ಬಂದದ್ದು ಮಾರನೆಯ ದಿನವೇ.

"ನಾನು ಈ ತಂಡದ ಸದಸ್ಯರಲ್ಲಿ ಕೆಲವರನ್ನು ಬಂಧಿಸುವವರೆಗೂ ಈ ತಂಡ ಯಾವುದೆಂದು ಯಾವ ಪೊಲೀಸರಿಗೂ ತಿಳಿದಿರಲಿಲ್ಲ. ಬೆಂಗಳೂರು ನಗರದ ಹೊರವಲಯದ ಹಲವಾರು ಪ್ರಕರಣಗಳು ನಾಪತ್ತೆ ಎಂದೇ ಪರಿಗಣಿಸಲಾಗಿದ್ದವು.

"ತಾವು ಈ ತಂಡವನ್ನು ಹೇಗೆ ಪತ್ತೆ ಮಾಡಿದಿರಿ?"

ನಾನು ಬಾಣಸವಾಡಿಯಲ್ಲಿ ಠಾಣಾಧಿಕಾರಿಯಾಗಿ ಕೆಲಸ ನಿರ್ವಹಿಸುತ್ತಿದ್ದಾಗ, ನನ್ನ ಮಾಹಿತಿದಾರನೊಬ್ಬ ತನ್ನ ಅಂಗಡಿಯ ಪಕ್ಕದಲ್ಲಿರುವ ಗಿರವಿ ಅಂಗಡಿಯಲ್ಲಿ ಬಾಲಕನೊಬ್ಬ ಬೆಳ್ಳಿಯ ವಸ್ತುಗಳನ್ನು ಅಡವಿಡಲು ಬಂದಿದ್ದ ಎಂಬ ಮಾಹಿತಿಯನ್ನು ನೀಡಿದ. ನಾನು ಕೆಲವೇ ನಿಮಿಷಗಳ ತರುವಾಯ ಆ ಗಿರಿವಿ ಅಂಗಡಿ ಮಾಲೀಕನನ್ನು ಕರೆಸಿ ಈ ಬಗ್ಗೆ ವಿಚಾರಿಸಿದೆ. 'ಕನ್ನಡ, ತೆಲಗು ಮಾತನಾಡುತ್ತಿದ್ದ ಒಬ್ಬ ೧೩ ವರ್ಷದ ಬಾಲಕ ಕೆಲವು ಬೆಳ್ಳಿಯ ವಸ್ತುಗಳನ್ನು ಮಾರಲು ನನ್ನ ಅಂಗಡಿಗೆ ಬಂದಿದ್ದ. ನಾನು ಮೂರುಸಾವಿರ ರೂಪಾಯಿ ಕೊಡಲೊಪ್ಪಿದಾಗ ಆ ಬಾಲಕ ಹತ್ತುಸಾವಿರ ರೂ ಕೊಡಲು ಕೇಳಿದ. ನಾನು ಒಪ್ಪದಿದ್ದಾಗ ಅವನು ಹೊರಟು ಹೋದ' ಎಂದ. ಗಿರಿವಿ ಅಂಗಡಿಯವನಿಗೆ ಆ ಬಾಲಕ ಎಂತಹ ಬೆಳ್ಳಿಯ ವಸ್ತುಗಳನ್ನು ತಂದಿದ್ದ ಎಂದು ಪ್ರಶ್ನಿಸಿದಾಗ ಸಾಮಾನ್ಯವಾಗಿ ದೇವಸ್ಥಾನಗಳಲ್ಲಿ ಬಳಸುವ ವಸ್ತುಗಳ ಹಾಗೆ ಕಂಡವು ಎಂದು ಆ ವ್ಯಾಪಾರಿ ಹೇಳಿದ.

"ಮಾರನೆಯ ದಿನ ನಾನು ನಮ್ಮ ಸುತ್ತಮುತ್ತಲಿನ ಪೊಲೀಸ್ ಠಾಣೆಗಳಿಗೆ ಕರೆ ಮಾಡಿ ಅವರ ವ್ಯಾಪ್ತಿಯಲ್ಲಿ ಯಾವುದಾದರೂ ದೇವಸ್ಥಾನದಲ್ಲಿ ಕಳುವಾಗಿದೆಯೇ

ಎಂದು ವಿಚಾರಿಸಿದೆ. ನಮ್ಮ ಪಕ್ಕದ ಪೊಲೀಸ್ ಠಾಣಾ ವ್ಯಾಪ್ತಿಯಲ್ಲಿ ಇದ್ದಂತಹ ಒಂದು ದೇವಸ್ಥಾನಕ್ಕೆ ಕಳ್ಳರು ಕನ್ನ ಹಾಕಿ ಬೆಳ್ಳಿಯ ಪೂಜಾ ಸಾಮಗ್ರಿಗಳನ್ನು ದೋಚಿದ್ದಾಗಿ ತಿಳಿಯಿತು. ನಾನು ನನ್ನ ಸಿಬ್ಬಂದಿಗೆ ಆ ೧೩ ವರ್ಷದ ಬಾಲಕನ ಚಹರೆ ಪಟ್ಟಿಯನ್ನು ನೀಡಿ ಅವನು ಕಂಡಲ್ಲಿ ಠಾಣೆಗೆ ಕರೆತರಲು ಆದೇಶಿಸಿದೆ.

ನನ್ನ ಠಾಣೆಯ ಮಫ್ತಿ ಪೊಲೀಸರು ಎಲ್ಲಾ ಕಡೆಯೂ ಆ ಬಾಲಕನಿಗಾಗಿ ಹುಡುಕುತ್ತಿದ್ದರು. ಒಂದು ದಿನ ಬಾಣಸವಾಡಿ ರೇಲ್ವೆ ನಿಲ್ದಾಣದ ಬಳಿ ಆ ಬಾಲಕ ಮತ್ತು ಇತರರು ನಮ್ಮ ಪೊಲೀಸ್ ಅಧಿಕಾರಿಯೊಬ್ಬರ ಗಮನಕ್ಕೆ ಬಂದರು. ಸಂಶಯಾಸ್ಪದವಾಗಿ ಓಡಾಡುತ್ತಿದ್ದ ಅವರನ್ನು ಹಿಡಿದುಕೊಂಡು ನಮ್ಮ ಠಾಣೆಗೆ ಕರೆತಂದಾಗ ಆ ಜನರು ತಾವು ಬೆಂಗಳೂರು ನಗರ ಹಾಗೂ ಸುತ್ತಮುತ್ತಲ ಜಿಲ್ಲೆಗಳಲ್ಲಿ ನಡೆಸಿದ್ದ ಹಲವಾರು ಪ್ರಕರಣಗಳ ಬಗ್ಗೆ ಬಾಯಿ ಬಿಟ್ಟರು. ನಾನು ಅವರನ್ನು ಬಂಧಿಸಿ ಜೈಲಿಗೆ ಕಳುಹಿಸಿದೆ.

ಇದಾದ ನಂತರ ನನಗೂ ವರ್ಗವಾಗಿ ಬೇರೆ ಠಾಣೆಗೆ ಹೋದೆ. ಮತ್ತೊಮ್ಮೆ ಈ ತಂಡದ ಮುಖಾಮುಖಿ ನನಗಾಗಿದ್ದು ೨೦೦೦-೨೦೦೧ರ ನಡುವೆ ಎಂದರು ಚಲಪತಿ.

ಬೆಂಗಳೂರನ್ನು ಬೆಚ್ಚಿಬೀಳಿಸಿದ ಕೊಲೆಗಳು

೨೦೦೦ ಅಕ್ಟೋಬರ್ ತಿಂಗಳಲ್ಲಿ ಬೆಂಗಳೂರು ನಗರದಲ್ಲಿ ದರೋಡೆ ಕೋರರಿಂದ ಹಲವಾರು ಹಿರಿಯ ನಾಗರೀಕರ ಕೊಲೆಗಳಾಗಿದ್ದುದು ಇಡೀ ನಗರವನ್ನು ಬೆಚ್ಚಿಬೀಳುವಂತೆ ಮಾಡಿತು. ಇದರಲ್ಲಿ ಮೊದಲನೆಯ ಕೊಲೆ ರಾಮಕೃಷ್ಣ ಎನ್ನುವ ನಿವೃತ್ತ ಪ್ರೊಫೆಸರ್‌ರದ್ದು. ಬೆಂಗಳೂರಿನ ಟಾಟಾ ವಿಜ್ಞಾನ ಸಂಸ್ಥೆಯಲ್ಲಿ ಕೆಲಸ ಮಾಡಿ ನಿವೃತ್ತಿ ಹೊಂದಿದ್ದ ರಾಮಕೃಷ್ಣ ವಿಧುರರು. ನಗರದ ಮಧ್ಯಭಾಗದಲ್ಲಿದ್ದ ಬಡಾವಣೆಯಲ್ಲಿ ತಮ್ಮ ಸ್ವಂತ ಮನೆಯಲ್ಲಿ ಅವರು ವಾಸಿಸುತ್ತಿದ್ದರು. ಅವರ ಏಕೈಕ ಪುತ್ರಿ ಹಾಗೂ ಅಳಿಯ ಪಕ್ಕದ ಬಡಾವಣೆಯಲ್ಲಿ ವಾಸಿಸುತ್ತಿದ್ದರು. ರಾಮಕೃಷ್ಣರಿಗೆ ವಯಸ್ಸಾದ್ದರಿಂದ ಪ್ರತಿದಿನವೂ ರಾತ್ರಿ ೭ ಗಂಟೆಗೆ ತಮಗೆ ದೂರವಾಣಿ ಕರೆ ಮಾಡಬೇಕು ಎಂದು ಅವರ ಮಗಳು ತಾಕೀತು ಮಾಡಿದ್ದಳು.

ಒಂದು ದಿನ ೭ ಗಂಟೆಗೆ ತಂದೆಯ ದೂರವಾಣಿ ಬರದಿದ್ದರಿಂದ ಗಾಬರಿಗೊಂಡ ಅವಳು ತನ್ನ ಗಂಡನನ್ನು ರಾಮಕೃಷ್ಣರ ಮನೆಗೆ ಕಳಿಸಿದಳು. ಆತ ತನ್ನ ಮಾವನ ದೊಡ್ಡ ಬಂಗಲೆಗೆ ಬಂದಾಗ ಮನೆಯ ಮುಂಬಾಗಿಲು ಹೊರಗಿನಿಂದ ಅಗಳಿ ಹಾಕಿತ್ತು. ಅಗಳಿಯನ್ನು ತೆಗೆದು ಆತ ಒಳಗೆ ಹೋದಾಗ ರಾಮಕೃಷ್ಣ ರಕ್ತದ ಮಡುವಿನಲ್ಲಿ ಬಿದ್ದದ್ದನ್ನು ನೋಡಿ ಗಾಬರಿಯಾದರು. ಇಡೀ ಮನೆಯನ್ನು ಕಳ್ಳರು ಜಾಲಾಡಿದ್ದರು. ತಕ್ಷಣವೇ ಪೊಲೀಸರಿಗೆ ದೂರು ಹೋಯಿತು. ರಾಮಕೃಷ್ಣರ ಕತ್ತನ್ನು ಹರಿತವಾದ ಆಯುಧದಿಂದ ಸೀಳಿದ್ದ ಕಳ್ಳರು ಮನೆಯಲ್ಲಿದ್ದ ವಸ್ತುಗಳನ್ನು ದೋಚಿದ್ದನ್ನು ಪೊಲೀಸರು ಕಂಡರು.

ಕೆಲವೇ ದಿನಗಳ ನಂತರ ಇಂತಹದೇ ಇನ್ನೊಂದು ಪ್ರಕರಣ ನಗರದ ಬಸವನಗುಡಿ ಬಡಾವಣೆಯಲ್ಲಿ ದಾಖಲಾಯಿತು. ಬಡಾವಣೆಯ ಮುಖ್ಯ ರಸ್ತೆಯಲ್ಲಿ ಒಬ್ಬ ನಿವೃತ್ತ ಅಧಿಕಾರಿ ತಮ್ಮ ಪತ್ನಿಯೊಡನೆ ವಾಸವಾಗಿದ್ದರು. ಅವರ ಮಕ್ಕಳೆಲ್ಲಾ ಬೇರೆ ಬೇರೆ ಊರುಗಳಲ್ಲಿದ್ದರು. ಆ ಅಧಿಕಾರಿ ಪ್ರತಿದಿನವೂ ಬೆಳಗಿನ ಏಳರಿಂದ ಎಂಟು ಗಂಟೆಯವರೆಗೆ ಲಾಲ್‌ಬಾಗಿಗೆ ವಾಕಿಂಗ್‌ಗೆ ಹೋಗುತ್ತಿದ್ದರು. ಒಂದು ದಿನ ಆತ ವಾಕಿಂಗ್ ಮುಗಿಸಿ ಮನೆಗೆ ವಾಪಸಾದಾಗ ಮನೆಯ ಬಾಗಿಲಿಗೆ ಹೊರಗಿನಿಂದ ಅಗಳಿ ಹಾಕಿದ್ದನ್ನು ಕಂಡು ತಮ್ಮ ಪತ್ನಿ ಪಕ್ಕದ ಮನೆಗೆ ಹೋಗಿರಬೇಕೆಂದು ತರ್ಕಿಸಿ ಬಾಗಿಲು ತೆರೆದು ಒಳಗೆ ಹೋದಾಗ ಅವರ ಪತ್ನಿ ರಕ್ತದ ಮಡುವಿನಲ್ಲಿ ಬಿದ್ದದ್ದನ್ನು ಕಂಡು ಗಾಬರಿಯಾಗಿ ಪೊಲೀಸರಿಗೆ ಸುದ್ದಿ ಮುಟ್ಟಿಸಿದರು. ಪೊಲೀಸರು ಬಂದು ನೋಡಿದಾಗ ಮನೆಯೊಡತಿಯನ್ನು ತಿವಿದು ಕೊಂದು ಆಕೆಯ ಮೈಮೇಲಿದ್ದ ಎಲ್ಲ ಆಭರಣಗಳನ್ನು ಕದ್ದಿದ್ದು ಮನೆಯಲ್ಲಿ ಸಿಕ್ಕ ವಸ್ತುಗಳನ್ನು ದೋಚಿರುವುದು ಕಂಡುಬಂದಿತು.

ಇದಾದ ಕೆಲವೇ ದಿನಗಳ ನಂತರ ಚಾಮರಾಜಪೇಟೆ ಬಡಾವಣೆಯಲ್ಲಿ ಇಂತಹದೇ ಪ್ರಕರಣವೊಂದು ದಾಖಲಾಯಿತು. ನಾರಾಯಣ್ ಎಂಬ ವರ್ತಕ ತನ್ನ ಪತ್ನಿ ಮತ್ತು ತಾಯಿ ಜಯಮ್ಮನ ಜತೆ ಸ್ವಂತ ಮನೆಯಲ್ಲಿ ವಾಸವಾಗಿದ್ದರು. ಆ ದಿನ ನಾರಾಯಣ್‌ರ ಪತ್ನಿ ಯಾವುದೋ ವೈಯಕ್ತಿಕ ಕೆಲಸಕ್ಕಾಗಿ ಹೊರಗೆ ಹೋಗಿದ್ದರು. ಜಯಮ್ಮ ಮನೆಯಲ್ಲಿ ಒಬ್ಬರೇ ಇದ್ದರು. ದಂಪತಿಗಳು ಮನೆಗೆ ಸಂಜೆಯ ವೇಳೆ ವಾಪಸ್ ಬಂದಾಗ ಯಾರೋ ಮನೆಯೊಳಗೆ ನುಗ್ಗಿ ಜಯಲಕ್ಷ್ಮಿಯ ಕುತ್ತಿಗೆಗೆ ಹಗ್ಗವೊಂದನ್ನು ಬಿಗಿದು ಆಕೆಯ ಕೊಲೆಯನ್ನು ಮಾಡಿದ್ದು ಕಂಡು ಬಂದಿತು. ಶವವು ಮನೆಯ ಬಾತ್‌ರೂಂನಲ್ಲಿ ಬಿದ್ದಿತ್ತು. ಕೊಳಾಯಿಗೆ ಹಗ್ಗದ ಒಂದು ಭಾಗವನ್ನು ಕಟ್ಟಲಾಗಿತ್ತು. ಜಯಮ್ಮ ಕೂಗಾಡದಿರಲೆಂದು ಆಕೆಯ ಬಾಯಿಗೆ ಬಟ್ಟೆ ತುರುಕಲಾಗಿತ್ತು. ಆಕೆ ಮೈಮೇಲೆ ಧರಿಸಿದ್ದ ಒಡವೆಗಳನ್ನು ಕಳ್ಳರು ಕದ್ದು ಓಡಿಹೋಗಿದ್ದರು. ನಾರಾಯಣ್ ಮನೆಯಲ್ಲಾಗಲೀ, ಪ್ರೋಫೆಸರ್ ರಾಮಕೃಷ್ಣರ ಮನೆಯಲ್ಲಾಗಲೀ ಕಳ್ಳರು ಯಾವುದೇ ರೀತಿಯ ಕುರುಹುಗಳನ್ನು ಬಿಟ್ಟಿರಲಿಲ್ಲ.

ಏತನ್ಮಧ್ಯೆ ಬೆಂಗಳೂರಿನ ಕುಮಾರಸ್ವಾಮಿ ಲೇಔಟ್ ಬಡಾವಣೆಯುಲ್ಲಿ ಕೆಲವರು ಬೆಳಗಿನ ವಾಕಿಂಗ್ ಹೋಗುತ್ತಿದ್ದಾಗ ಪೊದೆಯೊಂದರ ಹತ್ತಿರ ಬಿದ್ದಿದ್ದ ಗೋಣಿಚೀಲವೊಂದನ್ನು ಬೀದಿ ನಾಯಿಗಳು ಎಳೆದಾಡುತ್ತಿದ್ದನ್ನು ಕಂಡು ಪೊಲೀಸ್ ಕಂಟ್ರೋಲ್ ರೂಂಗೆ ಸುದ್ದಿ ಮುಟ್ಟಿಸಿದರು. ಹತ್ತು ನಿಮಿಷಗಳ ತರುವಾಯು ಒಬ್ಬ ಕಾನ್ಸ್‌ಟೇಬಲ್ ಸ್ಥಳಕ್ಕೆ ಹೋದ. ಆತ ಆ ಮೂಟೆಯನ್ನು ಬಿಚ್ಚಿ ನೋಡಿದಾಗ ಮೂಟೆಯೊಳಗೆ ಸುಮಾರು ೩೫ ವರ್ಷ ವಯಸ್ಸಿನ ಮಹಿಳೆಯ ಶವವು ಕಂಡುಬಂದಿತು. ಮೃತ ವ್ಯಕ್ತಿಯ ಕುತ್ತಿಗೆಯನ್ನು ಕುಯ್ಯಲಾಗಿತ್ತು. ಮೂಟೆ ಸಣ್ಣದಾಗಿದ್ದರಿಂದ ಮಹಿಳೆಯ ಕೈಕಾಲುಗಳನ್ನು ಕತ್ತರಿಸಿ ಮೂಟೆಯಲ್ಲಿ ತುಂಬಲಾಗಿತ್ತು. ಆಕೆಯ

ದೇಹದ ಮೇಲೆ ಯಾವುದೇ ಆಭರಣಗಳು ಇರಲಿಲ್ಲ. ಸಾಕಷ್ಟು ಪ್ರಯತ್ನ ಪಟ್ಟರೂ ಸತ್ತ ಮಹಿಳೆ ಯಾರೆಂದು ಯಾರಿಗೂ ತಿಳಿಯಲಿಲ್ಲ. ಪ್ರತಿಯೊಬ್ಬರೂ ಆಕೆ ಒಬ್ಬ ಬೀದಿ ವೇಶ್ಯೆ ಇದ್ದಿರಬಹುದು ಎಂದು ಮಾತನಾಡಿಕೊಳ್ಳತೊಡಗಿದರು.

ಇದಾದ ಎರಡೇ ದಿನಗಳ ನಂತರ ಬೆಂಗಳೂರು ಪೊಲೀಸರಿಗೆ ಇನ್ನೊಂದು ಆಘಾತ ಕಾದಿತ್ತು. ನಗರದ ದಕ್ಷಿಣ ಭಾಗದಲ್ಲಿರುವ ಬಿ.ಟಿ.ಎಂ ಬಡಾವಣೆಯಲ್ಲಿ ಸಿದ್ಧಯ್ಯ ಎಂಬ ನಿವೃತ್ತ ಸರ್ಕಾರಿ ನೌಕರರು ಮನೆ ಕಟ್ಟಿಕೊಂಡು ವಾಸಿಸುತ್ತಿದ್ದರು. ಆತ ತಮ್ಮ ಮನೆಯ ಗಾರೇಜಿನಲ್ಲಿ ಒಂದು ಕಛೇರಿಯನ್ನು ತೆರೆದು ಸಣ್ಣ ಬಿಸಿನೆಸ್ ಮಾಡುತ್ತಿದ್ದರು. ಸಿದ್ಧಯ್ಯ ಅವರ ಕಛೇರಿಗೆ ಬೆಳಗಿನ ಜಾವವೇ ನುಗ್ಗಿದ ದುಷ್ಕರ್ಮಿಗಳು ಪದೇ ಪದೇ ತಿವಿದು ಅವರ ತಲೆಗೆ ಭಾರೀ ವಸ್ತುವಿನಿಂದ ಜಜ್ಜಿ ಅವರನ್ನು ಕೊಲೆ ಮಾಡಿದ್ದರು. ಆಶ್ಚರ್ಯವೆಂದರೆ ಆ ಮನೆಯಿಂದ ಯಾವುದೇ ವಸ್ತುವನ್ನು ಕಳ್ಳತನ ಮಾಡಿರಲಿಲ್ಲ. ಸಿದ್ಧಯ್ಯನವರ ಕೊಲೆ ಯಾವುದೋ ಜಮೀನಿನ ವ್ಯಾಜ್ಯಕ್ಕಾಗಿಯೊ ಅಥವಾ ದ್ವೇಷ ಸಾಧಿಸಲೋ ಆಗಿರಬಹುದೆಂದು ಪೊಲೀಸರು ಆಗ ಊಹಿಸಿದರು.

ಸಿದ್ಧಯ್ಯನವರ ಕೊಲೆಯಾದ ಎರಡೇ ದಿನದಲ್ಲಿ ಬೆಂಗಳೂರು ನಗರದಲ್ಲಿ ಇನ್ನೊಂದು ಕೊಲೆ ವರದಿಯಾಯಿತು. ಸರ್ಕಾರಿ ಅಧಿಕಾರಿಯೊಬ್ಬರ ಪತ್ನಿ ಗೀತ ಬೆಂಗಳೂರಿನ ಪೂರ್ವ ಭಾಗದ ಒಂದು ಬಡಾವಣೆಯಪ್ರಮುಖ ರಸ್ತೆಯಲ್ಲಿ ವಾಸಿಸುತ್ತಿದ್ದರು. ಅವರ ಮನೆಯ ಮಾಲೀಕರು ಕೆಳಗಡೆ ವಾಸ ಮಾಡುತ್ತಿದ್ದು ಗೀತ ಮೇಲಿನ ಮನೆಯಲ್ಲಿ ಬಾಡಿಗೆಗೆ ಇದ್ದರು. ಶಾಲೆಗೆ ಹೋಗಿದ್ದ ಗೀತಾಳ ಮಕ್ಕಳು ಶಾಲೆ ಬಿಟ್ಟ ನಂತರ ಸಂಜೆ ನಾಲ್ಕು ಗಂಟೆಗೆ ಮನೆಗೆ ಬಂದು ಬಾಗಿಲನ್ನು ಬಡಿದಾಗ ಮನೆಯ ಬಾಗಿಲು ತೆಗೆಯದೇ ಹೋದದ್ದರಿಂದ ಕಿಟಕಿಯಿಂದ ಇಣುಕಿ ನೋಡಿದರು. ಗೀತಾ ರಕ್ತದ ಮಡುವಿನಲ್ಲಿ ಬಿದ್ದದ್ದು ಕಂಡು ಗಾಬರಿಯಾದ ಅವರು. ಕೂಡಲೇ ಕೆಳಗಿಳಿದು ಮನೆಯ ಮಾಲೀಕನಿಗೆ ವಿಷಯ ತಿಳಿಸಿದರು. ಆ ಬಡಾವಣೆಯ ಪೊಲೀಸ್ ಠಾಣೆ ಕೇವಲ ೨೦೦ ಮೀಟರನಷ್ಟು ದೂರದಲ್ಲಿದ್ದುದರಿಂದ ಪೊಲೀಸರು ಕೂಡಲೇ ಸ್ಥಳಕ್ಕೆ ಬಂದರು. ಗೀತಾಳನ್ನು ಪದೇ ಪದೇ ತಿವಿದು ಕೊಂದದ್ದು ಕಂಡು ಬಂದಿದ್ದಲ್ಲದೆ ದರೋಡೆಕೋರರು ಆಕೆ ಧರಿಸಿದ್ದ ಎಲ್ಲಾ ಆಭರಣಗಳನ್ನು ಕಳವು ಮಾಡಿದ್ದರು. ಈ ಘಟನೆ ವರದಿಯಾದ ನಂತರ ರಾಜ್ಯದಲ್ಲಿ ಸಾಕಷ್ಟು ಭೀತಿ ಮೂಡಿದ್ದಲ್ಲದೇ ಪೊಲೀಸರ ವೈಫಲ್ಯದ ಬಗ್ಗೆ ಸಾರ್ವಜನಿಕರು ತೀವ್ರವಾಗಿ ಟೀಕಿಸತೊಡಗಿದರು. ಅದೇ ಸಮಯದಲ್ಲಿ ಪೊಲೀಸ್ ಇಲಾಖೆಯಲ್ಲಿ ವ್ಯಾಪಕ ಬದಲಾವಣೆಯಾಯಿತು. ಪೊಲೀಸ್ ಆಯುಕ್ತರೂ ಬದಲಾದರು.

ಹೊಸದಾಗಿ ಆಗಮಿಸಿದ ಪೊಲೀಸ್ ಆಯುಕ್ತರು ಈ ಘಟನೆಗಳ ಬಗ್ಗೆ ಪರಿಚಯ ಮಾಡಿಕೊಳ್ಳಲು ಅಧಿಕಾರಿಗಳ ಸಭೆಯೊಂದನ್ನು ಕರೆದರು. ಆ ಸಭೆಗೆ ನಾನು ಹಾಜರಾಗಿದ್ದೆ. ಸಭೆಯಲ್ಲಿ ಹಾಜರಿದ್ದ ಒಬ್ಬ ಹಿರಿಯ ಅಧಿಕಾರಿ ನಾನು ಈ ರೀತಿ ಹಲವಾರು ಪ್ರಕರಣಗಳನ್ನು ಪತ್ತೆ ಮಾಡಿರುವೆನೆಂದು ಆಯುಕ್ತರಿಗೆ

ತಿಳಿಸಿ ನನಗೆ ಈ ಎಲ್ಲಾ ಪ್ರಕರಣಗಳ ತನಿಖೆಯನ್ನು ವಹಿಸಲು ಸಲಹೆ ನೀಡಿದರು. ಆ ಐದೂ ಕೊಲೆಗಳು ನಾನು ಕೆಲಸ ಮಾಡುತ್ತಿದ್ದ ಪೊಲೀಸ್ ಠಾಣೆಯ ವ್ಯಾಪ್ತಿಯಲ್ಲಿ ನಡೆದಿರಲಿಲ್ಲವಾದರೂ ಪೊಲೀಸ್ ಆಯುಕ್ತರು ಆ ಕೊಲೆಗಳ ತನಿಖೆಗಾಗಿಯೇ ಒಂದು ವಿಶೇಷ ತನಿಖಾ ತಂಡವನ್ನು ರಚಿಸಿ ನನ್ನನ್ನು ಆ ತಂಡದ ನಾಯಕನನ್ನಾಗಿ ಮಾಡಿದರು.

"ಕೂಡಲೆ ಈ ಐದು ಪ್ರಕರಣಗಳೂ ನಡೆದಂತಹ ಸ್ಥಳಗಳಿಗೆ ನಾನು ಹೋಗಿ ಹಲವಾರು ಸಾಕ್ಷಿಗಳನ್ನು ವಿಚಾರಿಸಿದೆ. ಕೊಲೆಯಾದ ಎಲ್ಲಾ ಪ್ರಕರಣಗಳಲ್ಲೂ ಮರಣೋತ್ತರ ಪರೀಕ್ಷೆ ಮಾಡಿದ ವೈದ್ಯರನ್ನು ಭೇಟಿ ಮಾಡಿ ಹೇಗೆ ಸಾವು ಸಂಭವಿಸಿತು, ಯಾವ ರೀತಿಯ ಆಯುಧ ಬಳಸಲಾಗಿತ್ತು ಮುಂತಾದ ವಿಷಯಗಳನ್ನು ಕೇಳಿದೆ. ಎಲ್ಲಾ ಪ್ರಕರಣಗಳ ಕಡತವನ್ನು ಕೂಲಂಕುಷವಾಗಿ ಓದಿದೆ. ಇವೆಲ್ಲ ಮಾಹಿತಿಯನ್ನು ಕಲೆ ಹಾಕಿದ ನಂತರ ನನ್ನ ಮನಸ್ಸಿನಲ್ಲಿ ನಾನು ಬಾಣಸವಾಡಿಯಲ್ಲಿ ಇದ್ದಾಗ ಪತ್ತೆ ಮಾಡಿದಂತಹ ಗ್ಯಾಂಗ್ ಈ ಕೊಲೆಗಳನ್ನು ಮಾಡಿರಬಹುದು ಎಂಬ ಬಲವಾದ ಸಂಶಯ ಮೂಡಿತು.

ಕಡೆಗೂ ಸೆರೆಸಿಕ್ಕ ಪಾತಕಿಗಳು

"ದಂಡುಪಾಳ್ಯ ತಂಡವೇ ಈ ಕೊಲೆಗಳನ್ನು ಮಾಡಿರಬಹುದು ಎನ್ನುವ ಸಂಶಯ ನಿಮಗೆ ಹೇಗೆ ಬಂದಿತು?" ಎಂದು ನಾನು ಚಲಪತಿಯವರನ್ನು ಪ್ರಶ್ನಿಸಿದೆ.

"ನಾನು ಪತ್ತೆ ಮಾಡಿದ್ದ ಪ್ರಕರಣಗಳಿಗೂ ಇವುಗಳಿಗೂ ಇದ್ದ ಸ್ವಾಮ್ಯವೆಂದರೆ ಅಪರಾಧಿಗಳು ತೋರಿದ್ದ ಕ್ರೌರ್ಯ. ಕೊಲೆಗೀಡಾದವರು ಹಿರಿಯ ನಾಗರಿಕರಾಗಿ ಅಬಲರಾಗಿದ್ದರೂ ಅವರ ದೇಹವನ್ನು ಪದೇ ಪದೇ ಹಿಂಸೆಗೆ ಒಳಪಡಿಸಲಾಗಿದ್ದು ನನಗೆ ಆಶ್ಚರ್ಯವನ್ನು ಉಂಟುಮಾಡಿತು. ಚಾಕು ತೋರಿಸಿ ಹೆದರಿಸಿದ್ದರೆ ಆ ಅಮಾಯಕರು ತಮ್ಮಲ್ಲಿದ್ದ ವಸ್ತುಗಳನ್ನು ಯಾವುದೇ ಪ್ರತಿರೋಧ ತೋರದೆಯೇ ಹಸ್ತಾಂತರಿಸುತ್ತಿದ್ದರು"

"ನೀವು ಹೇಳುವುದು ಒಪ್ಪತಕ್ಕಂತಹ ಮಾತೇ, ಅವರು ದರೋಡೆ ಮಾಡುವುದಲ್ಲದೆ ಕೊಲೆಯನ್ನೂ ಏಕೆ ಮಾಡಿದರು ಎಂದು ತಿಳಿಯಲು ನನಗೂ ಕುತೂಹಲವಾಗಿದೆ" ಎಂದೆ.

"ಅದಕ್ಕೂ ಒಂದು ಕಾರಣವಿದೆ. ಈ ತಂಡ ಒಮ್ಮೆ ಕೋಲಾರ ಜಿಲ್ಲೆಯ ನಂಗಲಿ ಬಳಿಯ ಮನೆಯೊಂದರಲ್ಲಿ ದರೋಡೆಯನ್ನು ಮಾಡಿತು. ದರೋಡೆಕೋರರು ಮನೆಯಿಂದ ಹೊರಗೆ ಹೋದ ಕೂಡಲೇ ಮನೆಯಲ್ಲಿದ್ದವರು ಚೀರತೊಡಗಿದರು. ಆ ಸಮಯಕ್ಕೆ ಆ ಮನೆಯ ಮುಂದೆಯೇ ಒಂದು ಪೊಲೀಸ್ ವಾಹನವು ಹೋಗುತ್ತಿತ್ತು. ಅದನ್ನು ಕಂಡ ದರೋಡೆಕೋರರು ಓಡತೊಡಗಿದರು. ಪೊಲೀಸರು ದರೋಡೆಕೋರರ ಬೆನ್ನಟ್ಟಿ ಎಲ್ಲರನ್ನೂ ಬಂಧಿಸಿದರು. ತನಿಖಾ

ಸಮಯದಲ್ಲಿ ಹಾಗೂ ನ್ಯಾಯಾಲಯದಲ್ಲಿನ ವಿಚಾರಣೆಯಲ್ಲಿ ದರೋಡೆ ನಡೆಸಿದ್ದ ಮನೆಯಲ್ಲಿದ್ದ ಮಹಿಳೆ ಎಲ್ಲ ಆರೋಪಿಗಳನ್ನೂ ಗುರುತಿಸಿದರು. ಇದೇ ಕಾರಣಕ್ಕಾಗಿ ತಮ್ಮ ಅಪರಾಧವು ಸಾಬೀತಾಗಿ ತಾವು ಜೈಲಿಗೆ ಬರಬೇಕಾಯಿತು ಎಂದು ತಂಡದ ನಾಯಕ ಆಂಜನೇಯ ತರ್ಕಿಸಿದ. ಒಂದು ವೇಳೆ ತಮ್ಮ ಗುರುತೇ ಗೊತ್ತಾಗದಿದ್ದಲ್ಲಿ ತಾವು ಸಿಕ್ಕಿ ಬೀಳುವ ಪ್ರಮೇಯವೇ ಬರುವುದಿಲ್ಲವಲ್ಲ ಎಂದು ಯೋಚಿಸಿದ ತಂಡ ಇನ್ನು ಮುಂದೆ ತಾವು ದರೋಡೆಗೆ ಹೊರಟಾಗ ಮನೆಯಲ್ಲಿರುವ ಪ್ರತ್ಯಕ್ಷದರ್ಶಿಗಳ ಕೊಲೆಯನ್ನು ಮಾಡಬೇಕು ಎಂದು ತೀರ್ಮಾನಿಸಿತು. ಹೀಗಾಗಿ ಎಲ್ಲರನ್ನೂ ನಿರ್ದಾಕ್ಷಿಣ್ಯವಾಗಿ ಕೊಲೆ ಮಾಡತೊಡಗಿದರು" ಎಂದರು ಚಲಪತಿ.

"ದಂಡು ಪಾಳ್ಯದವರೇ ಅಕ್ಟೋಬರ್ ೨೦೦೦ದ ಐದೂ ಕೊಲೆಗಳನ್ನು ಮಾಡಿರಬಹುದು ಎಂದು ಊಹಿಸಿದ ನಂತರ ನೀವೇನು ಮಾಡಿದಿರಿ?"

"ನಾನು ಬಾಣಸವಾಡಿ ಠಾಣೆಯಲ್ಲಿದ್ದಾಗ ಈ ತಂಡದ ಐದು ಜನರನ್ನು ಬಂಧಿಸಿದ್ದೆ. ಅವರು ಜೈಲಿಗೆ ಹೋಗಿದ್ದರೆಂದು ನನಗೆ ತಿಳಿದಿತ್ತು. ಈ ತಂಡದ ಸದಸ್ಯರ ಸಂಖ್ಯೆ ಮೂವತ್ತಕ್ಕೂ ಹೆಚ್ಚು ಇರುವುದರಿಂದ ತಂಡದ ಇತರ ಕೆಲವರು ಈ ಕೃತ್ಯಗಳನ್ನು ಮಾಡಿರಬಹುದೆಂಬ ಸಂಶಯ ಇತ್ತು. ನಾನು ಪರಪ್ಪನ ಅಗ್ರಹಾರ ಜೈಲಿಗೆ ಹೋಗಿ ಅಲ್ಲಿರುವ ಐದು ಜನರನ್ನು ಭೇಟಿ ಮಾಡಿದರೆ ಅವರಿಂದ ಯಾವುದಾದರೂ ಮಾಹಿತಿ ಬರಬಹುದೇನೋ ಅನಿಸಿತು. ತಡಮಾಡದೆಯೇ ಜೈಲಿಗೆ ಹೋದೆ. ಆ ಸಮಯದಲ್ಲಿ ನಾನು ಬಂಧನ ಮಾಡಿದ್ದ ಐದು ಜನರಲ್ಲಿ ಇಬ್ಬರು ಮಾತ್ರ ಇದ್ದರು. ಉಳಿದವರು ಎಲ್ಲಿ ಎಂದು ಕೇಳಿದಾಗ ಜೈಲಿನ ಅಧಿಕಾರಿಗಳು ಆಂಧ್ರಪ್ರದೇಶ ಪೊಲೀಸರು ತಮ್ಮ ರಾಜ್ಯದಲ್ಲಿ ನಡೆದ ಪ್ರಕರಣಗಳ ತನಿಖೆಗಾಗಿ ಮೂವರನ್ನು ಬಾಡಿ ವಾರೆಂಟ್ ಪಡೆದು ತಮ್ಮ ರಾಜ್ಯಕ್ಕೆ ಕರೆದೊಯ್ದಿದ್ದಾರೆ ಎಂದು ತಿಳಿದು ಬಂದಿತು. ಜೈಲಿನಲ್ಲಿ ಇದ್ದ ಇಬ್ಬರು ತಂಡದ ಸದಸ್ಯರನ್ನು ನಾನು ಕೂಲಂಕಷವಾಗಿ ಬೆಂಗಳೂರಿನಲ್ಲಿ ನಡೆದಿದ್ದ ಪ್ರಕರಣಗಳ ಬಗ್ಗೆ ವಿಚಾರಿಸಿದೆ. ಅವರು ತಮಗೇನೂ ಗೊತ್ತಿಲ್ಲ ಎಂದು ಹಾರಿಕೆಯ ಉತ್ತರಕೊಟ್ಟರು."

"ಬೆಳಗಾವಿ ಜೈಲಿನಲ್ಲಿ ನನಗೂ ಆಂಜನೇಯ ಇದೇ ಉತ್ತರವನ್ನು ಕೊಟ್ಟ" ಎಂದು ನಾನು ಪ್ರತಿಕ್ರಿಯಿಸಿದೆ.

ಮುಗಳ್ನಕ್ಕ ಚಲಪತಿ ತಮ್ಮ ಮಾತನ್ನು ಮುಂದುವರೆಸಿದರು. "ಬೆಂಗಳೂರು ಜೈಲಿನಲ್ಲಿ ಯಾವುದೇ ಮಾಹಿತಿ ಸಿಗಲಿಲ್ಲವಲ್ಲ ಎಂದು ಬೇಸರ ಪಟ್ಟುಕೊಂಡು ಹೊರಗೆ ಹೋಗುತ್ತಿರುವಾಗ ನನಗೆ ಭೇಟಿಯಾದ ಒಬ್ಬ ಜೈಲರ್ ಸರ್ ನೀವು ಬಂಧಿಸಿದ್ದ ಮೂರು ಆರೋಪಿಗಳನ್ನು ಆಂಧ್ರಪ್ರದೇಶದ ಜೈಲಿನಲ್ಲಿ ಇಡಲಾಗಿತ್ತು ಅವರು ಇತ್ತೀಚೆಗಷ್ಟೆ ಜೈಲಿನಿಂದ ತಪ್ಪಿಸಿಕೊಂಡು ಹೋದರೆಂಬ ಮಾಹಿತಿ ಬಂದಿದೆ ಎಂದರು.

"ಕೂಡಲೇ ನನ್ನ ಕಿವಿಗಳು ನಿಮಿರಿದವು. ಅವರು ಯಾವ ಜೈಲಿನಲ್ಲಿದ್ದರು ಎಂದೆ. ಚಿತ್ತೂರು ಜೈಲು ಎಂಬ ಉತ್ತರ ಬಂದಿತು. ನಿಮಗೆ ತಿಳಿದಂತೆ ಬೆಂಗಳೂರಿಗೂ ಚಿತ್ತೂರಿಗೂ ತುಂಬಾ ದೂರವೇನೂ ಇಲ್ಲ. ಕೇವಲ ನಾಲ್ಕು ಗಂಟೆ ಪ್ರಯಾಣವಷ್ಟೇ. ನಾನು ಕೂಡಲೇ ಚಿತ್ತೂರಿಗೆ ಹೋಗಿ ಅಲ್ಲಿನ ಜೈಲರ್‌ನನ್ನು ಭೇಟಿಯಾದೆ."

'ಚಲಪತಿ ಒಂದು ನಿಮಿಷ ತಾಳಿ. ನಾನು ಬೆಳಗಾವಿ ಜೈಲಿನಲ್ಲಿ ಆಂಜನೇಯನನ್ನು ಭೇಟಿ ಮಾಡಿದಾಗ ಆತ ತಾನು ಚಿತ್ತೂರಿನ ಜೈಲಿನಿಂದ ತಪ್ಪಿಸಿಕೊಂಡಿದ್ದಾಗಿ ಒಪ್ಪಿಕೊಂಡ. ಇದಕ್ಕೂ ಅದಕ್ಕೂ ಸಂಬಂಧವಿದೆಯೇ?" ಎಂದು ಕೇಳಿದೆ.'

ಮತ್ತೆ ಮುಗಳ್ನಕ್ಕ ಚಲಪತಿ, "ಸರ್, ಅದೇ ವೃತ್ತಾಂತವನ್ನೇ ನಾನು ಹೇಳಹೊರಟಿರುವುದು. ನಾನು ಬಂಧಿಸಿದ್ದ ಮೂರೂ ಆರೋಪಿಗಳು ಸೆಪ್ಟೆಂಬರ್ ತಿಂಗಳಿನಲ್ಲಿ ಪರಾರಿಯಾಗಿದ್ದು ಬೆಂಗಳೂರಿನ ಕೊಲೆಗಳು ಅಕ್ಟೋಬರ್‌ನಲ್ಲಿ ನಡೆದಿದ್ದರಿಂದ ಅವರ ಕೈವಾಡದ ಬಗ್ಗೆ ಬಲವಾದ ಸಂಶಯ ನನಗೆ ಬಂದಿತು."

"ನಾನು ಮಧ್ಯೆ ಬಾಯಿ ಹಾಕುತ್ತಿದ್ದೇನೆಂದು ಬೇಸರಿಸಿಕೊಳ್ಳಬೇಡಿ. ಆಂಧ್ರದ ಪಿ.ಎಸ್.ಐ ಅವರನ್ನು ಕೊಲೆ ಮಾಡಿದ ಪ್ರಕರಣದ ಸಂಬಂಧವಾಗಿಯೇ ಅವರನ್ನು ಚಿತ್ತೂರು ಜೈಲಿನಲ್ಲಿ ಇಟ್ಟಿದ್ದಲ್ಲವೇ?"

"ಹೌದು ಸರ್, ಆದರೆ ಅದೊಂದೇ ಕೇಸಲ್ಲ. ಈ ಮೂರು ಜನ ತಿರುಪತಿ ನಗರ ಪೊಲೀಸ್ ಠಾಣೆಯಲ್ಲಿ ಕೆಲಸ ಮಾಡುತ್ತಿದ್ದ ಪೊಲೀಸ್ ಸಬ್‌ಇನ್ಸ್‌ಪೆಕ್ಟರ್ ಮನೆಗೆ ಕನ್ನ ಹಾಕಿ ಅವರ ಮನೆಯನ್ನು ದೋಚಿದ್ದರು. ಸಬ್ ಇನ್ಸ್‌ಪೆಕ್ಟರ್ ಮನೆಯಲ್ಲಿದ್ದ ಒಡವೆಗಳು ಹಾಗೂ ನಗದು ಅಲ್ಲದೇ ಪಿ.ಎಸ್.ಐನ ರಿವಾಲ್ವರ್ ಸಹಿತ ದೋಚಿದ್ದರು. ತನ್ನ ರಿವಾಲ್ವರ್ ಕಳುವಾಗಿದೆ ಎಂದು ಮೇಲಾಧಿಕಾರಿಗಳಿಗೆ ತಿಳಿದು ಬಂದರೆ ತನ್ನನ್ನು ಸೇವೆಯಿಂದ ಅಮಾನತ್ತು ಮಾಡಬಹುದು ಎಂಬ ಹೆದರಿಕೆಯಿಂದ ಆ ಪೊಲೀಸ್ ಅಧಿಕಾರಿ ತನ್ನ ಮನೆಯಲ್ಲಿ ಕಳ್ಳತನವಾದ ವಿಷಯವನ್ನೇ ಗುಟ್ಟಾಗಿ ಇಟ್ಟಿದ್ದ. ನಾನು ಈ ತಂಡವನ್ನು ಬಂಧಿಸಿದಾಗ ಆ ಕಳವು ಪ್ರಕರಣ ಬೆಳಕಿಗೆ ಬಂದಿತು. ಇದೇ ಕಾರಣಕ್ಕಾಗಿಯೇ ಇವರನ್ನು ಆಂಧ್ರ ಪ್ರದೇಶಕ್ಕೆ ಒಯ್ಯಲಾಗಿತ್ತು."

"ಹಾಗಾದರೆ ಈ ತಂಡಕ್ಕೆ ಪೊಲೀಸರು ಎಂದರೆ ಭಯವೇ ಇಲ್ಲ ಎನಿಸುತ್ತದೆ. ನೀವೇ ಹೇಳಿದಂತೆ ಈ ತಂಡದ ಜನ ೧೯೯೬ರಲ್ಲಿಯೇ ಕಮ್ಮಸಂದ್ರದ ಸಬ್‌ಇನ್ಸ್‌ಪೆಕ್ಟರರನ್ನು ಕೊಲೆ ಮಾಡಿದ್ದರು."

"ಸರ್ ಇವರಿಗೆ ಪೊಲೀಸರೇ ಏಕೆ, ಯಾರನ್ನು ಕಂಡರೂ ಭಯವಿಲ್ಲ" ಎಂದರು ಚಲಪತಿ.

"ಸರಿ ಮುಂದೇನಾಯಿತು ಹೇಳಿ" ಎಂದೆ.

"ಅಕ್ಟೋಬರ್ ತಿಂಗಳಲ್ಲಿ ಬೆಂಗಳೂರಿನಲ್ಲಿ ನಡೆದ ಪ್ರಕರಣಗಳನ್ನು ಇದೇ ತಂಡ ಮಾಡಿರಬಹುದೆಂದು ನಾವು ಚಿತ್ತೂರು ಜೈಲಿನಿಂದ ಪರಾರಿಯಾದವರನ್ನು ಹುಡುಕತೊಡಗಿದೆವು. ನಮಗೆ ಮೊಟ್ಟಮೊದಲ ಯಶಸ್ಸು ಸಿಕ್ಕಿದ್ದು ಫೆಬ್ರವರಿ ೨೦೦೧ರಲ್ಲಿ. ನನ್ನ ಜೊತೆಯಲ್ಲಿಯೇ ಬಾಣಸವಾಡಿ ಪೊಲೀಸ್ ಠಾಣೆಯಲ್ಲಿ ಕೆಲಸ ಮಾಡುತ್ತಿದ್ದ ಒಬ್ಬ ಹೆಡ್ ಕಾನ್ಸ್‌ಟೇಬಲ್ ಈಗಾಗಲೇ ದಂಡುಪಾಳ್ಯ ತಂಡದ ಕೆಲವವರನ್ನು ನೋಡಿದ್ದ. ಅವನನ್ನು ಈ ತಂಡವನ್ನು ಹುಡುಕಲು ನೇಮಿಸಿದೆ. ಬೆಂಗಳೂರಿನ ಹಲವಾರು ಜಾಗಗಳಲ್ಲಿ ಅವನು ಮತ್ತಿತರರು ಬಸ್ ಸ್ಟಾಂಡ್, ರೇಲ್ವೆ ನಿಲ್ದಾಣ, ಸರಾಯಿ ಅಂಗಡಿಗಳು ಮುಂತಾದ ಕಡೆಗಳಲ್ಲಿ ಓಡಾಡುತ್ತಿದ್ದರು. ನಮ್ಮ ಹೆಡ್ ಕಾನ್ಸ್‌ಟೇಬಲ್ ಕೆ.ಆರ್.ಪುರಂ ರೇಲ್ವೆ ನಿಲ್ದಾಣದ ಬಳಿ ಓಡಾಡುತ್ತಿರುವಾಗ ಅವನಿಗೆ ಆಂಜನೇಯ ಕಂಡ.

"ಹೌದು, ನೀವು ಮಾತನಾಡಿಸಿದ ಆಂಜನೇಯನೇ ಈ ತಂಡದ ನಾಯಕ. ಆತ ನಮ್ಮ ಹೆಡ್ ಕಾನ್ಸ್‌ಟೇಬಲ್‌ನನ್ನು ಕಂಡು ಓಡಿ ಹೋಗಲು ಪ್ರಯತ್ನಿಸಿದ. ನಮ್ಮ ಪುಣ್ಯಕ್ಕೆ ಆ ಸಮಯಕ್ಕೆ ಅದೇ ಪ್ಲಾಟ್‌ಫಾರಂಗೆ ರೈಲೊಂದು ಬಂದಿತು. ಆತ ಇನ್ನೇನು ರೈಲು ಹತ್ತುವಷ್ಟರಲ್ಲಿ ಪೊಲೀಸರು ಹಿಡಿದು ನನ್ನ ಮುಂದೆ ತಂದರು. ಅವನ ಮಾಹಿತಿಯ ಮೇರೆಗೆ ನಾವು ಅವನ ಪತ್ನಿ ಸರಸ್ವತಿಯನ್ನು ಬಂಧಿಸಿದ್ದಲ್ಲದೇ ತಂಡದ ಹಲವಾರು ಇತರ ಸದಸ್ಯರನ್ನು ನಾವು ಬಂಧಿಸಿದೆವು. ಅವರನ್ನು ತೀವ್ರ ವಿಚಾರಣೆಗೆ ಒಳಪಡಿಸಿದಾಗ ನಾನು ತನಿಖೆ ಮಾಡುತ್ತಿದ್ದ ಎಲ್ಲಾ ಅಪರಾಧಗಳನ್ನು ತನ್ನ ತಂಡವೇ ಮಾಡಿದ್ದಾಗಿ ಒಪ್ಪಿಕೊಂಡ.

ಮಿತಿಮೀರಿದ ಕ್ರೌರ್ಯ :

"ದಂಡುಪಾಳ್ಯ ತಂಡದ ಎಷ್ಟು ಜನರನ್ನು ತಾವು ೨೦೦೧ ರಲ್ಲಿ ಬಂಧಿಸಿದಿರಿ?"

"ಆಂಜನೇಯ ಹಾಗೂ ಅವನ ಪತ್ನಿ ನೀಡಿದ ಮಾಹಿತಿಯ ಮೇರೆಗೆ ನಾವು ಹದಿನೈದು ಜನರನ್ನು ಬಂಧಿಸಿ ಅವರನ್ನು ಒಟ್ಟಾಗಿ ಹಾಗೂ ಬೇರೆ ಬೇರೆಯಾಗಿ ಪ್ರಶ್ನಿಸಿದೆವು. ನಿಮಗೆ ಈಗಾಗಲೇ ಅನುಭವವಾಗಿದೆ, ಅವರನ್ನು ಬಾಯಿ ಬಿಡಿಸುವುದು ಎಷ್ಟು ಕಷ್ಟವೆನ್ನುವುದು. ಅಕ್ಟೋಬರ್ ೨೦೦೦ ದಲ್ಲಿ ಬೆಂಗಳೂರಿನಲ್ಲಿ ಮಾಡಿದ ಕೊಲೆಗಳ ಬಗ್ಗೆ ಅವರು ಒಪ್ಪಿಕೊಂಡದ್ದಲ್ಲದೇ ನಮ್ಮ ರಾಜ್ಯದ ಇತರ ಹಲವಾರು ಕಡೆಗಳಲ್ಲಿ ಮಾಡಿದ ಅಪರಾಧಗಳನ್ನು ಒಪ್ಪಿಕೊಂಡರು.

"ಬೆಂಗಳೂರಿನಲ್ಲಿ ಮಾಡಿದ ಕೊಲೆಗಳ ಬಗ್ಗೆ ಏನಾದರೂ ವಿಶೇಷ ಮಾಹಿತಿಯನ್ನು ನೀಡಿದರೇ?"

"ಹೌದು. ಬಸವನಗುಡಿಯ ಕೊಲೆಯ ಬಗ್ಗೆ ಮಾತನಾಡುತ್ತಾ ಆಂಜನೇಯ ತಿಳಿಸಿದ್ದೇನೆಂದರೆ ಸರಸ್ವತಿ ಹಾಗೂ ಇನ್ನೊಬ್ಬ ಮಹಿಳೆ ಅದೇ ರಸ್ತೆಯಲ್ಲಿಯೇ ಭಿಕ್ಷುಕರಂತೆ ಓಡಾಡಿ ಆ ಮನೆಯಲ್ಲಿ ಇಬ್ಬರೇ ಹಿರಿಯ ನಾಗರಿಕರಿದ್ದುದನ್ನು ಗಮನಿಸಿದ್ದರು. ಒಂದು ದಿನ ಆ ಮನೆಯ ಯಜಮಾನ ವಾಕಿಂಗ್‌ಗೆ ಹೋದ

ನಂತರ ಸರಸ್ವತಿ ಅವರ ಮನೆಯ ಬಾಗಿಲನ್ನು ತಟ್ಟಿ ಬಾಗಿಲು ತೆರೆಯುವಷ್ಟರಲ್ಲಿ ತನ್ನ ಕೈಯಲ್ಲಿ ಇದ್ದ ಮಗುವಿಗೆ ಚಿವುಟಿದಳು. ಅಳುತ್ತಿದ್ದ ಹಸುಗೂಸನ್ನು ಮನೆಯೊಡತಿಗೆ ತೋರಿಸಿ ಮಗುವಿಗೆ ಬಹಳ ಹಸಿವಾಗಿದೆ ಎಂದು ಹೇಳಿ ಹಾಲನ್ನು ಕೇಳಿದಳು. ಮನೆಯಾಕೆ ಹಾಲನ್ನು ತರಲು ಒಳಗೆ ಹೋದಾಗ ಮನೆಯಲ್ಲಿ ಏನೇನಿದೆ ಎಂಬುದನ್ನು ಸೂಕ್ಷ್ಮವಾಗಿ ಗಮನಿಸಿ ಹೊರಬಂದಳು. ದರೋಡೆಗೆ ಆ ಮನೆ ಸೂಕ್ತವಾದದ್ದೆಂದು ತಿಳಿಸಿದ ನಂತರ ತಂಡವು ಆ ಮನೆಗೆ ದಾಳಿ ನಡೆಸಲು ತೀರ್ಮಾನಿಸಿತು.

"ಎರಡು ದಿನಗಳ ನಂತರ ಸರಸ್ವತಿ ಮತ್ತೆ ಅದೇ ಮನೆಗೆ ಹೋಗಿ ಬಾಗಿಲು ಬಡಿದಳು. ಬಾಗಿಲನ್ನು ತೆರೆದಾಗ ಸರಸ್ವತಿಯ ಹಿಂದೆ ಅಡಗಿದ್ದ ಆಂಜನೇಯ ಮತ್ತು ಇತರರು ಮನೆಯೊಡತಿಯ ತಲೆಗೆ ಕಬ್ಬಿಣದ ರಾಡಿನಿಂದ ಹೊಡೆದರು. ಆಕೆ ಕೆಳಗೆ ಬಿದ್ದಾಗ ಮುನಿರಾಜು ಆಕೆಯ ಕುತ್ತಿಗೆಗೆ ತಿವಿದು ಆಕೆಯನ್ನು ಕೊಂದ. ಆಕೆ ತನ್ನ ಮೈಮೇಲೆ ಧರಿಸಿದ್ದ ಆಭರಣಗಳನ್ನು ದೋಚಿದ ನಂತರ ಮನೆಯಲ್ಲಿದ್ದ ಇತರ ಬೆಲೆಬಾಳುವ ವಸ್ತುಗಳನ್ನು ದೋಚಿ ಮುಂಬಾಗಿಲಿನ ಚಿಲಕವನ್ನು ಹಾಕಿಕೊಂಡು ಪರಾರಿಯಾದರು."

"ಹಾಗಾದರೆ ಇವರ ತಂಡದಲ್ಲಿನ ಹೆಣ್ಣುಮಕ್ಕಳೂ ಸಕ್ರಿಯವಾಗಿ ಅಪರಾಧಗಳಲ್ಲಿ ಭಾಗವಹಿಸುತ್ತಿದ್ದರು ಎನ್ನಿ"

"ಹೌದು. ತಂಡದಲ್ಲಿ ಹೆಣ್ಣುಮಕ್ಕಳು ಇರಲು ಎರಡು ಮುಖ್ಯ ಕಾರಣಗಳಿದ್ದವು. ಯಾವ ಮನೆಯನ್ನು ದರೋಡೆ ಮಾಡಬೇಕು ಎನ್ನುವುದನ್ನು ಇವರುಗಳೇ ತಿಳಿಸುತ್ತಿದ್ದರು. ಭಿಕ್ಷುಕರ ವೇಷದಲ್ಲಿ ಮನೆಗಳ ಬಾಗಿಲು ಬಡಿದು ಮನೆಯವರು ಒಳಗೆ ಹೋದಾಗ ಅಲ್ಲಿ ಯಾರು ವಾಸಿಸುತ್ತಾರೆ, ಅವರ ಆರ್ಥಿಕ ಸ್ಥಿತಿ ಏನು ಎಂದು ತಿಳಿಯುತ್ತಿದ್ದರು. ನಂತರ ಅದೇ ಮನೆಯನ್ನು ಐದಾರು ದಿನಗಳ ಕಾಲ ಗಮನಿಸುತ್ತಿದ್ದರು. ಯಾವ ಮನೆ ದೋಚಿದರೆ ಹೆಚ್ಚಿನ ಹಣ ಗಳಿಸಬಹುದೆನ್ನುವ ವಿಷಯವನ್ನು ತಂಡದ ಹೆಂಗಸರೇ ತಿಳಿಸುತ್ತಿದ್ದರು.

"ಉತ್ತರ ಕರ್ನಾಟಕದಲ್ಲಿ ನಡೆದ ಒಂದು ಕೊಲೆ ಇಲ್ಲಿ ನೆನಪಿಗೆ ಬರುತ್ತದೆ. ಆ ಭಾಗದ ಮಹಾನಗರವೊಂದರ ಹೆಸರಾಂತ ವೈದ್ಯರು ತಮ್ಮ ವೃದ್ಧ ಪತ್ನಿಯೊಡನೆ ನಗರ ಪೋಲೀಸ್ ಠಾಣೆಯ ಬಳಿಯೇ ವಾಸಿಸುತ್ತಿದ್ದರು. ಒಂದು ರಾತ್ರಿ ಸುಮಾರು ಎಂಟು ಗಂಟೆಗೆ ಈ ತಂಡದ ಒಬ್ಬ ಮಹಿಳೆ ವೈದ್ಯರ ಮನೆಯ ಕದ ತಟ್ಟಿದಳು. ಕದ ತಗೆದಾಗ ತನ್ನ ಕಂಕುಳಲ್ಲಿದ್ದ ಮಗುವನ್ನು ತೋರಿಸಿ, 'ಮಗುವಿಗೆ ಜ್ವರಬಂದಿದೆ. ತುಂಬಾ ಅಳುತ್ತಿದೆ, ಔಷಧಿ ಕೊಡಿ' ಎಂದಳು. ವೈದ್ಯರು ಔಷಧಿ ನೀಡಲು ಆಕೆಯನ್ನು ಮನೆಯ ಒಳಗೆ ಕರೆದಾಗ ಆಕೆ ವೈದ್ಯರ ಆರ್ಥಿಕ ಪರಿಸ್ಥಿತಿಯನ್ನು ಅರಿತಳಲ್ಲದೆ ವೈದ್ಯರ ಪತ್ನಿಯ ಹೊರತಾಗಿ ಮನೆಯಲ್ಲಿ ಬೇರೆ ಯಾರೂ ಇಲ್ಲ ಎಂದು ಆಕೆ ಅರಿತಳು. ಮಾರನೆಯ ರಾತ್ರಿ ಹನ್ನೊಂದರ ನಂತರ ಅದೇ ಮಹಿಳೆ ಮತ್ತೆ ವೈದ್ಯರ ಮನೆಯ ಬಾಗಿಲು ಬಡಿದಳು. ಬಾಗಿಲು ತೆರೆದಾಗ,

'ನನ್ನಮಗುವಿಗೆಜ್ವರ ಇನ್ನೂ ನಿಂತಿಲ್ಲ. ತಪಾಸಣೆ ಮಾಡಿ' ಎಂದಳು. ವೈದ್ಯರು ಮಗುವಿನ ತಪಾಸಣೆ ಮಾಡಲು ಒಳಕ್ಕೆಕರೆದಾಗ, ಅವಳ ಹಿಂದೆ ಅವಿತಿದ್ದ ತಂಡದ ಗಂಡಸರು ಒಳಗೆ ನುಗ್ಗಿ ವೈದ್ಯರು ಹಾಗೂ ಅವರ ಪತ್ನಿಯ ಕತ್ತನ್ನು ಸೀಳಿ ಕೊಲೆ ಮಾಡಿ ಮನೆಯಲ್ಲಿದ್ದಂತಹ ಬೆಲೆ ಬಾಳುವ ವಸ್ತುಗಳನ್ನು ದೋಚಿಕೊಂಡು ಓಡಿಹೋದರು. ಈ ದರೋಡೆಗೆ ಯಾವುದೇ ಪ್ರತ್ಯಕ್ಷದರ್ಶಿಗಳೂ ಇರಲಿಲ್ಲ. ಹೀಗಾಗಿ ಈ ಪ್ರಕರಣ ನಾಪತ್ತೆಯಾಗಿತ್ತು. ನಾನು ಈ ತಂಡದ ಕೆಲವರನ್ನು ಬಂಧಿಸಿದ ನಂತರವೇ ಈ ಪ್ರಕರಣ ಪತ್ತೆಯಾಗಿದ್ದು.

ಇದೇ ರೀತಿ ತಾವು ಬೆಂಗಳೂರಿನಲ್ಲಿಯೇ ನಡೆಸಿದ್ದ ಇನ್ನೊಂದು ಪ್ರಕರಣದ ಬಗ್ಗೆ ಆಂಜನೇಯ ಮಾಹಿತಿಯನ್ನು ನೀಡಿದ. ಆ ಸಮಯದಲ್ಲಿ ನಮ್ಮ ರಾಜ್ಯದಲ್ಲಿ ಶಾಸಕರಾಗಿದ್ದ ಒಬ್ಬರ ಮನೆಯನ್ನು ಈ ತಂಡ ಗುರಿ ಮಾಡಿತ್ತು. ಅವರ ಮನೆ ಬೆಂಗಳೂರು ನಗರದ ಒಂದು ಪ್ರಮುಖ ಬಡಾವಣೆಯ ಮುಖ್ಯರಸ್ತೆಯಲ್ಲಿತ್ತು. ಶಾಸಕರು ಊರಿನಲ್ಲಿ ಇರಲಿಲ್ಲ. ಬೆಳಗಿನ ಆರುಗಂಟೆಗೆ ಈ ತಂಡದ ಹೆಣ್ಣುಮಕ್ಕಳು ಹಾಲು ಮಾರುವವರ ಸೋಗಿನಲ್ಲಿ ಮನೆಯ ಬಾಗಿಲು ಬಡಿದರು. ಶಾಸಕರ ಪತ್ನಿ ಬಾಗಿಲು ತೆಗೆದಕೂಡಲೇ ಅವರ ಮೇಲೆರಗಿ ಅವರ ತಲೆಗೆ ಕಬ್ಬಿಣದ ರಾಡ್ ನಿಂದ ಹೊಡೆದಾಗ ಆಕೆ ಪ್ರಜ್ಞೆ ತಪ್ಪಿ ಕೆಳಗೆ ಬಿದ್ದರು. ಶಾಸಕರ ಪುತ್ರ ಹಾಗೂ ಪುತ್ರಿ ತಾಯಿಯ ನೆರವಿಗೆ ಧಾವಿಸಿದಾಗ ದರೋಡೆಕೋರರು ಅವರನ್ನು ಇರಿದುಕೊಂದರು. ನಂತರ ಮನೆಯೊಳಗಿದ್ದ ಆಭರಣಗಳನ್ನು ಮತ್ತು ನಗದನ್ನು ದೋಚಿ ಓಡಿ ಹೋದರು. ಆ ಸಮಯದಲ್ಲಿ ಈ ಜೋಡಿ ಕೊಲೆ ರಾಷ್ಟ್ರದಾದ್ಯಂತ ಗಮನವನ್ನು ಸೆಳೆದಿತ್ತು.

"ಚಲಪತಿಯವರೇ, ಈ ತಂಡ ಕೇವಲ ವೃದ್ಧರು ಹಾಗೂ ಶ್ರೀಮಂತರನ್ನು ಮಾತ್ರ ಗುರಿ ಮಾಡುತ್ತಿತ್ತೇ ಅಥವಾ ಇತರರೂ ಇವರ ಕೈ ಚಳಕಕ್ಕೆ ಗುರಿಯಾದರೇ?"

"ಸರ್, ಏನುಹೇಳಲಿ? ಈ ತಂಡಕ್ಕಂತೂ ಬಡವ, ಬಲ್ಲಿದ ಎನ್ನುವ ಭೇದಭಾವವೇ ಇಲ್ಲ. ತಮಗೆ ಬೇಕಾದಾಗ, ಬೇಕಾದವರನ್ನು ಕೊಲ್ಲುವ ಚಟವನ್ನು ಈ ತಂಡ ಬೆಳಸಿಕೊಂಡಿತ್ತು. ಒಂದು ಘಟನೆಯನ್ನು ಹೇಳುತ್ತೇನೆ ಕೇಳಿ. ಈ ತಂಡವು ರಾತ್ರಿ ದರೋಡೆಯೊಂದನ್ನು ಮಾಡಲು ರಸ್ತೆಯಲ್ಲಿ ಹೋಗುತ್ತಿತ್ತು. ಹಾದಿಯಲ್ಲಿ ಒಬ್ಬ ವೇಶ್ಯೆ ಅವರಿಗೆ ಕಂಡಳು. ತಂಡದ ಒಬ್ಬ ವ್ಯಕ್ತಿಗೆ ಲೈಂಗಿಕ ಆಸಕ್ತಿ ಕೆರಳಿ ಆತ ಆಕೆಯ ಜೊತೆ ವ್ಯವಹಾರ ಕುದುರಿಸಿದ. ಆಕೆ ಒಪ್ಪಿದಾಗ ಆಕೆಯನ್ನು ಬದಿಯಲ್ಲಿದ್ದ ಬಯಲಿಗೆ ಕರೆದುಕೊಂಡು ಹೋಗಿ ಎಲ್ಲರೂ ಆಕೆಯ ಮೆಲೆ ಒಬ್ಬರಾದ ಮೇಲೊಬ್ಬರಂತೆ ಅತ್ಯಾಚಾರ ಮಾಡಿ ಆನಂತರ ಆಕೆಯ ಕತ್ತನ್ನು ಕೊಯ್ದು ಕೊಲೆ ಮಾಡಿಬಿಟ್ಟರು. ನಂತರ ಆಕೆಯ ಬಳಿಯಿದ್ದ ಪುಡಿಗಾಸನ್ನು ಅಪಹರಿಸಿ ಆಕೆಯ ದೇಹವನ್ನು ಹತ್ತಿರದಲ್ಲೇ ಇದ್ದ ಕೊಳವೊಂದರಲ್ಲಿ ಎಸೆದರು. ಆಕೆಯ ಬಗ್ಗೆ ಯಾರಿಗೂ ಮಾಹಿತಿ ಇರದೇ ಹೋದದ್ದರಿಂದ ಈ ಪ್ರಕರಣವೂ ನಾಪತ್ತೆಯೆಂದೇ ಮುಚ್ಚಿ ಹೋಗಿತ್ತು. ನಾನು ತಂಡದ ಕೆಲವರನ್ನು

ಬಂಧಿಸಿದ ನಂತರವೇ ಈ ಪ್ರಕರಣವೂ ಬೆಳಕಿಗೆ ಬಂದಿತು. ಇದೇ ರೀತಿ ಬೆಂಗಳೂರಿನಲ್ಲಿ ಒಬ್ಬ ವೇಶ್ಯೆಯ ಮೇಲೆ ಗುಂಪು ಅತ್ಯಾಚಾರ ಹಾಗೂ ಕೊಲೆ ಮಾಡಿ, ಅವಳ ದೇಹವನ್ನು ತುಂಡು ಮಾಡಿ ಚೀಲವೊಂದರಲ್ಲಿ ಹಾಕಿ ಪೊದೆಯಲ್ಲಿ ಬಿಸುಟರು".

"ಹಾಗಾದರೆ, ಈ ತಂಡ ಅತ್ಯಾಚಾರವನ್ನೂ ಮಾಡುತ್ತಿತ್ತೇ?"

"ಹೌದು. ಎಷ್ಟೋ ಬಾರಿ ತಾವು ದರೋಡೆಮಾಡಿದ ಮನೆಗಳಲ್ಲಿದ್ದ ಹೆಣ್ಣು ಮಕ್ಕಳ ಮೇಲೆ ಅತ್ಯಾಚಾರ ಮಾಡಿ ಕೊಲೆ ಮಾಡಿದ್ದಾರೆ. ಎರಡು ಮೂರು ಪ್ರಕರಣದಲ್ಲಿ ಕೊಲೆ ಮಾಡಿದ ನಂತರವೂ ಶವದ ಮೇಲೆಯೂ ಅತ್ಯಾಚಾರ ಮಾಡಿದ್ದಾರೆ. ಗಮನಾರ್ಹ ವಿಷಯವೆಂದರೆ ಅತ್ಯಾಚಾರ ಮಾಡುವಾಗ ಗಂಡು ಹೆಣ್ಣು ಎಂಬ ಬೇಧಭಾವವನ್ನೇ ಇವರು ಮಾಡುತ್ತಿರಲಿಲ್ಲ."

ನಾನು ಆಶ್ಚರ್ಯಚಕಿತನಾದೆ.

"ಹಲವಾರು ಬಾರಿ ಬೀದಿ ಬಿಕ್ಷುಕರು, ಒಂಟಿ ವೃದ್ಧರು ಹೀಗೆ ಗಂಡಸರ ಮೇಲೆಯೂ ಅತ್ಯಾಚಾರ ಮಾಡಿದ್ದಾರೆ. ತಮ್ಮ ಲೈಂಗಿಕ ತೃಷೆಯನ್ನು ತೀರಿಸಿಕೊಳ್ಳಲು ಇವರುಗಳು ಎನು ಮಾಡಲೂ ಹೇಸುವುದಿಲ್ಲ".

ರಾಜ್ಯದಾದ್ಯಂತ ನಡೆದ ಕೊಲೆಗಳು

ದಂಡುಪಾಳ್ಯ ತಂಡದ ಬಗ್ಗೆ ತಮ್ಮ ವಿವರಣೆಯನ್ನು ಚಲಪತಿ ಮುಂದುವರೆಸಿದರು.

"ಕರ್ನಾಟಕ ರಾಜ್ಯದ ಮೈಸೂರು, ಮಂಡ್ಯ, ಹಾಸನ, ಶಿವಮೊಗ್ಗ, ದಕ್ಷಿಣ ಕನ್ನಡ ಇತ್ಯಾದಿ ಜಾಗಗಳಲ್ಲಿ ಅಪರಾಧ ನಡೆಸಿದ ಬಗ್ಗೆ ದಂಡುಪಾಳ್ಯದ ಸದಸ್ಯರು ನನಗೆ ವಿವರಿಸಿದರು. ಸುಮಾರು ೧೨೦ಕ್ಕೂ ಹೆಚ್ಚು ಪ್ರಕರಣಗಳ ಬಗ್ಗೆ ಅವರು ಮಾಹಿತಿಯನ್ನು ನೀಡಿದರು. ಈ ಪ್ರಕರಣಗಳಲ್ಲಿ ದರೋಡೆ ಮಾಡಿ ಕೊಲೆ ಮಾಡಿರುವಂತಹ ಪ್ರಕರಣಗಳೇ ೬೮ ನಡೆದಿದ್ದವು. ತಾವು ಒಟ್ಟಾರೆ ೭೯ ಜನರ ಕೊಲೆ ಮಾಡಿದ್ದಾಗಿ ಈ ತಂಡವು ಒಪ್ಪಿಕೊಂಡಿತು."

"ಈ ತಂಡ ನಡೆಸಿದ ಇನ್ನೂ ಕೆಲವು ಕೊಲೆಗಳ ಬಗ್ಗೆ ತಿಳಿಸುವಿರಾ?"

"ಖಂಡಿತಾ. ಮಂಗಳೂರು ನಗರದಲ್ಲಿ ಡಾ.ಬಾಸ್ಕರ್ ರಾವ್ ಎನ್ನುವ ಹೆಸರಾಂತ ವೈದ್ಯರು ಒಂದು ಸಣ್ಣ ಖಾಸಗಿ ಆಸ್ಪತ್ರೆಯನ್ನು ನಡೆಸುತ್ತಿದ್ದರು. ೨೯ನೇ ಸೆಪ್ಟಂಬರ್ ೧೯೯೬ರ ಮಧ್ಯಾಹ್ನ ವಾಡಿಕೆಯಂತೆ ತಮ್ಮ ಸಿಬ್ಬಂದಿಯನ್ನು ಊಟ ಮಾಡಿ ಬರಲು ಕಳುಹಿಸಿ ತಾವೊಬ್ಬರೇ ಆಸ್ಪತ್ರೆಯಲ್ಲಿ ಇದ್ದರು. ಊಟಕ್ಕೆ ಹೋದ ಸಿಬ್ಬಂದಿ ಮಧ್ಯಾಹ್ನ ಮೂರು ಗಂಟೆಗೆ ವಾಪಸ್ ಬಂದು ಡಾಕ್ಟರ್ ರಾವ್ ಅವರ ಕೋಣೆಗೆ ಹೋದಾಗ ಡಾಕ್ಟರ್ ತಮ್ಮ ಕುರ್ಚಿಯ ಮೇಲೆ ಸತ್ತು ಬಿದ್ದಿದ್ದರು. ಅವರನ್ನು ಕತ್ತನ್ನು ಹರಿತವಾದ ಆಯುಧದಿಂದ ಸೀಳಲಾಗಿತ್ತು. ಕೂಡಲೇ ಪೊಲೀಸರಿಗೆ ಕರೆ ಹೋಯಿತು. ತನಿಖಾಧಿಕಾರಿ ಸ್ಥಳಕ್ಕೆ ಬಂದಾಗ

ಮೃತ ದೇಹದ ಮೇಲೆ ಒಂಬತ್ತು ತಿವಿದ ಗಾಯಗಳನ್ನು ಗುರುತಿಸಿದರು. ಕಳ್ಳರು ಡಾಕ್ಟರರ ವಾಚು ಹಾಗೂ ಆಸ್ಪತ್ರೆಯಲ್ಲಿದ್ದ ನಗದು ಹಣವನ್ನು ಕಳ್ಳತನ ಮಾಡಿದ್ದರು.

"ಇದಾದ ಒಂದು ವರ್ಷದಲ್ಲಿಯೇ ಮಂಗಳೂರಿನಲ್ಲಿಯೇ ಇಂತಹ ಇನ್ನೊಂದು ಪ್ರಕರಣ ದಾಖಲಾಯಿತು. ಸುಮಾರು ೮೦ ವರ್ಷ ವಯಸ್ಸಿನ ಮಿಸೆಸ್. ಡಿ ಮೇಲೋ ಎನ್ನುವವರು ಎರಡು ಅಂತಸ್ತಿನ ತಮ್ಮ ಮನೆಯಲ್ಲಿ ವಾಸವಾಗಿದ್ದರು. ಆಕೆಯ ಕುಟುಂಬಸ್ತರು ವಿದೇಶದಲ್ಲಿ ವಾಸವಾಗಿದ್ದ ಕಾರಣ ತಮ್ಮ ಜತೆಗಿರಲು ರಂಜಿತ್ ಎಂಬ ಸಹಾಯಕನನ್ನು ಇಟ್ಟುಕೊಂಡಿದ್ದರು. ಒಂದು ಸಂಜೆ ಅವರ ಮನೆಗೆ ಯಾರೋ ಆಗುಂತಕರು ಒಳಹೊಕ್ಕಿದ್ದನ್ನು ಕಂಡ ಅಕ್ಕಪಕ್ಕದವರು ಪೊಲೀಸರಿಗೆ ದೂರವಾಣಿ ಕರೆ ಮಾಡಿದರು. ಪೊಲೀಸರು ಮನೆಗೆ ಬಂದಾಗ ಮನೆಯಲ್ಲಿ ಯಾರೂ ಇರಲಿಲ್ಲ. ಮಿಸೆಸ್ ಡಿ ಮೇಲೋರ ಕತ್ತನ್ನು ಸೀಳಿ ಕೊಲೆ ಮಾಡಲಾಗಿತ್ತು. ಅವರ ಮನೆಯ ಮಹಡಿಯಲ್ಲಿ ವಾಸವಾಗಿದ್ದ. ೧೯ ವರ್ಷದ ರಂಜಿತ್ ತಿವಿತದ ಗಾಯದಿಂದ ಕೊಲೆಯಾಗಿದ್ದ. ಮನೆಯಲ್ಲಿದ್ದ ಆಭರಣಗಳನ್ನೆಲ್ಲಾ ಕಳ್ಳರು ಕದ್ದುಕೊಂಡು ಹೋಗಿದ್ದರು.

"ಇದೇ ರೀತಿಯೇ ಬೆಂಗಳೂರು ನಗರದ ರಿಚಮಂಡ್ ಟೌನ್ ಬಡಾವಣೆಯಲ್ಲಿನ ಒಂದು ಪ್ರತಿಷ್ಟಿತ ಅಪಾರ್ಟ್‌ಮೆಂಟ್‌ನಲ್ಲಿ ಮಾರ್ಥ ಮಾಥ್ಯೂಸ್ ಎಂಬ ವೃದ್ಧೆ ವಾಸಿಸುತ್ತಿದ್ದರು. ಆಕೆಗೆ ಇದ್ದ ಒಬ್ಬನೇ ಮಗ ವಿದೇಶದಲ್ಲಿ ಕೆಲಸ ಮಾಡುತ್ತಿದ್ದ. ಅನುಕೂಲಸ್ಥರಾಗಿದ್ದ ಮಾರ್ಥ ಮಾಥ್ಯೂಸ್ ಯಾರ ಸಹಾಯವಿಲ್ಲದೆಯೇ ಒಬ್ಬಂಟಿಯಾಗಿಯೇ ಇರುತ್ತಿದ್ದರು. ೧೯೯೭ ಸೆಪ್ಟಂಬರ್ ೧೧ರಂದು ಅವರ ಮನೆಗೆ ಎಂದಿನಂತೆ ಮನೆ ಕೆಲಸದವಳು ಬಂದು ಕರೆಗಂಟೆ ಒತ್ತಿದಳು. ಮನೆಯ ಬಾಗಿಲು ತೆರೆಯದಿದ್ದಾಗ ಬಾಗಿಲನ್ನು ನೂಕಿದಳು. ಬಾಗಿಲು ತಾನೇ ತೆಗೆದುಕೊಂಡಿತು. ಆಕೆ ಮನೆಯೊಳಗೆ ಹೋಗಿ ನೋಡಿದಾಗ ತನ್ನ ಮಾಲೀಕಳು ಭೀಕರವಾಗಿ ಕೊಲೆಯಾಗಿ ಬಿದ್ದಿರುವುದನ್ನು ಕಂಡು ಪೊಲೀಸರಿಗೆ ಮತ್ತು ಅಕ್ಕಪಕ್ಕದವರಿಗೆ ಸುದ್ದಿ ಮುಟ್ಟಿಸಿದಳು. ಮಾರ್ಥ ಮಾಥ್ಯೂಸ್ ದೇಹದ ಮೇಲೆ ಹಲವಾರು ತಿವಿತದ ಗಾಯಗಳಾಗಿದ್ದು, ಆಕೆ ಧರಿಸಿದ್ದ ಬೆಲೆ ಬಾಳುವ ಆಭರಣಗಳು ಮತ್ತು ಮನೆಯಲ್ಲಿದ್ದ ನಗದನ್ನು ಕಳ್ಳರು ದೋಚಿದ್ದರು.

"ಮೈಸೂರಿನಲ್ಲಿಯೂ ಇಂತಹ ಹಲವಾರು ಕೊಲೆಗಳು ೧೯೯೦ರ ದಶಕದ ಅಂತ್ಯ ಭಾಗದಲ್ಲಿ ನಡೆದವು. ಫೆಬ್ರವರಿ ೧೯೯೯ರಲ್ಲಿ ಮೈಸೂರಿನ ಯಾದವಗಿರಿಯ ಭಾರೀ ಬಂಗಲೆಯೊಂದರಲ್ಲಿ ಕೂರ್ಗಿ ಜನಾಂಗದ ೬೪ ವರ್ಷದ ಬೊಳ್ಳಮ್ಮ ಎನ್ನುವ ವಿಧವೆ ವಾಸವಾಗಿದ್ದರು. ಆಕೆಯ ಒಬ್ಬನೇ ಮಗ ವಿದೇಶದಲ್ಲಿ ಇದ್ದ. ಬೊಳ್ಳಮ್ಮನನ್ನು ನೋಡಲು ಆಕೆಯ ಕೆಲವು ಸಂಬಂಧಿಕರು ರಾತ್ರಿ ೭ ಗಂಟಗೆ ಆಕೆಯ ಮನೆಗೆ ಹೋದರು. ಮನೆಯಲ್ಲಿ ಯಾವುದೇ ದೀಪವೂ ಉರಿಯುತ್ತಿರಲಿಲ್ಲವಾದ್ದರಿಂದ ಅಚ್ಚರಿಗೊಂಡು ಮನೆಯ ಮುಂಬಾಗಿಲಿಗೆ ಬಂದಾಗ ಅದು ದೊಡ್ಡದಾಗಿ ತೆರೆದಿತ್ತು. ಮನೆಯೊಳಗೆ ಹೋಗಿ ದೀಪವನ್ನು

ಹಾಕಿ ನೋಡಿದಾಗ ಮನೆಯಲ್ಲಿ ಬೊಳ್ಳಮ್ಮ ಭೀಕರವಾಗಿ ಕೊಲೆಯಾಗಿ ಬಿದ್ದಿದ್ದ ಭಯಾನಕ ದೃಶ್ಯವನ್ನು ನೋಡಿ ಗಾಬರಿಗೊಂಡು ಕೂಡಲೇ ವಿವಿಪುರಂ ಪೊಲೀಸ್ ಠಾಣೆಗೆ ಸುದ್ದಿ ಮುಟ್ಟಿಸಿದರು. ಪೊಲೀಸರು ಬೊಳ್ಳಮ್ಮನ ಮೈಮೇಲೆ ಎರಡು ಇರಿತದ ಗಾಯವನ್ನು ಗಮನಿಸಿದರು. ಮೃತಳ ಕತ್ತನ್ನು ಹಿಸುಕಿ ಕೊಲ್ಲಲಾಗಿತ್ತು. ಕಳ್ಳರು ಮನೆಯನ್ನು ಜಾಲಾಡಿ ಹಲವಾರು ವಸ್ತುಗಳನ್ನು ದೋಚಿದ್ದರು. ಯಾವ ವಸ್ತುಗಳು ಕಳ್ಳತನವಾಗಿದ್ದವು ಎಂದು ತಿಳಿಯದೇ ಹೋದ್ದರಿಂದ ಬೊಳ್ಳಮ್ಮನ ಸಂಬಂಧಿಕರನ್ನು ವಿಚಾರಿಸಲಾಯಿತು. ಕೈಗಡಿಯಾರ, ಚಿನ್ನದ ಆಭರಣ, ಒಂದು ಜೊತೆ ವಜ್ರದ ಓಲೆ ಹಾಗೂ ನಗದು ಹಣ ಕಾಣೆಯಾಗಿರುವುದಾಗಿ ತಿಳಿದು ಬಂತು. ವೈದ್ಯಾಧಿಕಾರಿಗಳು ಶವ ಪರೀಕ್ಷೆಯನ್ನು ಮಾಡಿದಾಗ, ಈ ಕೊಲೆ ಮಧ್ಯಾಹ್ನ ೩ ರಿಂದ ೫ ರ ನಡುವೆ ನಡೆದಿದೆ ಎಂದು ತಿಳಿದು ಬಂದಿತು.

ಬೊಳ್ಳಮ್ಮ ಕೊಲೆಯಾದ ಮೂರು ದಿನಗಳ ನಂತರ ಮೈಸೂರಿನ ಕೆ.ಆರ್.ಪುರಂ ಪೊಲೀಸ್ ಠಾಣೆಯ ಸರಹದ್ದಿನಲ್ಲಿ ವಿಶ್ವನಾಥ ರೆಡ್ಡಿ ಎಂಬ ಟೈಲ್ ಹಾಕುವ ಕೆಲಸಗಾರನ ಶವವು ಬಯಲೊಂದರಲ್ಲಿ ಕಂಡು ಬಂದಿತ್ತು. ಶವಪರೀಕ್ಷೆಯನ್ನು ಮಾಡಿದಾಗ ಈತ ಇರಿತದಿಂದ ಸತ್ತಿದ್ದ ಎಂದು ತಿಳಿದು ಬಂದಿತು. ಈ ಸಾಮಾನ್ಯ ಕೂಲಿ ಕಾರ್ಮಿಕ ಯಾವ ಕಾರಣಕ್ಕಾಗಿ ಕೊಲೆಯಾದ ಎಂದು ಪೊಲೀಸರಿಗೆ ತಿಳಿಯಲೇ ಇಲ್ಲ." ಹೀಗಾಗಿ ಆ ಪ್ರಕರಣವನ್ನು ನಾಪತ್ತೆ ಪ್ರಕರಣವೆಂದು ಮುಚ್ಚಲಾಯಿತು.

"ಮೈಸೂರಿನ ಮೇಟಗಳ್ಳಿಯಲ್ಲಿ ಇಪ್ಪತ್ತೊಂದು ವರ್ಷದ ಸವಿತಾ ಎಂಬ ಅವಿವಾಹಿತ ಮಹಿಳೆ ತನ್ನ ಮನೆಯಲ್ಲಿ ಒಬ್ಬಳೇ ವಾಸಿಸುತ್ತಿದ್ದಳು. ಅವಳ ಮನೆಗೆ ನುಗ್ಗಿದ ದುಷ್ಕರ್ಮಿಗಳು ಆಕೆಗೆ ಹರಿತವಾದ ಆಯುಧದಿಂದ ತಿವಿದು ಅವಳನ್ನು ಕೊಲೆ ಮಾಡಿ ಮನೆಯಲ್ಲಿದ್ದ ಚಿನ್ನದ ಆಭರಣಗಳನ್ನು ಹಾಗೂ ದೇವರ ಮನೆಯಲ್ಲಿದ್ದ ಬೆಳ್ಳಿಯ ದೇವರ ಮೂರ್ತಿಗಳನ್ನು ಕದ್ದಿದ್ದರು. ಯಾರೋ ಭಗ್ನ ಪ್ರೇಮಿಯಿಂದ ಆಕೆಯ ಕೊಲೆಯಾಗಿರಬೇಕೆಂದು ಪೊಲೀಸರು ಭಾವಿಸಿ ಏನೇ ಸುಳಿವು ಸಿಗದೇ ಹೋದ್ದದರಿಂದ ಪ್ರಕರಣವನ್ನು ಮುಚ್ಚಿದ್ದರು.

"ಮಾರ್ಚ್ ೧೯೯೯ರಲ್ಲಿ ತುಮಕೂರು ಜಿಲ್ಲೆಯಲ್ಲಿ ಇಂತಹುದೇ ಇನ್ನೊಂದು ಪ್ರಕರಣ ವರದಿಯಾಯಿತು. ಆ ವರ್ಷದ ಯುಗಾದಿ ಹಬ್ಬದ ದಿನದಂದು ತುಮಕೂರಿನ ಹೆಸರಾಂತ ವ್ಯಾಪಾರಿ ಟೋಪಿ ಅಪ್ಪಣ್ಣ ತನ್ನ ಹೆಂಡತಿ ಸುಶೀಲಮ್ಮಳ ಜೊತೆ ರಾತ್ರಿ ಒಂಬತ್ತಕ್ಕೆ ಊಟ ಮಾಡಿ ಮಲಗಲು ಹೊರಟಾಗ ಮುಂಬಾಗಲಿನ್ನು ಯಾರೋ ಬಡಿದ ಹಾಗಾಯಿತು. ಅಪ್ಪಣ್ಣ ಬಾಗಿಲು ತೆರೆದಾಗ, ಬಂದ ಒಬ್ಬ ಅಪರಿಚಿತ ಕುಡಿಯಲು ನೀರು ಕೇಳಿದ. ನೀರು ತರಲು ಅಪ್ಪಣ್ಣ ಒಳ ಹೋದಾಗ ಏಕಾಏಕಿ ಮನೆಯೊಳಗೆ ನುಗ್ಗಿದ ನಾಲ್ಕು ಜನರು ಅಪ್ಪಣ್ಣನನ್ನು ಬಿಗಿಯಾಗಿ ಹಿಡಿದು ಅವನ ಕತ್ತು ಮತ್ತು ತಲೆಗೆ ತಮ್ಮ ಕೈಲಿದ್ದ ಆಯುಧದಿಂದ

ಪದೇ ಪದೇ ಇರಿದರು. ನೋವಿನಿಂದ ಆತ ಚೀರಿದಾಗ ಆತನ ಹೆಂಡತಿ ರೂಂನಿಂದ ಹೊರಗೆ ಬಂದರು. ಆಕೆಯ ತಲೆಗೆ ಯಾರೋ ಬಲವಾಗಿ ಹೊಡೆದಾಗ ಆಕೆ ಕೆಳಗೆ ಬಿದ್ದರು. ಆಕೆಯ ಕೈ ಕಾಲುಗಳನ್ನು ಕಟ್ಟಿದ ಅಪರಿಚಿತರು ಅವರ ಬಾಯಿಗೆ ಪ್ಲಾಸ್ಟರ್ ಅಂಟಿಸಿ ಕಿರುಚದ ಹಾಗೆ ಮಾಡಿ ಮನೆಯಲ್ಲಿದ್ದ ವಸ್ತುಗಳನ್ನು ಅಪಹರಿಸಿದರು. ಅದೇ ರಾತ್ರಿ ೧೦ ಗಂಟೆಗೆ ಸುಶೀಲಮ್ಮನನ್ನು ಮಾತನಾಡಿಸಲು ನೆರೆಯವರು ಬಂದಾಗ ಮನೆಯ ಬಾಗಿಲು ತೆರೆದಿರುವುದನ್ನು ನೋಡಿ ಪೊಲೀಸರಿಗೆ ಸುದ್ಧಿ ಮುಟ್ಟಿಸಿದರು.

"ಪೊಲೀಸರು ಬಂದಾಗ ಅಪ್ಪಣ್ಣ ಮೃತನಾಗಿರುವುದು ಕಂಡುಬಂತು. ಆದರೆ ಸುಶೀಲಮ್ಮ ಇನ್ನೂ ಜೀವಂತವಾಗಿದ್ದ ಕಾರಣ ಅವರನ್ನು ಕೂಡಲೇ ಆಸ್ಪತ್ರೆಗೆ ಸಾಗಿಸಲಾಯಿತು. ಆಸ್ಪತ್ರೆಯಲ್ಲಿ ಎರಡು ಮೂರು ದಿನ ಉಪಚಾರವಾದರೂ ಸುಶೀಲಮ್ಮ ಮಾತನಾಡುವ ಸ್ಥಿತಿಯಲ್ಲಿರಲಿಲ್ಲ. ಆಕೆ ಸುಮಾರು ಒಂದು ವಾರದ ನಂತರ ಚೇತರಿಸಿಕೊಂಡರು. ಆನಂತರ ಆಕೆ ದರೋಡೆಕೋರರ ಚಹರೆ ಪಟ್ಟಿಯನ್ನು ನೀಡಿದಳು. ಪೊಲೀಸರು ಎಷ್ಟೇ ಪ್ರಯತ್ನ ಪಟ್ಟರೂ ಈ ಪ್ರಕಣರದ ಯಾವುದೇ ಕುರುಹುಗಳು ದೊರೆಯದೇ ಅಪ್ಪಣ್ಣನ ಕೊಲೆ ನಾಪತ್ತೆಯಾಗಿಯೇ ಉಳಿದಿತ್ತು.

"ಹುಬ್ಬಳ್ಳಿ ನಗರದ ಮಧ್ಯಭಾಗದಲ್ಲಿರುವ ಕೊಯಿನ್ ರಸ್ತೆಯಲ್ಲಿರುವ ಒಂದು ಮೋಟಾರ್ ಬಿಡಿಭಾಗಗಳನ್ನು ಮಾರುವ ಅಂಗಡಿಗೆ ರಾತ್ರಿ ನುಗ್ಗಿದ ಕಳ್ಳರು ಆ ಅಂಗಡಿಯಲ್ಲಿ ಮಲಗಿದ್ದ ಮಾಲೀಕ ಮಲ್ಲಿಕಾರ್ಜುನ ಎಂಬುವನನ್ನು ತಿವಿದು ಕೊಂದಿದ್ದರು. ಒಂದು ಕಲ್ಲಿಂದ ಆತನ ತಲೆಯನ್ನು ಜಜ್ಜಿ ಆತ ಡ್ರಾಯರ್‌ನಲ್ಲಿ ಇಟ್ಟಿದ ಹಣವನ್ನು ದೋಚಿದ್ದರು."

"ಹಾಗಾದರೆ ಈ ತಂಡ ಮಾಡಿದ ಅಪರಾಧಗಳು ಕೇವಲ ಬೆಂಗಳೂರು ಮೈಸೂರು ನಗರಗಳಿಗೆ ಸೀಮಿತವಾಗಿರಲಿಲ್ಲವೆನ್ನಿ."

"ಇಲ್ಲ. ಈ ತಂಡವು ಒಂದೆರಡು ಅಪರಾಧಗಳನ್ನು ಮಾಡಿದ ಕೂಡಲೇ ಆ ಊರಿನಿಂದ ಇನ್ನೊಂದು ಊರಿಗೆ ಹೊರಟುಹೋಗುತ್ತಿತ್ತು. ಒಂದು ಮನೆಯ ದಾಳಿ ಮುಗಿದ ಕೂಡಲೇ ತಂಡದ ಸದಸ್ಯರು ಬೇರೆ ಬೇರೆಯಾಗಿ ನಿರ್ದಿಷ್ಟಪಡಿಸಿದ ಒಂದು ಜಾಗದಲ್ಲಿ ಪುನಃ ಸೇರಿಕೊಂಡು ತಾವು ಕದ್ದಿದ್ದ ವಸ್ತುಗಳನ್ನು ಮಾರಾಟ ಮಾಡಿಬಿಡುತ್ತಿದ್ದರು. ಸಾಮಾನ್ಯವಾಗಿ ರೈಲುಗಳಲ್ಲೇ ಪ್ರಯಾಣಿಸುತ್ತಿದ್ದರು. ಎಲ್ಲಿ ಮನಬಂದಿತೋ ಅಲ್ಲಿ ಇಳಿದು ಮುಂದಿನ ಅಪರಾಧವನ್ನು ಮಾಡುತ್ತಿದ್ದರು."

ದಂಡುಪಾಳ್ಯ ತಂಡದ ವಿಶೇಷತೆಗಳು

ಚಲಪತಿ ತಮ್ಮ ವಿವರಣೆಯನ್ನು ಮುಂದುವರೆಸಿದರು.

"ಸುಮಾರು ಆರು ವರ್ಷಗಳ ಅವಧಿಯಲ್ಲಿ ಈ ತಂಡ ಮೂರು ಬೇರೆ ಬೇರೆ ರಾಜ್ಯಗಳಲ್ಲಿ ಲೆಕ್ಕವಿಲ್ಲದಷ್ಟು ಕೊಲೆ, ದರೋಡೆ, ರಾಬರಿ, ಅತ್ಯಾಚಾರ ಹಾಗೂ ಕಳವನ್ನು ನಡೆಸಿದೆ. ನಾನು ಈ ತಂಡವನ್ನು ಬಂಧಿಸಿ ವಿಚಾರಣೆಯನ್ನು

ಮಾಡಿದಾಗ ಕೊಲೆ ಪ್ರಕರಣಗಳಲ್ಲದೇ ತಾವು ೩೭ ದರೋಡೆ, ೧೪ ಜಬರಿ ಕಳವು ಹಾಗೂ ೨೧ ಮನೆ ಕಳವು ಮಾಡಿದ್ದಾಗಿ ಒಪ್ಪಿಕೊಂಡರು. ಕೊಲೆಗಳನ್ನೂ ಸೇರಿಸಿ ಹಲವಾರು ಪ್ರಕರಣಗಳು ಹಳೆಯ ಪ್ರಕರಣಗಳಾದ್ದರಿಂದ, ಆ ಪ್ರಕರಣಗಳ ಸಂಬಂಧ ಸೂಕ್ತ ಸಾಕ್ಷ್ಯಧಾರಗಳು ಸಿಗದೇ ಹೋದದ್ದರಿಂದ ಹಾಗೂ ಹಲವಾರು ಪ್ರಕರಣಗಳು ನಾಪತ್ತೆ ಪ್ರಕರಣಗಳೆಂದು ಈಗಾಗಲೇ ಮುಚ್ಚಲ್ಪಟ್ಟಿದ್ದರಿಂದ ದಂಡುಪಾಳ್ಯ ತಂಡವು ಒಪ್ಪಿಕೊಂಡ ಎಲ್ಲಾ ಪ್ರಕರಣಗಳಲ್ಲೂ ಅವರ ಮೇಲೆ ದೋಷಾರೋಪಣ ಪಟ್ಟಿಯನ್ನು ಸಲ್ಲಿಸಲಾಗಲಿಲ್ಲ. ಯಾವು ಪ್ರಕರಣಗಳಲ್ಲಿ ನಮಗೆ ಸೂಕ್ತ ಸಾಕ್ಷ್ಯಾಧಾರಗಳು ಸಿಕ್ಕವೋ ಅಂತಹ ನಲವತ್ತು ಪ್ರಕರಣಗಳಲ್ಲಿ ಮಾತ್ರ ಆರೋಪ ಪಟ್ಟಿ ಸಲ್ಲಿಸಬೇಕಾಯಿತು."

"ಈ ತಂಡದ ಎಷ್ಟು ಜನರ ಮೇಲೆ ನೀವು ಆರೋಪಪಟ್ಟಿಯನ್ನು ಸಲ್ಲಿಸಿದಿರಿ?"

"ಸರ್, ಈ ತಂಡದ ಒಟ್ಟು ಸಂಖ್ಯೆ ಸುಮಾರು ಮುವ್ವತ್ತು ಇರಬಹುದು. ನಾನು ಬಂಧಿಸಿದ್ದುದು ಹದಿನೈದು ಜನರನ್ನು ಮಾತ್ರ."

"ಸುಮಾರು ಎಷ್ಟು ಜನರತಂಡದಲ್ಲಿ ಇವರು ದರೋಡೆ ಮಾಡುತ್ತಿದ್ದರು?"

"ಸಾಮಾನ್ಯವಾಗಿ ಐದರಿಂದ ಎಂಟು ಜನ ಸೇರಿ ದರೋಡೆ ಹಾಗೂ ಕೊಲೆ ಮಾಡುತ್ತಿದ್ದರು. ತಂಡದಲ್ಲಿ ಅವಶ್ಯಕವಾಗಿ ಹೆಣ್ಣು ಮಕ್ಕಳು ಇದ್ದೇ ಇರುತ್ತಿದ್ದರು. ಬರೀ ಗಂಡಸರೇ ದರೋಡೆ ಮಾಡಿರುವ ಪ್ರಕರಣಗಳು ವಿರಳ. ಕೊಲೆ ಮಾಡುವುದರಲ್ಲಿ ಈ ತಂಡ ವಿಶೇಷ ರೀತಿಯ ಪರಿಣಿತಿ ಪಡೆದಿತ್ತು" ಎಂದರು ಚಲಪತಿ. "ಎಂತಹ ಪರಿಣಿತಿ?" ಎಂದು ನಾನು ಕೇಳಿದೆ.

"ಮನೆ ಕಟ್ಟಲು ಸಾಮಾನ್ಯವಾಗಿ ಉಪಯೋಗಿಸುವ ಒಂದೂವರೆ ಅಡಿ ಉದ್ದದ ಕಬ್ಬಿಣದ ಸಲಾಕೆ ಇವರ ಪ್ರಮುಖ ಹಾಗೂ ಏಕೈಕ ಅಸ್ತ್ರ. ರಾಡ್‌ನ ಒಂದು ತುದಿಯನ್ನು ಮೊಣಚು ಮಾಡಿ ಇನ್ನೊಂದು ತುದಿಯನ್ನು ಮಡಚಿ ಕೊಕ್ಕೆಯಂತೆ ಮಾಡಲಾಗುತ್ತಿತ್ತು. ಈ ಅಸ್ತ್ರವನ್ನು ಒಂದು ಹಳೆಯ ವೃತ್ತಪತ್ರಿಕೆಯಲ್ಲೋ ಇಲ್ಲ ಟವೆಲ್‌ನಲ್ಲೋ ಅಡಗಿಸಿ ಇಟ್ಟುಕೊಳ್ಳುತ್ತಿದ್ದರು. ಮನೆಯ ಬಾಗಿಲು ತೆರೆದ ಕೂಡಲೇ ಬಾಗಿಲಿಗೆ ಬಂದ ವ್ಯಕ್ತಿಗೆ ರಾಡ್‌ನ ಕೊಕ್ಕೆಯಿಂದ ತಲೆಯ ಮೇಲೆ ಬಲವಾಗಿ ಹೊಡೆಯಲಾಗುತ್ತಿತ್ತು. ಆ ಏಟಿಗೆ ಕೆಳಗೆ ಬಿದ್ದ ವ್ಯಕ್ತಿಗೆ ರಾಡ್‌ನ ಮೊಣಚಾದ ತುದಿಯಿಂದ ಇರಿಯುತ್ತಿದ್ದರು. ಕುತ್ತಿಗೆಯ ಒಂದು ನಿರ್ಧಿಷ್ಟ ಭಾಗಕ್ಕೆ ಇರಿಯಲಾಗುತ್ತಿತ್ತು. ಹೀಗಾಗಿ ಕೆಲವೇ ಕ್ಷಣಗಳಲ್ಲಿಯೇ ಆ ವ್ಯಕ್ತಿಯ ಪ್ರಾಣಪಕ್ಷಿಯು ಹಾರಿಹೋಗುತ್ತಿತ್ತು. ಈ ತಂಡದ ಮುನಿರಾಜು ಈ ರೀತಿ ಕೊಲ್ಲುವುದರಲ್ಲಿ ನಿಷ್ಣಾತನಾಗಿದ್ದ. ಆತ ಹೇಳಿದ್ದೇನೆಂದರೆ ತಾನು ಈ ರೀತಿ ಕುತ್ತಿಗೆಗೆ ಇರಿದಾಗ ಒಬ್ಬ ಮನುಷ್ಯನ ಪ್ರಾಣ ಹೋಗುವ ಸಮಯದಲ್ಲಿ 'ಹುಷ್' ಎಂಬ ವಿಷಲ್ ಮಾದರಿ ಶಬ್ದ ಬರುತ್ತದೆ. ಈ ಶಬ್ದದಿಂದ ತನಗೆ

ಒಂದು ರೀತಿಯ ಲೈಂಗಿಕ ಉದ್ರೇಕ ಸಿಗುತ್ತಿತ್ತು ಎಂದು. ಈ ತಂಡದವರಿಗಂತೂ ಯಾವುದೇ ರೀತಿಯ ಕರುಣೆ, ವಾತ್ಸಲ್ಯ, ಕನಿಕರ ಮುಂತಾದ ಭಾವನೆಗಳೇ ಬರುತ್ತಿರಲಿಲ್ಲ".

"ನೀವು ಈ ತಂಡದ ಬಗ್ಗೆ ಸಂಶೋಧನೆಯನ್ನೇ ಮಾಡಿರುವಂತಿದೆ. ಈ ತಂಡದ ನಾಯಕ ಆಂಜನೇಯನನ್ನು ಕೆಲವೇ ದಿನಗಳ ಹಿಂದೆ ಜೈಲಿನಲ್ಲಿ ಭೇಟಿಯಾದೆ. ತನ್ನ ಮೇಲೆ ಹಾಕಿರುವ ಪ್ರಕರಣಗಳೆಲ್ಲಾ ಸುಳ್ಳು ಎನ್ನುತ್ತಾನಲ್ಲ".

"ಯಾವ ಅಪರಾಧಿ ತಾನೇ ತನ್ನ ತಪ್ಪನ್ನು ಒಪ್ಪಿಕೊಳ್ಳುತ್ತಾನೆ? ಒಂದು ವೇಳೆ ನಾನು ಸುಳ್ಳು ಆರೋಪಪಟ್ಟಿ ಸಲ್ಲಿಸಿದ್ದರೆ ಅವರಿಗೆ ಮರಣ ದಂಡನೆಯಾಗುತ್ತಿತ್ತೇ? ಆಂಜನೇಯನಿಗೆ ಹನ್ನೊಂದು ಪ್ರಕರಣಗಳಲ್ಲಿ ಮರಣದಂಡನೆಯಾಗಿದೆ. ಅವನ ಮಾತನ್ನು ನೀವು ಹೇಗೆ ನಂಬುವಿರಿ? ನಾನು ಈ ತಂಡದ ಮೂವತ್ತಕ್ಕೂ ಹೆಚ್ಚು ಸದಸ್ಯರನ್ನು ಬಂಧಿಸಿ ಕೂಲಂಕುಷ ವಿಚಾರಣೆ ಮಾಡಿದ್ದೇನೆ. ಅವರ ಅಪರಾಧಕೃತ್ಯಗಳ ಜಾಗಗಳನ್ನು ಪರಿಶೀಲಿಸಿದ್ದೇನೆ. ನನ್ನ ಪೊಲೀಸ್ ವೃತ್ತಿಜೀವನದಲ್ಲಿ ನಾನು ಹಲವಾರು ಬಗೆಯ ಅಪರಾಧಿಗಳನ್ನು ನೋಡಿದ್ದೇನೆ. ಆದರೆ ಈ ತಂಡದ ಸದಸ್ಯರೇ ಬೇರೆ ರೀತಿಯವರು"

'ಈ ತಂಡದ ಬೇರೆ ಏನಾದರೂ ವೈಶಿಷ್ಟ್ಯಗಳಿವೆಯೇ?"

"ಇವರು ತಮ್ಮ ಮಕ್ಕಳಿಗೆ ಚಿಕ್ಕಂದಿನಿಂದಲೇ ನೋವು ತಡೆಯುವಂತೆ ತರಬೇತಿಯನ್ನು ನೀಡುತ್ತಾರೆ. ಮುಂದೆ ದೊಡ್ಡವರಾಗಿ ಅಪರಾಧ ಜಗತ್ತಿಗೆ ಪ್ರವೇಶ ಮಾಡಿದಾಗ ಪೊಲೀಸರು ಯಾವ ರೀತಿಯ ಚಿತ್ರಹಿಂಸೆ ಕೊಟ್ಟರೂ ಬಾಯಿ ಬಿಡದ ಹಾಗೆ ಅವರನ್ನು ತಯಾರು ಮಾಡುತ್ತಾರೆ. ಈ ತಂಡದ ಮಹಿಳಾ ಸದಸ್ಯರು ತಮ್ಮ ಪುಟ್ಟ ಮಕ್ಕಳನ್ನು ಕಂಕುಳಲ್ಲಿ ಎತ್ತಿಕೊಂಡೇ ಅಪರಾಧ ಮಾಡಲು ಹೊರಡುವ ಬಗ್ಗೆ ನಾನೀಗಾಗಲೇ ತಿಳಿಸಿದ್ದೇನೆ.

"ಮಕ್ಕಳು ಸ್ವಲ್ಪ ದೊಡ್ಡವರಾಗುತ್ತಾ ಹೋದಂತೆ ಪೊಲೀಸರಿಂದ ತಾವು ಬಚಾವಾಗಲು ಮಕ್ಕಳನ್ನು ಉಪಯೋಗಿಸುತ್ತಾರೆ. ತಾವು ಯಾವ ಮನೆಗೆ ಕನ್ನ ಹಾಕುತ್ತಾರೋ ಆ ಮನೆಯ ಹೊರಗೆ ಮಕ್ಕಳನ್ನು ನಿಲ್ಲಿಸುತ್ತಾರೆ. ಪೊಲೀಸ್ ವಾಹನ ಅಥವಾ ಬೀಟ್ ಪೊಲೀಸರು ಬಂದರೆ ಆ ಮಕ್ಕಳು ಶಿಳ್ಳೆ ಅಥವಾ ಬೇರೆ ರೀತಿಯ ಸಪ್ಪಳ ಮಾಡಿ ಒಳಗಿರುವ ತಮ್ಮ ಜನರಿಗೆ ಅಪಾಯ ಕಾದಿದೆ ಎಂದು ಎಚ್ಚರಿಸುತ್ತಾರೆ. ಈ ಕಾರಣಕ್ಕಾಗಿಯೇ ಮಕ್ಕಳಿಗೆ ಚಿಕ್ಕಂದಿನಿಂದಲೇ ಹಲವಾರು ಪಕ್ಷಿಗಳು, ಪ್ರಾಣಿಗಳು ಮಾಡುವಂತಹ ಶಬ್ದಗಳನ್ನು ಕಲಿಸುತ್ತಾರೆ. ಮಕ್ಕಳು ಇನ್ನಷ್ಟು ದೊಡ್ಡವರಾದ ಕೂಡಲೇ ತಾವು ಕಳ್ಳತನ ಮಾಡಿದಂತಹ ವಸ್ತುಗಳನ್ನು ವಿಲೇವಾರಿ ಮಾಡಲು ಕಳುಹಿಸುತ್ತಾರೆ. ನಾನು ಬಾಣಸವಾಡಿ ಪೊಲೀಸ್ ಠಾಣೆಯಲ್ಲಿದ್ದಾಗ ಈ ತಂಡದ ಹದಿಮೂರು ವರ್ಷದ ಬಾಲಕ ಕಳ್ಳತನದ ಸಾಮಾನು ಮಾರಾಟ ಮಾಡಲು ಬಂದಿದ್ದಾಗಲೇ ಈ ತಂಡ ಪತ್ತೆಯಾಗಿದ್ದು ಎಂದು ನಿಮಗೆ ನೆನಪಿಸ ಬಯಸುತ್ತೇನೆ" ಎಂದರು ಚಲಪತಿ.

"ನಾನು ಜೈಲಿಗೆ ಇನ್ನೊಮ್ಮೆ ಹೋಗಿ ದಂಡುಪಾಳ್ಯದ ಉಳಿದವರನ್ನು ಭೇಟಿಯಾಗಿ ಬಂದು ನಿಮ್ಮ ಜೊತೆ ನಂತರ ಮಾತನಾಡುವೆ" ಎಂದು ಚಲಪತಿಯವರಿಗೆ ಹೇಳಿ ನಾನು ಅವರಿಂದ ಬೀಳ್ಕೊಂಡೆ.

ನಾನು ಎರಡನೆಯ ಬಾರಿ ಬೆಳಗಾವಿಯ ಹಿಂಡಲಗಾ ಕಾರಾಗೃಹಕ್ಕೆ ಭೇಟಿ ನೀಡಿದಾಗ ಜೈಲಿನ ಅಧೀಕ್ಷಕರು ನನ್ನನ್ನು ಎದುರುಗೊಂಡು, "ಓಹೋ ಈ ತಂಡದ ಬಗ್ಗೆ ನಿಮಗೆ ತೀರಾ ಆಸಕ್ತಿಯಿರುವ ಹಾಗಿದೆ. ಖಂಡಿತವಾಗಿಯೂ ಇವರು ಒಂದು ರೀತಿಯ ವಿಶೇಷ ಕೈದಿಗಳು" ಎಂದು ಹೇಳಿದರು.

"ಅವರಲ್ಲಿನ ವಿಶೇಷತೆ ಏನು?" ಎಂದು ಕೇಳಿದೆ.

"ಸರ್, ನಮ್ಮ ಕಾರಾಗೃಹದಲ್ಲಿ ಈ ತಂಡದ ಸುಮಾರು ಹತ್ತಕ್ಕೂ ಹೆಚ್ಚು ಕೈದಿಗಳಿದ್ದಾರೆ. ಇವರಲ್ಲಿ ಬಹುಪಾಲು ಜನರಿಗೆ ಮರಣದಂಡನೆ ಶಿಕ್ಷೆಯಾಗಿದೆ. ಕೆಲವರಿಗೆ ಜೀವಾವಧಿ ಶಿಕ್ಷೆಯಾಗಿದೆ. ಮರಣದಂಡನೆ ಶಿಕ್ಷೆಯ ವಿರುದ್ಧ ಇವರು ನ್ಯಾಯಾಲಯಗಳಲ್ಲಿ ಅಪೀಲುಗಳನ್ನು ಸಲ್ಲಿಸುತ್ತಲೇ ಬಂದಿದ್ದಾರೆ. ಕೆಲವೊಂದು ಪ್ರಕರಣಗಳಲ್ಲಿ ಇವರ ಅಪೀಲುಗಳು ಪುರಸ್ಕೃತವಾಗಿ, ಇವರಿಗೆ ನೀಡಿದ್ದ ಮರಣದಂಡನೆಯನ್ನು ರದ್ದುಪಡಿಸಿ ಜೀವಾವಧಿ ಶಿಕ್ಷೆಯನ್ನು ನೀಡಲಾಗಿದೆ. ಕೆಲವೊಂದು ಪ್ರಕರಣದಲ್ಲಿ ಮರಣದಂಡನೆ ಶಿಕ್ಷೆ ಚಾಲ್ತಿಯಲ್ಲಿದೆ. ಸರ್ವೋಚ್ಚ ನ್ಯಾಯಾಲಯದಲ್ಲಿ ಸಹ ಇವರ ಅಪೀಲುಗಳು ಬಾಕಿ ಇವೆ."

"ನಾನಿಗಾಗಲೇ ಈ ತಂಡದ ನಾಯಕ ಆಂಜನೇಯ ಮತ್ತು ಆತನ ಪತ್ನಿ ಸರಸ್ವತಿಯನ್ನು ಮಾತನಾಡಿಸಿದ್ದೇನೆ. ಆದರೆ ಮತ್ತೊಮ್ಮೆ ಆಂಜನೇಯ ಹಾಗು ಇತರರನ್ನು ನೋಡಬಯಸುತ್ತೇನೆ" ಎಂದೆ.

ಆಂಜನೇಯನನ್ನು ಭೇಟಿಯಾದಾಗ, "ನಿಮ್ಮ ಬಗ್ಗೆ ತನಿಖೆ ನಡೆಸಿದ ಚಲಪತಿಯವರನ್ನು ಭೇಟಿಯಾಗಿದ್ದೆ"ಎಂದೆ.

ಆತ ಏನೂ ಪ್ರತಿಕ್ರಿಯಿಸದೆ ತಾನು ನಿರಪರಾಧಿಯೇ ಎಂದು ಸಾಧಿಸಿದ.

"ನಿನ್ನ ತಂಡದ ಎಷ್ಟು ಜನ ಜೈಲಿನಲ್ಲಿದ್ದಾರೆ?" ಎಂದು ಕೇಳಿದೆ.

"ಮರಣದಂಡನೆ ಶಿಕ್ಷೆಯಾಗಿರುವ ಒಂಭತ್ತು ಜನ; ಜೀವಾವಧಿ ಶಿಕ್ಷೆಯಾಗಿರುವ ಐದಾರು ಜನರು" ಎಂದ.

"ಜೈಲಿನಲ್ಲಿ ನೀನು ಹೇಗೆ ಕಾಲ ಕಳೆಯುವೆ?"

"ನಮ್ಮ ಜತೆಗಾರರ ಜತೆ ಹರಟೆ ಹೊಡೆಯುತ್ತೇನೆ. ಟಿ.ವಿ. ನೋಡುತ್ತೇನೆ."

ಅಲ್ಲಿದ್ದ ಜೈಲರ್, ಈ ತಂಡದವರೆಲ್ಲರೂ ಪ್ರಾಣಿಗಳ ಬಗ್ಗೆ ಬಿತ್ತರವಾಗುವ ಅನಿಮಲ್ ಪ್ಲಾನೆಟ್ ವಾಹಿನಿಯನ್ನು ಯಾವಾಗಲೂ ನೋಡುತ್ತಿರುತ್ತಾರೆ" ಎಂದರು.

ಜೀವಾವಧಿ ಶಿಕ್ಷೆ ಹೊಂದಿದ್ದ ಈ ತಂಡದ ಒಬ್ಬ ವ್ಯಕ್ತಿಯನ್ನು ಕರೆಸಿ ಮಾತನಾಡಿದೆ.

"ನೀವು ಅಪರಾಧಗಳನ್ನು ಮಾಡಿದ್ದು ನಿಜವಲ್ಲವೇ?"

"ಹೌದು, ನಾವು ಕೇವಲ ಕಳ್ಳತನವನ್ನು ಮಾತ್ರ ಮಾಡಿದ್ದು, ಆದರೆ ಕೊಲೆಯನ್ನಲ್ಲ" ಎಂದ

"ಹಾಗಾದರೆ ನೀನು ಕೊಲೆಯನ್ನೇ ಮಾಡಲಿಲ್ಲವೇ?"

"ನಾನು ಮಾಡಿಲ್ಲ. ಆಂಜನೇಯ ಮತ್ತಿತರರು ಮಾಡಿರಬಹುದು. ಚಿತ್ತೂರುಜೈಲಿನಿಂದ ಕೆಲವರು ಪರಾರಿಯಾದ ಕಾರಣಕ್ಕಾಗಿಯೇ ನನ್ನಂತಹ ನಿರಪರಾಧಿಗಳೂ ಜೈಲು ಸೇರಬೇಕಾಯಿತು" ಎಂದ.

ಅಪರಾಧವನ್ನೇ ಮಾಡಿಲ್ಲವೆಂದ ಕೈದಿಗಳು

ಬೆಳಗಾವಿ ಜೈಲಿನಲ್ಲಿ ಕೆಲವೇ ನಿಮಿಷಗಳ ನಂತರಮುನಿರಾಜು ನನ್ನ ಮುಂದೆ ಹಾಜರಾದ. ಆತ ಸುಮಾರು ಐದು ಅಡಿ ಎಂಟು ಅಂಗುಲ ಎತ್ತರವಾಗಿದ್ದು ದಷ್ಟಪುಷ್ಟವಾಗಿದ್ದ. ಕರಿಯ ಮೈಬಣ್ಣ, ಉದ್ದನೆಯ ಕೂದಲು. ಅವನ ಕಣ್ಣುಗಳು ಕೆಂಪಾಗಿದ್ದವು. ನಾನು ಅವನನ್ನೇ ದಿಟ್ಟಿಸಿ ನೋಡಿದೆ. ಇತರ ಕೈದಿಗಳಂತೆ ಆತ ತನ್ನ ಮುಖವನ್ನು ಕೆಳಗೆ ಮಾಡದೆ ನನ್ನನ್ನೇ ದಿಟ್ಟಿಸಿ ನೋಡಿದ. ಅವನ ಕಣ್ಣುಗಳಲ್ಲಿ ಇದ್ದ ಕ್ರೌರ್ಯವನ್ನು ನಾನು ಗಮನಿಸದೇ ಇರಲಿಲ್ಲ. ಆತನನ್ನು ನೋಡಿದರೆ ಯಾರಿಗಾದರೂ ಹೆದರಿಕೆಯಾಗುವಂತಿತ್ತು. ನನ್ನನ್ನು ನೋಡಿ ಆತ ನಮಸ್ಕರಿಸಿದ. ನನ್ನ ಮುಂದಿರುವ ಕುರ್ಚಿಯಲ್ಲಿ ಕೂರಲು ಹೇಳಿದೆ.

"ಮುನಿರಾಜು, ನೀನು ಈ ತಂಡದ ಇನ್ನೊರ್ವ ನಾಯಕ ಎಂದು ಹೇಳುತ್ತಾರೆ, ನಿಜವೇ" ಎಂದು ಕೇಳಿದೆ.

"ನಾನು ದಂಡುಪಾಳ್ಯ ತಂಡಕ್ಕೇ ಸೇರಿದವನಲ್ಲ. ನಿಮಗೆ ಗೊತ್ತಿಲ್ಲವೇನೋ, ನಾನು ಹೊಸಕೋಟೆಗೆ ಸೇರಿದವನು."

"ಹಾಗಾದರೆ ಈ ಜೈಲಿನಲ್ಲಿರುವ ನಿಮ್ಮ ತಂಡದ ಇತರರು ನಿನಗೆ ಸಂಬಂಧಿಕರಲ್ಲವೇ?"

"ಹೌದು, ಸಂಬಂಧಿಕರೇ. ನಾವೆಲ್ಲಾ ಬೋವಿ ಜನಾಂಗದವರು. ಕಲ್ಲು ಕುಟ್ಟಿ ಜೀವನ ಸಾಗಿಸುವವರು. ನಮ್ಮಲ್ಲಿ ಮೂರು ಬೇರೆ ಬೇರೆ ಸಮುದಾಯಗಳಿವೆ. ಒಂದು ಸಮುದಾಯವು ಮೈಸೂರಿನ ಹುಣಸೂರಿನ ಬಳಿ ಇದೆ. ಎರಡನೆಯದು ದಂಡುಪಾಳ್ಯದ್ದು, ಮೂರನೆಯದು ಹೊಸಕೋಟೆಯದ್ದು, ಮೂವರಿಗೂ ಯಾವ ರೀತಿಯ ಸಂಬಂಧವೂ ಇಲ್ಲ. ಎಲ್ಲರೂ ಒಂದೇ ಜಾತಿಯಾಗಿರುವುದರಿಂದ ನಮ್ಮ ನಮ್ಮಲ್ಲಿ ಲಗ್ನವಾಗುತ್ತದೆಯೇ ಹೊರತು ಈ ತಂಡಕ್ಕೂ ನನಗೂ ಸಂಬಂಧವಿಲ್ಲ" ಎಂದ.

“ಹೊಸಕೋಟೆಗೂ ದಂಡುಪಾಳ್ಯಕ್ಕೂ ಸಾಕಷ್ಟು ದೂರ ಇಲ್ಲವಲ್ಲ ಮುನಿರಾಜು” ಎಂದೆ.

ಆತ ಮಾತನಾಡದೆ ನಸುನಕ್ಕ.

“ಎಷ್ಟು ಪ್ರಕರಣದಲ್ಲಿ ನಿನಗೆ ಮರಣದಂಡನೆಯಾಗಿದೆ?” ಎಂದು ಪ್ರಶ್ನಿಸಿದೆ.

“ನನಗೆ ಹದಿಮೂರು ಪ್ರಕರಣಗಳಲ್ಲಿ ಮರಣದಂಡನೆಯಾಗಿದೆ. ಈ ಎಲ್ಲಾ ಪ್ರಕರಣಗಳೂ ದರೋಡೆ ಮತ್ತ ಕೊಲೆಗೆ ಸಂಬಂಧಿಸಿದವು ಎಂದು ಪೊಲೀಸರು ಹೇಳಿದ್ದಾರೆ. ನಾನು ಈ ಜೈಲಿಗೆ ಬಂದು ಏಳು ವರ್ಷಗಳಾದವು..ವಿನಾಕಾರಣ ಸಜಾಬಂದಿ ಕೈದಿಯಾಗಿಯೇ ಕಾಲ ಕಳೆದಿದ್ದೇನೆ. ನಾನು ಯಾವುದೇ ಪ್ರಕರಣದಲ್ಲೂ ಶಾಮೀಲಾಗಿಲ್ಲ”

ಅವನ ಧ್ವನಿಯಲ್ಲಿ ಇದ್ದ ಗಡಸುತನವನ್ನು ನಾನು ಗುರುತಿಸಿದೆ. . ಮುಂದುವರೆದ ಆತ, “ಸ್ವಾಮಿ ಇನ್ಸ್‌ಪೆಕ್ಟರ್ ಚಲಪತಿ ಬೆಂಗಳೂರು ನಗರದಲ್ಲಿ ಯಾವ ಪ್ರಕರಣವನ್ನು ಪೊಲೀಸರು ನಾಪತ್ತೆ ಎಂದು ಮುಚ್ಚಿದ್ದರೋ, ಆ ಎಲ್ಲಾ ಪ್ರಕರಣಗಳಲ್ಲೂ ಅಂದರೆ ಸುಮಾರು ೯೩ ಪ್ರಕರಣಗಲ್ಲಿ ನನ್ನನ್ನು ಆರೋಪಿಯನ್ನಾಗಿ ತೋರಿಸಿದರು. ನಾನು ಇಷ್ಟೊಂದು ಜನರನ್ನು ಕೊಲೆ ಮಾಡಿದ್ದೆನೆಂದು ನೀವು ನಂಬುವಿರಾ?”

ನಾನು ಉತ್ತರಿಸಲಿಲ್ಲ.

“ಚಲಪತಿ ನಮಗೆ ಚಿತ್ರಹಿಂಸೆ ಕೊಟ್ಟು ತಪ್ಪೊಪ್ಪಿಗೆ ಹೇಳಿಕೆ ಕೊಡುವಂತೆ ಮಾಡಿದರು” ಎಂದ.

“ಪೊಲೀಸರು ಎಷ್ಟೇ ಚಿತ್ರಹಿಂಸೆ ಕೊಟ್ಟು ತಪ್ಪೊಪ್ಪಿಗೆ ಬರೆಸಿಕೊಂಡರೂ ನ್ಯಾಯಾಲಯದಲ್ಲಿ ನಿಮ್ಮ ಮೇಲಿನ ಆರೋಪವನ್ನು ಅಲ್ಲಗೆಳೆಯಬಹುದಿತ್ತಲ್ಲ. ಪೊಲೀಸರು ಚಿತ್ರಹಿಂಸೆ ಕೊಟ್ಟ ಬಗ್ಗೆ ನ್ಯಾಯಾಲಯಕ್ಕೆ ದೂರು ಕೊಡಬಹುದಾಗಿತ್ತಲ್ಲ”

“ಸರ್, ಏನು ಹೇಳಲಿ, ನಾವು ದೂರು ಕೊಟ್ಟರೂ ನ್ಯಾಯಧೀಶರು ಆಲಿಸಲಿಲ್ಲ”

“ಮುನಿರಾಜು, ಇದನ್ನು ನಂಬುವುದು ಕಷ್ಟ. ಒಂದು ವೇಳೆ ನೀನು ನಿರಪರಾಧಿಯೇ ಆಗಿದ್ದರೆ ನಿನಗೆ ಇಷ್ಟೊಂದು ಪ್ರಕರಣಗಳಲ್ಲಿ ಮರಣದಂಡನೆ ಏಕೆ ಆಗಿದೆ”

“ಏನು ಹೇಳಲಿ? ನ್ಯಾಯಾಧೀಶರೂ ನಮ್ಮ ವಿರುದ್ಧ ಇದ್ದರು. ಪೊಲೀಸರು ಹೇಳಿದ್ದನ್ನೆಲ್ಲಾ ಅವರು ನಂಬಿದರು” ಎಂದ.

“ನಿಮ್ಮ ವಕೀಲರು ನ್ಯಾಯಾಲಯದಲ್ಲಿ ನಿಮ್ಮನ್ನು ರಕ್ಷಿಸಿಲಿಲ್ಲವೇಕೆ?” ಎಂದು ಪ್ರಶ್ನಿಸಿದೆ.

"ವಕೀಲರಿದ್ದರು, ಆದರೆ ಅವರ ಮಾತನ್ನು ನ್ಯಾಯಾಧೀಶರು ಕೇಳಲಿಲ್ಲ. ಸರ್, ನಿಮಗೆ ತಿಳಿದಿರಲಾರದು. ನಾನು ಕೋರ್ಟಿನಲ್ಲಿಯೇ ಚಲಪತಿ ತನಿಖೆ ಮಾಡಿದ ಪ್ರಕರಣಗಳನ್ನೆಲ್ಲಾ ಸಿ.ಬಿ.ಐ ಮರುತನಿಖೆ ಮಾಡಬೇಕೆಂಬ ಮನವಿ ಕೊಟ್ಟೆ, ಆ ಮನವಿಯನ್ನು ತಿರಸ್ಕಾರ ಮಾಡಲಾಯಿತು" ಎಂದ.

"ಮರಣದಂಡನೆ ಪ್ರಕರಣದಲ್ಲಿ ನೀನು ಉಚ್ಚ ನ್ಯಾಯಾಲಯ ಹಾಗೂ ಸರ್ವೋಚ್ಚ ನ್ಯಾಯಾಲಯದಲ್ಲಿ ಮೇಲ್ಮನವಿಯನ್ನು ಸಲ್ಲಿಸಬಹುದಲ್ಲವೇ ಮುನಿರಾಜು"

"ನಾನು ಅದನ್ನೇ ಮಾಡುತ್ತೇನೆ" ಎಂದ.

"ಇರಲಿ ಬಿಡು, ಇಷ್ಟೆಲ್ಲಾ ಪ್ರಕರಣಗಳಲ್ಲಿ ಸಜೆ ಹೊಂದಿರುವೆ. ನಿನಗೆ ಪಶ್ಚಾತ್ತಾಪ ಭಾವನೆಯೇನಾದರೂ ಬಂದಿದೆಯೇ?"

"ನನಗೇಕೆ ಪಶ್ಚಾತ್ತಾಪ ಭಾವನೆ ಬರುತ್ತದೆ ನಾನೇನೂ ತಪ್ಪು ಮಾಡಿಲ್ಲವಲ್ಲ. ನನಗೆ ಯಾವ ರೀತಿಯ ಪಶ್ಚಾತ್ತಾಪವೂ ಇಲ್ಲ. ನನಗೆ ಕೇವಲ ಕೋಪವಿದೆ"

"ಯಾರ ಮೇಲೆ ಕೋಪವಿದೆ, ಚಲಪತಿಯ ಮೇಲೆಯೇ?"

"ನನಗೆ ನನ್ನ ಮೇಲೆಯೇ ಕೋಪವಿದೆ. ಯಾವ ಪೊಲೀಸರು ನನ್ನನ್ನು ಇಲ್ಲಿಗೆ ತಳ್ಳಿದರೋ ಅವರನ್ನು ಆ ಭಗವಂತ ಖಂಡಿತಾ ದಂಡಿಸುತ್ತಾನೆ"

"ಇರಲಿ ಬಿಡು, ನೀನು ಕೊಲೆ ಮಾಡುವಾಗ ವ್ಯಕ್ತಿಯ ತಲೆಗೆ ರಾಡಿನ ಒಂದು ತುದಿಯಿಂದ ಹೊಡೆದ ನಂತರ ಅದೇ ರಾಡಿನ ಚೂಪಿನ ತುದಿಯಿಂದ ಕತ್ತನ್ನು ಚುಚ್ಚಿ ಕೊಲೆ ಮಾಡುತ್ತಿದ್ದೆ ಎನ್ನುತ್ತಾರೆ" ಎಂದೆ.

"ಇದೆಲ್ಲಾ ಪೊಲೀಸರು ಸೃಷ್ಟಿಸಿದ ಕಟ್ಟುಕತೆ" ಎಂದು ಮುನಿರಾಜು ನಗತೊಡಗಿದ.

ಇವನನ್ನು ಹೆಚ್ಚಿಗೆ ಮಾತನಾಡಿಸಿ ಫಲವಿಲ್ಲ ಎಂದು ಭಾವಿಸಿ ಮುಂದಿನ ಕೈದಿಯನ್ನು ಬರಹೇಳಿದೆ. ಆತನೇ ತಿಮ್ಮ. ಹದಿಮೂರು ಪ್ರಕರಣಗಳಲ್ಲಿ ಅವನಿಗೆ ಮರಣದಂಡನೆಯಾಗಿದೆ. ಆತ ನನ್ನನ್ನು ನೋಡಿದ ಕೂಡಲೇ "ಸರ್, ನಾನು ದಂಡುಪಾಳ್ಯದವನಲ್ಲ, ಮೈಸೂರು ಜಿಲ್ಲೆಯ ಹುಣಸೂರುನವನು. ಆಂಜನೇಯ ಚಿತ್ತೂರು ಜೈಲಿನಿಂದ ಪರಾರಿಯಾದ ಕಾರಣ ನಮಗೆ ಈ ಕಷ್ಟ ಬಂದಿದೆ. ನನಗೂ ಅಂಜನೇಯನಿಗೂ ಸಂಬಂಧವಿಲ್ಲ. ನಾನು ನನ್ನ ಪಾಡಿಗೆ ಕಲ್ಲು ಕುಟ್ಟುವ ಕೆಲಸವನ್ನು ಮಾಡುತ್ತಿದ್ದೆ"

"ಹಾಗಾದರೆ ಪೊಲೀಸರೇಕೆ ನಿನ್ನನ್ನು ಆರೋಪಿಯನ್ನಾಗಿ ಮಾಡಿದರು? ಎಷ್ಟು ಪ್ರಕರಣಗಳಲ್ಲಿ ನೀನು ಆರೋಪಿಯಾಗಿರುವೆ?"

"ಮೂವತ್ತು ಪ್ರಕರಣಗಳಲ್ಲಿ ನಾನು ಆರೋಪಿಯಾಗಿದ್ದೆ. ಹದಿನೈದು ಪ್ರಕರಣಗಳಲ್ಲಿ ನ್ಯಾಯಾಲಯವು ನನ್ನನ್ನು ಬಿಡುಗಡೆ ಮಾಡಿದೆ" ಎಂದು ಹೇಳಿದ ತಿಮ್ಮನೂ ಯಾವುದೇ ಪಶ್ಚಾತಾಪದ ಭಾವನೆ ಹೊಂದಿರಲಿಲ್ಲ.

ಹಿಂಡಲಗಾ ಕಾರಾಗೃಹದಲ್ಲಿ ನನ್ನ ಮುಂದೆ ಹಾಜರಾದ ಮುಂದಿನ ಕೈದಿಯೇ ಕೃಷ್ಣ. ಈತ ಮಧ್ಯವಯಸ್ಕನಾಗಿದ್ದು, ಸಣ್ಣಗಿದ್ದ. ನನ್ನನ್ನು ನೋಡಿದಕೂಡಲೇ, "ನನಗೆ ಪೊಲೀಸ್ ಇಲಾಖೆ, ಸರ್ಕಾರ, ಕಾರಾಗೃಹ ಇಲಾಖೆ ಮೋಸ ಮಾಡಿದೆ" ಎಂದು ದೂರತೊಡಗಿದ.

"ಸ್ವಲ್ಪ ಸಮಾಧಾನ ತಂದುಕೋ. ನೀನು ಏನು ಹೇಳುತ್ತಿದ್ದೀಯೋ ನನಗೆ ಅರ್ಥವಾಗುತ್ತಿಲ್ಲ" ಎಂದೆ.

"ನಾವು ದಂಡುಪಾಳ್ಯ ತಂಡದ ಸದಸ್ಯರಾಗಿರುವುದು ನಿಜ. ನಮ್ಮ ಬಗ್ಗೆ ಈಗಾಗಲೇ ಎರಡು ಚಲನಚಿತ್ರಗಳನ್ನು ಮಾಡಿರುವುದು ನಿಮಗೆ ಗೊತ್ತಿರಬೇಕು. ಈ ಚಿತ್ರಗಳನ್ನು ಮಾಡುವ ಮೊದಲುಚಿತ್ರದ ನಿರ್ಮಾಪಕರು ನಮ್ಮ ಬಳಿ ಬಂದುಈ ಚಿತ್ರವನ್ನು ಮಾಡುವ ಬಗ್ಗೆ ನಮ್ಮ ಒಪ್ಪಿಗೆಯನ್ನು ಕೇಳಿದರು. ಈ ಚಿತ್ರಕ್ಕೆ ಒಪ್ಪಿಗೆಕೊಡು ಎಂದು ಕಾರಾಗೃಹದ ಅಧಿಕಾರಿಗಳು ನಮ್ಮನ್ನು ಬಲವಂತದಿಂದ ಒಪ್ಪಿಸಿದರು. ಆ ಚಿತ್ರದಲ್ಲಿ ನಮ್ಮನ್ನು ಕೆಟ್ಟದಾಗಿ ಚಿತ್ರಿಸಲಾಗಿದೆ."

"ಆ ಚಿತ್ರವನ್ನು ಮಾಡಲು ನೀವು ಒಪ್ಪಿದಾಗ ಚಿತ್ರದ ಕಥೆಯನ್ನು ಕೇಳಲಿಲ್ಲವೇ? .ಒಂದು ವೇಳೆ ನೀವು ಒಪ್ಪಿಗೆಯನ್ನು ಕೊಡದೇ ಹೋದಲ್ಲಿ ನ್ಯಾಯಾಲಯಕ್ಕೆ ಹೋಗಿ ಚಿತ್ರದ ಬಿಡುಗಡೆಗೆ ತಡಯಾಜ್ಞೆ ತರಬಹುದಿತ್ತಲ್ಲ?"

"ಹೌದು, ತಂದೆವು. ಆದರೂ ಆ ಚಿತ್ರ ಬಿಡುಗಡೆಯಾಗಿದೆ."

"ನನಗೆ ತಿಳಿದಂತೆ ಮೂರು ಭಾಗಗಳಲ್ಲಿ ಆ ಚಿತ್ರ ಬಿಡುಗಡೆಯಾಗಿಲ್ಲವೇ?"

"ಹೌದು," ಎಂದ ಕೃಷ್ಣ.

ನಾನು ಈ ಬಗ್ಗೆ ಕಾರಾಗೃಹದ ಅಧೀಕ್ಷಕರನ್ನು ವಿಚಾರಿಸಿದೆ.

"ಅವನ ಮಾತನ್ನು ನಂಬಬೇಡಿ. ಇವರೆಲ್ಲರೂ ಕೂಡಿ ಸಮಾಲೋಚಿಸಿಯೇ ಚಿತ್ರೀಕರಣಕ್ಕೆ ಒಪ್ಪಿಗೆ ಯನ್ನು ಕೊಟ್ಟರು. ಇವರ ಗುಂಪಿನ ಮನೋಸ್ಥಿತಿಯನ್ನು ಅರಿಯುವುದು ತೀರಾ ಕಠಿಣ.ಇವರೆಲ್ಲಾ ವಿಶೇಷ ರೀತಿಯ ಕೈದಿಗಳೆಂದೇ ಹೇಳಬಹುದು" ಎಂದರು.

ನಾನು ಹುಬ್ಬೇರಿಸಿದೆ.

"ಈ ಗುಂಪು ಬೇರೆ ಕೈದಿಗಳ ಜೊತೆ ಬೆರೆಯುವುದಿಲ್ಲ. ಎಲ್ಲರೂ ತಮ್ಮ ಬಿಡುವಿನ ವೇಳೆಯಲ್ಲಿ ಒಟ್ಟಾಗಿಯೇ ಇದ್ದು ದೀರ್ಘ ಚರ್ಚೆಯಲ್ಲಿ ತೊಡಗುತ್ತಾರೆ. ಅವರದೇ ಆದ ವಿಶೇಷ ಭಾಷೆಯಲ್ಲಿ ಮಾತನಾಡುತ್ತಾರೆ. ಇವರು ಜೈಲಿನ ಅಧಿಕಾರಿಗಳ ಜೊತೆ ಸಣ್ಣ ಸಣ್ಣ ವಿಷಯಕ್ಕೂ ಜಗಳ ತೆಗೆಯುತ್ತಾರೆ. ಬಹಳ ಕೆಟ್ಟದಾಗಿ ಕೀಳು ಭಾಷೆಯಲ್ಲಿ ಮಾತನಾಡುತ್ತಾರೆ. ಮತ್ತು ರಾತ್ರಿಯಂತೂ ನಿದ್ದೆಯನ್ನೇ ಮಾಡುವುದಿಲ್ಲ."

"ಹಾಗಾದರೆ ರಾತ್ರಿಯ ವೇಳೆ ಏನು ಮಾಡುತ್ತಾರೆ" ಎಂದು ಪ್ರಶ್ನಿಸಿದೆ.

"ಇವರು ಟಿ.ವಿಯಲ್ಲಿ ಅನಿಮಲ್ ಪ್ಲಾನೆಟ್ ಮತ್ತು ನ್ಯಾಷನಲ್ ಜಿಯೋಗ್ರಫಿಕ್ ವಾಹಿನಿಗಳಲ್ಲಿ ಬರುವ ಕಾಡುಪ್ರಾಣಿಗಳ ಕಾರ್ಯಕ್ರಮಗಳನ್ನು ಬಹಳ ಆಸಕ್ತಿಯಿಂದ ನೋಡುತ್ತಾರೆ" ಎಂದರು.

ಜೈಲಿನಿ ವೈದ್ಯರನ್ನು ದಂಡುಪಾಳ್ಯ ತಂಡದ ಕೈದಿಗಳ ಬಗ್ಗೆ ವಿಚಾರಿಸಿದಾಗ, ಪ್ರತಿಯೊಬ್ಬರೂ ಮಾಧಕವಸ್ತುಗಳ ವ್ಯಸನಿಗಳಾಗಿರುವರೆಂದು ತಿಳಿಸಿದರು. ಆದರೆ ಇವರಾರೂ ಮಾನಸಿಕ ರೋಗಿಗಳಾಗದೆ ಮಾನಸಿಕವಾಗಿ ಸದೃಡರಾಗಿದ್ದಾರೆ ಎಂದು ಹೇಳಿದರು.

ನಾನು ಬೆಂಗಳೂರಿಗೆ ವಾಪಸ್ಸಾದ ನಂತರ ಮತ್ತೊಮ್ಮೆ ಚಲಪತಿಯವರನ್ನು ಭೇಟಿಯಾದೆ.

"ಚಲಪತಿ, ನೀವು ಒಬ್ಬಂಟಿಯಾಗಿಯೇ ಇಂತಹ ಭಯಾನಕ ಕ್ರಿಮಿನಲ್ ಗಳನ್ನು ನ್ಯಾಯಾಲಯದ ಕಟಕಟೆಯ ಮುಂದೆ ತಂದು ಅವರಿಗೆ ಶಿಕ್ಷೆ ಕೊಡಿಸಿ ಸಮಾಜಕ್ಕೇ ಒಂದು ದೊಡ್ಡ ಸೇವೆ ಮಾಡಿರುವಿರಿ. ಕಂಗ್ರಾಟ್ಸ್. ಆದರೆ ನಾನು ಭೇಟಿಯಾದ ಈ ತಂಡದ ಕೈದಿಗಳು ತಾವು ಯಾವುದೇ ಅಪರಾಧ ಮಾಡಿಲ್ಲ, ನೀವೇ ವಿನಾಕಾರಣ ಅವರನ್ನು ಸಿಕ್ಕಿ ಹಾಕಿಸಿರುವಿರಿ ಎಂದು ದೂರುವರಲ್ಲಾ?"

"ಸರ್, ನಿಮಗೇ ತಿಳಿದಂತೆ ನಾವು ಹಾಕುವ ನೂರು ಕೇಸುಗಳಲ್ಲಿ ಕೇವಲ ನಲವತ್ತರಲ್ಲಿ ಆರೋಪಿಗೆ ಶಿಕ್ಷೆಯಾಗುತ್ತದೆ. ಮರಣದಂಡನೆಯ ಶಿಕ್ಷೆ ಅತಿವಿರಳ ಕೇಸುಗಳಲ್ಲಿ ಮಾತ್ರ ಕೊಡುತ್ತಾರೆ. ಇಂತಹದರಲ್ಲಿ ಈ ತಂಡದ ಹತ್ತು ಜನರಿಗೆ ತಲಾ ಐದಕ್ಕಿಂತಲೂ ಹೆಚ್ಚು ಪ್ರಕರಣಗಳಲ್ಲಿ ಮರಣದಂಡನೆ ನೀಡಿರುವುದು ಒಂದು ದಾಖಲೆಯಲ್ಲವೇ? ಇನ್ನೊಂದು ಮಾತು. ಇವರೆಲ್ಲರನ್ನೂ ನಾನು ಜೈಲಿಗೆ ಕಳಿಸಿದ ನಂತರ ಇಂತಹ ಸರಣಿ ಪ್ರಕರಣಗಳೇ ನಿಂತುಹೋದವಲ್ಲಾ?"

"ನೀವು ಈಗ ಲಾಯರ್ ಆಗಿರುವುದರಿಂದ ಲಾಯರ್‌ನಂತೆಯೇ ಮಾತನಾಡಿದಿರಿ. ಒಂದು ವಿಷಯವನ್ನು ಹೇಳಲು ಮರೆತೆ. ಈ ತಂಡಕ್ಕೆ ನೀವೇ ನಂಬರ್ ಒನ್ ಶತ್ರುವಾಗಿರುವುದರಿಂದ ಸ್ವಲ್ಪ ಎಚ್ಚರದಿಂದಿರಿ."

"ಆ ಭಗವಂತ ಮಾಡಿಸಿದ ಹಾಗೆ ಆಗಲಿ" ಎನ್ನುತ್ತಾ ಚಲಪತಿ ನನ್ನಿಂದ ಬೀಳ್ಕೊಂಡರು.

■■

೩. ಆತಂಕವಾದಿಗಳ ಅಟ್ಟಹಾಸ

೮ನೇ ಡಿಸೆಂಬರ್ ೨೦೦೧, ರಾಜಕೋಟ್.

ಗುಜರಾತ್‌ನ ರಾಜಕೋಟ್ ಜಿಲ್ಲೆಯ ಪೊಲೀಸ್ ತಂಡವೊಂದು ತಾವು ಬಂಧಿಸಿದ್ದ ಅಸೀಫ್ ರಜಾ ಖಾನ್ ಅಲಿಯಾಸ್ ರಾಜನ್ ಎನ್ನುವ ಕುಖ್ಯಾತ ಅಪರಾಧಿಯನ್ನು ಪಾಕಿಸ್ತಾನದ ಗಡಿ ಭಾಗದಲ್ಲಿದ್ದ ಸರ್ಧಾರ್ ಔಟ್‌ಪೋಸ್ಟ್‌ಗೆ ಕರೆದುಕೊಂಡು ಹೋಗಿ ಅವನಿಂದ ಉಪಯುಕ್ತ ಮಾಹಿತಿಗಳನ್ನು ಸಂಗ್ರಹಿಸಿ ರಾಜಕೋಟ್ ಗೆ ಮರಳಿ ಬರುತ್ತಿತ್ತು. ಜೈಯಿಷ್-ಎ-ಮೊಹಮ್ಮದ್ ಸಂಘಟನೆಯ ಪ್ರಮುಖ ಸದಸ್ಯನಾಗಿದ್ದ ಅಸೀಫ್ ರಜಾ ಖಾನ್ ಪಾಕಿಸ್ತಾನದಿಂದ ಆಕ್ರಮವಾಗಿ ಶಸ್ತಾಸ್ತ್ರಗಳು, ಮಾಧಕವಸ್ತುಗಳು ಮತ್ತಿತ್ತರ ವಸ್ತುಗಳನ್ನು ಕಳ್ಳಸಾಗಾಣಿಕೆ ಮಾಡುತ್ತಿದ್ದ ಬಗ್ಗೆ ಸಾಕಷ್ಟು ವಿಷಯಗಳನ್ನು ತಿಳಿಸಿದ್ದ. ರಾಜ್‌ಕೋಟ್ ಇನ್ನೂ ಇಪ್ಪತ್ತೆಂಟು ಕಿ.ಮೀ ದೂರದಲ್ಲಿತ್ತು. ಸೂರ್ಯ ಆಗಲೇ ಮುಳುಗಿದ್ದ.

ತನಗೆ ವಾಂತಿ ಬರುತ್ತಿದೆ ಎಂದು ಹೇಳಿ ಅಸೀಫ್ ಕುಡಿಯಲು ನೀರು ಕೇಳಿದ. ಪೊಲೀಸರು ತಮ್ಮ ವಾಹನವನ್ನು ರಸ್ತೆಯ ಪಕ್ಕದಲ್ಲಿ ನಿಲ್ಲಿಸಿ ನೀರನ್ನು ಕುಡಿಯಲು ಅನುಕೂಲ ಮಾಡಿಕೊಡಲು ಅಸೀಫ್‌ನ ಕೈ ಕೋಳ ತೆರೆದರು. ನೀರಿನ ಬಾಟಲ್ ಕೈಗೆ ತೆಗೆದುಕೊಳ್ಳುವಂತೆ ಮಾಡಿದ ಅಸೀಫ್ ಇದ್ದಕ್ಕಿದಂತೆ ತನ್ನ ಪಕ್ಕದಲ್ಲಿದ್ದ ಕಾವಲು ಪೊಲೀಸ್‌ನ ಎಕೆ ೪೭ ಬಂದೂಕನ್ನು ಕಸಿದುಕೊಂಡು ಜೀಪಿನಿಂದ ಧುಮುಕಿ ಓಡಲು ಹೊರಟ. ಪೊಲೀಸ್ ಇನ್ಸ್‌ಪೆಕ್ಟರ್ ಜಂಕತ್ ಮತ್ತು ಬಾರಾಂಢ ಅವನ ಕೈಕೋಳಕ್ಕೆ ಕಟ್ಟಿದ್ದ ಸರಪಳಿಯನ್ನು ತಮ್ಮತ್ತ ಎಳೆದರು. ಈ ಕಾರಣದಿಂದ ಅಸೀಫ್ ಕೆಳಗೆ ಬಿದ್ದ. ಬೀಳುತ್ತಲೇ ಆತ ತನ್ನ ಕೈಯಲ್ಲಿದ್ದ ಎಕೆ ೪೭ ಬಂದೂಕನ್ನು ಪೋಲಿಸರತ್ತ ಗುರಿ ಮಾಡಿದ. ಗಾಬರಿಗೊಂಡ ಅಧಿಕಾರಿಗಳು ತಮ್ಮ ರಿವಾಲ್ವರ್‌ನಿಂದ ಅವನತ್ತ ಗುಂಡು ಹಾರಿಸಿದರು. ಅಸೀಫ್ ತೀವ್ರವಾಗಿ ಗಾಯಗೊಂಡ. ತಕ್ಷಣವೇ ಅವನನ್ನು ಅದೇ ವಾಹನದಲ್ಲಿ ರಾಜಕೋಟ್‌ನ ಸರ್ಕಾರಿ ಆಸ್ಪತ್ರೆಗೆ ಕರೆತರಲಾಯಿತು. ಆಸ್ಪತ್ರೆಯಲ್ಲಿ ಅವನನ್ನು ತಪಾಸಿಸಿದ ವೈದ್ಯರು ಗಾಯಾಳು ಮೃತಪಟ್ಟಿದ್ದಾನೆ ಎಂದು ತಿಳಿಸಿದರು.

ಅಸೀಫ್ ರಜಾ ಖಾನ್‌ನನ್ನು ಕೆಲವೇ ದಿನಗಳ ಹಿಂದೆ ಕೇಂದ್ರ ಅನ್ವೇಷಣಾ ಬ್ಯೂರೋ (ಸಿ.ಬಿ.ಐ) ಗುಜರಾತ್ ಪೊಲೀಸರಿಗೆ ಹಸ್ತಾಂತರ ಮಾಡಿತ್ತು.

ಆರ್.ಡಿ.ಎಕ್ಸ್ ಸ್ಫೋಟಕವನ್ನು ಕಳ್ಳಸಾಗಾಣಿಕೆ ಮಾಡಿದ ಆರೋಪದ ಮೇಲೆ ಆತನನ್ನು ಸಿ.ಬಿ.ಐ ಬಂಧಿಸಿತ್ತು. ಇದಕ್ಕೂ ಮುನ್ನ ಅಕ್ಟೋಬರ್ ೨೦೦೧ರಲ್ಲಿ ಅಸೀಫ್ ರಜಾ ಖಾನ್‌ನನ್ನು ದೆಹಲಿ ಅಪರಾಧ ವಿಭಾಗದ ಪೊಲೀಸರು ಬಂಧಿಸಿದ್ದರು. ಆತನ ವಿಚಾರಣೆಯ ಸಮಯದಲ್ಲಿ ಆತ ತಾನು ಭಾರತದ ವಿವಿಧ ಭಾಗಗಳಲ್ಲಿ ಅಪರಾಧ ಮಾಡಿದ್ದಾಗಿ ಒಪ್ಪಿಕೊಂಡಿದ್ದ. ಈ ಕಾರಣದಿಂದ ಆತ ಸಿ.ಬಿ.ಐ ವಶಕ್ಕೆ ಬಂದಿದ್ದ.

ಸಿ.ಬಿ.ಐನ ವಿಚಾರಣೆಯಲ್ಲಿ ಅಸೀಫ್ ತಾನು ಅಫ್ತಾಬ್ ಅನ್ಸಾರಿ ಎನ್ನುವ ಕುಖ್ಯಾತ ಅಪರಾಧಿಯ ತಂಡದ ಸದಸ್ಯನೆಂದೂ, ತಮ್ಮ ತಂಡ ಶ್ರೀಮಂತ ವ್ಯಕ್ತಿಗಳ ಅಪಹರಣ ಮಾಡಿ ಭಾರೀ ಪ್ರಮಾಣದ ಒತ್ತೆ ಹಣವನ್ನು ಸಂಗ್ರಹಿಸುತ್ತಿತ್ತೆಂದೂ ಈ ಹಣದಿಂದ ಶಸ್ತ್ರಾಸ್ತ್ರಗಳು, ಹಾಗೂ ಸ್ಫೋಟಕಗಳನ್ನು ತರಿಸಲಾಗುತ್ತಿತ್ತೆಂದೂ ತಿಳಿಸಿದ. ರಾಜಕೋಟ್‌ನಲ್ಲಿ ಚಿನ್ನದ ವ್ಯಾಪಾರ ಮಾಡುತ್ತಿದ್ದ ಭಾಸ್ಕರ್ ಪಾರೇಖ್‌ನನ್ನು ಈ ಹಿಂದೆ ತಾವೇ ಅಪಹರಣ ಮಾಡಿದ್ದಾಗಿಯೂ ಆತ ತಿಳಿಸಿದ ಕಾರಣ ಅಸೀಫ್‌ನನ್ನು ಸಿ.ಬಿ.ಐ ಭಾಸ್ಕರ್ ಪಾರೇಖ್ ಅಪಹರಣದ ತನಿಖೆಯನ್ನು ನಡೆಸುತ್ತಿದ್ದ ಗುಜರಾತ್ ಪೊಲೀಸರಿಗೆ ನೀಡಿತ್ತು.

ಗುಜರಾತ್ ಪೊಲೀಸರ ಮುಂದೆ ನೀಡಿದ ಹೇಳಿಕೆಯಲ್ಲಿ ಅಸೀಫ್ ತಾನು ಪಾಕಿಸ್ತಾನದಲ್ಲಿ ಜಿಹಾದಿ ತರಬೇತಿಯನ್ನು ಪಡೆದಿದ್ದನೆಂದೂ ಹಾಗೂ ಈ ತರಬೇತಿಯನ್ನು ಪಡೆಯುತ್ತಿದ್ದಾಗ ಭಾರತದ ಸಂಸತ್ ಭವನದ ಮೇಲೆ ದಾಳಿ ನಡೆಸಬೇಕೆಂಬ ಮಾತುಕತೆಗಳು ನಡೆಯುತ್ತಿದ್ದನ್ನು ಕೇಳಿಸಿಕೊಂಡಿದ್ದೆ ಎಂದೂ ತಿಳಿಸಿದ್ದ. ಗುಜರಾತ್ ಪೊಲೀಸರು ಈ ವಿಸ್ಫೋಟಕ ಮಾಹಿತಿಯನ್ನು ಕೇಂದ್ರ ಗುಪ್ತಚರ ದಳಕ್ಕೆ ರವಾನಿಸಿದರು.

೧೩ನೇ ಡಿಸೆಂಬರ್ ೨೦೦೧, ನವದೆಹಲಿ

ಅಂದು ಸಂಸತ್‌ನ ಎರಡೂ ಸಧನಗಳು ಸಭೆ ಸೇರಿದ್ದ ದಿನ. ಮಧ್ಯಾಹ್ನ ಸುಮಾರು ಒಂದು ಗಂಟೆಗೆ ಸಂಸತ್ ಭವನದ ಗೇಟಿನ ಮುಂದೆ ಆರು ಜನರಿದ್ದ ಕಾರೊಂದು ಬಂದು ನಿಂತಿತು. ಕಾರಿನ ಗಾಜಿನ ಮೇಲೆ ಪಾರ್ಲಿಮೆಂಟ್ ಸದಸ್ಯರ ಸ್ಟಿಕ್ಕರ್ ಹಾಕಿದ್ದರಿಂದ ಕಾರನ್ನು ಸುಲಭವಾಗಿ ಒಳಗೆ ಹೋಗಲು ಬಿಡಲಾಯಿತು. ಸಂಸತ್ ಭವನದ ಪೋರ್ಟಿಕೋ ಮುಂದೆ ಕಾರಿನಿಂದ ಇಳಿದ ಆರು ಜನ ಉಗ್ರರು ಮನಬಂದಂತೆ ಗುಂಡು ಹಾರಿಸತೊಡಗಿದರು. ಆತಂಕವಾದಿಗಳು ತಮ್ಮ ಕೈಯಲ್ಲಿದ್ದ ಎಕೆ.೪೭ಗಳು, ಪಿಸ್ತೂಲ್‌ಗಳು ಹಾಗೂ ಗ್ರೇನೇಡ್‌ಗಳನ್ನು ಉಪಯೋಗ ಮಾಡಿದರು. ಏಕಾಏಕಿ ನಡೆದ ಈ ದಾಳಿಯಿಂದ ಗಾಬರಿಯಾದ ಸಂಸತ್ ಭವನದ ಕಾವಲುಗಾರರು ಹಾಗೂ ಅಲ್ಲಿದ್ದ ಪೊಲೀಸ್ ಹಾಗೂ ಸಿ.ಆರ್.ಪಿ.ಎಫ್ ಅಧಿಕಾರಿಗಳು ಆತಂಕವಾದಿಗಳ ಮೇಲೆ ಪ್ರತಿ ಧಾಳಿ ನಡೆಸಿದರು. ಇಬ್ಬರ ಮಧ್ಯೆ ಭೀಕರ ಗುಂಡಿನ ಕಾಳಗ ನಡೆಯಿತು. ಕಾಳಗ ನಡೆಯುವಾಗ ಒಬ್ಬ ಆತಂಕವಾದಿ ತನ್ನ ಮೈಮೇಲೆ ಧರಿಸಿದ್ದ ಆತ್ಮಾಹುತಿ

ವೆಸ್ಟ್ ಅನ್ನು ಸ್ಫೋಟಗೊಳಿಸಿ ಸ್ಥಳದಲ್ಲಿಯೇ ಸತ್ತ. ಆತನ ಜೊತೆ ಇನ್ನೂ ನಾಲ್ಕು ಜನ ಆತಂಕವಾದಿಗಳು ಪೊಲೀಸರ ಗುಂಡಿಗೆ ಮೃತರಾದರು. ಹಲವಾರು ಪೋಲಿಸ್ ಸಿಬ್ಬಂದಿ ಹತರಾದರು.

ಆಗ ತಾನೇ ಲೋಕಸಭೆ ಹಾಗೂ ರಾಜ್ಯಸಭೆಗಳನ್ನು ಭೋಜನ ವಿರಾಮಕ್ಕಾಗಿ ಮುಂದೂಡಲಾಗಿತ್ತು. ಮಧ್ಯಾಹ್ನದ ಊಟದ ಸಮಯದ ಮುಂಚೆ ಏನಾದರೂ ಈ ದಾಳಿ ನಡೆದಿದ್ದರೆ ಇನ್ನೂ ಹೆಚ್ಚಿನ ಸಾವು ನೋವುಗಳು ಉಂಟಾಗುತ್ತಿತ್ತೇನೋ. ಐದು ಜನ ಆತಂಕವಾದಿಗಳನ್ನು ಸೇರಿಸಿ ಒಟ್ಟು ಹದಿನಾಲ್ಕು ಮಂದಿ ಈ ದಾಳಿಯಲ್ಲಿ ಸಾವನ್ನಪ್ಪಿದ್ದರು. ಈ ಘೋರ ದಾಳಿ ನಮ್ಮ ಭದ್ರತಾ ವ್ಯವಸ್ಥೆಯ ಲೋಪವನ್ನು ಎತ್ತಿ ತೋರಿಸಿತು.

ಐದೇ ದಿನಗಳ ಹಿಂದೆ ಅಸಿಫ್ ನಮಗೆ ನೀಡಿದ್ದ ಮಾಹಿತಿಯ ಬಗ್ಗೆ ಗುಪ್ತಚರ ದಳಗಳು ಸರಿಯಾಗಿ ವ್ಯವಹರಿಸಿದ್ದರೆ ದಾಳಿಯನ್ನು ತಡೆಯ-ಬಹುದಾಗಿತ್ತೇನೋ ಎಂದು ಗುಜರಾತ್ ಪೋಲಿಸರು ಪರಿತಪಿಸಿದರು. ಪ್ರಕರಣದ ತನಿಖೆಯಲ್ಲಿ ಕಾಶ್ಮೀರೀ ಆತಂಕವಾದಿ ಅಫ್ಜಲ್ ಗುರು ಹಾಗೂ ಇತರರು ಅಪರಾಧಿಗಳೆಂದು ಸಾಬೀತಾಯಿತು. ಅಫ್ಜಲ್ ಗುರುವನ್ನು ಆನಂತರ ಗಲ್ಲಿಗೇರಿಸಲಾಯಿತು.

ಕೊಲ್ಕತ್ತಾ, ೨೨ನೇ ಜನವರಿ ೨೦೦೨

ತನ್ನ ಜೇಪಿನಲ್ಲಿ ಕುಳಿತಿದ್ದ ಸಹಾಯಕ ಸಬ್ ಇನ್ಸ್‌ಪೆಕ್ಟರ್ ವರುಣ್ ಕುಮಾರ್ ಸಾಹಾ ನಿಧಾನವಾಗಿ ಕೆಳಗಿಳಿದು ಮೈಮುರಿಯತೊಡಗಿದರು. ಆಗಸದಲ್ಲಿ ಆಗ ತಾನೇ ಸೂರ್ಯ ಉದಯಿಸುತ್ತಿದ್ದ. ಬಳಿಯಲ್ಲೇ ಇದ್ದ ವಿಕ್ಟೋರಿಯಾ ಮೆಮೋರಿಯಲ್ ಉದ್ಯಾನವನಕ್ಕೆ ಬೆಳಗಿನ ವಾಕಿಂಗ್‌ಗಾಗಿ ಹಲವಾರು ಮಂದಿ ಬರಲಾರಂಭಿಸಿದ್ದರು. ಸಾಹಾ ತಮ್ಮ ಕೈಗಡಿಯಾರವನ್ನು ನೋಡಿದರು. ಬೆಳಗಿನ ಆರು ಗಂಟೆಗೆ ಇನ್ನು ಕೆಲವೇ ನಿಮಿಷಗಳಿದ್ದವು. ಇನ್ನು ಅರ್ಧ ಗಂಟೆಯಾದರೆ ನನ್ನ ಕರ್ತವ್ಯ ಮುಗಿಯುತ್ತದೆ ಎಂದುಕೊಂಡ ಸಾಹಾ, "ದೇವರ ದಯೆ, ನಿನ್ನೆ ರಾತ್ರಿ ಯಾವುದೇ ಅಹಿತಕರ ಘಟನೆ ನಡೆಯಲಿಲ್ಲ" ಎಂದು ಆಕಾಶದತ್ತ ನೋಡಿದರು.

ಕೊಲ್ಕತ್ತಾ ಪೋಲೀಸ್‌ನ ವೈರ್‌ಲೆಸ್ ಘಟಕದಲ್ಲಿ ಕೆಲಸ ಮಾಡುತ್ತಿದ್ದ ಸಾಹಾಗೆ ಕೊಲ್ಕತ್ತಾದ ಮಧ್ಯಭಾಗದಲ್ಲಿರುವ ಅಮೇರಿಕನ್ ಸೆಂಟರ್‌ನ ಹೊರವಲಯದಲ್ಲಿ ಗಸ್ತು ನಿರ್ವಹಣೆಗೆ ನೇಮಿಸಲಾಗಿತ್ತು. ಕೆಲವೇ ವಾರಗಳ ಹಿಂದೆ ದೆಹಲಿಯಲ್ಲಿ ಸಂಸತ್ ಭವನದ ಮೇಲೆ ಉಗ್ರರ ದಾಳಿ ನಡೆದಿದ್ದರಿಂದಲೂ ಗಣರಾಜ್ಯೋತ್ಸವದ ದಿನದಂದು ಆತಂಕವಾದಿಗಳು ದಾಳಿ ಮಾಡುವ ಸಂಭವವಿದ್ದುದರಿಂದಲೂ ರಾಜ್ಯಗಳಿಗೆ ಹೈ ಆಲರ್ಟ್‌ನಿಂದಿರಲು ಕೇಂದ್ರ ಗುಪ್ತಚರ ಇಲಾಖೆ ಸೂಚಿಸಿತ್ತು. ಈ ಕಾರಣಕ್ಕಾಗಿಯೇ ಕೊಲ್ಕತ್ತಾದ ಸೂಕ್ಷ್ಮ ಸ್ಥಳವೆಂದು ಗುರುತಿಸಲ್ಪಟ್ಟಿರುವ ಅಮೇರಿಕನ್ ಸೆಂಟರ್ ಹಾಗೂ ಅಮೇರಿಕನ್ ಉಪ ದೂತಾವಾಸಕ್ಕೆ ಹೆಚ್ಚಿನ ಪೋಲೀಸ್ ಸಿಬ್ಬಂದಿಯನ್ನು ರಾತ್ರಿ ಹಗಲೂ ಗಸ್ತು ಕಾಯಲು ನೇಮಿಸಲಾಗಿತ್ತು.

ಅಮೇರಿಕನ್ ಸೆಂಟರ್ ಅಮೇರಿಕಾ ದೇಶದ ಉಪ ದೂತವಾಸದ ಒಂದು ವಿಭಾಗವೇ ಆಗಿತ್ತು. ಈ ವಿಭಾಗದಲ್ಲಿ ಗ್ರಂಥಾಲಯ ಹಾಗೂ ಇತರ ಕಛೇರಿಗಳಿದ್ದವು. ಈ ಕಟ್ಟಡಕ್ಕೆಂದೇ ನಿಯಮಿತವಾಗಿ ವಿಶೇಷ ಭದ್ರತೆಯನ್ನು ಕೊಡಲಾಗಿತ್ತು. ಪಶ್ಚಿಮ ಬಂಗಾಳದ ಪೊಲೀಸರ ಸಶಸ್ತ್ರ ಬಲದ ತುಕಡಿಯೊಂದು ಆ ಕಟ್ಟಡದ ಭದ್ರತೆಗೆ ನೇಮಿತವಾಗಿತ್ತು. ಇದಲ್ಲದೇ ಅಮೇರಿಕನ್ನರೂ ತಮ್ಮದೇ ಖಾಸಗೀ ಸೆಕ್ಯೂರಿಟಿ ಕಾವಲುಗಾರರನ್ನು ನೇಮಿಸಿಕೊಂಡಿದ್ದರು. ವರುಣ ಕುಮಾರ್ ಸಾಹಾ ಕಟ್ಟಡದ ಹೊರ ಆವರಣದ ಬಗ್ಗೆ ಮಾತ್ರ ಗಮನಹರಿಸಬೇಕಾಗಿತ್ತು.

ಜೀಪಿನಿಂದ ಕೆಳಗಿಳಿದಿದ್ದ ಸಾಹಾ ತಮ್ಮ ವಾಹನದ ಚಾಲಕನತ್ತ ನೋಡಿದರು. ರಾತ್ರಿಯಿಡೀ ನಿದ್ದೆಗೆಟ್ಟಿದ್ದ ಆತ ತನ್ನ ಸ್ಟೇರಿಂಗ್ ಮೇಲೆ ತಲೆಯಿರಿಸಿ ಗೊರಕೆ ಹೊಡೆಯುತ್ತಿದ್ದ. ಸಾಹಾರ ದೃಷ್ಟಿ ಸ್ವಲ್ಪ ದೂರದಲ್ಲಿದ್ದ ಅಮೇರಿಕನ್ ಸೆಂಟರ್‌ನತ್ತ ಹೋಯಿತು. ರಾತ್ರಿಯ ಪಾಳಿಯ ಕಾವಲುಗಾರರು ತಮ್ಮ ಕರ್ತವ್ಯ ಮುಗಿಸಿ ಮನೆಗೆ ತೆರಳಲು ತಯಾರಾಗುತ್ತಿದ್ದರು. ಬೆಳಗಿನ ಕಾವಲುಗಾರು ಕರ್ತವ್ಯಕ್ಕೆ ವರದಿಮಾಡಿಕೊಳ್ಳಲು ಸಜ್ಜಾಗುತ್ತಿದ್ದರು. ರಾತ್ರಿ ಪಾಳಿಯ ೧೨ ಜನ ಕಾವಲುಗಾರರು ಮತ್ತು ಬೆಳಗಿನ ಕರ್ತವ್ಯಕ್ಕೆ ಬಂದಿದ್ದ ೧೨ ಜನ ತಮ್ಮ ತಮ್ಮಲ್ಲಿ ಸಂಭಾಷಣೆಯಲ್ಲಿ ನಿರತರಾಗಿದ್ದರು.

ಅಷ್ಟರಲ್ಲಿ ಸಾಹಾರ ದೃಷ್ಟಿ ದೂರದಲ್ಲಿ ಬರುತ್ತಿದ್ದ ಒಬ್ಬ ವ್ಯಕ್ತಿಯತ್ತ ಹರಿಯಿತು. ಸುಮಾರು ೨೫ ವರ್ಷ ವಯಸ್ಸಿನ ಆತ ದಾಪುಗಾಲು ಹಾಕುತ್ತ ಅಮೇರಿಕನ್ ಸೆಂಟರ್ ದ್ವಾರದತ್ತ ನಡೆಯುತ್ತಿದ್ದ. ಮೈಮೇಲೆ ಕಂದು ಬಣ್ಣದ ಲೆದರ್ ಜಾಕೆಟನ್ನು ಧರಿಸಿದ್ದ ಆತನ ನಡೆಯುವ ಶೈಲಿಯಲ್ಲೇ ಸಾಹಾಗೆ ಅನುಮಾನ ಮೂಡಿತು. ಆತ ತನ್ನ ಜಾಕೆಟ್‌ನಲ್ಲಿ ಏನನ್ನೋ ಅಡಗಿಸಿರಬಹುದು ಎಂದು ಸಾಹಾ ಊಹಿಸಿದರು. ಕೂಡಲೇ ಸಾಹಾ ತಮ್ಮ ರಿವಾಲ್ವರ್‌ನ್ನು ಹೊರತೆಗೆದರು.

ಕ್ಷಣಾರ್ಧದಲ್ಲಿ ಆ ಯುವಕ ಅಮೆರಿಕನ್ ಸೆಂಟರ್ ದ್ವಾರದತ್ತ ಓಡಿಹೋಗಿ ತನ್ನ ಜಾಕೆಟ್‌ನಲ್ಲಿ ಅಡಗಿಸಿಕೊಂಡಿದ್ದ ಎಕೆ ೪೭ ಬಂದೂಕನ್ನು ಹೊರತೆಗೆದು ಮನಬಂದಂತೆ ಗುಂಡು ಹಾರಿಸತೊಡಗಿದ. ಗಾಬರಿಗೊಂಡ ಸಾಹಾ ತಮ್ಮ ರಿವಾಲ್ವರ್‌ನನ್ನು ಆ ಯುವಕನತ್ತ ಗುರಿ ಮಾಡಿ ಗುಂಡು ಹಾರಿಸಿದರು. ಅವರ ದುರಾದೃಷ್ಟಕ್ಕೆ ಆ ಗುಂಡುಗಳು ಯುವಕನಿಗೆ ತಾಗಲಿಲ್ಲ. ಏಕಾಏಕಿ ತನ್ನತ್ತ ಬಂದ ಗುಂಡಿನಿಂದ ವಿಚಲಿತನಾದ ಆ ಯುವಕ ತನ್ನ ಎಕೆ ೪೭ ಬಂದೂಕನ್ನು ಸಾಹಾರತ್ತಲೇ ಗುರಿ ಮಾಡಿದ. ತನಗೆ ಗುಂಡೇಟು ಬೀಳಬಹುದೆಂದು ಅರಿತ ಸಾಹಾ ತಮ್ಮ ಜೀಪಿನ ಹಿಂದೆ ಹೋಗಿ ಅಡಗಿಕೊಂಡು ಆ ಯುವಕನತ್ತ ಇನ್ನೊಂದು ಗುಂಡನ್ನು ಹಾರಿಸಿದರು. ಕ್ಷಣಾರ್ಧದಲ್ಲಿ ಒಂದು ಕರಿಯ ಬಣ್ಣದ ಮೋಟರ್ ಸೈಕಲ್ ಆ ಯುವಕನ ಬಳಿ ಬಂದು ನಿಂತಿತು. ಆ ಯುವಕ ಚಂಗನೆ ಮೋಟರ್ ಸೈಕಲ್ ಮೇಲೆ ಹಾರಿ ಕುಳಿತ. ಆ ಮೋಟರ್ ಸೈಕಲ್ ಕೊಲ್ಕತ್ತಾದ ದಕ್ಷಣ ಭಾಗದತ್ತ ಭರ್ರೆಂದು ಹೊರಟು ಹೋಯಿತು.

ದಾಳಿಯ ಮುನ್ನ ನಡೆದ ಪೂರ್ವತಯಾರಿ

ತಡಮಾಡದ ಸಾಹಾ ಅಮೇರಿಕನ್ ಸೆಂಟರ್‌ನ ಬಾಗಿಲಿನತ್ತ ದಾವಿಸಿದರು. ಎದುರಿಗೆ ಕಂಡ ದೃಶ್ಯ ಹೃದಯವಿದ್ರಾವಕವಾಗಿತ್ತು.ಸಾವನ್ನಪ್ಪಿದ್ದ ಹಲವಾರು ಪೊಲೀಸ್ ಕಾನ್ಸ್‌ಟೇಬಲ್‌ಗಳ ದೇಹಗಳು ಅಲ್ಲಲ್ಲಿ ಚೆಲ್ಲಾಪಿಲ್ಲಿಯಾಗಿ ಬಿದ್ದಿದ್ದವು. ಗಾಯಗೊಂಡಿದ್ದ ಪೊಲೀಸ್ ಅಧಿಕಾರಿಗಳು ಹಾಗೂ ಸೆಕ್ಯೂರಿಟಿ ಕಾವಲುಗಾರರು ನೋವಿನಿಂದ ನರಳುತ್ತಿದ್ದರು. ಎಲ್ಲೆಲ್ಲೂ ರಕ್ತದ ಮಡು ಹರಿದಿತ್ತು. ಏಕಾಏಕಿ ನಡೆದ ದಾಳಿಯಿಂದ ಅವಾಕ್ಕಾಗಿದ್ದ ಇತರ ಪೋಲಿಸರು ಮಾತನಾಡಲೂ ಅಶಕ್ತರಾಗಿದ್ದರು.

ಸಾಹಾ ಕೂಡಲೇ ವೈರ್‌ಲೆಸ್ ಮೂಲಕ ಕೊಲ್ಕತ್ತಾ ಪೊಲೀಸ್ ಕಂಟ್ರೋಲ್ ರೂಂಗೆ ಕರೆ ಮಾಡಿ, "ಅಮೇರಿಕನ್ ಸೆಂಟರ್‌ನ ಮೇಲೆ ಒಬ್ಬ ಆಗುಂತಕ ಗುಂಡಿನ ದಾಳಿ ನಡೆಸಿ ತನ್ನ ಜತೆಗಾರನ ಕಪ್ಪು ಬಣ್ಣದ ಮೋಟರ್ ಸೈಕಲಿನಲ್ಲಿ ದಕ್ಷಿಣ ದಿಕ್ಕಿನತ್ತ ಓಡಿದ್ದಾನೆ. ಹಲವಾರು ಪೋಲಿಸರು ಹತರಾಗಿದ್ದಾರೆ. ಬಹಳ ಜನರು ಗಾಯಗೊಂಡಿದ್ದಾರೆ. ಕೂಡಲೇ ಆಂಬ್ಯುಲೆನ್ಸ್ ಹಾಗೂ ಹೆಚ್ಚಿನ ಸಿಬ್ಬಂದಿಯನ್ನು ಕಳುಹಿಸಿ" ಎಂದು ಹೇಳಿ ಗಾಯಗೊಂಡು ಬಿದ್ದಿದ್ದ ಪೊಲೀಸರಿಗೆ ಪ್ರಥಮ ಚಿಕಿತ್ಸೆ ಕೊಡಲು ಪ್ರಾರಂಭಿಸಿದರು.

ಕೊಲ್ಕತ್ತಾ ಪೊಲೀಸ್ ಕಂಟ್ರೋಲ್ ರೂಂಗೆ ಸಾಹಾರ ಸಂದೇಶ ಮುಟ್ಟಿದ್ದು ಬೆಳಿಗಿನ ೬.೦೫ಕ್ಕೆ. ತಕ್ಷಣವೇ ಅಲ್ಲಿ ಕರ್ತವ್ಯ ನಿರತರಾಗಿದ್ದ ಅಧಿಕಾರಿಗಳು ಸುತ್ತಮುತ್ತಲಿನ ಎಲ್ಲಾ ಪೊಲೀಸ್ ಠಾಣೆಗಳಿಗೆ, ಹಿರಿಯ ಅಧಿಕಾರಿಗಳಿಗೆ ಹಾಗೂ ಆಸ್ಪತ್ರೆಗಳಿಗೆ ಈ ಸುದ್ದಿಯನ್ನು ಮುಟ್ಟಿಸಿ, ಕೂಡಲೇ ಅಮೇರಿಕನ್ ಸೆಂಟರ್‌ಗೆ ಧಾವಿಸಲು ಸೂಚಿಸಿದರು. ಈ ದಾಳಿಯನ್ನು ನಡೆಸಿದ ವ್ಯಕ್ತಿ ಮೋಟರ್ ಸೈಕಲ್‌ನ ಹಿಂಬದಿಯಲ್ಲಿ ಕುಳಿತು ಕೊಲ್ಕತ್ತಾದ ದಕ್ಷಿಣಕ್ಕೆ ಓಡಿ ಹೋದ ಕಾರಣ ನಗರದಲ್ಲಿ ನಾಕಾಬಂಧಿಯನ್ನು ಹಾಕಿ ಎಲ್ಲಾ ಮೋಟರ್ ಸೈಕಲ್‌ಗಳನ್ನು ತಪಾಸಣೆ ಮಾಡಿ ಎಂಬ ಆದೇಶವನ್ನು ಕೊಡಲು ಮರೆಯಲಿಲ್ಲ. ಇದಲ್ಲದೆ ರೈಲ್ವೆ ಸ್ಟೇಷನ್, ಹಾಗೂ ಬಸ್ ನಿಲ್ದಾಣಗಳಿಗೂ ಆಗಂತುಕರ ಆಗಮನದ ಬಗ್ಗೆ ಎಚ್ಚರಿಸಿದರು.

ಹಿರಿಯ ಪೊಲೀಸ್ ಅಧಿಕಾರಿಗಳು ಸ್ಥಳಕ್ಕೆ ಧಾವಿಸಿದಾಗ ಐದು ಪೊಲೀಸರು ಮೃತ ಪಟ್ಟು ಒಂದು ಡಜನ್‌ಗೂ ಹೆಚ್ಚು ಪೊಲೀಸರು ಗಾಯಗೊಂಡಿದ್ದನ್ನು ನೋಡಿ ಗಾಬರಿಗೊಂಡರು. ಆ ನಗರದಲ್ಲಿ ಇಂತಹ ಭೀಕರ ಘಟನೆ ಹಿಂದೆಂದೂ ನಡೆದಿರಲಿಲ್ಲ. ಈ ಘಟನೆಯಿಂದ ಕೊಲ್ಕತ್ತವಷ್ಟೇ ಅಲ್ಲ ಇಡೀ ದೇಶವೇ ಬೆಚ್ಚಿ ಬಿದ್ದಿತ್ತು. ಗಣರಾಜ್ಯ ದಿನಕ್ಕೆ ಕೇವಲ ನಾಲ್ಕೇ ದಿನಗಳ ಮುಂದೆ ನಡೆದ ಈ ಘಟನೆ ಪೋಲಿಸರನ್ನು ಅಣಕಿಸಿತ್ತು.

೨೨ ಜನವರಿಯ ಬೆಳಿಗಿನ ೬.೩೦ಕ್ಕೆ ಕೊಲ್ಕತ್ತಾದ ಬೇನಿಯಾಕೋಪುರ್ ಬಡಾವಣೆಯಲ್ಲಿ ವಾಸವಿದ್ದ ಶಾಹಿದ್ ಇಕ್ಬಾಲ್ ಬೆಳಗಿನ ಹಾಲು ಕೊಳ್ಳಲು ಹಾಲಿನ ಬೂತ್‌ಗೆ ಹೋಗಿದ್ದ. ಆ ಸಮಯದಲ್ಲಿ ಅವನಿದ್ದ ರಸ್ತೆಗೆ ಒಂದು

ಮಾರುತಿ ಕಾರ್ ಬಂದು ನಿಂತಿತು. ಅದರ ನಿಲುಗಡೆಯಿಂದ ಹಾಲಿನ ವಾಹನ ಚಲಿಸಲು ತೊಂದರೆಯಾಗುತ್ತಿದ್ದುದರಿಂದ ಇಕ್ಬಾಲ್ ಕಾರಿನ ಚಾಲಕನ ಬಳಿ ಹೋಗಿ ಕಾರನ್ನು ಸರಿಯಾಗಿ ನಿಲ್ಲಿಸಲು ಹೇಳಿದ. ಆ ಯುವಕ ಗೊಣಗುತ್ತಲೇ ಕಾರನ್ನು ಸರಿಯಾಗಿ ನಿಲ್ಲಿಸಿ ಕೆಳಗಿಳಿದ. ಅಷ್ಟರಲ್ಲಿ ಅದೇ ಜಾಗಕ್ಕೆ ಒಂದು ಕರೀ ಬಣ್ಣದ ಮೋಟರ್ ಸೈಕಲ್ ಬಂದು ನಿಂತಿತು. ಅದರಲ್ಲಿದ್ದ ಇಬ್ಬರು ಯುವಕರು ಲೆದರ್ ಜಾಕೆಟ್ ಧರಿಸಿದ್ದರು. ಅವರು ಕಾರಿನ ಚಾಲಕನಿಗೆ ವಂದಿಸಿ, 'ಕಾಮ್ ಹೋಗಯಾ' ಎಂದರು. ನಂತರ ಆ ಮೂರೂ ಜನರು ನಗುನಗುತ್ತಾ ನಡೆದುಕೊಂಡು ಎದುರಿಗಿದ್ದ ಕಟ್ಟಡದತ್ತ ಹೊರಟರು.

ಅಮೇರಿಕನ್ ಸೆಂಟರ್ ಮೇಲೆ ದಾಳಿಯಾದ ಕೆಲವೇ ನಿಮಿಷಗಳಲ್ಲಿ ರಾಷ್ಟ್ರೀಯ ಮತ್ತು ಅಂತರರಾಷ್ಟ್ರೀಯ ಸುದ್ಧಿ ವಾಹಿನಿಗಳು ಈ ಆಘಾತಕಾರಿ ಸುದ್ಧಿಯನ್ನು ಬಿತ್ತರಿಸಿ ಈ ದಾಳಿಯಲ್ಲಿ ನಾಲ್ಕು ಜನ ಕೊಲ್ಕತ್ತಾ ಪೊಲೀಸರು ಮೃತಪಟ್ಟಿದ್ದಾರೆ ಎಂದು ತಿಳಿಸಿದವು.

ಅಂದು ಮುಂಜಾನೆ ಏಳು ಗಂಟೆಗೆ ಪಶ್ಚಿಮ ಬಂಗಾಳದ ಸಿ.ಐ.ಡಿಯ ಎಸ್.ಪಿ ರಾಜೀವ್ ಕುಮಾರ್ ಬೆಳಗಿನ ಚಹಾ ಸೇವಿಸುತ್ತಾ ವೃತ್ತ ಪತ್ರಿಕೆಯನ್ನು ಓದುತ್ತಿದ್ದಾಗ ಅವರಿಗೆ ದೂರವಾಣಿ ಕರೆಯೊಂದು ಬಂದಿತು. ಕರೆಮಾಡಿದ ವ್ಯಕ್ತಿ ತನ್ನನ್ನು ಫರ್ಹಾನ್ ಮಲ್ಲಿಕ್ ಎಂದು ಪರಿಚಯಿಸಿಕೊಂಡು, "ಅಮೇರಿಕನ್ ಸೆಂಟರ್ ಮೇಲೆ ನಡೆದ ದಾಳಿಗೆ ನಾವೇ ಕಾರಣರು. ಅಮೇರಿಕನ್ನರ ವಿರುದ್ಧವೇ ನಮ್ಮ ಹೋರಾಟ" ಎಂದ.

"ನಿಮ್ಮ ಸಂಘಟನೆ ಯಾವುದು" ಎಂದು ಕುಮಾರ್ ಕೇಳಿದಾಗ, "ನಮ್ಮ ಸಂಘಟನೆ ಅಸೀಫ್ ರಜಾ ಕಮಾಂಡೋ ಫೋರ್ಸ್" ಎಂದು ಹೇಳಿ ದೂರವಾಣಿ ಕಟ್ ಮಾಡಲು ಹೊರಟ.ಅಷ್ಟರಲ್ಲಿ ರಾಜೀವ್ ಕುಮಾರ್, "ನೀನೇಕೆ ನನಗೆ ಸುಳ್ಳು ಹೇಳುತ್ತಿದ್ದೀ, ನೀನು ಅಫ್ತಾಬ್ ಅನ್ಸಾರಿ ಅಲ್ಲವೇ?"ಎಂದು ಮರುಪ್ರಶ್ನೆ ಹಾಕಿದರು. ಆ ವ್ಯಕ್ತಿ ಏನನ್ನೋ ಹೇಳಹೊರಟು ಸುಮ್ಮನಾಗಿ ಫೋನ್ ಕೆಳಗಿಟ್ಟ. ತನ್ನನ್ನು ಅದೇ ತಾನೇ ದೂರವಾಣಿ ಮೂಲಕ ಸಂಪರ್ಕಿಸಿದವನು ಅಫ್ತಾಬ್ ಅನ್ಸಾರಿ ಎನ್ನುವ ಕುಖ್ಯಾತ ಅಪರಾಧಿಯಲ್ಲದೆಯೇ ಬೇರಾರೂ ಅಲ್ಲ ಎನ್ನುವುದು ರಾಜೀವ್ ಕುಮಾರ್‌ಗೆ ಖಾತ್ರಿಯಾಗಿತ್ತು. ಏಕೆಂದರೆ ಕೊಲ್ಕತ್ತಾ ನಗರದಲ್ಲಿ ಕೇವಲ ಆರು ತಿಂಗಳ ಹಿಂದೆ ನಡೆದ ಪ್ರಮುಖ ಅಪಹರಣವೊಂದರಲ್ಲಿ ತಾನು ಶಾಮೀಲಾಗಿದ್ದ ಬಗ್ಗೆ ಆತ ಆಗಲೂ ಅವರಿಗೆ ಫೋನ್ ಮಾಡಿದ್ದ. ಆ ಘಟನೆ ಹೀಗೆ ನಡೆದಿತ್ತು.

ಜುಲೈ ೨೫, ೨೦೦೧ ರಂದು ಕೊಲ್ಕತ್ತಾದ ಪ್ರಖ್ಯಾತ ಖದೀಮ್ ಶೂ ಕಂಪನಿಯ ಮಾಲೀಕ ಪಾರ್ಥರಾಯ್ ಬರ್ಮನ್ (೩೫ ವರ್ಷ) ತನ್ನ ಮನೆಯಿಂದ ಕಛೇರಿಗೆ ತನ್ನ ಟಾಟಾ ಸಫಾರಿ ವಾಹನದಲ್ಲಿ ಹೋಗುತ್ತಿದ್ದಾಗ, ಮಾರುತಿ ಕಾರಿನಲ್ಲಿ ಬಂದ ಕೆಲವರು ವಾಹನಕ್ಕೆ ಅಡ್ಡಹಾಕಿ ಅದರತ್ತ ಎರಡು

ಸುತ್ತು ಗುಂಡು ಹಾರಿಸಿ, ಕಾರಿನಲ್ಲಿದ್ದ ಪಾರ್ಥರಾಯ್‌ರನ್ನು ದರದರನೇ ಎಳೆದುಕೊಂಡು ತಮ್ಮ ಕಾರಿನಲ್ಲಿ ಬಲವಂತದಿಂದ ಕೂರಿಸಿಕೊಂಡು ಪರಾರಿಯಾಗಿದ್ದರು. ಬರ್ಮನ್ ಕುಟುಂಬದಿಂದ ನಾಲ್ಕು ಕೋಟಿ ರೂಗಳ ಒತ್ತೆ ಹಣವನ್ನು ಪಡೆದು ಒತ್ತೆಯಾಳನ್ನು ಎಂಟು ದಿನಗಳ ನಂತರ ಬಿಡುಗಡೆ ಮಾಡಲಾಗಿತ್ತು. ಹಾಡು ಹಗಲಲ್ಲೇ ನಡೆದ ಈ ಅಪಹರಣ ಇಡೀ ಕೊಲ್ಕತ್ತಾ ನಗರವನ್ನು ತಲ್ಲಣಗೊಳಿಸಿತ್ತು. ಆ ಸಂದರ್ಭದಲ್ಲಿ ದಾಖಲಾದ ಕ್ರಿಮಿನಲ್ ಪ್ರಕರಣವನ್ನು ಪಶ್ಚಿಮ ಬಂಗಾಳದ ಸಿ.ಐ.ಡಿಯ ತನಿಖೆಗೆ ವಹಿಸಲಾಗಿತ್ತು. ಎಸ್.ಪಿ ರಾಜೀವ್ ಕುಮಾರ್ ಆ ಪ್ರಕರಣದ ಮುಖ್ಯ ತನಿಖಾಧಿಕಾರಿಯಾಗಿದ್ದರು. ಆ ಸಂದರ್ಭದಲ್ಲಿ ಅವರು ಈ ಪ್ರಕರಣದ ರೂವಾರಿ ಅಫ್ತಾಬ್ ಅನ್ಸಾರಿ ಎಂಬುದನ್ನು ಮನಗೊಂಡಿದ್ದರು. ಬರ್ಮನ್ ಅಪಹರಣವಾದ ನಂತರ ಇದೇ ಅಫ್ತಾಬ್ ಅನ್ಸಾರಿ 'ಫರ್ಹಾನ್ ಮಲ್ಲಿಕ್' ಎಂಬ ಹೆಸರಿನಿಂದ ರಾಜೀವ್ ಕುಮಾರ್‌ಗೆ ದೂರವಾಣಿ ಕರೆ ಮಾಡಿದ್ದ.

ಅಂದು ಮುಂಜಾನೆ ಕೊಲ್ಕತ್ತಾದ ಅಮೆರಿಕನ್ ಸೆಂಟರ್ ಮೇಲೆ ಆದ ದಾಳಿಗೂ ಪಾರ್ಥರಾಯ್ ಬರ್ಮನ್ ಅಪಹರಣ ಮಾಡಿದ ಅಫ್ತಾಬ್ ಅನ್ಸಾರಿ ತಂಡಕ್ಕೂ ಏನೋ ಸಂಬಂಧವಿದೆ ಎಂದು ಊಹಿಸಿದ ರಾಜೀವ್ ಕುಮಾರ್ ಕೂಡಲೇ ಈ ವಿಷಯವನ್ನು ತಮ್ಮ ಮೇಲಾಧಿಕಾರಿಗಳ ಗಮನಕ್ಕೆ ತಂದರು.

೨೨ ಜನವರಿಯ ಸಂಜೆ ೬ ಗಂಟೆಗೆ ಜಯಂತ್ ಬೋಸ್ ಹಾಗೂ ಸಂಜಯ್ ಪಾಲ್ ಎಂಬ ಇಬ್ಬರು ಸ್ನೇಹಿತರು ಕೊಲ್ಕತ್ತಾದ ಲಾಲ್ ಬಜಾರ್ ಪೊಲೀಸ್ ಠಾಣೆಗೆ ಹೋಗಿ, "ಇಂದು ಬೆಳಿಗ್ಗೆ ಅಮೇರಿಕನ್ ಸೆಂಟರ್ ಮೇಲೆ ನಡೆದ ಉಗ್ರರ ದಾಳಿಯ ಬಗ್ಗೆ ಕೆಲವು ಮಾಹಿತಿಯನ್ನು ನೀಡಬೇಕು" ಎಂದರು.

ಕೂಡಲೇ ಅವರನ್ನು ಇನ್ಸ್‌ಪೆಕ್ಟರ್ ಬಳಿಗೆ ಕರೆದೊಯ್ಯಲಾಯಿತು.

ತಮ್ಮ ಹೇಳಿಕೆಯಲ್ಲಿ ತಾವಿಬ್ಬರೂ ಹಲವಾರು ವರ್ಷಗಳಿಂದ ಮಿತ್ರರೆಂದೂ, ಹಿಂದಿನ ದಿನ, ಅಂದರೆ ಜನವರಿ ೨೧ರ ಬೆಳಿಗ್ಗೆ ಆರು ಗಂಟೆಯ ಸಮಯದಲ್ಲಿ ತಾವು ಕೊಲ್ಕತ್ತಾದ ಮಧ್ಯಭಾಗದಲ್ಲಿರುವ ಮಿಡಲ್‌ಟನ್ ರಸ್ತೆ ಹಾಗೂ ರಿಪ್ಪನ್ ರಸ್ತೆ ಕೂಡುವ ಮೂಲೆಯಲ್ಲಿ ಇರುವ ಪಂಜಾಬ್ ಟೀ ಸ್ಟಾಲ್‌ನಲ್ಲಿ ದಿನನಿತ್ಯದಂತೆ ಚಹಾ ಕುಡಿಯಲು ಕುಳಿತಿದ್ದರೆಂದೂ ಆ ಸಮಯದಲ್ಲಿ ಒಂದು ನೀಲಿ ಬಣ್ಣದ ಮಾರುತಿ ಕಾರ್ ತಾವು ಕುಳಿತಿದ್ದ ಜಾಗದತ್ತ ಅತೀ ವೇಗದಲ್ಲಿ ಬಂದು ಇದ್ದಕ್ಕಿದ್ದಂತೆ ಬ್ರೇಕ್ ಹಾಕಿತೆಂದೂ ಇದರ ಪರಿಣಾಮವಾಗಿ ಜಯಂತ್ ಭೋಸ್ ಕೈಯಲ್ಲಿದ್ದ ಚಹಾ ಕಪ್ ಕೆಳಗೆ ಬಿದ್ದು ಆತನ ಬಟ್ಟೆ ಚಹಾದಿಂದ ಒದ್ದೆಯಾಯಿತೆಂದು ತಿಳಿಸಿ ಇದರಿಂದ ಕೋಪಗೊಂಡ ಬೋಸ್ ಕಾರಿನ ಚಾಲಕನ ಬಳಿ ಹೋಗಿ ಜಗಳವಾಡಲು ಪ್ರಾರಂಭಿಸಿದಾಗ ಒಂದು ಕರಿಯ ಬಣ್ಣದ ಮೋಟರ್ ಸೈಕಲ್ ಅಲ್ಲಿಗೆ ಬಂದು ನಿಂತಿತೆಂದೂ, ಅದರಲ್ಲಿದ್ದ ಇಬ್ಬರು ವ್ಯಕ್ತಿಗಳು ಜಯಂತ್ ಭೋಸ್‌ಗೆ 'ಸಾರಿ' ಎಂದು ಹೇಳಿ ಸಮಾಧಾನ

ಮಾಡಿ ಹೋದರೆಂದು ತಿಳಿಸಿದರು. ಮೋಟರ್ ಸೈಕಲ್ ಮೇಲೆ ಬಂದವರಿಬ್ಬರೂ ೨೦-೨೫ ವರ್ಷ ವಯಸ್ಸಿನ ಯುವಕರೆಂದೂ ಇಬ್ಬರೂ ಲೆದರ್ ಜಾಕೆಟ್‌ಗಳನ್ನು ಧರಿಸಿದ್ದರೆಂದೂ ಅವರಲ್ಲಿ ಹಿಂದೆ ಕುಳಿತಿದ್ದ ವ್ಯಕ್ತಿ ಮಾರುತಿ ಕಾರಿನಲ್ಲಿ ಕುಳಿತಿದ್ದಾಗಿ ತಿಳಿಸಿ ಆನಂತರ ಮೋಟರ್ ಸೈಕಲ್ ಚಾಲಕ ಮುಂದೆ ಹೊರಟು, ಕಾರ್ ಅದನ್ನು ಹಿಂಬಾಲಿಸಿತೆಂದು ಹೇಳಿದರು.

"ನಾವು ಚಹಾ ಕುಡಿಯಲು ಕುಳಿತಿದ್ದ ಅಂಗಡಿ ಅಮೇರಿಕನ್ ಸೆಂಟರ್‌ಗೆ ಬಹಳ ಹತ್ತಿರದಲ್ಲಿದೆ ಎಂದು ನಮಗೆ ಗೊತ್ತು. ಈ ಮೂರೂ ಜನರು ಇಂದು ನಡೆದ ಆತಂಕವಾದೀ ದಾಳಿಯಲ್ಲಿ ಶಾಮೀಲಾಗಿರಬಹುದೇನೋ ಎಂಬ ಶಂಕೆ ನಮಗೆ ಬಂದಿದ್ದರಿಂದ ತಮಗೆ ಮಾಹಿತಿ ಕೊಡಲು ಬಂದೆವು" ಎಂದು ತಿಳಿಸಿದರು.

ಈ ಇಬ್ಬರೂ ಮಿತ್ರರು ಪೊಲೀಸ್ ಠಾಣೆಯಿಂದ ಹೋದ ಕೂಡಲೇ ಶಾಹಿದ್ ಇಕ್ಬಾಲ್ ಅದೇ ಪೊಲೀಸ್ ಠಾಣೆಗೆ ಬಂದು ತಾನು ಅದೇ ದಿನ ಮುಂಜಾನೆ ಬೇನಿಯಾಕೋಪುರ್ ಬಡಾವಣೆಯಲ್ಲಿ ಮೋಟರ್ ಸೈಕಲ್‌ನಲ್ಲಿ ಬಂದ ಒಬ್ಬ ವ್ಯಕ್ತಿ ಮಾರುತಿ ಕಾರ್‌ನ ಚಾಲಕನಿಗೆ 'ಕಾಮ್ ಹೋಗಯಾ' ಎಂದು ತಿಳಿಸಿದ ಬಗ್ಗೆ ಮಾಹಿತಿಯನ್ನು ನೀಡಿದ.

ಈ ಎರಡೂ ಮಾಹಿತಿಗಳನ್ನು ಲಾಲ್ ಬಜಾರ್ ಪೊಲೀಸ್ ಠಾಣೆಯ ಠಾಣಾಧಿಕಾರಿ ಕೂಡಲೇ ತಮ್ಮ ಮೇಲಾಧಿಕಾರಿಗಳಿಗೆ ತಿಳಿಸಿದರು. ಕೊಲ್ಕತ್ತಾ ಪೊಲೀಸರಿಗೆ ಆವರೆಗೆ ಮೂರು ಅಂಶಗಳು ವಿಧಿತವಾಗಿದ್ದವು. ಮೊದಲನೆಯದಾಗಿ ಅಮೇರಿಕನ್ ಸೆಂಟರ್ ಮೇಲಿನ ದಾಳಿಯಲ್ಲಿ ಮೋಟರ್ ಸೈಕಲ್ ಮೇಲೆ ಬಂದಿದ್ದ ಇಬ್ಬರು ವ್ಯಕ್ತಿಗಳಲ್ಲದೇ ನೀಲಿ ಬಣ್ಣದ ಮಾರುತಿ ಕಾರ್‌ನಲ್ಲಿ ಬಂದಿದ್ದ ವ್ಯಕ್ತಿಯೊಬ್ಬನೂ ಶಾಮೀಲಾಗಿದ್ದಾನೆ ಎನ್ನುವುದು. ಎರಡನೆಯದಾಗಿ ದಾಳಿಕೋರರು ತಾವು ದಾಳಿ ನಡೆಸುವ ಒಂದು ದಿನ ಮುಂಚೆಯೇ ದಾಳಿಯ ಬಗ್ಗೆ ನಡೆಸಿದ್ದ ಪೂರ್ವತಯಾರಿ, ಅಂದರೆ ರಿಹರ್ಸಲ್. ಮೂರನೆಯದು ದಾಳಿ ನಡೆಸಿದ ನಂತರ ಮೋಟರ್ ಸೈಕಲ್ ಸವಾರರು ಹಾಗೂ ಮಾರುತಿ ಕಾರ್‌ನ ಚಾಲಕ ಕೊಲ್ಕತ್ತಾದ ಬೇನಿಯಾಕೊಪೂರ್ ಬಡಾವಣೆಗೆ ಹೋದರೆನ್ನುವುದು. ಈ ದಾಳಿಯ ರೂವಾರಿ ಅಫ್ತಾಬ್ ಅನ್ಸಾರಿ ಎನ್ನುವ ವ್ಯಕ್ತಿ ಎನ್ನುವುದು ಮುಖ್ಯ ಕುರುಹಾಗಿತ್ತು.

ಪಾಕ್ ಉಗ್ರರ ಕೈವಾಡ

೨೨ನೇ ಜನವರಿಯ ಸಂಜೆಯ ವೇಳೆಗೆ ಕೊಲ್ಕತ್ತಾದ ಪೊಲೀಸ್ ತಂಡಗಳು ಬೇನಿಯಾಕೊಪೂರ್ ಬಡಾವಣೆಯಲ್ಲಿ ಅಡಗಿಸಿರಬಹುದಾದ ಮಾರುತಿ ಕಾರ್ ಮತ್ತು ಕಪ್ಪು ಬಣ್ಣದ ಮೋಟರ್ ಸೈಕಲ್‌ಗಳಿಗಾಗಿ ಹುಡುಕಾಡತೊಡಗಿದರು. ಈ ಬಡಾವಣೆಯಲ್ಲಿ ಮುಸ್ಲಿಮರೇ ಹೆಚ್ಚಾಗಿ ವಾಸಿಸುತ್ತಿದ್ದುದರಿಂದ ಅಲ್ಲಿಯ ಕೆಲವು ನಿವಾಸಿಗಳನ್ನು ಅನ್ಸಾರಿ ಬಳಸಿಕೊಂಡಿರಬಹುದೆಂದು ಊಹಿಸಬಹುದಾಗಿತ್ತು. ಈ ದಾಳಿಗೂ ಹಾಗೂ ಬರ್ಮನ್ ಅಪಹರಣಕ್ಕೂ ಸಂಬಂಧವಿರಬಹುದಾಗಿದ್ದುದರಿಂದ ಕೊಲ್ಕತ್ತಾದ ಕೆಲವು ಅಪರಾಧಿಗಳೂ ಭಾಗಿಯಾಗಿರುವ ಸಂಶಯ ಬಂದಿತ್ತು.

ಜನವರಿ ೨೨ರ ರಾತ್ರಿ ಪೊಲೀಸ್ ಇಲಾಖೆಯ ಮುಖ್ಯ ಕಛೇರಿಯಲ್ಲಿ ಹಿರಿಯ ಅಧಿಕಾರಿಗಳ ಸಭೆಯೊಂದು ನಡೆಯಿತು. ಈ ಸಭೆಯನ್ನು ಉದ್ದೇಶಿಸಿ ಮಾತನಾಡಿದ ರಾಜೀವ್ ತಮಗೆ ಆ ಮುಂಜಾನೆ ದೂರವಾಣಿ ಕರೆ ಮಾಡಿದ ಅಫ್ತಾಬ್ ಅನ್ಸಾರಿ ಅತ್ಯಂತ ಕುಖ್ಯಾತ ಅಂತರರಾಷ್ಟ್ರೀಯ ಅಪರಾಧಿ ಎಂದು ತಿಳಿಸಿ ಬನಾರಸ್ ಹಿಂದೂ ವಿಶ್ವವಿದ್ಯಾಲಯದಿಂದ ಆತ ಪದವಿಯನ್ನು ಪಡೆದು ಪತ್ರಿಕೋದ್ಯಮದಲ್ಲಿ ಸ್ನಾತಕೋತ್ತರ ಪದವಿ ಪಡೆದಿರುವುದಾಗಿ ತಿಳಿಸಿದರು.

ಅನ್ಸಾರಿ ಸಿರಿವಂತರ ಅಪಹರಣ ಮಾಡಿ ಆ ಮೂಲಕ ಹಣವನ್ನು ಗಳಿಸುವುದರಲ್ಲಿ ನಿಷ್ಣಾತನಾಗಿದ್ದನೆಂದೂ, ಆತ ೧೯೯೫ರಿಂದ ೧೯೯೮ರವರಗೆ ದೆಹಲಿಯ ತಿಹಾರ್ ಜೈಲಿನಲ್ಲಿ ಇದ್ದಾಗ ಕಾಶ್ಮೀರದ ಉಗ್ರವಾದಿಗಳ ಸಂಪರ್ಕಕ್ಕೆ ಬಂದು ಕಾಶ್ಮೀರದಲ್ಲಿ ಮುಸ್ಲಿಂರ ಮೇಲೆ ದೌರ್ಜನ್ಯವಾಗುತ್ತಿದೆ ಎಂದು ನಂಬಿ ತಾನೂ ಜಿಹಾದಿಯಾಗಿ ಭಾರತದ ಮೇಲೆ ಸೇಡು ತೀರಿಸಿಕೊಳ್ಳಲು ತೀರ್ಮಾನಿಸಿದನೆಂದೂ ಜೈಲಿನಿಂದ ಬಿಡುಗಡೆಯಾಗಿ ಬಂದನಂತರ ಪಾಕಿಸ್ತಾನದಲ್ಲಿ ನಡೆದ ಜಿಹಾದಿ ತರಬೇತಿ ಶಿಬಿರವೊಂದರಲ್ಲಿ ಭಾಗಿಯಾಗಿದ್ದಾನೆ ಎಂದು ತಿಳಿಸಿದರು.

ಪರ್ಹಾನ್ ಆಖ್ತರ್ ಎನ್ನುವ ಹೆಸರಿನಲ್ಲಿ ಪಾಸ್‌ಪೋರ್ಟ್ ಒಂದನ್ನು ಬಿಹಾರದಿಂದ ಪಡೆದಿದ್ದ ಅನ್ಸಾರಿಗೆ ಕೊಲ್ಕತ್ತಾದ ಅಸೀಫ್ ರಜಾ ಖಾನ್ ಉತ್ತಮ ಗೆಳೆಯನಾಗಿದ್ದನೆಂದೂ, ಇಬ್ಬರೂ ಜೈಲಿನಿಂದ ಬಿಡುಗಡೆಯಾಗಿ ಬಂದ ನಂತರ ತಂಡವೊಂದನ್ನು ಕಟ್ಟಿಕೊಂಡು ಪಾಕಿಸ್ತಾನದಿಂದ ಶಸ್ತ್ರಾಸ್ತ್ರಗಳು, ಮದ್ದುಗುಂಡುಗಳು, ಮಾಧಕ ವಸ್ತುಗಳು ಮತ್ತು ಸ್ಫೋಟಕಗಳನ್ನು ಕಳ್ಳ ಸಾಗಾಣಿಕೆ ಮಾಡುತ್ತಿದ್ದರೆಂದು ತಿಳಿಸಿದರು.

ಕೊಲ್ಕತ್ತಾದಲ್ಲಿ ಆರು ತಿಂಗಳ ಹಿಂದೆ ನಡೆದ ಬರ್ಮನ್ ಅಪಹರಣಕ್ಕೂ ಅದೇ ದಿನ ಬೆಳಗ್ಗೆ ನಡೆದ ಅಮೆರಿಕನ್ ಸೆಂಟರ್ ಮೇಲೆ ನಡೆದ ದಾಳಿಗೂ ಇರುವ ಹೋಲಿಕೆಯನ್ನು ಎತ್ತಿ ತೋರಿಸಿದ ರಾಜೀವ್ ಕುಮಾರ್ ಎರಡೂ ಪ್ರಕರಣಗಳಲ್ಲಿ ಘಟನೆಯಾದ ನಂತರ ಅಫ್ತಾಬ್ ಅನ್ಸಾರಿ ದೂರವಾಣಿ ಮೂಲಕ ಪತ್ರಿಕೆಗಳನ್ನು ಸಂಪರ್ಕಿಸಿ, ತನ್ನ ದಳದವರೇ ಈ ಕೃತ್ಯಗಳಿಗೆ ಕಾರಣ ಎಂದು ಹೊಣೆ ಹೊತ್ತಿದ್ದ. ಅಲ್ಲದೇ ಎರಡೂ ಪ್ರಕರಣಗಳಲ್ಲಿ ಮಾರುತಿ ೮೦೦ ಕಾರ್ ಬಳಕೆಯಾಗಿತ್ತು ಎಂದು ಹೇಳಿ, "ಈಗ ಸಧ್ಯ ಅನ್ಸಾರಿ ದುಬೈನಲ್ಲಿ ವಾಸಿಸುತ್ತಿದ್ದಾನೆಂಬ ಮಾಹಿತಿ ಇರುವುದರಿಂದ ಇಂದು ಬೆಳಿಗ್ಗೆ ನಡೆದ ಅಮೇರಿಕನ್ ಸೆಂಟರ್ ದಾಳಿಗೆ ಅಫ್ತಾಬ್ ಅನ್ಸಾರಿ ಕುಮ್ಮಕ್ಕು ಕೊಟ್ಟಿದ್ದು, ಈ ದಾಳಿಯನ್ನು ಸ್ಥಳೀಯರ ಸಹಾಯದಿಂದ ನಡೆಸಲಾಗಿದೆ ಎಂದು ಊಹಿಸಬಹುದೆಂದು ಹೇಳಿದರು. ಇದಲ್ಲದೇ ಅಸೀಫ್ ರಜಾ ಖಾನ್‌ನ ಕೊಲ್ಕತ್ತಾದ ಸಹಪಾಠಿಗಳು ಅಥವಾ ಸ್ನೇಹಿತರು ಈ ದಾಳಿಗೆ ಕಾರಣರಾಗಿರಬಹುದು ಎಂದರು.

ಅಮೇರಿಕನ್ ಸೆಂಟರ್ ಮೇಲಿನ ದಾಳಿಯು ನಡೆದಿರುವುದು ಅಮೇರಿಕಾದ ಎಫ್.ಬಿ.ಐ ನಿರ್ದೇಶಕರು ಭಾರತಕ್ಕೆ ಭೇಟಿ ಮಾಡುವ ದಿನವೇ ನಡೆದಿದೆ

ಎನ್ನುವುದು ಗಮನಾರ್ಹ ಎಂದು ತಮ್ಮ ಮಾತುಗಳನ್ನು ಮುಗಿಸುತ್ತಾ ರಾಜೀವ್ ಕುಮಾರ್, "ಈ ಪ್ರಕರಣವು ಅಂತರರಾಷ್ಟ್ರೀಯ ಮಜಲುಗಳನ್ನು ಹೊಂದಿರುವುದರಿಂದ ಕೇಂದ್ರ ಸರ್ಕಾರದ ಸಹಾಯವಿಲ್ಲದೇ ಈ ಪ್ರಕರಣವನ್ನು ಬೇಧಿಸಲು ಬರುವುದಿಲ್ಲ. ಹೀಗಾಗಿ ನಾವು ಕೂಡಲೇ ಸಿ.ಬಿ.ಐ ಹಾಗೂ ಕೇಂದ್ರ ಗುಪ್ತಚರ ದಳಗಳ ಸಹಾಯವನ್ನು ಪಡೆಯವುದು ಅನಿವಾರ್ಯ" ಎಂದು ಪ್ರತಿಪಾದಿಸಿದರು. ಅವರ ಮಾತುಗಳಿಗೆ ಅಲ್ಲಿ ಹಾಜರಿದ್ದ ಎಲ್ಲಾ ಹಿರಿಯ ಅಧಿಕಾರಿಗಳು ಸಮ್ಮತಿಸಿದರು.

೨೭ನೇ ಜನವರಿ ೨೦೦೨, ಹಜಾರಿಭಾಗ್, ಜಾರ್ಖಂಡ್ ರಾಜ್ಯ

ಪಾಕಿಸ್ತಾನದಿಂದ ಭಾರತಕ್ಕೆ ನುಸುಳಿರುವ ಕೆಲವು ಆತಂಕವಾದಿಗಳು ಜಾರ್ಖಂಡ್ ರಾಜ್ಯದ ಹಜಾರಿಭಾಗ್ ನಗರದಲ್ಲಿ ಅಡಗಿಕೊಂಡಿದ್ದಾರೆ ಎಂಬ ಮಾಹಿತಿ ಕೇಂದ್ರದ ಗುಪ್ತಚರ ದಳವೊಂದಕ್ಕೆ ಲಭಿಸಿತು. ಈ ಮಾಹಿತಿಯನ್ನು ಕೂಡಲೇ ಜಾರ್ಖಂಡ್ ಪೋಲೀಸರೊಂದಿಗೆ ಹಂಚಿಕೊಂಡ ಆ ದಳವು ಸ್ಥಳೀಯ ಪೋಲಿಸರ ನೆರವಿಗಾಗಿ ತನ್ನ ಅಧಿಕಾರಿಗಳನ್ನು ಕಳಿಸಿತು. ಅಂತೆಯೇ ಕೇಂದ್ರೀಯ ತನಿಖಾ ದಳದ ಅಧಿಕಾರಿಗಳೂ ಜಂಟಿ ಪತ್ತೆ ಕಾರ್ಯದಲ್ಲಿ ಭಾಗವಹಿಸಿದರು.

ದಿನಾಂಕ ೨೬ನೇ ಜನವರಿಯಂದು ದೆಹಲಿಯಿಂದ ಹೊರಟ ತಂಡ ಜಾರ್ಖಂಡ್‌ನ ಹಜಾರಿಭಾಗ್ ತಲುಪಿತು. ಆತಂಕವಾದಿಗಳು ಖೀರ್‌ಗಾವ್ ಎಂಬ ಬಡಾವಣೆಯಲ್ಲಿರುವ ಮನೆಯಲ್ಲಿ ಅಡಗಿದ್ದಾರೆ ಎಂಬ ಮಾಹಿತಿಯ ಮೇರೆಗೆ ಜಾರ್ಖಂಡ್ ಪೋಲೀಸರು ಆ ಮನೆಯನ್ನು ಪತ್ತೆ ಮಾಡಿದರು. ದಿನಾಂಕ ೨೭ರ ರಾತ್ರಿ ಹನ್ನೊಂದು ಗಂಟೆಯ ನಂತರ ಪೋಲೀಸ್ ಅಧಿಕಾರಿಗಳು ಆ ಮನೆಯನ್ನು ಸುತ್ತುವರೆದರು. ಸಾಧಾರಣವಾಗಿದ್ದ ಆ ಮನೆಯಲ್ಲಿ ಒಂದೇ ದೀಪ ಉರಿಯುತ್ತಿದ್ದುದು ಕಂಡು ಬಂದಿತು. ಮನೆಯಲ್ಲಿ ಯಾವುದೇ ಚಟುವಟಿಕೆಗಳು ನಡೆಯದಂತೆ ಕಂಡಿತು. ಏನೇ ಆಗಲಿ ಇಡೀ ರಾತ್ರಿ ಕಾದು ನೋಡೋಣ ಎಂದು ಶಸ್ತ್ರದಾರಿ ಪೋಲೀಸರು ಕಾದು ಕುಳಿತರು. ಬೆಳಗಿನ ಎರಡು ಗಂಟೆಯ ವೇಳೆಗೆ ಪೋಲೀಸರು ಆ ಮನೆಯೊಳಗೆ ನುಗ್ಗಲು ಮನೆಯ ಬಾಗಿಲ ಬಳಿ ತಲುಪಿದರು. ಆ ಕ್ಷಣದಲ್ಲಿ ಮನೆಯ ಪಕ್ಕದಲ್ಲಿದ್ದ ಬಾಗಿಲಿನಿಂದ ಹಠಾತ್ತನೇ ಹೊರಬಂದ ಇಬ್ಬರು ಶಸ್ತ್ರಧಾರಿಗಳು ಪೋಲೀಸರ ಮೇಲೆ ಗುಂಡು ಹಾರಿಸಲು ಆರಂಭಿಸಿದರು.

ಪೋಲೀಸರು ಅವರ ಮೇಲೆ ಪ್ರತಿ ಗುಂಡು ಹಾರಿಸಿದರು. ಮನೆಯಿಂದ ಹೊರಬಂದಿದ್ದ ಶಸ್ತ್ರಧಾರಿಗಳಿಗೆ ಗುಂಡೇಟು ತಗುಲಿ ಅವರು ಕೆಳಗೆ ಬಿದ್ದರು. ತಕ್ಷಣವೇ ಅವರಿಬ್ಬರನ್ನು ಹಜಾರಿಭಾಗ್ ಆಸ್ಪತ್ರೆಗೆ ಸೇರಿಸಲಾಯಿತು. ಆಸ್ಪತ್ರೆಗೆ ಹೋಗುವ ಹಾದಿಯಲ್ಲಿ ಅವರಿಬ್ಬರನ್ನೂ ಕೂಲಂಕಶವಾಗಿ ವಿಚಾರಣೆ ಮಾಡಲಾಯಿತು. ಅವರಲ್ಲಿ ಒಬ್ಬ ತಾನು ಪಾಕಿಸ್ತಾನದ ಮುಲ್ತಾನ್‌ನಿಂದ ಬಂದಿರುವುದಾಗಿಯೂ, ತನ್ನ ಹೆಸರು ಮಹಮ್ಮದ್ ಜಾಹೀದ್ ಅಲಿಯಾಸ್ ಇದ್ರೀಸ್ ಎಂದು ತಿಳಿಸಿದ. ತಾವು ಲಷ್ಕರ್–ಇ–ತೋಯಬಾ ಎನ್ನುವ ಸಂಘಟನೆಗೆ

ಸೇರಿದವರೆಂದು ತಿಳಿಸಿದ. ಇನ್ನೊಬ್ಬ ವ್ಯಕ್ತಿ ತನ್ನ ಹೆಸರು ಸಲೀಂ ಹಾಗೂ ತಾನು ಪಾಕಿಸ್ತಾನದವನು ಎಂದಷ್ಟೇ ತಿಳಿಸಿದ. ಆಸ್ಪತ್ರೆಗೆ ಹೋಗುವಷ್ಟರಲ್ಲಿ ಸಲೀಂ ಮೃತಪಟ್ಟ, ಜಾಹೀದ್‌ನನ್ನು ಆಸ್ಪತ್ರೆಗೆ ಸೇರಿಸಿ ಆತನಿಗೆ ತುರ್ತು ಚಿಕಿತ್ಸೆ ಕೊಡಲಾಯಿತು. ಆದರೆ ಈ ಚಿಕಿತ್ಸೆ ಫಲಕಾರಿಯಾಗದೆ ಆತನೂ ಆಸ್ಪತ್ರೆಯಲ್ಲಿ ಮೃತಪಟ್ಟ.

ಏತನ್ಮಧ್ಯೆ ಪೊಲೀಸರು ಉಗ್ರಗಾಮಿಗಳು ಅಡಗಿದ್ದ ಮನೆಯೊಳಗೆ ಹೋಗಿ ಮನೆಯ ಶೋಧ ಕಾರ್ಯವನ್ನು ಪ್ರಾರಂಭಿಸಿದರು. ಆ ಮನೆಯೊಳಗೆ ಹಲವಾರು ಎಕೆ ೪೭ಬಂದೂಕುಗಳು, ಮದ್ದು ಗುಂಡುಗಳು, ಬುಲೆಟ್ ನಿರೋಧಕ ಜಾಕೆಟ್‌ಗಳು, ಸ್ಫೋಟಕ ವಸ್ತುಗಳು ಹಾಗೂ ಒಂದು ಪಾಕಿಸ್ತಾನದ ಧ್ವಜವು ದೊರಕಿತು. ಅಲ್ಲದೇ ಕೊಲ್ಕತ್ತಾದ ಹೌರಾ ಸ್ಟೇಷನ್‌ನಿಂದ ಬಿಹಾರ್‌ನ ಗಯಾಕ್ಕೆ ಜನವರಿ ೨೩ರಂದು ಪ್ರಯಾಣ ಮಾಡಲು ಉಪಯೋಗಿಸಿದ್ದ ಒಂದು ರೈಲು ಟಿಕೆಟ್ ದೊರಕಿತು. ಆ ಮನೆಯನ್ನು ಬಾಡಿಗೆಗೆ ಪಡೆಯಲು ಮಾಡಿಕೊಂಡಿದ್ದ ಕರಾರು ಪತ್ರವನ್ನು ಪೋಲಿಸರಿಗೆ ಮನೆಯ ಮಾಲೀಕ ನೀಡಿ, ಮನೆಯನ್ನು ಜಮಾಲುದ್ದೀನ್ ನಾಸೀರ್ ಎಂಬ ಕೊಲ್ಕತ್ತಾದ ನಿವಾಸಿಗೆ ಬಾಡಿಗೆಗೆ ನೀಡಿದ್ದ ವಿಷಯವನ್ನು ತಿಳಿಸಿದ. ಕೆಲ ವಾರಗಳ ಹಿಂದೆ ತನ್ನ ದೂರದ ಸಂಬಂಧಿಕ ಹಾಗೂ ಪರಿಚಯಸ್ಥನಾಗಿರುವ ಜಮಾಲುದ್ದೀನ್ ನಾಸೀರ್ ಆ ಮನೆಯನ್ನು ಪಾದರಕ್ಷೆಗಳ ಗೋಡೌನ್‌ಗಾಗಿ ಬಾಡಿಗೆಗೆ ಪಡೆದಿದ್ದನೆಂದು ತಿಳಿಸಿದ.

ಕರಾರು ಪತ್ರ, ಹೌರಾದಿಂದ ಗಯಾಕ್ಕೆ ಬಂದ ರೈಲು ಟಿಕೆಟ್, ಹಾಗೂ ಮನೆಯಲ್ಲಿ ಹತರಾಗಿದ್ದ ಇಬ್ಬರು ಉಗ್ರರು ನೀಡಿದ ಮಾಹಿತಿಯ ಆಧಾರದ ಮೇಲೆ ಐದು ದಿನಗಳ ಹಿಂದೆ ಕೊಲ್ಕತ್ತಾದಲ್ಲಿ ಅಮೇರಿಕನ್ ಸೆಂಟರ್ ಮೇಲೆ ನಡೆದ ದಾಳಿಗೂ ಹತ ಉಗ್ರರಿಗೂ ಸಂಬಂಧವಿರಬಹುದೆಂದು ಪೊಲೀಸರು ಊಹಿಸಿದರು.

ಹಜಾರಿಭಾಗ್ ಮನೆಯನ್ನು ಬಾಡಿಗೆಗೆ ಪಡೆದಿದ್ದವನು ತನ್ನ ಹೆಸರನ್ನು ಜಮಾಲುದೀನ್ ನಾಸೀರ್ ಎಂದೂ ತನ್ನ ವಿಳಾಸವನ್ನು ನಂ.೬೪, ತಿಲ್‌ಜಾಲ ರಸ್ತೆ, ಕೊಲ್ಕತ್ತಾ ಎಂದೂ ಕೊಟ್ಟಿದ್ದ. ಈ ಮಾಹಿತಿಯನ್ನು ಕೊಲ್ಕತ್ತಾ ಪೊಲೀಸರಿಗೆ ಕೂಡಲೇ ರವಾನಿಸಿದ ಕೇಂದ್ರ ಗುಪ್ತಚರದಳ ನಾಸೀರ್ ನನ್ನು ಪತ್ತೆಮಾಡಲು ಸೂಚಿಸಿತು.

ಕೊಲ್ಕತ್ತಾ ಪೊಲೀಸರು ಸದರಿ ವಿಳಾಸಕ್ಕೆ ಹೋದಾಗ ಅಲ್ಲಿ ಜಮಾಲುದ್ದೀನ್ ನಾಸೀರ್ ಎಂಬ ಹೆಸರಿನ ಯಾವ ವ್ಯಕ್ತಿಯೂ ವಾಸಿಸುತ್ತಿಲ್ಲ ಎಂದು ತಿಳಿದು ಬಂದಿತು. ಪೊಲೀಸರು ಹತಾಶರಾಗದೇ ಅದೇ ರಸ್ತೆಯ ನಂ.೪೬ರ ಮನೆಯ ಬಾಗಿಲನ್ನು ತಟ್ಟಿದರು. ಬಾಗಿಲನ್ನು ತೆರೆದ ವ್ಯಕ್ತಿ ತಾನು ಜಮಾಲುದ್ದೀನ್ ನಾಸೀರ್‌ನ ತಂದೆಯೆಂದು ಪರಿಚಯ ಮಾಡಿಕೊಂಡು, ನಾಸೀರ್ ಅದೇ ತಾನೆ ತನ್ನ ಹೆಂಡತಿಯನ್ನು ನೋಡಲು ಅತ್ತೆಯ ಮನೆಗೆ ಹೋಗಿದ್ದಾನೆಂದು ತಿಳಿಸಿದರು. ನಾಸೀರ್‌ನ ಪತ್ನಿಯ ಮನೆಯ ವಿಳಾಸವನ್ನು ಪಡೆದ ಪೊಲೀಸ್ ಅಧಿಕಾರಿಗಳು

ಅಲ್ಲಿಗೆ ಧಾವಿಸಿ ನಾಸೀರ್‌ನನ್ನು ಪೊಲೀಸ್ ಠಾಣೆಗೆ ಕರೆತಂದರು. ಅಲ್ಲಿ ಅವನನ್ನು ತೀವ್ರ ವಿಚಾರಣೆಗೆ ಗುರಿಪಡಿಸಲಾಯಿತು.

ಅಮೇರಿಕನ್ ಸೆಂಟರ್ ಮೇಲಿನ ದಾಳಿಯ ಬಗ್ಗೆ ಅವನನ್ನು ಪ್ರಶ್ನಿಸಿದಾಗ, ಆತ ತಪ್ಪೊಪ್ಪಿಕೊಂಡು ದಾಳಿಯಲ್ಲಿ ಉಪಯೋಗಿಸಿದ್ದ ಮೋಟರ್ ಸೈಕಲ್ ಮತ್ತು ಕಾರನ್ನು ತಿಲ್‌ಜಾಲ ರಸ್ತೆಯಲ್ಲಿರುವ ಒಂದು ಅಪಾರ್ಟ್‌ಮೆಂಟ್ ಸಮುಚ್ಚಯದ ಬೇಸ್‌ಮೆಂಟ್‌ನಲ್ಲಿ ಅಡಗಿಸಲಾಗಿದೆ ಎಂದು ತಿಳಿಸಿದ. ಕೂಡಲೇ ಅವನನ್ನು ಅಲ್ಲಿಗೆ ಕರೆದೊಯ್ಯಲಾಯಿತು. ಅಲ್ಲಿದ್ದ ಎರಡೂ ವಾಹನಗಳನ್ನು ಜಪ್ತು ಮಾಡಲಾಯಿತು. ಅದೇ ಅಪಾರ್ಟ್‌ಮೆಂಟ್‌ನ ಮೊದಲ ಮಹಡಿಯಲ್ಲಿದ್ದ ಒಂದು ಫ್ಲಾಟನ್ನೂ ತಾವು ಖರೀದಿ ಮಾಡಿದ್ದೆವು ಎಂದು ಹೇಳಿದ ಜಮಾಲುದ್ದೀನ್ ನಾಸೀರ್.

ಪೊಲೀಸ್ ಅಧಿಕಾರಿಗಳು ಆ ಫ್ಲಾಟನ್ನು ಸಂಪೂರ್ಣವಾಗಿ ಹುಡುಕಿದಾಗ ಅಲ್ಲಿ ಹಲವಾರು ಉಪಯುಕ್ತ ಕಾಗದ ಪತ್ರಗಳು ದೊರಕಿದವು. ಅವುಗಳಲ್ಲಿ ಹಜಾರಿಭಾಗ್‌ನ ಮನೆಯನ್ನು ಬಾಡಿಗೆಗೆ ತೆಗೆದುಕೊಂಡ ಕರಾರು ಪತ್ರ, ತಿಲ್‌ಜಾಲ ರಸ್ತೆಯಲ್ಲಿ ಖರೀದಿ ಮಾಡಿದ ಫ್ಲಾಟಿನ ಕರಾರು ಪತ್ರ, ನಾಸೀರ್ ಅಲ್ಲದೇ ಇತರ ಮೂರು ವ್ಯಕ್ತಿಗಳಾದ ಅಬ್ದುಲ್ಲಾ, ಸದಾಖತ್ ಹಾಗೂ ಜಾಹೀದ್ ಎನ್ನುವವರ ಹೆಸರಿನ ಡ್ರೈವಿಂಗ್ ಲೈಸನ್ಸ್‌ಗಳು, ಜೈಪುರದಿಂದ ಕೊಲ್ಕತ್ತಾಗೆ ರೈಲು ಮೂಲಕ ಬಂದ ರೈಲು ಟಿಕೆಟ್ಟುಗಳು ಸಿಕ್ಕವು.

ಎಲ್ಲಕ್ಕಿಂತ ಮುಖ್ಯವಾಗಿ ಒಂದು ಕಡತದಲ್ಲಿ ಹಲವಾರು ಇ-ಮೇಲ್‌ಗಳ ಪ್ರಿಂಟೌಟ್‌ಗಳು ದೊರೆತವು.ಇದೇ ಫ್ಲಾಟಿನ ಒಂದು ಬೀರುವಿನಲ್ಲಿ ಒಂದು ಪಿಸ್ತೂಲ್ ಹಾಗೂ ಅದರ ಗುಂಡುಗಳಲ್ಲದೇ ೭.೬೨ ಬೋರ್‌ನ ಮದ್ದುಗುಂಡುಗಳೂ ದೊರೆತವು. ಶೋಧನೆಯ ಕಾರ್ಯ ಮುಗಿಯುವಷ್ಟರಲ್ಲಿ ರಾತ್ರಿ ಕಳೆದು ಬೆಳಕು ಹರಿದಿತ್ತು.

ಜೀಹಾದೀ ಚಟುವಟಿಕೆಗಳು

ಮಾರನೆಯ ದಿನ, ಅಂದರೆ ೨೯ನೇ ಜನವರಿಯಂದು, ಜಮಾಲುದ್ದೀನ್ ನಾಸೀರ್‌ನ ವಿಚಾರಣೆಯನ್ನು ಕೊಲ್ಕತ್ತಾದ ಪೊಲೀಸರಲ್ಲದೇ ಕೇಂದ್ರ ಗುಪ್ತಚರ ಇಲಾಖೆ ಹಾಗೂ ಸಿ.ಬಿ.ಐ. ಅಧಿಕಾರಿಗಳು ಇದ್ದ ವಿಶೇಷ ತಂಡವೊಂದು ನಡೆಸಿತು. ಇನ್ನೊಂದು ಪೊಲೀಸ್ ತಂಡವು ಫ್ಲಾಟಿನಲ್ಲಿ ಸಿಕ್ಕಂತಹ ಎಲ್ಲಾ ಕಾಗದ ಪತ್ರಗಳ ಕೂಲಂಕಷ ತನಿಖೆಯನ್ನು ನಡೆಸಿತು. ನಾಸೀರ್ ಪೊಲೀಸರಿಗೆ ಈ ರೀತಿ ಹೇಳಿದ:

"ನಾನು ಹುಟ್ಟಿದ್ದು ಬೆಳೆದಿದ್ದು ಕೊಲ್ಕತ್ತಾದಲ್ಲಿಯೇ. ನಾನು ಹೈಸ್ಕೂಲ್‌ನಲ್ಲಿ ಓದುತ್ತಿರುವಾಗ ಅಸೀಫ್ ರಜಾ ಖಾನ್ ನನ್ನ ಸಹಪಾಠಿಯಾಗಿದ್ದಲ್ಲದೇ ಆಪ್ತಮಿತ್ರನೂ ಆಗಿದ್ದ. ಎಸ್.ಎಸ್.ಎಲ್.ಸಿ ಪಾಸಾದ ನಂತರ ಅಸೀಫ್‌ಗೂ ನನಗೂ ಸಂಪರ್ಕ

ಕಡಿದು ಹೋಯಿತು. ಹಲವಾರು ವರ್ಷಗಳ ಬಳಿಕ ಅಸೀಫ್ ಸ್ಟೂಡೆಂಟ್ ಇಸ್ಲಾಮಿಕ್ ಆರ್ಗನೈಸೇಷನ್ ಎನ್ನುವ ಸಂಘಟನೆಯ ಸದಸ್ಯನಾಗಿ ನನ್ನನ್ನೂ ಆ ಸಂಘಟನೆಗೆ ಸೇರಲು ಹೇಳಿದ. ನಾನು ಅದಕ್ಕೆ ಒಪ್ಪಲಿಲ್ಲ. ೧೯೯೧ರಲ್ಲಿ ಆಸೀಫ್ ಕೊಲ್ಕತ್ತಾದಿಂದ ಹೊರಟುಹೋದ. ಅವನು ಕಾಶ್ಮೀರಕ್ಕೆ ಹೋಗಿ ಜಿಹಾದೀ ಆಗಿದ್ದಾನೆಂಬ ವದಂತಿ ಹರಡಿತು. ನಾನು ಬಿ.ಕಾಂ ಪದವಿ ಪಡೆದು ಚರ್ಮ ತಂತ್ರಜ್ಞಾನದಲ್ಲಿ ಡಿಪ್ಲೋಮಾ ಪದವಿ ಪಡೆದೆ. ನಂತರ ಚರ್ಮದ ಕಾರ್ಖಾನೆಯೊಂದರಲ್ಲಿ ಸೂಪರ್‌ವೈಸರ್ ಆಗಿ ಕೆಲಸಕ್ಕೆ ಸೇರಿದೆ.

"೧೯೯೪ರಲ್ಲಿ ಅಸೀಫ್ ರಜಾ ಖಾನ್‌ನನ್ನು ದೆಹಲಿ ಪೊಲೀಸರು ಬಂಧಿಸಿದ್ದಾಗಿಯೂ, ಆತ ಆನಂತರ ತಿಹಾರ್ ಜೈಲಿನಿಂದ ತಪ್ಪಿಸಿಕೊಂಡಿದ್ದಾನೆಂದು ನನಗೆ ತಿಳಿದು ಬಂದಿತ್ತು. ಆಗಲೂ ಅವನಿಗೂ ನನಗೂ ಸಂಪರ್ಕವಿರಲಿಲ್ಲ. ೧೯೯೯ರಲ್ಲಿ ಆಸೀಫ್ ಕೊಲ್ಕತ್ತಾದಲ್ಲಿ ಮತ್ತೆ ನನ್ನನ್ನು ಭೇಟಿಯಾದಾಗ ತಾನು ಭಾರತವನ್ನು ಬಿಟ್ಟು ಬೇರೆ ದೇಶಕ್ಕೆ ಹೋಗಿ ನೆಲೆಸಲು ಬಯಸುತ್ತಿರುವುದಾಗಿಯೂ, ಈ ಕಾರಣಕ್ಕಾಗಿ ತನಗೆ ಪಾಸ್‌ಪೋರ್ಟ್‌ವೊಂದನ್ನು ಕೊಡಿಸಬೇಕು ಎಂದು ಕೋರಿದ. ನನ್ನ ಸಂಬಂಧಿಕರೊಬ್ಬರು ಪಾಟ್ನದಲ್ಲಿ ಪಾಸ್‌ಪೋರ್ಟ್ ಕಛೇರಿಯಲ್ಲಿ ದಲಾಲಿ ಕೆಲಸ ಮಾಡುತ್ತಿದ್ದುದ್ದರಿಂದ ಆಸೀಫ್ ರಜಾ ಖಾನ್‌ನ್ನು ಪಾಟ್ನಕ್ಕೆ ಕರೆದುಕೊಂಡು ಹೋದೆ. ಆನಂತರ ಈ ಪಾಸ್‌ಪೋರ್ಟ್‌ನ್ನು ಫರ್ಹಾನ್ ಮಲ್ಲಿಕ್ ಎನ್ನುವ ಹೆಸರಿನಲ್ಲಿ ಮಾಡಿಕೊಡಲಾಗಿತ್ತು ಎಂದು ತಿಳಿಯಿತು. ಈ ಬಗ್ಗೆ ನಾನು ಆಸೀಫ್‌ನನ್ನು ವಿಚಾರಿಸಿದಾಗ ಆತ ಫರ್ಹಾನ್ ಮಲ್ಲಿಕ್ ತನ್ನ ಆತ್ಮೀಯ ಗೆಳೆಯನೆಂದೂ, ಆತನ ನಿಜ ನಾಮ ಅಫ್ತಾಬ್ ಅನ್ಸಾರಿ ಎಂದೂ ತಾವಿಬ್ಬರೂ ತಿಹಾರ್ ಜೈಲಿನಲ್ಲಿದ್ದಾಗಲೇ ಪರಿಚಯವಾಯಿತು ಎಂದು ಹೇಳಿದ.

ಇದಾದ ನಂತರ ಆಸೀಫ್ ರಜಾ ಖಾನ್ ತಾನೂ ಕೊಲ್ಕತ್ತಾದಲ್ಲಿ ಒಂದು ವ್ಯಾಪಾರವನ್ನು ಮಾಡಲು ಉದ್ದೇಶಿಸಿರುವುದಾಗಿ ತಿಳಿಸಿ ತನ್ನ ನಿವಾಸ ಹಾಗೂ ಕಛೇರಿಗಾಗಿ ಒಂದು ಸೂಕ್ತ ಜಾಗ ಕೊಡಿಸಲು ಕೇಳಿದ. ತಿಲ್‌ಜಾಲ ರಸ್ತೆಯಲ್ಲಿ ನನ್ನ ಪರಿಚಯಸ್ಥ ಬಿಲ್ಡರ್ ಒಬ್ಬರು ಪ್ಲಾಟ್‌ಗಳನ್ನು ಕಟ್ಟುತ್ತಿದ್ದರು. ನಾನು ಅವರನ್ನು ಸಂಪರ್ಕಿಸಿ ನನ್ನ ಮಿತ್ರನಿಗಾಗಿ ರಿಯಾಯತಿ ದರದಲ್ಲಿ ಒಂದು ಪ್ಲಾಟನ್ನು ಕೊಡಿಸಿದೆ. ಬೇಸ್‌ಮೆಂಟ್‌ನಲ್ಲಿ ಇದ್ದಂತಹ ಪಾರ್ಕಿಂಗ್ ಜಾಗವನ್ನೂ ಆಸಿಫ್ ಖರೀದಿಸಿದ. ನಂತರ ಆಸೀಫ್ ತನ್ನ ಸ್ನೇಹಿತರಾದ ನಿಯಾಜ್ ಹುಸೇನ್ ಹಾಗೂ ಆತನ ಸೋದರ ಫಿಯಾಜ್ ಹುಸೇನ್ ಜೊತೆ ಅಲ್ಲಿ ವಾಸಿಸತೊಡಗಿದ. ನಿಯಾಜ್ ಒಂದು ನೀಲಿ ಬಣ್ಣದ ಕಾರನ್ನು ತೆಗೆದುಕೊಂಡು ಬಂದಿದ್ದ.

ಏಪ್ರಿಲ್ ೨೦೦೧ರಲ್ಲಿ ಆಸೀಫ್ ನನ್ನನ್ನು ಕರೆದು ತನ್ನ ಸ್ನೇಹಿತ ಅಫ್ತಾಬ್ ಅನ್ಸಾರಿ ಅಪಹರಣ ಮಾಡುವುದರಲ್ಲಿ ನಿಷ್ಣಾತನಾಗಿರುವುದಾಗಿಯೂ, ಆತನ ಮಾತಿನಂತೆ ನಡೆದರೆ ಶ್ರೀಮಂತ ವ್ಯಕ್ತಿಗಳನ್ನು ಅಪಹರಿಸಿ ಹೆಚ್ಚಿನ ಹಣ ಗಳಿಸಬಹುದು ಎಂದು ತಿಳಿಸಿ ನನ್ನನ್ನು ತನ್ನ ತಂಡಕ್ಕೆ ಸೇರಲು ಕರೆದ. ನಾನು ಇದಕ್ಕೆ ಒಪ್ಪಲಿಲ್ಲ.

“ಮೇ ೨೦೦೧ರಲ್ಲಿ ನನಗೆ ಆಗ್ರಾಕ್ಕೆ ಹೋಗಿ ಅಲ್ಲಿ ಹರ್ಷದ್ ಖಾನ್ ಎನ್ನುವವನನ್ನು ಭೇಟಿಯಾಗಿ ಅವನು ಕೊಡುವ ಹಣವನ್ನು ತೆಗೆದುಕೊಂಡು ಬರಲು ಆಸೀಫ್ ಸೂಚಿಸಿದ. ನಾನು ಆಗ್ರಾಕ್ಕೆ ಹೋಗಿ ಒಂದು ಲಕ್ಷ ರೂಪಾಯಿಗಳನ್ನು ಆಸೀಫ್‌ನಿಗೆ ತಂದುಕೊಟ್ಟೆ. ಆನಂತರ ಆಸೀಫ್ ನನಗೆ ಕೊಲ್ಕತ್ತಾದಲ್ಲೇ ಇರುವ ಒಂದು ಸೈಬರ್ ಕೆಫೆಗೆ ಕರೆದುಕೊಂಡು ಹೋಗಿ ನನ್ನ ಉಪಯೋಗಕ್ಕಾಗಿ ಎರಡು ಹೊಸ ಇ-ಮೇಲ್ ಅಕೌಂಟ್‌ಗಳನ್ನು ತೆರೆದ. ಇನ್ನು ಮುಂದೆ ತಾನು ನನ್ನ ಜೊತೆ ಇ-ಮೇಲ್‌ನಲ್ಲೇ ವ್ಯವಹರಿಸುವುದಾಗಿಯೂ, ನಾನು ಪ್ರತಿದಿನವೂ ಸೈಬರ್ ಕೆಫೆಗೆ ಹೋಗಿ ಇ-ಮೇಲ್ ಪರಿಶೀಲಿಸಬೇಕೆಂದು ತಿಳಿಸಿದ.

ಜುಲೈ ೨೦೦೧ರಲ್ಲಿ ಅಸೀಫ್ ರಜಾ ಖಾನ್ ಮತ್ತೆ ಕೊಲ್ಕತ್ತಾಗೆ ಬಂದು ಜರೂರೀ ಕೆಲಸಕ್ಕಾಗಿ ಒಂದು ಕಾರ್ ತುರ್ತಾಗಿ ಬೇಕಾಗಿದೆ ಎಂದು ಕೇಳಿದ. ನಾನು ಒಂದು ಮಾರುತಿ ಕಾರನ್ನು ಅವರಿಗೆ ಹೊಂದಿಸಿಕೊಟ್ಟೆ. ಈ ಕಾರನ್ನು ಉಪಯೋಗಿಸಿ ಅವರು ಖದೀಮ್ ಶೂ ಮಾಲೀಕ ಪಾರ್ಥರಾಯ್ ಬರ್ಮನ್‌ನನ್ನು ಅಪಹರಣ ಮಾಡಿದ್ದು ನಂತರ ನನಗೆ ತಿಳಿದುಬಂದಿತು. ಈ ಅಪಹರಣದಿಂದ ಕೋಟಿ ರೂ.ಗಿಂತ ಹೆಚ್ಚು ಒತ್ತೆ ಹಣವನ್ನು ಅಸೀಫ್ ರಜಾ ಖಾನ್ ಪಡೆದುಕೊಂಡಿದ್ದಾಗಿ ನನಗೆ ತಿಳಿಯಿತು.

ಮುಂದಿನ ತಿಂಗಳು ನನಗೆ ಬನಾರಸ್‌ಗೆ ಹೋಗಲು ಆದೇಶ ಬಂದಿತು. ಬನಾರಸ್‌ನಲ್ಲಿ ನನ್ನನ್ನು ಭೇಟಿಯಾದ ಆಸೀಫ್ ರಜಾ ಖಾನ್ ನನ್ನನ್ನು ಅಫ್ತಾಬ್ ಅನ್ಸಾರಿಗೆ ಪರಿಚಯ ಮಾಡಿಸಿ ಅವನಿಗಾಗಿಯೇ ಫರ್ಹಾನ್ ಮಲ್ಲಿಕ್ ಎನ್ನುವ ಹೆಸರಿನಿಂದ ಪಾಸ್‌ಪೋರ್ಟ್ ಮಾಡಿಸಿದ್ದು ಎಂದು ಹೇಳಿದ. ಅಫ್ತಾಬ್ ಅನ್ಸಾರಿ ಒಬ್ಬ ಪದವಿದರನಾಗಿದ್ದು, ಉತ್ತಮವಾಗಿ ಸಂಭಾಷಣೆ ಮಾಡಬಲ್ಲವನಾಗಿದ್ದ. ಅವನ ವ್ಯಕ್ತಿತ್ವದಿಂದ ನಾನು ಅವನತ್ತ ಸಾಕಷ್ಟು ಆಕರ್ಷಿತನಾದೆ. ಅನ್ಸಾರಿ ತನ್ನನ್ನು ‘ಭಾಯಿ ಸಾಬ್’ ಎಂದು ಕರೆಯಲು ನನಗೆ ಹೇಳಿ, ನನಗೆ ಒಂದು ಕರಿ ಬಣ್ಣದ ಸೂಟ್‌ಕೇಸನ್ನು ಕೊಟ್ಟು ಅದನ್ನು ಕೊಲ್ಕತ್ತಾಗೆ ತೆಗೆದುಕೊಂಡು ಹೋಗಿ ಸುರಕ್ಷಿತವಾಗಿ ಇಡಲು ಹೇಳಿ ನನ್ನ ಖರ್ಚಿಗಾಗಿ ಐದು ಸಾವಿರ ರೂ.ಗಳನ್ನು ಕೊಟ್ಟ. ನಾನು ನಿನ್ನನ್ನು ಇನ್ನು ಮುಂದೆ ಭೇಟಿ ಮಾಡುವುದಿಲ್ಲ. ಏನೇ ಹೇಳಬೇಕಾದರೂ ಇ-ಮೇಲ್ ಮುಖಾಂತರ ತಿಳಿಸುತ್ತೇನೆ ಎಂದ ಅನ್ಸಾರಿ.

ಮಾರನೆಯ ತಿಂಗಳು ಮತ್ತೊಮ್ಮೆ ಅಸೀಫ್ ರಜಾ ಖಾನ್ ಕೊಲ್ಕತ್ತಾಗೆ ಬಂದ. ಜಾರ್ಖಂಡ್‌ನ ಹಜಾರಿ ಬಾಗ್‌ನಲ್ಲಿ ನಮಗೊಂದು ಮನೆಯನ್ನು ಬಾಡಿಗೆಗೆ ಕೊಡಿಸಬೇಕು. ಆದರೆ ಮನೆಯನ್ನು ನಿನ್ನ ಹೆಸರಿನಲ್ಲಿಯೇ ಬಾಡಿಗೆಗೆ ಪಡೆಯಬೇಕು ಎಂದು ಹೇಳಿದ. ನಾನು ಹಜಾರಿ ಬಾಗ್‌ಗೆ ಹೋಗಿ ಮಾಜಿದ್ ಖಾನ್ ಎನ್ನುವವನನ್ನು ಭೇಟಿಯಾಗಿ ಅವನ ಮನೆಯನ್ನು ಹನ್ನೊಂದು ತಿಂಗಳ ಕರಾರಿನ ಮೇಲೆ ಬಾಡಿಗೆಗೆ ಪಡೆದೆ. ನಾವು ಚಪ್ಪಲಿ ವ್ಯಾಪಾರ ಮಾಡುತ್ತಿರುವು-

ದಾಗಿಯೂ, ಮನೆಯನ್ನು ಗೋಡೌನ್ ಆಗಿ ಉಪಯೋಗಿಸುವುದಾಗಿಯೂ ತಿಳಿಸಿದೆವು. ನಾನು ಮನೆಗೆ ಬೀಗ ಹಾಕಿ ಬೀಗದ ಕೈಯನ್ನು ಆಸೀಫ್ ರಜಾ ಖಾನ್‌ಗೆ ತಂದು ಕೊಟ್ಟೆ.

ಮುಂದಿನ ಎರಡು ತಿಂಗಳುಗಳಲ್ಲಿ ನನಗೆ ಆಗ್ರಾ ಹಾಗೂ ಜೈಪುರಗಳಿಗೆ ಹೋಗಲು ತಿಳಿಸಲಾಯಿತು. ನಾನು ಅಲ್ಲಿಗೆ ಹೋದಾಗ ನನಗೆ ಮೂರು ಮಂದಿಯ ಪರಿಚಯ ಮಾಡಿಸಲಾಯಿತು. ಅವರೇ ಜಾಹಿದ್, ಸಲೀಂ ಮತ್ತು ಸದಾಕತ್. ಜಾಹಿದ್ ಮತ್ತು ಸಲೀಂ ಪಾಕಿಸ್ತಾನದಿಂದ ಭಾರತಕ್ಕೆ ನುಸುಳಿ ಬಂದಿದ್ದರು. ಸದಾಕತ್ ಉತ್ತರ ಪ್ರದೇಶದಿಂದ ಬಂದವನಾಗಿದ್ದ. 'ನಾವೆಲ್ಲರೂ ಭಾಯಿ ಸಾಬ್‌ಗಾಗಿ ಕೆಲಸ ಮಾಡುತ್ತಿದ್ದೇವೆ' ಎಂದರು ಆ ಮೂರೂ ಜನ. ಅವರನ್ನು ನಾನು 'ಭಾಯಿ ಸಾಬ್' ನಿರ್ದೇಶನದಂತೆ ಹಜಾರಿ ಬಾಗ್‌ಗೆ ಕರೆದುಕೊಂಡು ಬಂದು ನಾವು ಬಾಡಿಗೆಗೆ ಪಡೆದಿದ್ದ ಮನೆಯಲ್ಲಿ ಇರಿಸಿದೆ.

ಆನಂತರ ನನಗೆ ರಾಜಸ್ತಾನಕ್ಕೆ ಹೋಗಲು ತಿಳಿಸಲಾಯಿತು. ಅಲ್ಲಿ ನನಗೆ ಕೆಲವು ಶಸ್ತ್ರಾಸ್ತ್ರಗಳು ಹಾಗೂ ಸ್ಫೋಟಕ ವಸ್ತುಗಳನ್ನು ಕೊಡುವುದಾಗಿ ಹೇಳಿದರು. ನನಗೆ ಹೆದರಿಕೆಯಾದ್ದರಿಂದ ನಾನು ಹಿಂಜರಿದೆ. ನನಗೆ ಹಸನ್ ಇಮಾಮ್ ಎನ್ನುವವನ ಸಹಾಯ ಕೊಡಲಾಯಿತು. ಅವನ ಜತೆ ನಾನು ರಾಜಸ್ತಾನದ ವಿವಿಧ ಜಾಗಗಳಿಗೆ ಹೋದೆ. ಏತನ್ಮಧ್ಯೆ ನಮಗೆ ಇ-ಮೇಲ್ ಮೂಲಕ ಕೊಲ್ಕತ್ತಾಗೆ ಹಿಂತಿರುಗಿ ಹೋಗಿ ಎಂಬ ಆದೇಶ ಬಂದಿತು. ಅದೇ ರೀತಿಯೇ ನಾನು ಕೊಲ್ಕತ್ತಾಗೆ ವಾಪಸ್ ಬಂದೆ.

ಡಿಸೆಂಬರ್ ೮ ರಂದು ನನಗೆ 'ಭಾಯಿ ಸಾಬ್'ರಿಂದ ಬಂದ ಇ-ಮೇಲ್ ಸಂದೇಶದಲ್ಲಿ ಅಸೀಫ್ ರಜಾ ಖಾನ್‌ನನ್ನು ಗುಜರಾತ್ ಪೊಲೀಸರು ನಕಲಿ ಎನ್‌ಕೌಂಟರ್‌ನಲ್ಲಿ ಕೊಂದಿದ್ದಾರೆ ಎನ್ನುವ ಮಾಹಿತಿ ಇತ್ತು. ಪೊಲೀಸರು ಆತನ ನಕಲಿ ಎನ್‌ಕೌಂಟರ್ ಮಾಡಿದ್ದ ಬಗ್ಗೆ ನಮಗೆಲ್ಲಾ ಸಿಟ್ಟಿತ್ತು. ಕೊಲ್ಕತ್ತಾದಲ್ಲೇ ಇದ್ದ ಆಸೀಫ್‌ನ ಸೋದರ ಆಮೀರ್ ರಜಾಖಾನ್ ಆಸೀಫ್‌ನ ಕೊಲೆಗಾಗಿ ಪ್ರತೀಕಾರವನ್ನು ತೆಗೆದುಕೊಳ್ಳಲೇಬೇಕು ಎಂದು ತೀರ್ಮಾನಿಸಿದ. ಇದೇ ತೀರ್ಮಾನದ ಅನ್ವಯ ನನಗೆ ಮತ್ತೆ ಹಜಾರಿ ಬಾಗ್‌ಗೆ ಹೋಗಲು ತಿಳಿಸಲಾಯಿತು. ನಾನು ಅಲ್ಲಿ ಹೋದಾಗ ಜಾಹೀದ್, ಸದಾಕತ್, ಸಲೀಂ ಹಾಗೂ ಹಸನ್ ಇದ್ದುದ್ದಲ್ಲದೇ ಹಸನ್‌ನ ತಮ್ಮ ಇಮಾಮ್ ಕೂಡ ಅಲ್ಲಿದ್ದ. ಹೇಗೆ ಆಸೀಫ್‌ನ ಕೊಲೆಗೆ ಪ್ರತೀಕಾರವನ್ನು ತೆಗೆದುಕೊಳ್ಳಬೇಕು ಎಂದು ನಾವು ಇಡೀ ರಾತ್ರಿ ಚರ್ಚೆ ಮಾಡಿದೆವು.

ಸುಧೀರ್ಘ ಚರ್ಚೆಯ ನಂತರ ಕೊಲ್ಕತ್ತಾದಲ್ಲಿಯೇ ಪೋಲಿಸರ ಮೇಲೆ ದಾಳಿಯನ್ನು ನಡೆಸಬೇಕು ಎಂದು ತೀರ್ಮಾನಿಸಿದೆವು. ಏಕೆಂದರೆ ಆಸೀಫ್‌ನನ್ನು ಗುಜರಾತಿಗೆ ಒಯ್ಯುವ ಮೊದಲು ಪೊಲೀಸರು ಆತನನ್ನು ಕೊಲ್ಕತ್ತಾಗೆ ಕರೆದುಕೊಂಡು ಬಂದು ರಾಜ್ಯ ಸಿಐಡಿ ಕೇಂದ್ರ ಸ್ಥಾನವಾಗಿದ್ದ ಭವಾನಿ ಭವನ್

ನಲ್ಲಿ ಅವನನ್ನು ವಿಚಾರಣೆಗೆ ಒಳಪಡಿಸಿದ್ದರು. ಆ ಕಟ್ಟಡವನ್ನು ಸ್ಫೋಟಗೊಳಿಸ-ಬೇಕೆಂದು ತೀರ್ಮಾನಿಸಿದಾಗ ನಾನು ಒಪ್ಪಲಿಲ್ಲ. ಅಲ್ಲಿ ರಾಜ್ಯ ಅಲ್ಪ ಸಂಖ್ಯಾತ ಆಯೋಗದ ಕಛೇರಿಗಳಿರುವುದರಿಂದ ಮುಸಲ್ಮಾನರೂ ಹಾಗೂ ಇತರ ಅಲ್ಪಸಂಖ್ಯಾತ ಜನರು ಸಾಯಬಹುದಾಗಿದ್ದುದರಿಂದ ಬೇರೊಂದು ಕಟ್ಟಡವನ್ನು ಸ್ಫೋಟಿಸುವುದು ಸೂಕ್ತ ಎಂದು ಸೂಚಿಸಿದೆ. ಈ ಬಗ್ಗೆ 'ಭಾಯಿ ಸಾಬ್' ಗೆ ಈ–ಮೇಲ್ ಕಳುಹಿಸಿದೆವು. ಅವನು ನನ್ನ ವಿಚಾರವನ್ನು ಅನುಮೋದಿಸಿ ಆಯ್ಕೆ ಮಾಡುವ ಸ್ಥಳಕ್ಕೆ ಅಮೇರಿಕನ್ನರ ಜೊತೆ ಸಂಬಂಧವಿರಬೇಕು. ದಾಳಿಯಲ್ಲಿ ಹೆಚ್ಚಿನ ಮಂದಿ ಪೊಲೀಸರು ಬಲಿಯಾಗಬೇಕು ಎಂದು ತಿಳಿಸಿದ. ಅಂತಿಮವಾಗಿ ಕೊಲ್ಕತ್ತಾದ ಅಮೇರಿಕನ್ ದೂತಾವಾಸವನ್ನು ಆಯ್ಕೆ ಮಾಡಿ 'ಭಾಯಿ ಸಾಬ್'ಗೆ ತಿಳಿಸಿದಾಗ, ನಿಮ್ಮ ನಿರ್ಧಾರ ಸೂಕ್ತವಾದದ್ದು ಎಂದು ಹೇಳಿದ.

ಪ್ರತೀಕಾರದ ದಾಳಿ

ಜಮಾಲುದ್ದೀನ್ ನಾಸಿರ್ ತನ್ನ ಹೇಳಿಕೆಯನ್ನು ಮುಂದುವರೆಸಿದ.

"ಹಜಾರೀಬಾಗ್ ನಿಂದ ನಾನು ಕೊಲ್ಕತ್ತಾಗೆ ವಾಪಸ್ಸಾದೆ. ಸದಾಖತ್ ಹಾಗೂ ಜಾಹೀದ್ ಜೋದ್‌ಪುರಕ್ಕೆ ಹೊರಟರು. ೧೪ನೇ ಜನವರಿಯಂದು ಜಾಹೀದ್ ಕೊಲ್ಕತ್ತಾಗೆ ಬಂದ. ನಾನು ಅವನನ್ನು ರೈಲ್ವೆ ನಿಲ್ದಾಣದಲ್ಲಿ ಎದುರುಗೊಂಡು ತಿಲ್‌ಜಾಲ ರಸ್ತೆಯ ಫ್ಲಾಟ್‌ಗೆ ಕರೆದುಕೊಂಡು ಬಂದೆ, ಇದಾದ ಎರಡು ದಿನಗಳ ನಂತರ ಸದಾಖತ್ ಕೂಡಾ ಕೊಲ್ಕತ್ತಾಗೆ ಬಂದ. ಅವನನ್ನೂ ಎದುರುಗೊಂಡು ಅದೇ ಫ್ಲಾಟ್‌ಗೆ ಕರೆದುಕೊಂಡು ಬಂದೆ. ಇಬ್ಬರೂ ತಮ್ಮ ಕೈಯಲ್ಲಿ ದೊಡ್ಡ ದೊಡ್ಡ ಬ್ಯಾಗುಗಳನ್ನು ತೆಗೆದುಕೊಂಡು ಬಂದಿದ್ದರು. ೧೮ನೇ ಜನವರಿಯಂದು ಹಸನ್ ಹಾಗೂ ಇಮಾಮ್ ಕಪ್ಪು ಬಣ್ಣದ ಮೋಟರ್ ಸೈಕಲ್ ಜೊತೆ ಕೊಲ್ಕತ್ತಾಗೆ ಬಂದರು. ಮೋಟರ್ ಸೈಕಲ್‌ನ್ನು ತಿಲ್‌ಜಾಲ ರಸ್ತೆಯ ಫ್ಲಾಟ್‌ನ ಬೇಸ್‌ಮೆಂಟ್‌ನಲ್ಲಿ ಇಡಲಾಯಿತು. ಅದೇ ಸಂಜೆ ಅಬ್ದುಲ್ಲಾ ಸಹ ಬಂದು ಎಲ್ಲರನ್ನೂ ಸೇರಿಕೊಂಡ.

೧೯ನೇ ಜನವರಿಯಂದು 'ಭಾಯಿ ಸಾಬ್' ನಿಂದ ದಾಳಿ ನಡೆಸಲು ನಮಗೆ ಅನುಮತಿ ದೊರೆಯಿತು. ಅದರನ್ವಯ ನಾನು ಮತ್ತು ಉಳಿದ ಮೂವರು ನನ್ನ ಕಾರಿನಲ್ಲಿಯೇ ಅಮೇರಿಕನ್ ದೂತವಾಸದ ಬಳಿ ಹೋದಾಗ ಅಲ್ಲಿ ಭಾರೀ ಪೊಲೀಸ್ ಬಂದೋಬಸ್ತ್ ಇದ್ದದ್ದನ್ನು ನೋಡಿದೆವು. ಕಟ್ಟಡದ ಮುಂದಿನ ರಸ್ತೆಯಲ್ಲಿ ಹಲವಾರು ಅಡೆತಡೆಗಳನ್ನು ಹಾಕಿ ರಸ್ತೆಯಲ್ಲಿ ಹೋಗಿ ಬರುವ ಎಲ್ಲಾ ವಾಹನಗಳನ್ನೂ ಪೊಲೀಸರು ಸೂಕ್ಷ್ಮವಾಗಿ ತಪಾಸಣೆ ಮಾಡುತ್ತಿದ್ದರು. ಈ ಕಟ್ಟಡಕ್ಕೆ ದಾಳಿ ಮಾಡಿ ನಾವು ಪರಾರಿಯಾಗುವುದು ಕಷ್ಟ ಎಂದು ನಮಗನಿಸಿತು. ಮುಂದೇನು ಮಾಡುವುದು ಎಂದು ಯೋಚಿಸಲು ನಾವು ಫ್ಲಾಟ್‌ಗೆ ವಾಪಸ್ಸಾದೆವು. ಅಮೇರಿಕನ್ ಸೆಂಟರ್ ಎಂಬ ಇನ್ನೊಂದು ಕಟ್ಟಡ ಅಮೇರಿಕನ್ ದೂತಾವಾಸದ

ಭಾಗವೇ ಆಗಿದ್ದು ಅದು ಚೌರಂಗೀ ಲೇನ್‌ನಲ್ಲಿ ಇದೆ ಎಂದು ನಮಗೆ ತಿಳಿಯಿತು. ಅ ಕಟ್ಟಡವನ್ನು ನೋಡಲು ನಾವು ಹೊರಟೆವು.

ಕೊಲ್ಕತ್ತಾದ ಕೇಂದ್ರ ಭಾಗದಲ್ಲಿದ್ದ ಆ ಕಟ್ಟಡದ ಹೊರಗೂ ಹಲವಾರು ಪೊಲೀಸರು ಕಾವಲು ಕಾಯುತ್ತಿದ್ದರು. ಆದರೆ ಅವರು ಅಮೇರಿಕನ್ ದೂತವಾಸದ ಪೋಲೀಸರಷ್ಟು ಕಟ್ಟುನಿಟ್ಟಾಗಿರಲಿಲ್ಲ. ಇದಲ್ಲದೇ ಆ ಕಟ್ಟಡದ ಮುಂದಿರುವ ರಸ್ತೆಯಲ್ಲಿ ವಾಹನಗಳನ್ನು ಯಾರೂ ತಪಾಸಣೆ ಮಾಡುತ್ತಿರಲಿಲ್ಲ. ಈ ಕಟ್ಟಡವು ದಾಳಿಗೆ ಸೂಕ್ತವಿದೆ ಎಂದು ತೀರ್ಮಾನಿಸಿ ಮನೆಗೆ ವಾಪಸ್ಸಾದೆವು. ಆನಂತರ ದಾಳಿ ಮಾಡುವ ರೂಪರೇಷೆಗಳ ಬಗ್ಗೆ ತೀರ್ಮಾನ ಕೈಗೊಳ್ಳಲು ಇಡೀ ದಿನ ಆ ಕಟ್ಟಡದ ಮುಂದೆ ಬೇರೆ ಬೇರೆ ಜಾಗಗಳಲ್ಲಿ ಹೊಂಚು ಹಾಕಿ ಕುಳಿತು ಅಲ್ಲಿ ಏನೇನು ನಡೆಯುತ್ತವೆ ಎಂದು ಪರಿಶೀಲಿಸಿದೆವು.

ಪ್ರತಿದಿನ ಬೆಳಿಗಿನ ಸುಮಾರು ೬ ಗಂಟೆಗೆ ಆ ಕಟ್ಟಡದ ಕಾವಲುಗಾರರ ಕರ್ತವ್ಯ ಬದಲಾವಣೆ ಆಗುತ್ತಿತ್ತು. ರಾತ್ರಿ ಪಾಳಿ ಮಾಡಿದ ಕಾವಲುಗಾರರು ಬೆಳಗಿನ ಕರ್ತವ್ಯ ನಿರ್ವಹಿಸಲು ಬರುವವರಿಗೆ ಕರ್ತವ್ಯ ಹಸ್ತಾಂತರ ಮಾಡುತ್ತಿದ್ದರು. ಆ ಸಮಯದಲ್ಲಿ ಪೊಲೀಸರು ಕಟ್ಟುನಿಟ್ಟಾಗಿ ಇರದೇ ಇದ್ದುದನ್ನು ನಾವು ಗಮನಿಸಿ ಅದೇ ಸಮಯವೇ ದಾಳಿಗೆ ಸೂಕ್ತ ಎಂದು ತೀರ್ಮಾನಿಸಿದೆವು. ಆ ಸಮಯದಲ್ಲಿ ವಾಹನ ಸಂಚಾರವೂ ವಿರಳವಾಗಿದ್ದು ದಾಳಿ ಮಾಡಿದ ಕೂಡಲೇ ತಪ್ಪಿಸಿಕೊಂಡು ಹೋಗಲು ಸುಲಭವಾಗುತ್ತದೆ ಎಂದು ಭಾವಿಸಿದೆವು. ಮಾರುತಿ ಕಾರ್ ಹಾಗೂ ಮೋಟರ್ ಸೈಕಲ್ ಎರಡನ್ನೂ ಉಪಯೋಗಿಸಬೇಕೆಂದು ತೀರ್ಮಾನಿಸಿದೆವು. ನನಗೆ ಕಾರನ್ನು ಓಡಿಸಲು ನಿರ್ದೇಶಿಸಲಾಯಿತು. ಜಾಹೀದ್ ಮತ್ತು ಸದಾಖತ್ ಮೋಟರ್ ಸೈಕಲ್ ಮೇಲೆ ಹೋಗಿ ದಾಳಿ ಮಾಡಬೇಕೆಂದು ನಿಶ್ಚಯ ಮಾಡಲಾಯಿತು. ನಾನು ನನ್ನ ನೋಟ್ ಪುಸ್ತಕದಲ್ಲಿ ನಾವು ಹೇಗೆ ಅಲ್ಲಿಂದ ಪರಾರಿಯಾಗಬಹುದು ಎಂದು ಗುರುತು ಮಾಡಿಕೊಂಡೆ.

ಮಾರನೆಯ ದಿನವೇ ಅಮೇರಿಕನ್ ಸೆಂಟರ್ ಮೇಲೆ ದಾಳಿ ಮಾಡಬೇಕೆಂದು ಯೋಚಿಸಿದಾಗ ಜಾಹೀದ್ ೨೧ರಂದು ಪೂರ್ವಾಭ್ಯಾಸ ಮಾಡಿ ಆನಂತರ ದಾಳಿ ಮಾಡೋಣ ಎಂದ. ಅಂತೆಯೇ ನಾವು ೨೧ರ ಬೆಳಿಗ್ಗೆ ಎರಡೂ ವಾಹನಗಳನ್ನು ತೆಗೆದುಕೊಂಡು ಅಮೇರಿಕನ್ ಸೆಂಟರ್ ಬಳಿ ಹೋದೆವು. ರಿಪ್ಪನ್ ರಸ್ತೆ ಕ್ರಾಸ್‌ನಲ್ಲಿ ಎರಡೂ ವಾಹನಗಳನ್ನು ನಿಲ್ಲಿಸಿದ್ದೆವು. ಆರೂವರೆ ಗಂಟೆಗೆ ಕಾವಲುಗಾರರ ಬದಲಾವಣೆ ಆರಂಭವಾಗಿದೆ ಎಂದು ತಿಳಿಯಿತು. ಕೂಡಲೇ ಮೋಟರ್ ಸೈಕಲ್‌ನಲ್ಲಿದ್ದ ಸದಾಖತ್ ಹಾಗೂ ಜಾಹೀದ್ ಅಲ್ಲಿಗೆ ಹೋಗಿ ಹತ್ತು ನಿಮಿಷಗಳ ಬಳಿಕ ನಮ್ಮ ಬಳಿ ಬಂದರು. ನಾನು ಕಾರಿನಲ್ಲಿ ಅವರಲ್ಲೊಬ್ಬನನ್ನು ಕೂರಿಸಿಕೊಂಡು ತಿಲ್‌ಜಾಲ ರಸ್ತೆಯ ಅಪಾರ್ಟ್‌ಮೆಂಟ್‌ಗೆ ವಾಪಸ್ಸಾದೆ.

೨೨ನೇ ಜನವರಿ ಬೆಳಗಿನ ೫ ಗಂಟೆಗೆ ನಾನು ಎದ್ದು ಎಲ್ಲರನ್ನೂ ಎಬ್ಬಿಸಿದೆ. ನಾವೆಲ್ಲರೂ ಚಹಾದ ಜೊತೆ ಬಿಸ್ಕತ್ ಸೇವಿಸಿ ತಯಾರಾದೆವು. ಜಾಹೀದ್

ಚಾಕೋಲೇಟ್ ಬಣ್ಣದ ಒಂದು ಚರ್ಮದ ಜಾಕೆಟ್ ಧರಿಸಿ ಒಂದು ಪಿಸ್ತೂಲನ್ನು ಅದರಲ್ಲಡಗಿಸಿದ್ದ. ಸದಾಖತ್ ಹಸಿರು ಬಣ್ಣದ ಜಾಕೆಟ್ ಧರಿಸಿ ಅದರೊಳಗೆ ತನ್ನ ಎ.ಕೆ.೪೭ ರೈಪಲ್‌ನ್ನು ಅಡಗಿಸಿಕೊಂಡ. ನಾವೆಲ್ಲರೂ ೫.೩೦ಗಂಟೆಗೆ ನಮ್ಮ ಪ್ಲಾಟ್‌ನಿಂದ ಹೊರಗೆ ಬಂದೆವು.

ಅಮೇರಿಕನ್ ಸೆಂಟರ್ ಹೊರಗಿದ್ದ ಪೊಲೀಸರ ಮೇಲೆ ಗುಂಡು ಹಾರಿಸಿ ಹಲವರನ್ನು ಕೊಂದ ನಂತರ ಸದಾಖತ್ ಮತ್ತು ಜಾಹೀದ್ ಮತ್ತೆ ಪ್ಲಾಟ್‌ಗೆ ವಾಪಸ್ಸಾದರು. "ಹತ್ತಿರದಲ್ಲಿ ಒಂದು ಪೋಲಿಸ್ ಜೀಪ್ ನಿಂತಿತ್ತು. ಆ ಜೀಪಿನಲ್ಲಿದ್ದ ಅಧಿಕಾರಿ ನಮ್ಮತ್ತ ಗುಂಡು ಹಾರಿಸದಿದ್ದರೆ ನಾವು ಇನ್ನಷ್ಟು ಜನರನ್ನು ಕೊಲ್ಲಬಹುದಾಗಿತ್ತು" ಎಂದು ಸದಾಖತ್ ಹೇಳಿದ.

ಆನಂತರ ಸದಾಖತ್ ಹಾಗೂ ಅಬ್ದುಲ್ಲಾ ರೈಲ್ವೆ ನಿಲ್ದಾಣಕ್ಕೆ ಹೋಗಿ ಕೊಲ್ಕತ್ತಾದಿಂದ ಹೊರಟು ಹೋದರು. ನಂತರ ಜಾಹೀದ್‌ನ್ನು ನನ್ನ ಕಾರಿನಲ್ಲಿ ಹೌರಾ ರೈಲು ನಿಲ್ದಾಣಕ್ಕೆ ಕರೆದುಕೊಂಡು ಹೋದೆ. ಆತ ಹಜಾರಿಬಾಗ್‌ಗೆ ಹೋದ. ನಾಲ್ಕು ದಿನಗಳ ನಂತರ 'ಭಾಯ್ ಸಾಬ್'ನಿಂದ ನನಗೂ ಹಜಾರಿಭಾಗ್‌ಗೆ ಹೋಗಲು ಇ-ಮೇಲ್ ಸಂದೇಶ ಬಂದಿತು. ಅಂತಯೇ ನಾನು ಹಜಾರಿಭಾಗ್‌ಗೆ ಹೋದಾಗ ನಾವು ನಡೆಸಿದ ದಾಳಿಗಾಗಿ 'ಭಾಯಿ ಸಾಬ್' ಪ್ರಶಂಸೆಯನ್ನು ಇ-ಮೇಲ್ ಮೂಲಕ ನೀಡಿದ. ನಾವೆಲ್ಲರೂ ಸಂಭ್ರಮಿಸಿದೆವು. ಮಾರನೆಯ ದಿನವೇ ನಾನು ಕೊಲ್ಕತ್ತಾಗೆ ವಾಪಸ್ಸಾದೆ. ನೀವು ಇಷ್ಟು ಶೀಘ್ರದಲ್ಲಿ ಈ ಪ್ರಕರಣವನ್ನು ಪತ್ತೆ ಮಾಡಿ ನನ್ನನ್ನು ಬಂಧಿಸುವಲ್ಲಿ ಯಶಸ್ವಿಯಾಗುವಿರೆಂದು ನನಗೆ ತಿಳಿದಿರಲಿಲ್ಲ" ಎಂದ.

ನಾಸೀರ್‌ನ ಹೇಳಿಕೆಯನ್ನು ಬರೆದುಕೊಂಡ ನಂತರ ಅಮೇರಿಕನ್ ಸೆಂಟರ್ ದಾಳಿಯಲ್ಲಿ ನಾಲ್ಕು ಮಂದಿ ನಿಶ್ಚಯವಾಗಿ ಭಾಗವಹಿಸಿದ್ದು ಇತರರು ಒಳಸಂಚನ್ನು ನಡೆಸಿದ್ದುದು ತಿಳಿದುಬರುತ್ತಿತ್ತು. ನಾಲ್ಕು ಮಂದಿಯಲ್ಲಿ ಜಾಹೀದ್ ಹಜಾರಿಭಾಗ್‌ನಲ್ಲಿ ಪೊಲೀಸರ ಗುಂಡೇಟಿಗೆ ಬಲಿಯಾಗಿದ್ದ. ಸದಾಖತ್ ಹಾಗೂ ಇತರರು ಪರಾರಿಯಾಗಿದ್ದರು. ಇಡೀ ಪ್ರಕರಣದ ರೂವಾರಿ ಅಫ್ತಾಬ್ ಅಹಮ್ಮದ್ ಅನ್ಸಾರಿಯನ್ನು ಪತ್ತೆಮಾಡಿ ಬಂಧಿಸುವುದು ಮುಖ್ಯವಾಗಿತ್ತು.

ಪಶ್ಚಿಮ ಬಂಗಾಳದ ಸಿಐಡಿ ಅಫ್ತಾಬ್ ಅನ್ಸಾರಿಯನ್ನು ಪತ್ತೆ ಮಾಡಲು ಸಿ.ಬಿ.ಐಯನ್ನು ಕೋರಿತು. ಅಫ್ತಾಬ್ ಅನ್ಸಾರಿ ಅಬುಧಾಭೀಯಲ್ಲಿ ಅಡಗಿದ್ದಾನೆಂದು ಸಿ.ಬಿ.ಐಗೆ ಖಚಿತ ಮಾಹಿತಿಯಿತ್ತು. ಹೀಗಾಗಿ ಸಿ.ಬಿ.ಐ ತಂಡವೊಂದು ಅಬುದಾಭೀಗೆ ಧಾವಿಸಿ ಸ್ಥಳೀಯ ಪೊಲೀಸರನ್ನು ಸಂಪರ್ಕಿಸಿ ಅನ್ಸಾರಿಯನ್ನು ಬಂಧಿಸಿ ತಮ್ಮ ವಶಕ್ಕೆ ಒಪ್ಪಿಸಬೇಕೆಂದು ಕೋರಿತು. ಅಬುದಾಭೀ ಪೊಲೀಸರು ಅನ್ಸಾರಿ ವಿಮಾನದಲ್ಲಿ ಪಾಕಿಸ್ತಾನಕ್ಕೆ ಹೋಗಲು ವಿಮಾನದ ಮೆಟ್ಟಿಲೇರುತ್ತಿದ್ದಾಗ ಅವನನ್ನು ಬಂಧಿಸಿ ಅವನನ್ನು ಸಿ.ಬಿ.ಐ ವಶಕ್ಕೆ ಒಪ್ಪಿಸಿದರು. ೨೩ನೇ ಫೆಬ್ರವರಿ ೨೦೦೨ರಂದು ಅನ್ಸಾರಿಯನ್ನು ಕೊಲ್ಕತ್ತಾ ಪೊಲೀಸರಿಗೆ ಹಸ್ತಾಂತರ ಮಾಡಲಾಯಿತು.

ಅಮೇರಿಕನ್ ಸೆಂಟರ್ ಮೇಲಿನ ದಾಳಿಯು ಅಸೀಫ್ ರಜಾ ಖಾನ್‌ನ ನಕಲಿ ಎನ್‌ಕೌಂಟರ್‌ನ ಸೇಡು ತೀರಿಸಿಕೊಳ್ಳಲಿಕ್ಕಾಗಿಯೇ ಎಂದು ತಿಳಿಸಿದ ಅನ್ಸಾರಿ 'ಅಸೀಫ್ ರಜಾ ಖಾನ್ ಕಮಾಂಡೋ ಫೋರ್ಸ್'ಎಂಬ ದಳವನ್ನು ತಾನು ಹುಟ್ಟುಹಾಕಿದ್ದು ಅದೇ ಈಗ ಇಂಡಿಯನ್ ಮುಜಾಹೀದ್ದೀನ್ ಎಂಬ ಹೆಸರಿನಲ್ಲಿ ಕಾರ್ಯನಿರ್ವಹಿಸುತ್ತಿದೆ ಎಂದು ಹೇಳಿದ. ಅಮೇರಿಕನ್ ಸೆಂಟರ್‌ನ ದಾಳಿಯಲ್ಲಿ ಅಸೀಫ್‌ನ ಸೋದರ ಅಮೀರ್ ರಜಾ ಖಾನ್ ಕೂಡಾ ಭಾಗಿಯಾಗಿದ್ದು ಸಧ್ಯ ಆತ ಪಾಕಿಸ್ತಾನದಲ್ಲಿ ಅಡಗಿಕೊಂಡಿದ್ದಾನೆ ಎಂದು ತಿಳಿಸಿದ ಅನ್ಸಾರಿ, ಈ ಪ್ರಕರಣದ ಬಗ್ಗೆ ಹಲವಾರು ಮಾಹಿತಿಗಳನ್ನು ನೀಡಿದ. ತನಿಖೆಯನ್ನು ಮುಗಿಸಿದ ಪೊಲೀಸರು ಹಲವರನ್ನು ಪರಾರಿಯಾದವರು ಎಂದು ನಮೂದಿಸಿ ನ್ಯಾಯಾಲಯಕ್ಕೆ ಜಮಾಲುದ್ದೀನ್ ನಾಸೀರ್ ಹಾಗೂ ಅಫ್ತಾಬ್ ಅನ್ಸಾರಿಯ ವಿರುದ್ಧ ಆರೋಪಪಟ್ಟಿಯನ್ನು ಸಲ್ಲಿಸಿದರು.

ಪ್ರಕರಣವನ್ನು ವಿಚಾರಣೆ ಮಾಡಿದ ಸೆಷನ್ಸ್ ನ್ಯಾಯಾಲಯ ಅವರಿಬ್ಬರಿಗೂ ಮರಣದಂಡನೆಯನ್ನು ವಿಧಿಸಿತು. ಉಚ್ಚ ನ್ಯಾಯಾಲಯದಲ್ಲಿಯೂ ಅವರ ಮನವಿ ತಿರಸ್ಕೃತವಾಯಿತು. ಇಬ್ಬರೂ ತಮ್ಮ ಮನವಿಯನ್ನು ಸರ್ವೋಚ್ಚ ನ್ಯಾಯಾಲಯಕ್ಕೆ ಸಲ್ಲಿಸಿದರು. ಏತನ್ಮಧ್ಯೆ ಇವರಿಬ್ಬರನ್ನು ಕೊಲ್ಕತ್ತಾದ ಬರ್ಮನ್ ಅಪಹರಣದ ಪ್ರಕರಣದಲ್ಲಿಯೂ ಆರೋಪಿಗಳನ್ನಾಗಿ ಮಾಡಲಾಗಿತ್ತು. ಆ ಪ್ರಕರಣದಲ್ಲಿ ಅಫ್ತಾಬ್ ಅನ್ಸಾರಿ ತಪ್ಪಿತಸ್ಥನೆಂದೂ ಹಾಗೂ ನಾಸೀರ್ ವಿರುದ್ಧ ಸಾಕಷ್ಟು ಸಾಕ್ಷ್ಯದಾರಗಳಿಲ್ಲವೆಂದೂ ನ್ಯಾಯಾಲಯ ತೀರ್ಪು ನೀಡಿತು.

* * *

ಸೆಪ್ಟಂಬರ್ ೨೦೧೭, ಢಂ ಢಂ ಕಾರಾಗೃಹ, ಕೊಲ್ಕತ್ತಾ

ಕೊಲ್ಕತ್ತಾದ ಹೊರವಲಯದಲ್ಲಿರುವ ಢಂ ಢಂ ಕಾರಾಗೃಹದ ಅಧೀಕ್ಷಕರ ಕೊಠಡಿಗೆ ನಾನು ಹೋದಾಗ ತಡೆಯಲಾರದಷ್ಟು ಸೆಕೆ. ಅಧೀಕ್ಷಕರ ಕೋಣೆಯಲ್ಲಿದ್ದ ನಾಲ್ಕು ಫ್ಯಾನ್‌ಗಳೂ ಬರ್‍ರನೆ ತಿರುಗುತ್ತಿದ್ದರೂ ಸೆಕೆಯೇನೂ ಕಡಿಮೆಯಾಗಿರಲಿಲ್ಲ. ಅಧೀಕ್ಷಕರು ನನ್ನತ್ತ ದೃಷ್ಟಿಸಿ ನೋಡಿದರು.

"ಅಫ್ತಾಬ್ ಅನ್ಸಾರಿಯನ್ನು ಸಂಧಿಸಲು ನಾನು ಬೆಂಗಳೂರಿನಿಂದ ಬಂದಿದ್ದೇನೆ" ಎಂದೆ.

ಅವರು ನಸುನಕ್ಕು, "ನಿಮಗೆ ಅಫ್ತಾಬ್ ಅನ್ಸಾರಿಯನ್ನು ಭೇಟಿ ಮಾಡಿಸಲು ಸಾಧ್ಯವಿಲ್ಲ. ಏಕೆಂದರೆ ಅವನು ಯಾರನ್ನೂ ಭೇಟಿಯಾಗಬಾರದೆಂದು ಮೇಲಾಧಿಕಾರಿಗಳಿಂದ ನನಗೆ ಆದೇಶವಿದೆ" ಎಂದರು.

ನಾನು ಪ್ರಶ್ನಾರ್ಥಕವಾಗಿ ಅವರತ್ತ ನೋಡಿದೆ.

"ಅಫ್ತಾಬ್ ಅನ್ಸಾರಿ ತುಂಬಾ ಖತರ್‌ನಾಕ್ ಕೈದಿ. ಅವನನ್ನು ಏಕಾಂತ ಸೆರೆವಾಸದಲ್ಲಿಡಲಾಗಿದೆ" ಎಂದರು.

ನನ್ನ ಪೆಚ್ಚು ಮುಖ ನೋಡಿದ ಅವರು, "ನೀವು ಅಮೇರಿಕನ್ ಸೆಂಟರ್ ದಾಳಿಯ ಬಗ್ಗೆ ಶಿಕ್ಷೆಗೊಂಡ ಇನ್ನೊಬ್ಬ ಕೈದಿಯಾದ ಜಮಾಲುದ್ದೀನ್ ನಾಸೀರ್ ನನ್ನು ನೋಡಬೇಕೆಂದಿದ್ದರೆ ಅವನನ್ನು ಭೇಟಿ ಮಾಡಿಸಲು ಸಾಧ್ಯ" ಎಂದರು.

"ಆಗಲಿ" ಎಂದೆ.

ತಾನು ತಪ್ಪು ಮಾಡಿಲ್ಲ ಎಂದ ಉಗ್ರಗಾಮಿ

ಸುಮಾರು ಅರ್ಧ ಗಂಟೆಯ ಕಾಲ ಜೈಲು ಅಧೀಕ್ಷಕರ ಕೊಠಡಿಯಲ್ಲಿ ನಾನು ಕಾದ ನಂತರ ಜಮಾಲುದ್ದೀನ್ ನಾಸೀರ್ ಅಲ್ಲಿಗೆ ಆಗಮಿಸಿದ. ಸುಮಾರು ಆರು ಅಡಿ ಎತ್ತರವಿದ್ದ ಆತ, ನೀಲಿ ಬಣ್ಣದ ಜೀನ್ಸ್ ಧರಿಸಿ ಮೈಗೆ ಅಂಟುವಂತಹ ಒಂದು ಟೀ ಶರ್ಟ್ ಧರಿಸಿದ್ದ. ಅವನ ದಟ್ಟ ಕೂದಲು ಕಪ್ಪದ್ದಾಗಿತ್ತು. ನೀಟಾಗಿ ಮುಖಕ್ಷೌರ ಮಾಡಿದ್ದ. ವಯಸ್ಸು ಸುಮಾರು ೪೦ ಇರಬಹುದು. ಜೈಲಿನ ಆವರಣವನ್ನು ಬಿಟ್ಟು ಅವನನ್ನು ಬೇರೆಲ್ಲಿ ನೋಡಿದ್ದರೂ ಅವನು ಉನ್ನತ ಹುದ್ದೆಯಲ್ಲಿರುವ ಅಧಿಕಾರಿ ಎಂದೇ ನನಗೆ ಅನಿಸುತ್ತಿತ್ತೇನೋ.

ನನ್ನ ಎದುರಿನ ಕುರ್ಚಿಯಲ್ಲಿ ಅವನು ಕುಳಿತಾಗ ನಾನು ಹಿಂದಿಯಲ್ಲಿ ಮಾತಿಗಾರಂಭಿಸಿದೆ.

"ನೀವು ಇಂಗ್ಲೀಷ್‌ನಲ್ಲಿ ಮಾತನಾಡಬಹುದು. ನಾನು ಸ್ನಾತಕೋತ್ತರ ಪದವೀಧರ. ಅಲ್ಲದೆ ನನ್ನ ತಂದೆ ಇಂಗ್ಲೀಷ್ ಶಿಕ್ಷಕರಾಗಿದ್ದರು" ಎಂದ.

"ಅಮೇರಿಕನ್ ಸೆಂಟರ್ ಮೇಲೆ ನಡೆದ ದಾಳಿಗಾಗಿ ಶಿಕ್ಷೆಗೊಳಗಾದವರಲ್ಲಿ ನೀನೂ ಒಬ್ಬನಲ್ಲವೇ?"ಎಂದೆ.

"ಆ ದಾಳಿಯಲ್ಲಿ ನಾನು ಪಾಲ್ಗೊಂಡೇ ಇರಲಿಲ್ಲ. ಪೊಲೀಸರು ಮಾರುತಿ ಕಾರನ್ನು ನಾನೇ ಓಡಿಸಿದೆ ಎಂದು ತೋರಿಸಿ ನನ್ನ ಮೇಲೆ ಸುಳ್ಳು ಪ್ರಕರಣವನ್ನು ದಾಖಲಿಸಿದ್ದಾರೆ."

"ಹಾಗಿದ್ದರೆ ನ್ಯಾಯಾಲಯವು ನಿನಗೆ ಮರಣದಂಡನೆಯ ಶಿಕ್ಷೆಯನ್ನು ಏಕೆ ವಿಧಿಸುತ್ತದೆ?"

"ಏನು ಹೇಳಲಿ? ಸೆಷನ್ಸ್ ನ್ಯಾಯಾಲಯದಲ್ಲಿ ಈ ಪ್ರಕರಣದ ವಿಚಾರಣೆಯನ್ನು ನಡೆಸಲು ಮೂರು ವರ್ಷಗಳನ್ನು ತೆಗೆದುಕೊಂಡರು. ವಿಚಾರಣೆಯ ವಿಳಂಬದ ಕಾರಣ ಮೊದಲ ನ್ಯಾಯಾಧೀಶರ ವರ್ಗವಾಗಿ ಎರಡನೆಯ ನ್ಯಾಯಾಧೀಶರು ಪ್ರಕರಣವನ್ನು ಆಲಿಸಿದರು. ಸಾಕ್ಷಿಗಳ ವಿಚಾರಣೆ ಎರಡು ಬಾರಿ ಆಯಿತು. ನ್ಯಾಯಾಧೀಶರು ಇಬ್ಬರೂ ಆರೋಪಿಗಳಿಗೆ ಮರಣದಂಡನೆಯನ್ನು ವಿಧಿಸಿದರು. ಅದರ ವಿರುದ್ಧ ಉಚ್ಚ ನ್ಯಾಯಾಲಯಕ್ಕೆ ಅಪೀಲು ಹೋದೆ. ಅದು ಕೂಡ ಸೆಷನ್ಸ್ ನ್ಯಾಯಾಲಯದ ತೀರ್ಪನ್ನು ಎತ್ತಿ ಹಿಡಿಯಿತು. ಇದು ನನ್ನ ಹಣೆಬರಹ".

"ಮರಣದಂಡನೆಯ ಶಿಕ್ಷೆ ಎಂದು ನ್ಯಾಯಾಧೀಶರು ಹೇಳಿದಾಗ ನಿನ್ನ ಮನದಲ್ಲಿ ಯಾವ ಭಾವನೆ ಮೂಡಿತ್ತು?"

"ಆ ಸಮಯದಲ್ಲಿ ನಾನು ಆಘಾತಗೊಂಡಿದ್ದು ನಿಜ, ಆದರೆ ಇತ್ತೀಚೆಗಷ್ಟೇ ಸರ್ವೋಚ್ಚ ನ್ಯಾಯಾಲಯವು ನನ್ನ ಶಿಕ್ಷೆಯನ್ನು ಮಾರ್ಪಾಟು ಮಾಡಿ ನನಗೆ ೩೦ ವರ್ಷಗಳ ಜೈಲುವಾಸ ನೀಡಿದೆ. ನನ್ನ ಮನಸ್ಸು ಈಗ ಹಗುರಗೊಂಡಿದೆ" ಎಂದ,

"ಎನ್‌ಕೌಂಟರ್‌ನಲ್ಲಿ ನಿನ್ನ ಆಪ್ತಮಿತ್ರ ಅಸೀಫ್ ರಜಾ ಖಾನ್ ಹತನಾದದ್ದಕ್ಕೆ ಪ್ರತಿಕಾರವಾಗಿ ಅಮೇರಿಕನ್ ಸೆಂಟರ್ ದಾಳಿ ನಡೆದದ್ದು ನಿಜವೇ?"

"ಅಸೀಫ್ ರಜಾ ಖಾನ್ ನನ್ನ ಆಪ್ತಮಿತ್ರ ಹಾಗೂ ಸಹಪಾಠಿಯಾಗಿದ್ದು ನಿಜ. ಆದರೆ ಅವನ ಸಾವಿಗಾಗಿ ಪ್ರತಿಕಾರವನ್ನು ತೆಗೆದುಕೊಳ್ಳಲಾಯಿತು ಎನ್ನುವುದರ ಬಗ್ಗೆ ನನಗೇನೂ ಗೊತ್ತಿಲ್ಲ" ಎಂದ.

"ಹೋಗಲಿ, ನಿನ್ನ ಪರಿಚಯವನ್ನು ಮಾಡಿಕೊಡು."

"ನಾನು ಒಂದು ಉತ್ತಮ ಕುಟುಂಬದವನು. ನನ್ನ ತಂದೆ ನಮ್ಮ ಸಮುದಾಯದಲ್ಲಿ ಬಹಳ ಮರ್ಯಾದಸ್ಥರು. ನನಗೆ ಇಬ್ಬರು ಸಹೋದರರು ಹಾಗೂ ಮೂರು ಜನ ಸಹೋದರಿಯರಿದ್ದಾರೆ. ನಾನೇ ಹಿರಿಯ. ನಾವೆಲ್ಲರೂ ಜಂಟಿ ಕುಟುಂಬದಲ್ಲಿ ಕೊಲ್ಕತ್ತಾದಲ್ಲಿ ವಾಸಿಸುತ್ತಿದ್ದೆವು. ನಾನು ಸ್ನಾತಕೋತ್ತರ ಪದವಿ ಪಡೆದು ನೌಕರಿ ಗಳಿಸಿದ ನಂತರ ೧೯೯೮ರಲ್ಲಿ ಲಗ್ನವಾದೆ.

"ಹೈಸ್ಕೂಲ್ ಬಿಟ್ಟ ನಂತರ ನನಗೆ ಅಸೀಫ್ ರಜಾ ಖಾನ್‌ನ ಸಂಪರ್ಕವಿರಲಿಲ್ಲ. ಇದ್ದಕ್ಕಿದ್ದಂತೆ ೧೯೯೯ ರಲ್ಲಿ ನನ್ನನ್ನು ಅವನು ಭೇಟಿಯಾಗಿ ತನ್ನ ವಾಣಿಜ್ಯವನ್ನು ಬೆಳಸಲು ತನಗೆ ಒಂದು ಪ್ಲಾಟ್ ಬೇಕೆಂದು ನನಗೆ ಕೇಳಿದಾಗ ನಾನು ಅವನಿಗೆ ಪ್ಲಾಟ್ ಕೊಡಿಸಿದೆ"

"ಜುಲೈ ೨೦೦೧ರಲ್ಲಿ ಅಸೀಫ್ ರಜಾ ಖಾನ್ ಹಾಗೂ ಇತರರು ಪಾರ್ಥರಾಯ್ ಬರ್ಮನ್ ಅಪಹರಣ ಮಾಡಿದ್ದ ಪ್ರಕರಣದಲ್ಲಿ ಆರೋಪಿಯಾಗಿ ನಿನ್ನ ಹೆಸರೂ ಇತ್ತಲ್ಲ?"

"ಅಪಹರಣಕಾರರು ಬಳಸಿದ್ದ ಕಾರು ನನ್ನದೇ ಎಂಬ ಆರೋಪವನ್ನು ಹೊರಿಸಲಾಗಿತ್ತು"

"ಇದು ನಿಜವೇ?"

"ಹೌದು, ಅಸೀಫ್ ಒಂದು ಮುಖ್ಯ ಕೆಲಸಕ್ಕಾಗಿ ಒಂದು ಕಾರ್ ತುರ್ತಾಗಿ ಬೇಕೆಂದು ಕೇಳಿದಾಗ, ನಾನು ನನ್ನ ಕಾರನ್ನೇ ಅವನಿಗೆ ಕೊಟ್ಟಿದ್ದೆ. ಅದರ ಹೊರತಾಗಿ ಆ ಪ್ರಕರಣದಲ್ಲಿ ನನ್ನ ಕೈವಾಡವಿಲ್ಲ. ಇತ್ತೀಚೆಗಷ್ಟೇ ಆ ಪ್ರಕರಣದಲ್ಲಿ ನಿರ್ದೋಷಿಯೆಂದು ನಾನು ಬಿಡುಗಡೆಗೊಂಡಿದ್ದೇನೆ."

"ಅಸಿಫ್ ಆ ಪ್ರಕರಣದ ನಂತರ ತಲೆ ಮರೆಸಿಕೊಂಡದ್ದು ನಿಜವೇ?"

"ಅವನು ಕೊಲ್ಕತ್ತಾದಲ್ಲಿ ಇರಲಿಲ್ಲ ಎಂದು ಮಾತ್ರ ನನಗೆ ತಿಳಿದಿದೆ. ಅಸೀಫ್ ರಜಾ ಖಾನನನ್ನು ಡಿಸೆಂಬರ್ ೨೦೦೧ರಲ್ಲಿ ಬಂಧನ ಮಾಡಲಾಗಿದ್ದು ಗುಜರಾತ್ ಪೊಲೀಸರು ಅವನನ್ನು ಅದೇ ತಿಂಗಳು ಹತ್ಯೆಗೈದರು ಎಂದು ನನಗೆ ತಿಳಿದಿದೆ. ಕೊಲ್ಕತ್ತಾದಲ್ಲಿ ಡಿಸೆಂಬರ್ ೧೦ ರಂದು ಅಸಿಫ್‌ನ ಅಂತ್ಯಕ್ರಿಯೆ ನಡೆದಾಗ ನಾನೂ ಭಾಗವಹಿಸಿದ್ದೆ"

"ಬರ್ಮನ್ ಅಪಹರಣ ಹಾಗೂ ಅಮೇರಿಕನ್ ಸೆಂಟರ್ ದಾಳಿಯ ನಿನ್ನ ಸಹ-ಆರೋಪಿ ಅಫ್ತಾಬ್ ಅನ್ಸಾರಿಯ ಪರಿಚಯ ನಿನಗೆ ಹೇಗಾಯಿತು?"

"ಅವನ ಪರಿಚಯವನ್ನು ಅಸೀಫ್ ರಜಾ ಖಾನ್ ನನಗೆ ಮಾಡಿಕೊಟ್ಟ."

"ಅಮೇರಿಕನ್ ಕೇಂದ್ರದ ದಾಳಿಯಲ್ಲಿ ನೀನು ಹೇಗೆ ಭಾಗಿಯಾದೆ?"

"ನಾನಿಗಾಗಲೇ ಹೇಳಿಲ್ಲವೇ? ಪೊಲೀಸರು ಸುಳ್ಳು ಪ್ರಕರಣ ದಾಖಲಿಸಿದ್ದಾರೆ"

"ಜಮಾಲುದ್ದೀನ್ ನಾಸೀರ್, ನಿನ್ನನ್ನು ಭೇಟಿಯಾಗುವ ಮೊದಲೇ ನಾನು ಎರಡೂ ಪ್ರಕರಣಗಳ ದಾಖಲಾತಿಗಳನ್ನು ಓದಿಕೊಂಡು ಬಂದಿದ್ದೇನೆ. ಸುಳ್ಳನ್ನೇಕೆ ಹೇಳುವೆ? ನಿನ್ನ ಬಗ್ಗೆ ಬಲವಾದ ಸಾಕ್ಷ್ಯಾದಾರವಿಲ್ಲದಿದ್ದಲ್ಲಿ ನ್ಯಾಯಾಲಯದಲ್ಲಿ ಬರ್ಮನ್ ಪ್ರಕರಣದಂತೆಯೇ ನಿನ್ನ ಬಿಡುಗಡೆ ಆಗುತ್ತಿತ್ತು. ಅಲ್ಲವೇ?"

"ನನ್ನ ಮಾತನ್ನು ನೀವು ನಂಬದಿದ್ದರೆ ನಾನೇನೂ ಮಾಡಲಾಗುವುದಿಲ್ಲ" ಎಂದ.

"ನಾಸೀರ್, ನೀನು ಅಪರಾಧವನ್ನೇ ಮಾಡದಿದ್ದರೆ ಕೊಲ್ಕತ್ತಾದ ಮಾಜೀಸ್ಟ್ರೇಟರ ಮುಂದೆ ತಪ್ಪೊಪ್ಪಿಗೆ ಹೇಳಿಕೆಯನ್ನು ಏಕೆ ನೀಡಿದೆ?"

"ಪೊಲೀಸರು ಬಲವಂತದಿಂದ ನನ್ನ ಕೈಯಲ್ಲಿ ತಪ್ಪೊಪ್ಪಿಗೆ ಹೇಳಿಕೆಯನ್ನು ಬರೆಸಿಕೊಂಡರು"

"ಹೋಗಲಿ, ಈ ಪ್ರಕರಣದಲ್ಲಿ ಜಾರ್ಖಂಡ್ ರಾಜ್ಯದ ಹಜಾರಿಭಾಗ್‌ನ ಖೀರ್‌ಗಾಂವ್‌ನಲ್ಲಿ ನಿನ್ನ ಹೆಸರಿನಲ್ಲಿ ನೀನು ಮನೆಯೊಂದನ್ನು ಏಕೆ ಬಾಡಿಗೆಗೆ ಪಡೆದೆ?"

"ನನ್ನ ಮಿತ್ರರು ಒಂದು ಚಪ್ಪಲಿ ಗೌಡನ್‌ಗಾಗಿ ಆ ಊರಿನಲ್ಲಿ ಮನೆಯೊಂದನ್ನು ಬಾಡಿಗೆಗೆ ಕೊಡಿಸಬೇಕೆಂದು ಕೇಳಿದ್ದರು. ಹಜಾರಿಭಾಗ್‌ನಲ್ಲಿ ನನಗೆ ಸಾಕಷ್ಟು ಪರಿಚಿತರು ಇದ್ದುದ್ದರಿಂದ ನಾನು ಅವರಿಗೆ ಮನೆಯನ್ನು ಬಾಡಿಗೆಗೆ ಕೊಡಿಸಿದೆ".

"ಇರಲಿ. ಆದರೆ ನಿನ್ನ ಹೆಸರಿನಲ್ಲಿ ಬಾಡಿಗೆಯ ಕರಾರು ಪತ್ರವನ್ನು ಏಕೆ ಮಾಡಿಕೊಂಡೆ? ಕೊಲ್ಕತ್ತಾದಲ್ಲಿಯೂ ನೀನು ಅಸಿಫ್ ರಜಾ ಖಾನ್‌ಗೆ ಮನೆ ಕೊಡಿಸಿದ್ದೆ. ನೀನು ರಿಯಲ್ ಎಸ್ಟೇಟ್ ಧಂದೆ ಮಾಡುತ್ತಿದ್ದೆಯೇ?"

ಆತ ಉತ್ತರಿಸದೆ ನೆಲ ನೋಡಿದ.

"ಇರಲಿ, ಅಫ್ತಾಬ್ ಅನ್ಸಾರಿಯನ್ನು ನೀನು ಮೊದಲಿಗೆ ಎಲ್ಲಿ ಭೇಟಿಯಾದೆ?"

"ಅವನನ್ನು ಅಸಿಫ್ ಬನಾರಸ್‌ನಲ್ಲಿ ನನಗೆ ಭೇಟಿ ಮಾಡಿಸಿದ್ದ"

"ನೀನು ಅಫ್ತಾಬ್ ಅನ್ಸಾರಿಗೆ ಪಾಟ್ನಾ ಪಾಸ್‌ಪೋರ್ಟ್ ಕಛೇರಿಯಲ್ಲಿ ನಿನ್ನ ಮಿತ್ರನೊಬ್ಬನ ಮುಖಾಂತರ ಪಾಸ್‌ಪೋರ್ಟ್ ಕೊಡಿಸಿದ್ದು ನಿಜವೇ?"

"ನಿಜ. ಆದರೆ ಆಗ ಅದು ಅಫ್ತಾಬ್ ಅನ್ಸಾರಿಗಾಗಿ ಎಂದು ನನಗೆ ತಿಳಿದಿರಲಿಲ್ಲ."

"ಈಗ ಆರು ತಿಂಗಳ ಹಿಂದೆ ಸಿಮಿ ಸಂಘಟನೆಗೆ ಸೇರಿದ ಮೊಹಮ್ಮದ್ ಗುಲಾಮ್ ಸರ್ವರ್ ಎಂಬ ವ್ಯಕ್ತಿಯನ್ನು ಬಿಹಾರದಲ್ಲಿ ಬಂಧನ ಮಾಡಿದ್ದಾರೆ. ಆತನೂ ಅಮೇರಿಕನ್ ಕೇಂದ್ರದ ದಾಳಿಯಲ್ಲಿ ಭಾಗವಹಿಸಿದ್ದ ಎನ್ನಲಾಗಿದೆ. ಅವನ ಬಗ್ಗೆ ನಿನಗೇನು ತಿಳಿದಿದೆ?"

"ಈ ವ್ಯಕ್ತಿಯ ಬಗ್ಗೆ ನನಗೇನೂ ತಿಳಿಯದು"

"ಹೋಗಲಿ ಬಿಡು, ಈ ಪ್ರಕರಣದಲ್ಲಿ ನೀನು ಭಾಗವಹಿಸಿಯೇ ಇಲ್ಲ ಎಂದು ಹೇಳುತ್ತಿದ್ದೀಯೇ. ನಿನ್ನ ಮಾತನ್ನೇ ನಂಬೋಣ. ನಿನ್ನ ಕುಟುಂಬದ ಬಗ್ಗೆ ಇನ್ನಷ್ಟು ತಿಳಿಸು."

"ಏನು ಹೇಳಲಿ ಸರ್, ಬಹಳ ವರ್ಷದ ನಂತರ ಪುತ್ರ ಜನಸಿದಾಗ, ಆತನ ಮೊದಲ ನಗುವನ್ನು ನೋಡಲು ನನಗೆ ಆಗಲೇ ಇಲ್ಲ ಏಕೆಂದರೆ ಆಗ ನಾನು ಜೈಲಿನಲ್ಲಿದ್ದೆ. ನನ್ನ ಪ್ರೀತಿಯ ತಂದೆ ನಾನು ಜೈಲಿಗೆ ಹೋದ ದುಃಖದಿಂದ ಅಸುನೀಗಿದರು. ತಂದೆಯನ್ನು ಕಡೆಯ ಬಾರಿಯೂ ನೋಡಲು ನನಗೆ ಆಗಲಿಲ್ಲ. ನಾನು ನತದೃಷ್ಟ."

"ನಿನ್ನ ಮಗನಿಗೆ ಈಗ ಎಷ್ಟು ವರ್ಷ?"

"ಈ ಪ್ರಶ್ನೆ ಕೇಳಿದಾಗ ಅವನ ಕಣ್ಣುಗಳಲ್ಲಿ ಆನಂದದ ಬುಗ್ಗೆ ಹರಿಯಿತು. "ನನ್ನ ಮಗ ಈಗ ಹದಿನಾರು ವರ್ಷದವನು. ಒಂಬತ್ತನೇ ತರಗತಿಯ ಇಂಗ್ಲೀಷ್ ಮಾಧ್ಯಮದಲ್ಲಿ ಓದುತ್ತಿದ್ದಾನೆ. ಆತ ಕಾಲಕಾಲಕ್ಕೆ ನನ್ನನ್ನು ನೋಡಲು ಇಲ್ಲಿಗೆ ಬರುತ್ತಾನೆ. ನಾನು ಏನೂ ತಪ್ಪು ಮಾಡಿಲ್ಲ. ನನಗೆ ವಿನಾಕಾರಣ ಶಿಕ್ಷೆಯಾಗಿದೆ ಎಂದು ಅವನಿಗೆ ಗೊತ್ತಿದೆ"

"ಹಾಗಾದರೆ, ಈ ಇಡೀ ಪ್ರಕರಣವು ನಡೆಯಲು ಯಾರು ಕಾರಣ?"

"ನನಗೆ ಗೊತ್ತಿಲ್ಲ" ಎಂದ ನಾಸೀರ್.

ನ್ಯಾಯಾಲಯದಿಂದ ತಪ್ಪಿತಸ್ಥ ಎಂದು ತೀರ್ಮಾನವಾಗಿದ್ದರೂ ಅಪರಾಧದಲ್ಲಿ ತನ್ನ ಪಾತ್ರವನ್ನು ಅಲ್ಲಗಳೆಯುತ್ತಿರುವ ನಾಸೀರ್‌ನನ್ನು ಇನ್ನು ಹೆಚ್ಚು ಪ್ರಶ್ನಿಸಿ ಫಲವಿಲ್ಲ ಎಂದು ಭಾವಿಸಿ ಅವನನ್ನು ಬೀಳ್ಕೊಟ್ಟೆ.

ನಂತರ ಜೈಲಿನ ಅಧಿಕ್ಷಕರನ್ನು "ನಾಸೀರ್ ಎಂತಹ ಕೈದಿ? ಮತ್ತು ತಾವು ಅಫ್ತಾಬ್ ಅನ್ಸಾರಿಯನ್ನು ಕಾಣಲು ನನಗೆ ಏಕೆ ಅನುಮತಿಯನ್ನು ಕೊಡಲಿಲ್ಲ?" ಎಂದು ಪ್ರಶ್ನಿಸಿದೆ.

"ನಾಸೀರ್ ಅಮೇರಿಕನ್ ಸೆಂಟರ್ ಮೇಲಿನ ದಾಳಿಯಲ್ಲಿ ಪಾಲ್ಗೊಂಡಿದ್ದ ಎನ್ನುವ ಬಗ್ಗೆ ಸಂಶಯವೇ ಬೇಡ. ಆದರೆ ಅಫ್ತಾಬ್ ಅನ್ಸಾರಿಯ ಕತೆಯೇ ಬೇರೆ. ಆತ ಬಹಳ ಬುದ್ಧಿವಂತ, ಪಾಕಿಸ್ತಾನಿ ಮೂಲದ ಆತಂಕವಾದಿ ಸಂಘಟನೆಗಳ ಜೊತೆ ಅವನ ಸಂಪರ್ಕವಿದೆ. ಅವನು ಒಬ್ಬ ಭಯಂಕರ ಕ್ರಿಮಿನಲ್. ಏನನ್ನು ಮಾಡಲೂ ಹೇಸುವುದಿಲ್ಲ. ತಿಹಾರ್ ಜೈಲಿನಲ್ಲಿದ್ದಾಗ ಅವನು ನಡೆಸಿದ ಒಳಸಂಚುಗಳು, ಹಾಗೂ ದೇಶವಿರೋಧೀ ಚಟುವಟಿಕೆಗಳ ಬಗ್ಗೆ ನಿಮಗೆ ತಿಳಿದಿರಲೇ ಬೇಕು. ಇದೇ ಕಾರಣದಿಂದ ನಾವು ಅವನನ್ನು ಒಂದೇ ಜೈಲಿನಲ್ಲಿ ಇಡುವುದಿಲ್ಲ. ಒಂದು ಜಾಗದಿಂದ ಇನ್ನೊಂದು ಜಾಗಕ್ಕೆ ಸ್ಥಳಾಂತರಿಸುತ್ತಾ ಇರುತ್ತೇವೆ. ಹೀಗಾಗಿ ಆತನನ್ನು ನೋಡಲು ನಾವು ಯಾರಿಗೂ ಬಿಡುವುದಿಲ್ಲ"

"ಅಧೀಕ್ಷಕರೇ, ನಿಮ್ಮ ಅಭಿಪ್ರಾಯದಲ್ಲಿ ಈ ಇಬ್ಬರೂ ವ್ಯಕ್ತಿಗಳು ಕೊಲ್ಕತ್ತಾದ ಅಮೇರಿಕನ್ ಕೇಂದ್ರದ ಮೇಲಿನ ದಾಳಿಗೆ ಕಾರಣರೇ?"

"ಖಂಡಿತವಾಗಿ ಸರ್, ನನಗೆ ಸಂಶಯವೇ ಇಲ್ಲ" ಎಂದರು.

"ಥಾಂಕ್ಯೂ" ಎಂದು ಹೇಳಿ ನಾನು ಜೈಲಿನಿಂದ ಹೊರಬಂದೆ.

∎∎

೪. ನಂಜುಣಿಸಿ ಕೊಲ್ಲುತ್ತಿದ್ದ ಮಹಿಳೆ ಚಂಪಕಾ

ಗಜಗಮನೆಯಂತೆ ಒಂದು ಹೆಜ್ಜೆಯ ನಂತರ ಇನ್ನೊಂದು ಹೆಜ್ಜೆಯನ್ನು ನಿಧಾನವಾಗಿ ಇಡುತ್ತಾ ಬಂದ ಆಕೆಯ ಪಾದಗಳನ್ನೇ ದೃಷ್ಟಿಸಿದೆ. ಎರಡೂ ಪಾದಗಳು ಊದಿಕೊಂಡಿದ್ದವು. ಈಕೆ ರಕ್ತದೊತ್ತಡದಿಂದ ಬಳಲುತ್ತಿರಬಹುದು ಎಂದು ಭಾವಿಸಿ ಅವಳ ಮುಖವನ್ನೇ ನೋಡಿದೆ. ಮುಖವೂ ಊದಿಕೊಂಡಿತ್ತು. ಆಕೆಯ ವಯಸ್ಸು ಸುಮಾರು ೬೦ ಇರಬಹುದೆಂದು ಅನಿಸಿತು. ಕರಿಯ ಬಣ್ಣದ ಸಣ್ಣ ಬಾರ್ಡರ್‌ನ ದಪ್ಪನೆಯ ಬಿಳಿಯ ಖಾದಿ ಸೀರೆ ಹಾಗೂ ಬಿಳಿಯ ರವಿಕೆಯಲ್ಲಿ ಆಕೆ ನನಗೆ ಒಬ್ಬ ಹೆರಿಗೆ ಮಾಡುವ ದಾಯಿಯಂತೆ ಕಂಡುಬಂದಳು. ಏದುಸಿರು ಬಿಡುತ್ತಾ ಎದುರು ನಿಂತ ಆಕೆಯನ್ನು ಕೂರಲು ಹೇಳಿ ತನ್ನ ಪರಿಚಯ ಮಾಡಿಕೊಡಲು ಕೋರಿದೆ.

"ಏನು ಪರಿಚಯಮಾಡಿಕೊಳ್ಳಲಿ ಸಾಹೇಬರೇ? ಈಗಾಗಲೇ ಟಿವಿ, ವೃತ್ತಪತ್ರಿಕೆಗಳು, ವಾರಪತ್ರಿಕೆಗಳು ಎಲ್ಲದರಲ್ಲೂ ನನ್ನ ಪರಿಚಯವಾಗಿದೆ. ನನ್ನ ಬಗ್ಗೆ ನಿಮಗೆ ಗೊತ್ತಿಲ್ಲವೇ?" ಎಂದಳು.

"ಚಂಪಕಾ, ಏನೇ ಆದರೂ ನಿನ್ನ ಬಾಯಿಂದಲೇ ನಿನ್ನ ಬಗ್ಗೆ ತಿಳಿದುಕೊಂಡರೆ ಸರಿ ಅಲ್ಲವೇ?"ಎಂದೆ.

ಆಕೆ ಟೇಬಲ್ ಮೇಲೆ ಇದ್ದ ಗ್ಲಾಸಿನಲ್ಲಿನ ನೀರು ಕುಡಿದು ಮಾತಿಗೆ ಆರಂಭಿಸಿದಳು.

"ನಾನು ಉತ್ತಮ ಕುಟುಂಬಕ್ಕೆ ಸೇರಿದವಳು. ಅಪರಾಧ ಪ್ರವೃತ್ತಿಯವಳಲ್ಲ. ಆದರೆ ಪರಿಸ್ಥಿತಿ ನನ್ನನ್ನು ಅಪರಾಧ ಮಾಡುವಂತೆ ಮಾಡಿತೇನೋ ನನಗೆ ತಿಳಿಯದು"

"ಅಂತಹ ಏನು ಅಪರಾಧವನ್ನು ನೀನು ಮಾಡಿದೆ ಚಂಪಕಾ?"

"ಐದು ಕೊಲೆಗಳನ್ನು ಮಾಡಿದ ಆರೋಪವನ್ನು ಎದುರಿಸಿರುವೆ. ನನಗೆ ಎರಡು ಪ್ರಕರಣಗಳಲ್ಲಿ ಮರಣದಂಡನೆಯಾಗಿದೆ. ಮೂರು ಪ್ರಕರಣಗಳಲ್ಲಿ ಜೀವಾವಧಿ ಶಿಕ್ಷೆಯಾಗಿದೆ. ಮರಣದಂಡನೆಯ ವಿರುದ್ಧ ಮೇಲ್ಮನವಿ ಸಲ್ಲಿಸಿದ್ದೇವೆ" ಎಂದಳು.

"ನೀನು ಮಾಡಿದ ಅಪರಾಧಗಳ ಬಗ್ಗೆ ಸವಿಸ್ತಾರವಾಗಿ ತಿಳಿಸು"ಎಂದೆ.

"ನಾನು ಬೆಂಗಳೂರು ಗ್ರಾಮಾಂತರ ಜಿಲ್ಲೆಗೆ ಸೇರಿದವಳು. ಚಿಕ್ಕವಯಸ್ಸಿನಲ್ಲಿಯೇ ನನ್ನ ಮದುವೆಯಾಯಿತು. ನನ್ನ ಗಂಡ ಒಕ್ಕಲುತನ ಮಾಡಿಕೊಂಡಿದ್ದ. ನಮಗೆ ಸಾಕಷ್ಟು ಜಮೀನಿದ್ದವು. ಕಾಲಕ್ರಮೇಣ ನನಗೆ ಇಬ್ಬರು ಹೆಣ್ಣುಮಕ್ಕಳು ಹಾಗೂ ಒಬ್ಬ ಮಗ ಹುಟ್ಟಿದ. ಸಂಸಾರ ಸುಸೂತ್ರವಾಗಿಯೇ ನಡೆಯುತ್ತಿತ್ತು. ಅಷ್ಟರಲ್ಲಿ ನನಗೆ ಚೀಟಿಯ ವ್ಯವಹಾರದ ಚಟ ಹತ್ತಿತು. ನನ್ನ ಬಳಿ ಸಾಕಷ್ಟು ಹಣವಿದ್ದುದರಿಂದಲೂ ಹಾಗೂ ನನಗೆ ಹಲವಾರು ಸ್ನೇಹಿತರು ಇದ್ದುದರಿಂದಲೂ ನಾನೇ ಚೀಟಿ ಬಿಸಿನೆಸ್ ಮಾಡಲು ಪ್ರಾರಂಭಿಸಿದೆ. ಬಹುಬೇಗ ಹೆಚ್ಚಿನ ಸಂಖ್ಯೆಯ ಸದಸ್ಯರು ನನ್ನ ಚೀಟಿ ವೃತ್ತಕ್ಕೆ ಸೇರಿಕೊಂಡರು. ನಾನು ಸುಮಾರು ಮೂರು ವರ್ಷಗಳ ಕಾಲ ಲಾಭದಾಯಕವಾಗಿ ಚೀಟಿಯನ್ನು ನಡೆಸಿಕೊಂಡು ಬಂದೆ. ಅಷ್ಟರಲ್ಲಿ ಎರಡು ಮೂರು ಸದಸ್ಯರು ತಾವು ಕೊಡಬೇಕಾದ ಹಣವನ್ನು ವಾಪಸ್ ಮಾಡದೆ ಮೋಸ ಮಾಡಿದರು. ನನ್ನ ಉದ್ಯೋಗ ನಷ್ಟದಲ್ಲಿ ನಡೆಯತೊಡಗಿತು. ಕೆಲವೇ ದಿನಗಳ ನಂತರ ನಾನು ಪಾಪರ್ ಆಗಿದ್ದೇನೆ ಎಂಬ ಸುದ್ಧಿ ಹರಡಿತು. ಚೀಟಿ ಹಾಕಿದವರೆಲ್ಲರೂ ತಮ್ಮ ಹಣವನ್ನು ವಾಪಸ್ ಮಾಡಲು ಕೇಳತೊಡಗಿದರು. ಹಾಗೂ ಹೀಗೂ ಮಾಡಿ ಸಾಕಷ್ಟು ಹಣವನ್ನು ಹೊಂದಿಸಿ ಅವರವರ ಹಣವನ್ನು ವಾಪಸ್ ಮಾಡಿದೆ. ನಾನು ಹಣ ಹೊಂದಿಸಲು ಸಾಲ ಮಾಡಬೇಕಾಯಿತು. ಕಡೆಗೆ ನನ್ನ ಮನೆಯಲ್ಲಿದ್ದ ಒಡವೆಗಳನ್ನು ಮಾರಿ ಸಾಲ ತೀರಿಸಿದೆ.

ಮನೆಯಲ್ಲಿನ ಆಭರಣಗಳು ನಾಪತ್ತೆಯಾದದ್ದನ್ನು ಕಂಡು ನನ್ನ ಗಂಡ ಕೋಪಗೊಂಡ. ನಾನೇ ಅವುಗಳನ್ನು ಮಾರಿಬಿಟ್ಟೆ ಎಂದು ತಿಳಿದ ನಂತರ ಆತ ನನ್ನನ್ನು ಉಟ್ಟ ಬಟ್ಟೆಯಲ್ಲಿಯೇ ಮನೆಯಿಂದ ಹೊರಗೆ ಹಾಕಿದ. ನನಗೆ ಆ ಸಮಯದಲ್ಲಿ ಸುಮಾರು ನಲವತ್ತು ವರ್ಷಗಳಾಗಿದ್ದವು.ಯಾರೂ ಗತಿಯಿರಲಿಲ್ಲ. ಏನು ಮಾಡಲೂ ತೋಚಲಿಲ್ಲ. ಸೀದಾ ಬಸ್‌ಸ್ಟ್ಯಾಂಡ್‌ಗೆ ಹೋಗಿ ಮೊದಲು ಸಿಕ್ಕ ಬಸ್‌ಗೆ ಹತ್ತಿ ನಲವತ್ತು ಕಿ.ಮೀ. ದೂರದಲ್ಲಿದ್ದ ಊರಿಗೆ ಹೋದೆ. ಅಲ್ಲೇ ಬೀದಿ ಬಿಕಾರಿಯಂತೆ ಅಲೆಯುತ್ತಿರುವಾಗ ಎದುರಿಗೆ ಒಂದು ದೇವಸ್ಥಾನ ಕಂಡಿತು. ಅಲ್ಲಿಗೆ ಹೋಗಿ ರಾತ್ರಿ ಮಲಗಿದೆ. ಮಾರನೆಯ ದಿನ ಬೆಳಗ್ಗೆ ಅದೇ ದೇವಸ್ಥಾನದ ಹೊರಗೆ ಕುಳಿತು ಭಿಕ್ಷೆ ಬೇಡಲಾರಂಭಿಸಿದೆ. ಭಕ್ತಾದಿಗಳು ಕೊಡುವ ಅಲ್ಪಸ್ವಲ್ಪ ಹಣ ಹಾಗೂ ತಿಂಡಿ ತಿನಿಸುಗಳನ್ನು ತಿಂದು ಹಸಿವು ನೀಗಿಸಿಕೊಳ್ಳುತ್ತಿದ್ದೆ. ಕೆಲವು ದಿನಗಳ ನಂತರ ಬೇರೊಂದು ದೇವಸ್ಥಾನಕ್ಕೆ ಹೋದೆ. ಅಲ್ಲಿ ಪ್ರತಿ ಮಧ್ಯಾಹ್ನ ಹಾಗೂ ಸಾಯಂಕಾಲ ಭಕ್ತಾಧಿಗಳಿಗಾಗಿ ಊಟವನ್ನು ಹಾಕುತ್ತಿದ್ದರು. ನಾನು ಅದೇ ದೇವಸ್ಥಾನದಲ್ಲಿ ಆಶ್ರಯ ಪಡೆದು ದೇವಸ್ಥಾನದ ಪ್ರಸಾದವನ್ನೇ ತಿಂದು ದೇವಸ್ಥಾನದ ಆವರಣವನ್ನು ಸ್ವಚ್ಛ ಮಾಡಿ ಅಲ್ಲಿನ ಪಾತ್ರೆ ಪಡಗಗಳನ್ನು ತೊಳೆದು ಕಾಲ ತಳ್ಳುತ್ತಿದ್ದೆ.

ನಾನು ಒಂದು ದೇವಸ್ಥಾನದಿಂದ ಇನ್ನೊಂದು ದೇವಸ್ಥಾನಕ್ಕೆ ತಿಂಗಳೆರಡು ತಿಂಗಳಂತೆ ಹೋಗುತ್ತಿದ್ದೆ. ಎಲ್ಲಿಯೂ ಬಹಳ ಸಮಯ ನೆಲೆಸುತ್ತಿರಲಿಲ್ಲ.

ದೇಗುಲದ ಅರ್ಚಕರು ಮಾಡುವ ಪೂಜಾ ವಿಧಿಗಳು, ಹಾಗೂ ಅವರು ಹೇಳುವ ಮಂತ್ರಗಳನ್ನು ತದೇಕಚಿತ್ತದಿಂದ ಗಮನಿಸಿದ್ದರಿಂದ ಒಂದು ವರ್ಷದ ಒಳಗಡೆ ಪೂಜಾವಿಧಿಗಳನ್ನು ಮಾಡುವುದು ಹೇಗೆ ಎಂದು ನಾನು ಕಲಿತೆ.

ನನಗೆ ಮಾಡಲು ಹೆಚ್ಚಿನ ಕೆಲಸವಿಲ್ಲದಿದ್ದುದರಿಂದ ದೇವಸ್ಥಾನಕ್ಕೆ ಬರುವ ಮಹಿಳೆಯರ ಗೆಳೆತನ ಬೆಳೆಸುತ್ತಿದ್ದೆ. ಬಹಳಷ್ಟು ಮಹಿಳೆಯರು ದೇವಸ್ಥಾನಕ್ಕೆ ಬರುತ್ತಿದ್ದ ಕಾರಣ ತಮಗೆ ಮಕ್ಕಳಾಗಬೇಕು, ಅದರದಲ್ಲಿಯೂ ಗಂಡು ಮಕ್ಕಳಾಗಬೇಕು ಎನ್ನುವುದಕ್ಕಾಗಿ. ಪ್ರತಿಯೊಬ್ಬರೂ ಒಂದಲ್ಲಾ ಒಂದು ಕೌಟುಂಬಿಕ ಸಮಸ್ಯೆಗಳಿಗೆ ಪರಿಹಾರ ಕಂಡುಕೊಳ್ಳಬೇಕೆಂದು ಬರುತ್ತಿದ್ದರು. ದೇವಸ್ಥಾನಕ್ಕೆ ಬರುವ ಹೆಣ್ಣುಮಕ್ಕಳು ಸಾಧಾರಣವಾಗಿ ಸಿಲ್ಕ್ ಸೀರೆಗಳನ್ನುಟ್ಟು ಸಾಕಷ್ಟು ಒಡವೆಗಳನ್ನು ಧರಿಸಿಕೊಂಡು ಬರುತ್ತಿದ್ದುದ್ದನ್ನು ನಾನು ಗಮನಿಸಿದೆ. ಅವರು ಧರಿಸಿರುವ ಒಡವೆಗಳನ್ನು ಹೇಗಾದರೂ ಮಾಡಿ ಲಪಟಾಯಿಸಿದರೆ ನನ್ನ ಆರ್ಥಿಕ ಸಮಸ್ಯೆಗಳು ಬಗೆಹರಿಯಬಹುದೆಂದು ನಾನು ಭಾವಿಸಿದೆ.

ಒಂದು ದಿನ ದೇವಸ್ಥಾನದ ಗೆಸ್ಟ್ ಹೌಸ್‌ನಲ್ಲಿದ್ದ ಟಿವಿಯನ್ನು ಎಲ್ಲರ ಜೊತೆ ಕುಳಿತು ನಾನು ನೋಡುತ್ತಿರುವಾಗ ಶ್ರೀಲಂಕಾದ ಎಲ್‌ಟಿಟಿಇ ಸದಸ್ಯರು ತಮ್ಮ ಕುತ್ತಿಗೆಗೆ ಕಟ್ಟಿದ್ದ ತಾಯತದಲ್ಲಿದ್ದ ಪುಡಿಯನ್ನು ತಿಂದು ಸಾಯುತ್ತಿದ್ದುದ್ದನ್ನು ಗಮನಿಸಿದೆ. ನನ್ನ ಪಕ್ಕದಲ್ಲೇ ಟಿವಿ ನೋಡುತ್ತಿದ್ದ ವ್ಯಕ್ತಿಗೆ, "ಅವರು ಏನು ತಿಂದು ಸತ್ತರು"ಎಂದು ಕೇಳಿದಾಗ ಆತ, "ಅದು ಸೈನೈಡ್ ಎಂಬ ಬಹಳ ಕೆಟ್ಟ ವಿಷ. ತಿಂದ ಕೆಲವೇ ಕ್ಷಣಗಳಲ್ಲಿ ಜನ ಸತ್ತು ಹೋಗುತ್ತಾರೆ"ಎಂದ.

"ಸೈನೈಡ್ ಎಲ್ಲಿ ದೊರಕುತ್ತದೆ?"ಎಂದು ಅವನನ್ನು ಪ್ರಶ್ನಿಸಿದೆ.

"ಅದು ನಿನಗೇಕೆ ಬೇಕು? ಅದು ಕೇವಲ ಅಕ್ಕಸಾಲಿಗರ ಬಳಿ ಸಿಗುತ್ತದೆ. ಹೊರಗಡೆ ಅಂಗಡಿಗಳಲ್ಲಿ ಮಾರಾಟ ಮಾಡುವುದಿಲ್ಲ. ನಿನಗೆ ಮಾರುವಂತಹ ವಸ್ತು ಅದಲ್ಲ"ಎಂದ.

"ನಿನಗೆ ಹೇಗೆ ಗೊತ್ತು?"ಎಂದು ಕೇಳಿದೆ

ತಾನೂ ಒಬ್ಬ ಅಕ್ಕಸಾಲಿಗ ಎಂದು ಆತ ಹೇಳಿದ. ನೀವು ಏತಕ್ಕಾಗಿ ಅದನ್ನು ಉಪಯೋಗಿಸುತ್ತೀರಿ ಎಂದು ಅವನ್ನು ಕೇಳಿದಾಗ ಚಿನ್ನವನ್ನು ಕರಗಿಸಲು ಉಪಯೋಗಿಸುವುದಾಗಿ ಹೇಳಿದ. ತತ್ ಕ್ಷಣ ನನಗೆ ಪತ್ರಿಕೆಯಲ್ಲಿ ಓದಿದ ಸುದ್ದಿಯೊಂದು ನೆನಪಾಯಿತು. ಪಾಲಿಷ್ ಮಾಡುವ ನೆವದಿಂದ ಸೈನೈಡ್ ದ್ರಾವಣದಲ್ಲಿ ಚಿನ್ನದ ಆಭರಣಗಳನ್ನು ಮುಳುಗಿಸಿದರೆ ಅದರಲ್ಲಿ ಸ್ವಲ್ಪ ಚಿನ್ನ ಕರಗಿ ಆ ನಂತರ ಕರಗಿದ ಚಿನ್ನವನ್ನು ಮರಳಿ ಪಡೆದು ಹಣ ಮಾಡುವ ಮೋಸಗಾರರ ಬಗ್ಗೆ ಬರೆದಿತ್ತು. ನನಗೂ ಸ್ವಲ್ಪ ಸೈನೈಡ್‌ಕೊಡು. ಇಲ್ಲಿಗೆ ಬರುವ ಮಹಿಳೆಯರಿಗೆ ಅವರ ಆಭರಣ ಪಾಲಿಷ್ ಮಾಡುವ ನೆಪದಲ್ಲಿ ಚಿನ್ನವನ್ನು ಕದಿಯುತ್ತೇನೆ. ನೀನೂ ಒಂದು ಪಾಲು ಪಡೆಯಬಹುದು ಎಂದೆ. ಮೊದಲಿಗೆ

ಅವನು ಒಪ್ಪಲಿಲ್ಲ. ಕಾಲಕ್ರಮೇಣ ನಾನು ಅವನ ವಿಶ್ವಾಸವನ್ನು ಗಳಿಸಿ ಅವನಿಂದ ಸುಮಾರು ಹತ್ತು ಗ್ರಾಂ ಸೈನೈಡ್‌ನ್ನು ಹಾಗೂ ಹೀಗೂ ಪಡೆದೆ.

ಏತನ್ಮಧ್ಯೆ ನಾನು ಗಾಯತ್ರಿ ಎಂಬ ಮಹಿಳೆಯನ್ನು ಪರಿಚಯ ಮಾಡಿಕೊಂಡಿದ್ದೆ. ಆಕೆಗೆ ಮಕ್ಕಳಿರಲಿಲ್ಲ. ನನಗೆ ದೇವಿ ಪೂಜೆ ಮಾಡಿಸಲು ಬರುತ್ತದೆ. ನೀನು ಆ ಪೂಜೆ ನೇಮದಿಂದ ಮಾಡಿದರೆ ನಿನಗೆ ಮಕ್ಕಳಾಗುತ್ತವೆ ಎಂದು ನಾನು ಅವಳನ್ನು ನಂಬಿಸಿದೆ. ಆಕೆ ರಾಮನಗರ ಜಿಲ್ಲೆಯಲ್ಲಿ ಅವಳು ವಾಸವಾಗಿದ್ದಳು. ಅವಳ ಆಹ್ವಾನದ ಮೇರೆಗೆ ನಾನು ಅವಳ ಮನೆಗೆ ಹೋಗಿ ನಿಮ್ಮ ಮನೆಯಲ್ಲಿರುವ ಆಭರಣಗಳೆಲ್ಲವನ್ನು ದೇವಿಯ ಪೂಜೆಗೆ ಇಡಬೇಕೆಂದು ಹೇಳಿ ಒಂದು ತಟ್ಟೆಯಲ್ಲಿ ಅವಳ ಆಭರಣಗಳನ್ನು ಇಡಿಸಿ ಅವುಗಳ ಮೇಲೆ ಅರಿಶಿನ ಕುಂಕುಮ ಹೂವನ್ನು ಹಾಕಿ ಪೂಜೆ ಮಾಡಲು ಹೇಳಿ ಮಂತ್ರಗಳನ್ನು ಪಠಿಸಿದೆ. ಪೂಜೆ ಆದ ಬಳಿಕ ನನ್ನ ಬಳಿಯಿದ್ದ ಒಂದು ಚುಟಿಕೆ ಸೈನೈಡ್ ಅನ್ನು ಒಂದು ಬಾಳೆಹಣ್ಣಿಗೆ ಸೇರಿಸಿ ಪ್ರಸಾದವೆಂದು ತಿನ್ನಲು ಕೊಟ್ಟೆ. ಆಕೆ ಅದನ್ನು ತಿಂದ ಕೂಡಲೇ ಗಂಟಲು ಉರಿಯುತ್ತಿದೆ ಎಂದು ಹೇಳಿ ಕಿರುಚಾಡತೊಡಗಿದಳು. ಅವಳ ಮನೆಯಲ್ಲಿ ಇದ್ದ ಇತರರು ನನ್ನನ್ನೇ ಹೊಡೆಯಲು ಬಂದರು. ನಾನು ಕೆಲಸ ಕೆಟ್ಟಿತು ಎಂದು ಅಲ್ಲಿಂದ ಓಡಿ ಹೋದೆ.

ಮುಂದೆ ಹೀಗಾಗಬಾರದು ಎಂದು ಸೂಕ್ತ ಯೋಜನೆ ಹಾಕತೊಡಗಿದೆ. ಇದಾದ ಒಂದು ತಿಂಗಳ ನಂತರ ಮಮತಾ ಎಂಬ ಗೃಹಿಣಿಯ ಪರಿಚಯವಾಯಿತು. ಆಕೆಯ ಮನೆಯಲ್ಲಿಯೂ ಇದೇರೀತಿ ಪೂಜೆ ಮಾಡಿಸಲು ಹೇಳಿದೆ. ಆಕೆ ಒಪ್ಪಿದಳು. ಪೂಜೆ ನಡೆಯುವಾಗ ಮನೆಯಲ್ಲಿ ಯಾರೂ ಇರಬಾರದು ಎಂಬ ಶರತ್ತು ಹಾಕಿದ್ದೆ. ಅದೇ ರೀತಿಯೇ ಆಕೆ ಮನೆಯ ಮುಂದಿನ ಬಾಗಿಲಿಗೆ ಬೀಗ ಹಾಕಿ ಹಿಂದಿನ ಬಾಗಿಲು ಮಾತ್ರ ತೆರೆದಿದ್ದಳು. ಪೂಜೆ ಅರ್ಧ ಮುಗಿಯುವ ಸಂದರ್ಭದಲ್ಲಿ ಆಕೆಯ ಗೆಳತಿ ಮನೆಯ ಹಿಂದಿನ ಬಾಗಿಲಿನಿಂದ ಒಳಗಡೆ ಬಂದಳು. ಆಕೆ ತಾನೂ ಪೂಜೆಗೆ ಕೂತಳು. ಕೆಲಸ ಕೆಟ್ಟಿತು ಎಂದುಕೊಂಡೆ. ಆದರೂ ಧೃತಿಗೆಡದೆ ನಾನು ಪೂಜೆಯ ನಂತರ ಬಾಳೆಹಣ್ಣಿನೊಳಗೆ ಸೈನೈಡ್ ಬೆರೆಸಿ ಇಬ್ಬರಿಗೂ ಕೊಟ್ಟೆ. ಹಣ್ಣು ಸ್ವಲ್ಪ ತಿಂದ ಕೂಡಲೆ ಮಮತಾಗೆ ವಾಕರಿಕೆ ಬಂದು ಆಕೆ ಜ್ಞಾನ ತಪ್ಪಿ ಕೆಳಗೆ ಬಿದ್ದಳು. ಆಕೆಯ ಸ್ನೇಹಿತೆಯೂ ಕೆಳಗೆ ಬಿದ್ದಳು. ನಾನು ಪೂಜೆಗೆ ಇಟ್ಟಿದ್ದ ಆಭರಣಗಳನ್ನು ದೋಚಿಕೊಂಡು ಹಿಂದಿನ ಬಾಗಿಲಿನಿಂದ ಪರಾರಿಯಾದೆ. ಏತನ್ಮಧ್ಯೆ ಪೊಲೀಸರು ಈ ಸಂಬಂಧವಾಗಿ ಕೊಲೆ ಕೇಸನ್ನು ದಾಖಲು ಮಾಡಿದ್ದಾರೆ ಎಂದು ಮಾಧ್ಯಮಗಳಿಂದ ಗೊತ್ತಾಯಿತು. ಹೀಗಾಗಿ ನಾನು ಬೇರೆ ಊರಿಗೆ ಹೋಗಿ ದೇವಾಲಯವೊಂದರಲ್ಲಿ ವಾಸ ಮಾಡತೊಡಗಿದೆ. ನಾನು ಮಮತಾಳ ಮನೆಯಿಂದ ಕದ್ದಿದ್ದ ಆಭರಣಗಳನ್ನು ಮಾರಿ ಸುಮಾರು ಒಂದೂವರೆ ವರ್ಷಗಳು ಕಾಲ ತಳ್ಳಿದೆ.

ದೇವಸ್ಥಾನಗಳಲ್ಲಿ ನಡೆದ ಕೊಲೆಗಳು

ಮತ್ತೊಂದು ಗ್ಲಾಸ್ ನೀರನ್ನು ಕುಡಿದು ಚಂಪಕಾ ತನ್ನ ಕಥೆಯನ್ನು ಮುಂದುವರೆಸಿದಳು.

"ನಾನು ಆಗ ವಾಸವಾಗಿದ್ದ ಊರಿನ ರಸ್ತೆಯಲ್ಲಿ ಒಂದು ದಿನ ನಡೆದುಕೊಂಡು ಹೋಗುತ್ತಿರುವಾಗ ಒಂದು ಮನೆಯಲ್ಲಿ ಮಂತ್ರಗಳ ಶಬ್ದ ಕೇಳಿ ಬಂದಿತು. ಅಲ್ಲಿ ದೊಡ್ಡ ಸಮಾರಂಭವೊಂದು ನಡೆಯುತ್ತಿರಬಹುದೆಂದು ಊಹಿಸಿ ನನಗೆ ಹಬ್ಬದ ಊಟ ಸಿಗಬಹುದೆಂಬ ಆಸೆಯಿಂದ ಆ ಮನೆಯೊಳಗೆ ಹೋದೆ. ಮನೆಯವರೆಲ್ಲರ ಗಮನ ಪೂಜೆಯ ಮೇಲಿದ್ದಾಗ ನಾನು ಬೆಡ್‌ರೂಮಿನೊಳಗೆ ನುಸುಳಿ ಅಲ್ಮೇರಾದಲ್ಲಿದ್ದ ವಸ್ತುಗಳನ್ನು ಕಳವು ಮಾಡುತ್ತಿರುವಾಗ ಮನೆಯ ಮಾಲೀಕರ ಮಗ ಏಕಾ ಏಕಿ ರೂಮಿನೊಳಗೆ ಬಂದು ನನ್ನನ್ನು ಹಿಡಿದು ಪೊಲೀಸರಿಗೆ ಒಪ್ಪಿಸಿದ. ನನ್ನ ಮೇಲೆ ಕಳ್ಳತನ ಪ್ರಯತ್ನದ ಕೇಸನ್ನು ದಾಖಲು ಮಾಡಿ ಪೊಲೀಸರು ಜೈಲಿಗೆ ಕಳುಹಿಸಿದರು. ನ್ಯಾಯಾಧೀಶರು ನನಗೆ ಆರು ತಿಂಗಳ ಶಿಕ್ಷೆಯನ್ನು ಕೊಟ್ಟರು. ನಾನು ವಿಚಾರಣಾಧೀನಖೈದಿಯಾಗಿ ಜೈಲಿನಲ್ಲಿ ಆರು ತಿಂಗಳು ಕಳೆದಿದ್ದರಿಂದ ನನ್ನ ಬಿಡುಗಡೆಯಾಯಿತು.

"ನಾನು ಜೈಲಿನಿಂದ ಹೊರಬಂದ ನಂತರ ಸಂಪೂರ್ಣ ನಿರ್ಗತಿಕಳಾಗಿದ್ದೆ. ನನ್ನ ಕೈಯಲ್ಲಿ ಒಂದು ಬಿಡಿಗಾಸೂ ಇರಲಿಲ್ಲ. ಹಾಗೂ ಹೀಗೂ ದೇವಸ್ಥಾನಗಳಲ್ಲೇ ಆಶ್ರಯ ಪಡೆಯುತ್ತಿದ್ದೆ. ೨೦೦೮ರ ಡಿಸೆಂಬರ್‌ನಲ್ಲಿ ಕೈವಾರದ ಮಠದಲ್ಲಿ ನನಗೆ ರೇಣುಕಾ ಎಂಬುವರ ಪರಿಚಯವಾಯಿತು. ಆಕೆಗೆ ಮಕ್ಕಳಿರಲಿಲ್ಲ. ಆಕೆಯ ಗಂಡ ದುಬೈನಲ್ಲಿ ಕೆಲಸ ಮಾಡುತ್ತಿದುದ್ದನ್ನು ತಿಳಿದ ನಾನು ಆಕೆ ಶ್ರೀಮಂತಳಿರಬಹುದೆಂದು ಊಹಿಸಿ ಒಂದು ವಿಶೇಷ ಪೂಜೆ ಮಾಡಿದರೆ ನಿನಗೆ ಖಂಡಿತಾ ಗಂಡು ಮಗುವಾಗುತ್ತದೆ ಎಂದು ನಾನು ಆಕೆಯನ್ನು ನಂಬಿಸಿದೆ. ಆಕೆ ಒಪ್ಪಿದಾಗ ಮುಂದಿನ ವಾರ ಅದೇ ದೇವಸ್ಥಾನಕ್ಕೆ ಬರಲು ಸೂಚಿಸಿದೆ.ಆಕೆ ಬರುವ ಮೊದಲು ನಾನೇ ದೇವಸ್ಥಾನದ ಅತಿಥಿ ಗೃಹದಲ್ಲಿ ಒಂದು ಕೋಣೆಯನ್ನು ಬಾಡಿಗೆಗೆ ಪಡೆದೆ. ಆಕೆ ಅಲ್ಲಿಗೆ ಬಂದ ಕೂಡಲೇ ಈ ಪೂಜೆಯನ್ನು ಮಾಡುವಾಗ ಮೈಮೇಲೆ ಏನನ್ನೂ ಧರಿಸಿರಬಾರದೆಂದು ಹೇಳಿ, ಎಲ್ಲಾ ಆಭರಣಗಳನ್ನೂ ಒಂದು ತಂಬಿಗೆಯೊಳಗೆ ಹಾಕಿ ತಂಬಿಗೆಗೆ ಪೂಜೆ ಮಾಡಬೇಕು ಎಂದೆ. ಆಕೆ ಒಪ್ಪಿದಳು.ಆಕೆ ಇದೇ ರೀತಿ ನಗ್ನಳಾಗಿ ಪೂಜೆ ಮಾಡುತ್ತಿದ್ದಾಗ, ಪೂಜೆ ಮುಗಿಸಿದ ಶಾಸ್ತ್ರ ಮಾಡಿ ಆಕೆಗೆ ಪ್ರಸಾದವೆಂದು ಸೈನೇಡ್ ಬೆರೆತ ಕೇಸರಿಭಾತ್ ನೀಡಿದೆ. ಆಕೆ ಹತ್ತು ನಿಮಿಷದೊಳಗೆ ಸತ್ತು ಹೋದಳು. ನಾನು ಆಕೆಯ ಹೆಣವನ್ನು ಕೋಣೆಯ ಬಾತ್‌ರೂಂನಲ್ಲಿಯೇ ಹಾಕಿ ಅವಳ ಆಭರಣಗಳನ್ನು ತೆಗೆದುಕೊಂಡು ಕೋಣೆಯ ಬಾಗಿಲಿಗೆ ಬೀಗ ಹಾಕಿಕೊಂಡು ಹೊರಟುಹೋದೆ. ಮಾರನೆಯ ದಿನ ಕದ್ದ ಆಭರಣಗಳನ್ನು ನಲವತ್ತು ಸಾವಿರ ರೂಪಾಯಿಗಳಿಗೆ ಮಾರಿ ಬಂದ ಹಣದಿಂದ ಐದಾರು ತಿಂಗಳುಗಳ ಕಾಲ ಜೀವನ ನಡೆಸಿದೆ."

"ನೀನು ಈಗಾಗಲೇ ಕೊಲೆ ಮಾಡಿ ಪೊಲೀಸರಿಗೆ ಸಿಕ್ಕಿಹಾಕಿಕೊಳ್ಳದ ಕಾರಣಕ್ಕಾಗಿಯೇ ಇನ್ನೊಂದು ಕೊಲೆ ಮಾಡುವ ಧೈರ್ಯ ಬಂದಿತೇ?"

ಆಕೆ ಮಾತನಾಡಲಿಲ್ಲ.

"ಸರಿ, ಮುಂದುವರೆಸು"ಎಂದೆ.

"ಇದಾದ ಕೆಲ ದಿನಗಳ ನಂತರ ಬೆಂಗಳೂರಿನ ಹೊರವಲಯದಲ್ಲಿರುವ ಹೋಟೆಲ್ ಒಂದರಲ್ಲಿ ಅಡಿಗೆಯವಳಾಗಿ ಕೆಲಸಕ್ಕೆ ಸೇರಿಕೊಂಡೆ. ಆ ಹೋಟಲ್‌ಗೆ ಬರುತ್ತಿದ್ದ ಮೇರಿ ಎಂಬುವಳ ಪರಿಚಯವಾಯಿತು. ಆಕೆಗೂ ಮಕ್ಕಳಿರಲಿಲ್ಲ. ನಾನು ಹೇಳಿದಂತೆ ಪೂಜೆಮಾಡಿದರೆ ನಿನಗೆ ಮಕ್ಕಳಾಗುತ್ತದೆ ಎಂದು ಆಕೆಗೆ ನಂಬಿಸಿ ದೇವಸ್ಥಾನವೊಂದಕ್ಕೆ ಕರೆದುಕೊಂಡು ಹೋಗಿ ಅವಳಿಗೂ ಸೈನೇಡ್ ಉಣಿಸಿ ಕೊಂದೆ. ಆಕೆ ಧರಿಸಿದ್ದ ಚಿನ್ನದ ಶಿಲುಬೆಯು ನನ್ನ ವಶದಲ್ಲಿ ಸಿಕ್ಕ ನಂತರವೇ ಪೊಲೀಸರಿಗೆ ಆ ಪ್ರಕರಣದ ಬಗ್ಗೆ ಗೊತ್ತಾಗಿದ್ದು.

"ಅದಾದ ನಂತರ ತುಮಕೂರು ಜಿಲ್ಲೆಯ ಕ್ಯಾತಸಂದ್ರಕ್ಕೆ ಮಧ್ಯ ವಯಸ್ಸಿನ ಮಹಿಳೆಯೊಬ್ಬಳನ್ನು ಕರೆದುಕೊಂಡು ಹೋದೆ. ಆಕೆಗೆ ಉಬ್ಬಸ ರೋಗವಿದ್ದು ಹಲವಾರು ವೈದ್ಯರನ್ನು ಕಂಡಿದ್ದರೂ ಯಾವುದೇ ಪರಿಣಾಮ ಉಂಟಾಗಿರಲಿಲ್ಲ. ನಾನು ಪೂಜೆ ಮಾಡಿಸಿ ಆಕೆಯ ರೋಗವನ್ನು ವಾಸಿ ಮಾಡಿಸುತ್ತೇನೆಂದು ಅವಳನ್ನು ನಂಬಿಸಿದೆ. ಆ ಊರಿನ ಲಾಡ್ಜ್‌ವೊಂದರಲ್ಲಿ ರೂಮ್ ಪಡೆದು ಅವಳಿಗೂ ಸೈನೈಡ್ ತಿನ್ನಿಸಿ ಕೊಲೆ ಮಾಡಿದೆ.ಪೋಲಿಸರು ಈ ಪ್ರಕರಣವನ್ನು ಆತ್ಮಹತ್ಯೆ ಎಂದು ತಿಳಿದಿದ್ದರಂತೆ"ಎನ್ನುತ್ತಾ ಚಂಪಕಾ ನಕ್ಕಳು.

"ಈ ಕೊಲೆಗಳನ್ನು ಮಾಡಿದ ನಂತರ ನನಗೆ ಹೆಚ್ಚು ಹೆಚ್ಚು ಹಣವನ್ನು ಮಾಡುವ ದಾಹ ಬಂದಿತು. ಹೀಗಾಗಿ ಒಂದು ವಾರದ ನಂತರ ಬೆಂಗಳೂರಿನ ಶ್ರೀಮಂತ ಮಹಿಳೆಯೊಬ್ಬಳನ್ನು ಯಡಿಯೂರು ಸಿದ್ಧಲಿಂಗೇಶ್ವರ ದೇವಸ್ಥಾನಕ್ಕೆ ಕರೆದುಕೊಂಡು ಹೋಗಿ ಕೊಲೆಯನ್ನು ಮಾಡಿದೆ.

"ಇದಾದ ಕೆಲವೇ ದಿನಗಳ ನಂತರ ಮಂಡ್ಯ ಜಿಲ್ಲೆಯ ದೇವಸ್ಥಾನವೊಂದರಲ್ಲಿ ಇನ್ನೊಬ್ಬ ಗೃಹಿಣಿಯ ಕೊಲೆ ಮಾಡಿದೆ. ಆಕೆಯ ಹೆಸರು ನನಗೆ ಇನ್ನೂ ತಿಳಿದಿಲ್ಲ. ಅದಾದ ಮಾರನೆಯ ದಿನವೇ ಘಾಟಿ ಸುಬ್ರಮಣ್ಯ ದೇವಸ್ಥಾನದ ಅತಿಥಿ ಗೃಹದಲ್ಲಿ ನಾಗಮಣಿ ಎನ್ನುವವರನ್ನು ಕೊಲೆ ಮಾಡಿದೆ" ಎಂದು ಹೇಳಿ ಇನ್ನೊಂದು ಗ್ಲಾಸ್ ನೀರು ಕುಡಿದಳು.

"ಎಲ್ಲರಿಗೂ ಸೈನೇಡ್ ತಿನ್ನಿಸಿಯೇ ಕೊಲೆ ಮಾಡಿದೆಯೇ?"

"ನನ್ನ ಬಳಿಯಿದ್ದ ಸೈನೇಡ್ ಕಡಿಮೆಯಾಗುತ್ತಾ ಬಂದಂತೆ ನಾನು ಪೂಜೆಮಾಡಿಸಿದವರಿಗೆ ಸ್ವಲ್ಪ ಪ್ರಮಾಣದ ಸೈನೇಡ್ ತಿನ್ನಿಸಿ ಆನಂತರ ಅವರ ಬಟ್ಟೆಯಲ್ಲಿಯೇ ದೊರೆಯುತ್ತಿದ್ದ ಲಾಡಿ ದಾರವನ್ನು ಅವರ ಕುತ್ತಿಗೆಗೆ ಬಿಗಿದು ಉಸಿರು ಕಟ್ಟಿಸುತ್ತಿದ್ದೆ."

"ಪೂಜೆ ಮಾಡುವ ಮೊದಲು ವಿವಸ್ತ್ರರಾಗಲು ಸೂಚಿಸುತ್ತಿದ್ದ ಕಾರಣ?"

"ಏನಾದರೂ ಹೆಚ್ಚು ಕಡಿಮೆಯಾದರೆ ಅವರು ಸ್ಥಳದಿಂದ ಓಡಿಹೋಗದಿರಲಿ ಎಂದು."

"ಒಟ್ಟು ಎಷ್ಟು ಕೊಲೆ ಪ್ರಕರಣಗಳಲ್ಲಿ ನೀನು ಆರೋಪಿಯಾದೆ?"

"ಐದು ಪ್ರಕರಣಗಳು. ಇತರ ಹಲವಾರು ಕೇಸುಗಳು ಪತ್ತೆಯಾಗಲೇ ಇಲ್ಲ."

"ಇಷ್ಟೊಂದು ಕೊಲೆಗಳನ್ನು ನೀನು ಮಾಡಿರುವೆ ಎಂದು ಊಹಿಸಲು ಸಾಧ್ಯವಾಗುತ್ತಿಲ್ಲ" ಎಂದೆ.

ಇದ್ದಕ್ಕಿದ್ದಂತೆ ಗಳಗಳನೆ ಅಳತೊಡಗಿದ ಚಂಪಕಾ, "ಈ ಯಾವ ಕೊಲೆಗಳನ್ನೂ ನಾನು ಮಾಡಿಲ್ಲ. ನನ್ನ ಮೇಲೆ ಸುಳ್ಳು ಆರೋಪ ಹೊರಿಸಲಾಗಿದೆ" ಎಂದಳು.

ನನಗೆ ಆಶ್ಚರ್ಯವಾಗಿ, "ನ್ಯಾಯಾಲಯದಲ್ಲಿ ನೀನೇ ನಿನ್ನ ತಪ್ಪನ್ನು ಒಪ್ಪಿಕೊಂಡು ಮರಣದಂಡನೆ ಶಿಕ್ಷೆ ಕೊಡಿ ಎಂದು ಏಕೆ ಕೇಳಿದೆ?"ಎಂದು ಪ್ರಶ್ನಿಸಿದೆ.

"ನನಗೆ ಆಗ ಜೀವನದ ಮೇಲೆ ಜಿಗುಪ್ಸೆ ಬಂದಿದ್ದ ಕಾರಣಕ್ಕಾಗಿಯೇ ಹೀಗೆ ಹೇಳಿದೆ"

ಸ್ಥಳದಲ್ಲಿದ್ದ ಜೈಲಿನ ವೈದ್ಯರು, "ಈಕೆ ಮಾನಸಿಕ ಅಸ್ವಸ್ಥಳು. ಈಕೆಯನ್ನು ಪ್ರತಿ ತಿಂಗಳೂ ನಿಮ್ಹಾನ್ಸ್ ಆಸ್ಪತ್ರೆಯಲ್ಲಿ ತಪಾಸಣೆ ಮಾಡಲಾಗುತ್ತಿದೆ. ಈಕೆಯ ಮಿದುಳಿನಲ್ಲಿ ಏನೋ ತೊಂದರೆ ಇದೆ ಎಂದು ಹೇಳುತ್ತಾರೆ. ಇದಲ್ಲದೆ ಈಕೆಗೆ ರಕ್ತದೊತ್ತಡ, ಸಕ್ಕರೆ ರೋಗ, ಹಾಗೂ ಹೊಟ್ಟೆಗೆ ಸಂಬಂಧಿಸಿದ ಕೆಲವು ಖಾಯಿಲೆಗಳೂ ಇವೆ"ಎಂದರು.

ನಾನು ಚಂಪಕಾಳನ್ನು ನೋಡಿ, "ನಿನಗೆಈಗ ಎಷ್ಟುವಯಸ್ಸಾಗಿದೆ"ಎಂದೆ.

"ಸುಮಾರು ಐವತ್ತೈದು ವರ್ಷಗಳಾಗಿರಬಹುದು".

"ಮಕ್ಕಳು?"

"ನನಗೆ ಮೂರುಮಕ್ಕಳು–ಎರಡು ಹೆಣ್ಣು, ಒಂದು ಗಂಡು. ನನ್ನ ಕಿರಿಯ ಮಗಳು ಹಾಗೂ ಮಗನಿಗೆ ಮದುವೆಯಾಗಿದೆ. ದೊಡ್ಡವಳಿಗೆ ಇನ್ನೂ ಆಗಿಲ್ಲ" ಎಂದಳು.

"ನಿನ್ನ ಕುಟುಂಬದವರು ನಿನ್ನನ್ನು ನೋಡಲು ಜೈಲಿಗೆ ಬರುತ್ತಾರೆಯೇ?"

"ಇಲ್ಲ. ನಾನು ಬೆಂಗಳೂರಿನ ಆಸ್ಪತ್ರೆಗೆ ಹೋದಾಗ ನನ್ನ ಮಕ್ಕಳು ಅಲ್ಲಿಗೇ ಬಂದು ನೋಡುತ್ತಾರೆ"

"ಮರಣದಂಡನೆ ಶಿಕ್ಷೆಯ ನಂತರ ನೀನು ಹೈಕೋರ್ಟ್‌ಗೆ ಮೇಲ್ಮನವಿ ಸಲ್ಲಿಸಿರುವುದು ನಿಜವೇ?"

"ಹೌದು. ನನ್ನಮೇಲಿನ ಐದು ಕೊಲೆಪ್ರಕರಣಗಳಲ್ಲಿ ಎರಡರಲ್ಲಿ ಮರಣ ದಂಡನೆ ಕೊಟ್ಟರು. ಅದರಲ್ಲಿ ಒಂದರಲ್ಲಿ ಮರುವಿಚಾರಣೆ ಮಾಡಲು ತಿಳಿಸಿದ್ದಾರೆ. ಇನ್ನೊಂದು ಪ್ರಕರಣದಲ್ಲಿ ಜೀವಾವಧಿ ಶಿಕ್ಷೆ ನೀಡಲಾಗಿದೆ" ಎಂದಳು.

"ನೀನು ಯಾವುದೇ ಅಪರಾಧ ಮಾಡಿಲ್ಲ ಎಂದು ವಾದಿಸುತ್ತಿದ್ದರೂ ನಿನಗೆ ಶಿಕ್ಷೆ ಏಕೆ ಆಯಿತು?"

"ಸ್ವಾಮಿ, ನನಗೆ ಕೇವಲ ಸಾಂಧರ್ಬಿಕ ಸಾಕ್ಷ್ಯದ ಆಧಾರದ ಮೇಲೆಯೇ ಶಿಕ್ಷೆ ನೀಡಲಾಗಿದೆ. ಅಪ್ರಾಮಾಣಿಕ ಪೋಲಿಸರು ಹಾಗೂ ವಕೀಲರಿಂದ ನಾನು ತೊಂದರೆಗೊಳಗಾಗಿರುವೆ."

"ಒಂದು ವೇಳೆ ನೀನು ಅಪರಾಧವನ್ನೇ ಮಾಡದೇ ಹೋಗಿದ್ದಲ್ಲಿ ಪೊಲೀಸರು ನಿನ್ನನ್ನು ಬಂಧಿಸಿದಾಗ ನೀನು ಸೈನೈಡ್ ಪುಡಿಯನ್ನು ನಿನ್ನ ಸೀರೆಯಲ್ಲಿ ಅಡಗಿಸಿಕೊಂಡಿದ್ದ ಕಾರಣವೇನು?"

"ನಾನು ನನ್ನ ಮೊಬೈಲ್ ಫೋನ್ ಹಾಗೂ ವಾಚೊಂದನ್ನು ಬೆಂಗಳೂರಿನ ಬಸ್ ಸ್ಟಾಂಡ್‌ನಲ್ಲಿ ಮಾರುವಾಗ ಸಿಕ್ಕಿ ಹಾಕಿಕೊಂಡೆ. ಆಗ ನನ್ನ ಬಳಿ ಒಂದು ಸಣ್ಣ ಪಾಕೆಟ್ ಇತ್ತು. ಅದನ್ನೇ ಸೈನೈಡ್‌ಪುಡಿ ಎಂದರು ಪೋಲಿಸರು."

"ಹಾಗಾದರೆ ಅದು ಏನು?"

"ಅದುಕೀಟನಾಶಕ".

"ಅದನ್ನೇಕೆ ನೀನು ನಿನ್ನ ಸೀರೆಯಲ್ಲಿ ಅಡಗಿಸಿಟ್ಟಿದ್ದೆ?"

ಆಕೆ ಉತ್ತರಿಸಲಿಲ್ಲ.

"ಅಂದು ನಿನ್ನ ಬಳಿ ಸೈನೇಡ್ ಸಿಗದೇ ಹೋಗಿದ್ದರೆ ನಿನ್ನನ್ನು ಬಿಟ್ಟುಬಿಡುತ್ತಿದ್ದರೇನೋ ಗೊತ್ತಿಲ್ಲ. ಒಂದು ವೇಳೆ ಹಾಗಾಗಿದ್ದರೆ ನೀನು ಸರಣಿ ಕೊಲಗಳನ್ನು ಮುಂದುವರೆಸುತ್ತಿದ್ದೆಯೇ?"

ಆಕೆ ಮಾತನಾಡಲಿಲ್ಲ.

"ನಿನ್ನ ಬಗ್ಗೆ ಜೈಲಿನ ಅಧಿಕಾರಿಗಳು ಹಾಗೂ ಇತರ ಕೈದಿಗಳು ದೂರುತ್ತಾರಲ್ಲಾ, ಏಕೆ?"

"ನನಗೆ ಮಿದುಳಿನ ರೋಗ ಇದೆ. ನಾವು ಇರುವ ಬ್ಯಾರಕ್ ಮೀನಿನ ಮಾರುಕಟ್ಟೆಯಂತಿದೆ. ಎಲ್ಲರೂ ವಟವಟ ಹೊಡೆದುಕೊಳ್ಳುತ್ತಿರುತ್ತಾರೆ. ಅವರ ಕಿರುಚಾಟದಿಂದ ನನಗೆ ಸಾಕಷ್ಟು ಕಿರಿಕಿರಿಯಾಗುವುದರಿಂದ ನಾನು ಅವರೊಡನೆ ಜಗಳವಾಡಬೇಕಾಗುತ್ತದೆ. ಜೈಲು ಅಧಿಕಾರಿಗಳಿಗೆ ನನಗೆ ಬೇರೆ ಕೊಠಡಿ ಕೊಡಿ ಎಂದರೂ ಕೊಡುತ್ತಿಲ್ಲ. ಏನು ಮಾಡಲಿ?"

"ಒಬ್ಬ ಮಹಿಳೆಯಾಗಿ ಅಮಾಯಕ ಹೆಣ್ಣು ಮಕ್ಕಳ ಕೊಲೆ ಮಾಡಿದ್ದು ನಿನಗೆ ಬೇಸರತಂದಿದೆಯೇ?"

"ನಿರಪರಾಧಿಯಾಗಿದ್ದರೂ ಜೈಲಿನಲ್ಲಿ ಏಳು ವರ್ಷ ಕಳೆದಿರುವುದು ನನಗೆ ದುಃಖವಾಗಿದೆ. ಒಂದೇ ಬಾರಿ ಕಳ್ಳತನದ ಪ್ರಯತ್ನವನ್ನು ಪಟ್ಟಿದ್ದೆ. ಅದರ ಹೊರತಾಗಿ ನಾನು ಅಪರಾಧಿಯಲ್ಲ"ಎನ್ನುತ್ತಾ, "ನಾನಿನ್ನು ಹೊರಡಲೇ" ಎಂದು ಮೇಲಕ್ಕೆದ್ದಳು. ತಲೆಯಾಡಿಸಿದೆ.

"ನಿಮ್ಮಲ್ಲಿ ಒಂದು ವಿನಂತಿ. ನನ್ನ ಮಗಳು ವಿದೇಶದಲ್ಲಿದ್ದಾಳೆ. ನನ್ನ ಅಪರಾಧ ಜೀವನದ ಬಗ್ಗೆ ಅವಳಿಗೆ ಗೊತ್ತಿಲ್ಲ. ನೀವು ನನ್ನ ಬಗ್ಗೆ ಬರೆಯುವಾಗ ನನ್ನ ಹೆಸರನ್ನು ನಮೂದಿಸಬೇಡಿ"

"ನೀನು ಜೈಲಿಗೆ ಬಂದ ನಂತರ ಆಕೆಯನ್ನು ನೋಡಿಲ್ಲವೇ?"

"ಅವಳು ಇಲ್ಲಿಗೆ ಬಂದಿದ್ದಾಗ ನನ್ನನ್ನು ಮಾನಸಿಕ ಆಸ್ಪತ್ರೆಗೆ ಸೇರಿಸಿದ್ದರು. ತನ್ನ ತಾಯಿ ಒಬ್ಬ ಕೊಲೆಗಾರ್ತಿ ಎಂದು ಅಕೆಗೆ ಗೊತ್ತಿಲ್ಲ".

"ನೀನು ಅಪರಾಧವನ್ನೇ ಮಾಡಿಲ್ಲ ಎನ್ನುತ್ತಿರುವೆಯಲ್ಲಾ?"

ಆಕೆ ನಸುನಕ್ಕು ನಿಧಾನವಾಗಿ ಹೊರನಡೆದಳು.

■■

೫. ಸೀರಿಯಲ್ ಕಿಲ್ಲರ್ ಮೋಹನ್ ಕುಮಾರ್

ವೇಣೂರು, ದಕ್ಷಿಣ ಕನ್ನಡ, ಅಕ್ಟೋಬರ್, ೨೦೦೫

೩೨ ವರ್ಷದ ಲೀಲಾ ಬಂಟ್ವಾಳದ ಕೊಡಂಬೆಟ್ಟು ಗ್ರಾಮದ ವಾಸಿ. ಅವಳಿಗೆ ಇಬ್ಬರು ಕಿರಿಯ ಸೋದರಿಯರು ಹಾಗೂ ಇಬ್ಬರು ಕಿರಿಯ ಸೋದರರು ಇದ್ದರು. ಒಬ್ಬ ಸೋದರಿ ಗೇರುಬೀಜದ ಕಾರ್ಖಾನೆಯಲ್ಲಿ ಕೆಲಸ ಮಾಡುತ್ತಿದ್ದಳು. ಸೋದರ ಗ್ಯಾರೇಜ್‌ವೊಂದರಲ್ಲಿ ಕೆಲಸ ಮಾಡುತ್ತಿದ್ದ. ಇನ್ನೊಬ್ಬ ಸೋದರ ಗುಜರಾತಿನ ಹೋಟೆಲ್‌ವೊಂದರಲ್ಲಿ ಕೆಲಸ ಮಾಡುತ್ತಿದ್ದ. ಲೀಲಾ ಒಂದು ಅಂಗಡಿಯಲ್ಲಿ ಸೇಲ್ಸ್ ಹುಡುಗಿಯಾಗಿ ಕೆಲಸ ಮಾಡುತ್ತಿದ್ದಳು. ಅವಳಿಗೆ ಯಾವುದೇ ಖಾಯಂ ನೌಕರಿ ಇರಲಿಲ್ಲ. ಮದುವೆಯೂ ಆಗಿರಲಿಲ್ಲ. ದಲಿತರ ಬಗ್ಗೆ ಹೆಚ್ಚಿನ ಕಳಕಳಿ ಹೊಂದಿದ್ದ ಈಕೆ ಸ್ವಸಹಾಯ ಸಂಘಗಳ ತರಬೇತಿ ಹೊಂದಿ ಸಮಾಜ ಸೇವಾ ಸಂಸ್ಥೆಯೊಂದರ ಸಕ್ರಿಯ ಕಾರ್ಯಕರ್ತೆಯೂ ಆಗಿದ್ದಳು. ಅಲ್ಲದೆ ಮಹಿಳಾ ಸ್ವಸಹಾಯ ಗುಂಪೊಂದರ ಸದಸ್ಯಳಾಗಿದ್ದು ಆ ಗುಂಪಿನ ಎಲ್ಲಾ ಚಟುವಟಿಕೆಗಳಲ್ಲೂ ಸಕ್ರಿಯವಾಗಿ ಭಾಗವಹಿಸುತ್ತಿದ್ದಳು.

೨೦೦೫ರ ಸೆಪ್ಟೆಂಬರ್ ೨೮ರಂದು ಲೀಲಾ ತಾನು ಸ್ವಸಹಾಯ ಗುಂಪಿನ ತರಬೇತಿ ಕಾರ್ಯಕ್ರಮವೊಂದಕ್ಕೆ ಹೋಗಬೇಕಾಗಿದೆಯೆಂದೂ, ಒಂದು ವಾರದ ತರಬೇತಿಯ ನಂತರವೇ ಮನಗೆ ವಾಪಸ್ಸಾಗುತ್ತೇನೆಂದೂ ತನ್ನ ಮನೆಯಲ್ಲಿ ಹೇಳಿ ಹೋದಳು. ಒಂದು ವಾರದ ನಂತರವೂ ಲೀಲಾ ಮನೆಗೆ ಬಾರದಿದ್ದಾಗ ಮನೆಯವರು ಅವಳನ್ನು ಹುಡುಕಿಕೊಂಡು ಸ್ವಸಹಾಯ ಗುಂಪಿನ ಸದಸ್ಯರ ಮನೆಗಳಿಗೆ ಹೋದರು. ಲೀಲಾಳನ್ನು ನಾವು ನೋಡಿಯೇ ಬಹಳ ದಿವಸಗಳಾಗಿವೆ. ನಮಗೆ ಯಾವುದೇ ತರಬೇತಿಯ ಕಾರ್ಯಕ್ರಮವೂ ಇರಲಿಲ್ಲವಲ್ಲ ಎಂದು ಅವರು ತಿಳಿಸಿದಾಗ ಲೀಲಾಳ ಸಂಬಂಧಿಕರು ಹೌಹಾರಿದರು. ಸಿಕ್ಕಸಿಕ್ಕ ದೇವರಿಗೆಲ್ಲಾ ಹರಕೆ ಹೊತ್ತರು. ಲೀಲಾ ವಾಪಸ್ಸಾಗುತ್ತಾಳೆಂದು ಇನ್ನೂ ಒಂದು ವಾರ ಕಾದರು. ಆದರೂ ಲೀಲಾ ಪತ್ತೆ ಆಗಲೇ ಇಲ್ಲ. ಆಗ ಲೀಲಾಳ ತಂದೆ ವೇಣೂರು ಪೊಲೀಸ್ ಠಾಣೆಗೆ ಹಾಜರಾಗಿ ತನ್ನ ಮಗಳು ಕಾಣೆಯಾದ ಬಗ್ಗೆ ದೂರೊಂದನ್ನು ನೀಡಿದರು. ಪೊಲೀಸರು ದೂರು ದಾಖಲು ಮಾಡಿಕೊಂಡು ಲೀಲಾಳ ಫೋಟೋವನ್ನು

ಪಡೆದುಕೊಂಡರು. ಸುತ್ತಮುತ್ತಲಿನ ಪೊಲೀಸ್ ಠಾಣೆಗಳಿಗೆ ಲೀಲಾಳ ಛಾಯಾಚಿತ್ರವನ್ನು ಮುಟ್ಟಿಸಿದರು. ಸುಮಾರು ಮೂರು ತಿಂಗಳು ಕಳೆದರೂ ಲೀಲಾ ಪತ್ತೆಯೇ ಆಗಲಿಲ್ಲ. ಆ ಸಮಯದಲ್ಲಿ ಮಲೆನಾಡು ಪ್ರದೇಶದಲ್ಲಿ ನಕ್ಸಲೀಯರು ಚುರುಕಾಗಿದ್ದು ಅಲ್ಲಿನ ಯುವಜನತೆಯನ್ನು ಸಾಕಷ್ಟು ಆಕರ್ಷಿಸಿದ್ದರು. ಕೆಲ ಸಮಯದ ನಂತರ ಲೀಲಾ ಸಹಾ ನಕ್ಸಲೈಟ್ ಸಂಘಟನೆ ಸೇರಲು ಹೋಗಿರಬೇಕು ಎಂದು ಪೊಲೀಸರು ಭಾವಿಸಿ ಕಾಣೆಯಾದ ಪ್ರಕರಣವನ್ನು ಮುಚ್ಚಿದರು..

ದಿನಾಂಕ ೩೦-೫-೨೦೦೬ರ ಬೆಳಿಗ್ಗೆ ೧೦.೦೦ ಗಂಟೆಗೆ ೭-೮ ಜನರಿದ್ದ ನಕ್ಸಲೀಯರ ತಂಡವೊಂದು ಕೊಪ್ಪ ತಾಲ್ಲೂಕಿನ ಹೆಗ್ಗಾರು ಗ್ರಾಮದ ರಾಜಶೇಖರ್ ಎನ್ನುವವನ ಮನೆಗೆ ನುಗ್ಗಿ ಮನೆಯಲ್ಲಿದ್ದ ೨ ಬಂದೂಕುಗಳನ್ನು ಅಪಹರಿಸಿಕೊಂಡು ಹೋದರು. ಈ ತಂಡದಲ್ಲಿ ಲೀಲಾವತಿಯೂ ಇದ್ದಳೆಂದು ಪೊಲೀಸರು ಸಂಶಯಪಟ್ಟರು. ಲೀಲಾ ಹಾಗೂ ಇತರರ ವಿರುದ್ಧ ದರೋಡೆ ಪ್ರಕರಣವೊಂದು ದಾಖಲಾಯಿತು.

ಬಾಳೇಹೊನ್ನೂರಿನ ದರೋಡೆ ಯತ್ನ ಪ್ರಕರಣದಲ್ಲಿ ಲೀಲಾ ಕಂಡು ಬಂದಿದ್ದರಿಂದ ಈಕೆ ಮನೆಯಿಂದ ಓಡಿ ಹೋಗಿ ನಕ್ಸಲ್ ಸಂಘಟನೆಗೆ ಸೇರಿಕೊಂಡಿದ್ದು ಖಾತ್ರಿ ಎಂದು ಪೊಲೀಸರು ನಂಬಿದರು. ಲೀಲಾವತಿ ಕಾಣೆಯಾಗಿದ್ದಾಳೆಂದು ಅವಳ ಮನೆಯವರು ಪೊಲೀಸ್ ಠಾಣೆಗೆ ಸಲ್ಲಿಸಿದ್ದ ಚಿತ್ರವನ್ನು ಪೊಲೀಸರು ಉಪಯೋಗಿಸಿಕೊಂಡು ಆಕೆ ನಕ್ಸಲ್ ಸಂಘಟನೆಗೆ ಸೇರಿದ್ದು ಆಕೆಯನ್ನು ಪತ್ತೆ ಹಚ್ಚಿದವರಿಗೆ ಒಂದು ಲಕ್ಷ ರೂ ಬಹುಮಾನ ನೀಡಲಾಗುತ್ತದೆಂದು ಘೋಷಿಸಿದರು.

ಎಷ್ಟೆಲ್ಲಾ ಪ್ರಯತ್ನ ನಡೆಸಿದರೂ ಲೀಲಾ ಪತ್ತೆ ಆಗಲೇ ಇಲ್ಲ.

ಕೋಣಾಜೆ, ದಕ್ಷಿಣ ಕನ್ನಡ, ಅಕ್ಟೋಬರ್, ೨೦೦೫

ಲೀಲಾ ಕಾಣೆಯಾದ ಸುಮಾರು ಒಂದು ತಿಂಗಳ ನಂತರ, ಅಂದರೆ ಅಕ್ಟೋಬರ್ ೨೦೦೫ರಲ್ಲಿ, ಶಶಿಕಲಾ ಎಂಬುವವಳು ಕಣ್ಮರೆಯಾದಳು. ಬಲಮಾಡಿ ಶಾಲೆಯೊಂದರಲ್ಲಿ ಸಹಾಯಕಿಯಾಗಿ ಕೆಲಸ ಮಾಡುತ್ತಿದ್ದ ಶಶಿಕಲಾಗೆ ಮದುವೆ ಆಗಿರಲಿಲ್ಲ. ಆಕೆ ತನ್ನ ಸೋದರ ಮಾವ ವಿಶ್ವನಾಥನ ಮನೆಯಲ್ಲಿ ವಾಸ ಮಾಡುತ್ತಿದ್ದಳು. ಅಕ್ಟೋಬರ್ ೨೧ರಂದು ಶಶಿಕಲಾ ತಾನು ಸ್ತ್ರೀಶಕ್ತಿ ಸಂಘಟನೆ ಗುಂಪಿನ ಜೊತೆ ಶೃಂಗೇರಿಗೆ ಪ್ರವಾಸ ಹೋಗುತ್ತಿದ್ದೇನೆ. ೨-೩ ದಿನಗಳ ನಂತರ ಬರುತ್ತೇನೆಂದು ನೀಟಾಗಿ ಡ್ರೆಸ್ ಮಾಡಿಕೊಂಡು ಆಭರಣಗಳನ್ನು ಧರಿಸಿಕೊಂಡು ಬೆಳಿಗ್ಗೆ ಮನೆ ಬಿಟ್ಟಳು. ನಾಲ್ಕು ದಿವಸಗಳ ನಂತರವೂ ಆಕೆ ವಾಪಸ್ಸು ಆಗದಿದ್ದಾಗ ವಿಶ್ವನಾಥ ಸ್ತ್ರೀಶಕ್ತಿ ಸಂಘದ ಇತರ ಸದಸ್ಯರ ಜೊತೆ ಶಶಿಕಲಾ ಬಗ್ಗೆ ವಿಚಾರಿಸಿದ. ತಮ್ಮ ಸಂಘಟನೆಯು ಯಾವುದೇ ರೀತಿ ಪ್ರವಾಸ ಏರ್ಪಡಿಸಿರಲಿಲ್ಲ, ನಾವು ಶಶಿಕಲಾಳನ್ನು

ಹಲವಾರು ದಿನಗಳಿಂದ ನೋಡಿಯೇ ಇಲ್ಲ ಎಂದು ಅವರು ಕೊಟ್ಟ ಉತ್ತರದಿಂದ ಗಾಬರಿಗೊಂಡ ವಿಶ್ವನಾಥ ಕೊಣಾಜೆ ಪೊಲೀಸ್ ಠಾಣೆಗೆ ಬಂದು ಶಶಿಕಲಾ ಕಾಣೆಯಾದ ಬಗ್ಗೆ ವಿವರಗಳನ್ನು ನೀಡಿದ. ಠಾಣೆಯಲ್ಲಿ ಮಹಿಳೆ ನಾಪತ್ತೆ ಪ್ರಕರಣ ದಾಖಲಾಯಿತು. ಆರು ತಿಂಗಳ ಕಾಲ ಅವಳನ್ನು ಪತ್ತೆ ಹಚ್ಚಲು ಪೊಲೀಸರು ಶತ ಪ್ರಯತ್ನ ಮಾಡಿದರು. ಶಶಿಕಲಾ ಪತ್ತೆ ಆಗದಿದ್ದಾಗ ಪೊಲೀಸರು ಆ ಕಡತವನ್ನು ನಾಪತ್ತೆ ಪ್ರಕರಣ ಎಂದು ಮುಚ್ಚಿದರು.

ಮೈಸೂರು ನಗರದ ಕೆ.ಎಸ್.ಆರ್.ಟಿ.ಸಿ ಸಬ್ ಅರ್ಬನ್ ಬಸ್ ನಿಲ್ದಾಣ ಫೆಬ್ರವರಿ ೨೦೦೮

ರಾತ್ರಿ ೭.೩೦ರ ಸಮಯ. ಇಡೀ ಬಸ್ ನಿಲ್ದಾಣ ಜನರಿಂದ ಗಿಜಿಗಿಜಿಗುಡುತ್ತಿತ್ತು. ಇಂಟರ್‌ಸಿಟಿ ಬಸ್ ಸ್ಟಾಪ್ ಮುಂದೆ ನಿಂತಿದ್ದ ಮಹಿಳೆಯೊಬ್ಬಳು ತಲೆ ತಿರುಗಿ ಕೆಳಗೆ ಬಿದ್ದುದನ್ನು ಕಂಡ ಜನರು ಕೂಡಲೇ ಅವಳತ್ತ ಧಾವಿಸಿ ಅವಳಿಗೆ ಪ್ರಥಮ ಚಿಕಿತ್ಸೆಯನ್ನು ನೀಡಿ ವಾಹನವೊಂದರಲ್ಲಿ ಅವಳನ್ನು ಸರ್ಕಾರಿ ಕೆ.ಆರ್.ಆಸ್ಪತ್ರೆಗೆ ಕರೆದೊಯ್ದರು. ಅಪರಿಚಿತ ಹೆಂಗಸು ದಾರಿಯಲ್ಲೇ ಮೃತಪಟ್ಟಿದ್ದಾಳೆಂದು ವೈದ್ಯರು ಹೇಳಿದರು. ಆಕೆಯ ಶವವನ್ನು ಅದೇ ಆಸ್ಪತ್ರೆಯ ಶವಾಗಾರದಲ್ಲಿ ಇಡಲಾಯಿತು. ಮೃತ ಮಹಿಳೆಯ ಬಳಿ ಫೋನ್ ನಂಬರ್ ಬರೆದಿದ್ದ ಒಂದು ಚೀಟಿ ಪೊಲೀಸರಿಗೆ ದೊರೆಯಿತು. ಈ ನಂಬರನ್ನು ಪೊಲೀಸರು ಸಂಪರ್ಕಿಸಿದಾಗ ಉತ್ತರಿಸಿದ ವ್ಯಕ್ತಿ ತಾನು ದಕ್ಷಿಣ ಕನ್ನಡ ಜಿಲ್ಲೆಯ ಸುಳ್ಯ ತಾಲ್ಲೂಕಿನ ವಾಸಿ ಎಂದು ತಿಳಿಸಿದರು. ಮೃತ ಮಹಿಳೆಯ ಬಗ್ಗೆ ಅವರಿಗೆ ತಿಳಿಸಿ ಆಕೆಯ ವಿವರಗಳನ್ನು ಅವರಿಗೆ ನೀಡಿದಾಗ ಗಾಬರಿಯಾದ ಆತ ನೀವು ನೀಡಿದ ವಿವರಗಳು ಕಾಣೆಯಾದ ನನ್ನ ಮಗಳನ್ನು ಹೋಲುತ್ತವೆ ಎಂದು ಹೇಳಿ ಕೂಡಲೇ ತಾವು ಮೈಸೂರಿಗೆ ಬರುವುದಾಗಿ ತಿಳಿಸಿದರು. ಮಾರನೆಯ ದಿನ ಬೆಳಿಗ್ಗೆ ಸುಳ್ಯದಿಂದ ಬಂದ ರತ್ನವತಿ ಎನ್ನುವವರು ಸತ್ತ ಮಹಿಳೆಯು ತನ್ನ ಮಗಳಾದ ೩೦ ವರ್ಷ ವಯಸ್ಸಿನ ಸುನಂದ ಎಂದು ತಿಳಿಸಿ ಆಕೆ ಬೀಡಿ ಕಾರ್ಖಾನೆಯೊಂದರಲ್ಲಿ ಕೆಲಸ ಮಾಡುತ್ತಿದ್ದಳೆಂದು ಹೇಳಿದರು. ತಮ್ಮ ಸಂಬಂದೀಕನೊಬ್ಬನು ಸುನಂದಳನ್ನು ಮದುವೆಯಾಗಬೇಕೆಂದು ತುಂಬಾ ಪೀಡಿಸುತ್ತಿದ್ದನೆಂದೂ, ಸುನಂದ ಈ ಸಂಬಂಧಕ್ಕೆ ಒಪ್ಪದೇ ಹೋದ್ದದರಿಂದ ಆತ ಸುನಂದಳಿಗೆ ಬೆದರಿಕೆ ಹಾಕಿದ್ದನೆಂದು ತಿಳಿಸಿದ ರತ್ನವತಿ ಸುನಂದಳ ಸಾವಿನಲ್ಲಿ ಅವನ ಪಾತ್ರವೂ ಇರಬಹುದು ಎಂಬ ಸಂಶಯವನ್ನು ವ್ಯಕ್ತಪಡಿಸಿದಳು.

ಶವದ ಮೇಲಿನ ಪಂಚನಾಮೆ ಸಮಯದಲ್ಲಿ ರತ್ನವತಿ ತನ್ನ ಮಗಳು ಸುನಂದಳಿಗೆ ಶಶಿಧರ ಪೂಜಾರಿ ಎಂಬ ವ್ಯಕ್ತಿಯು ಇತ್ತೀಚೆಗೆ ಭೇಟಿ ಆಗಿದ್ದು, ಶಶಿಧರ ಪೂಜಾರಿ ತನ್ನ ಮಗಳನ್ನು ಮದುವೆ ಆಗುತ್ತೇನೆಂದು ಒಪ್ಪಿದ್ದ ಎಂದು ಹೇಳಿ ಫೆಬ್ರವರಿ ೧೧ರ ಮುಂಜಾನೆ ೭ ಗಂಟೆಗೆ ಸುನಂದ ದೇವಸ್ಥಾನಕ್ಕೆ

ಹೋಗುತ್ತೇನೆಂದು ಮನೆಯಿಂದ ಹೊರಟು ಮನೆಗೆ ಬಾರದಿದ್ದಾಗ ತಾನು ಗಾಬರಿಗೊಂಡಿದ್ದಾಗಿಯೂ ಅದೇ ಸಂಜೆ ೬.೩೦ ಸುಮಾರಿಗೆ ಸುನಂದ ತನಗೆ ಫೋನ್ ಮಾಡಿ ತಾನು ಕಾಸರಗೋಡು ದೇವಸ್ಥಾನ ಒಂದರಲ್ಲಿ ಇದ್ದೀನೆಂದು ತಿಳಿಸಿದ್ದಳೆಂದು ಮಾಹಿತಿನೀಡಿದಳು. ಸಂಜೆ ೬.೩೦ ರ ವೇಳೆಗೆ ಚೆನ್ನಾಗಿ ಇದ್ದ ಸುನಂದ ರಾತ್ರಿ ೮.೦೦ ಗಂಟೆಗೆ ಮೈಸೂರಿನಲ್ಲಿ ಸಾವನ್ನಪ್ಪಿರುವುದು ತನಗೆ ದಿಗ್ಭ್ರಾಂತಿ ತಂದಿದೆ ಎಂದು ರತ್ನವತಿ ಹೇಳಿಕೆ ನೀಡಿದಳು. ಪೊಲೀಸರಿಗೂ ಸಂಜೆ ಕಾಸರಗೋಡಿನಲ್ಲಿ ಇದ್ದ ಸುನಂದ ಕೇವಲ ಒಂದೂವರೆ ಗಂಟೆಯ ಅವಧಿಯಲ್ಲಿ ಮೈಸೂರಿಗೆ ಬಂದು ಬಸ್ ನಿಲ್ದಾಣದಲ್ಲಿ ಸತ್ತಿರುವುದು ಹೇಗೆಂದು ತಿಳಿಯದಾಯಿತು.

ಶವದ ಪಂಚನಾಮೆಯನ್ನು ಮಾಡಿ ಮುಗಿಸಿ ಪೊಲೀಸರು ಶವವನ್ನು ಮರಣೋತ್ತರ ಪರೀಕ್ಷೆಗೆ ಕಳುಹಿಸಿದರು. ಮರಣೋತ್ತರ ಪರೀಕ್ಷೆ ಆದ ನಂತರ ಕೂಡಲೇ ವೈದ್ಯರು ವರದಿಯನ್ನು ಕೊಡಲಿಲ್ಲ. ಏಕೆಂದರೆ ಹೊಟ್ಟೆಯಲ್ಲಿದ್ದ ವಸ್ತು, ರಕ್ತ ಇತ್ಯಾದಿಗಳನ್ನು ವೈದ್ಯರು ವಿಧಿ ವಿಜ್ಞಾನ ಪ್ರಯೋಗಾಲಯಕ್ಕೆ ಕಳುಹಿಸಿದರು. ರತ್ನವತಿಗೆ ಸುನಂದಳ ಶವವನ್ನು ಹಸ್ತಾಂತರಿಸಿದ ಪೊಲೀಸರು ತನಿಖೆಯನ್ನು ಮುಂದುವರೆಸಿದರು. ಕೆಲ ಸಮಯದ ನಂತರ ವಿಧಿವಿಜ್ಞಾನ ಪ್ರಯೋಗಾಲಯದ ವರದಿಯಲ್ಲಿ ಸುನಂದಳ ವಿಸೆರಾದಲ್ಲಿ ಸೈನೇಡ್ ವಿಷ ಕಂಡುಬಂದಿದೆ ಎಂಬ ಮಾಹಿತಿ ನೀಡಿದ್ದ ಕಾರಣ ಸುನಂದಳ ಸಾವು ಸೈನೇಡ್ ಸೇವನೆಯಿಂದ ಉಂಟಾಗಿದೆಯೆಂದು ವೈದ್ಯರು ಅಭಿಪ್ರಾಯ ನೀಡಿದರು. ಸುನಂದಳು ಜೀವನದಲ್ಲಿ ಜಿಗುಪ್ಸೆಗೊಂಡು ವಿಷ ಸೇವಿಸಿ ಆತ್ಮಹತ್ಯೆ ಮಾಡಿಕೊಂಡಿರಬಹುದೆಂಬ ತೀರ್ಮಾನಕ್ಕೆ ಬಂದ ಪೊಲೀಸರು ಕಡತವನ್ನು ಮುಚ್ಚಿದರು.

ಕಾಣೆಯಾದ ಪ್ರಕರಣಗಳಿಂದ ರೊಚ್ಚಿಗೆದ್ದ ಸಾರ್ವಜನಿಕರು

ಕೆ.ಎಸ್.ಆರ್.ಟಿ.ಸಿ ಬಸ್ ನಿಲ್ದಾಣ ಮೈಸೂರು, ಫೆಬ್ರವರಿ ೨೦೦೯

ರಾತ್ರಿ ೮.೦೦ ಗಂಟೆಯ ಸಮಯ. ಬಸ್ ನಿಲ್ದಾಣದ ಶೌಚಾಲಯದ ಮುಂದೆ ಪ್ಲಾಟ್ ಫಾರ್ಮಿನ ನೆಲದ ಮೇಲೆ ಒಬ್ಬ ಮಹಿಳೆ ಬಿದ್ದಿದ್ದನ್ನು ನೋಡಿದ ಜನರು ಈಕೆಯೇಕೆ ಇಂತಹ ಜಾಗದಲ್ಲಿ ಮಲಗಿದ್ದಾಳೆ ಎಂದು ಚಕಿತರಾದರು. ರಾಜು ಎನ್ನುವ ವ್ಯಕ್ತಿಗೆ ಈ ಬಗ್ಗೆ ಸಂದೇಹ ಉಂಟಾಗಿ ಮಲಗಿದ್ದ ಮಹಿಳೆಯ ಬಳಿ ಹೋಗಿ ಅವಳನ್ನು ಪರೀಕ್ಷಿಸಿದ. ಆಕೆ ಸರಿಯಾಗಿ ಉಸಿರಾಡುತ್ತಾ ಇರದಿದ್ದುದನ್ನು ಗಮನಿಸಿದ ರಾಜು ಆಕೆಯನ್ನು ಮೈಸೂರಿನ ಕೆ.ಆರ್.ಆಸ್ಪತ್ರೆಗೆ ದಾಖಲಿಸಿದ. ಆಸ್ಪತ್ರೆಯಲ್ಲಿ ಮಹಿಳೆಯನ್ನು ಪರೀಕ್ಷಿಸಿದ ವೈದ್ಯರು ಆಕೆ ಸತ್ತು ಹೋಗಿದ್ದಾಳೆಂದು ಹೇಳಿ ಕೂಡಲೇ ಮೈಸೂರಿನ ಲಷ್ಕರ್ ಪೊಲೀಸ್ ಠಾಣೆಗೆ ಮೆಡಿಕೋ ಲೀಗಲ್ ಕೇಸ್ ಎಂದು ಮಾಹಿತಿ ನೀಡಿದರು. ಮೈಸೂರು ಪೊಲೀಸರು ಅಸ್ವಾಭಾವಿಕ ಸಾವಿನ ಪ್ರಕರಣವೊಂದನ್ನು ದಾಖಲಿಸಿ ಶವದ ಪಂಚನಾಮೆಯನ್ನು ನಡೆಸಿದರು.

ಸತ್ತ ಮಹಿಳೆಯ ಗುರುತು ಗೊತ್ತಾಗಲಿಲ್ಲ. ಆಕೆ ಸುಮಾರು ೩೦ ರಿಂದ ೩೫ ವರ್ಷ ವಯಸ್ಸಿನವಳಾಗಿರಬಹುದು ಎಂದು ಊಹಿಸಿದ ಪೊಲೀಸರು ಆಕೆ ಶೌಚಾಲಯಕ್ಕೆ ಹೋಗಲು ಧಾವಿಸುವಾಗ ಪ್ರಜ್ಞೆ ತಪ್ಪಿ ಬಿದ್ದು ಸತ್ತಿರಬಹುದು ಎನ್ನುವ ಅಭಿಪ್ರಾಯ ಪಟ್ಟರು. ಶವದ ಮೇಲೆ ಯಾವುದೇ ಗಾಯಗಳು ಇರಲಿಲ್ಲ.

ಶವದ ಮರಣೋತ್ತರ ಪರೀಕ್ಷೆ ನಡೆಸಿದ ವೈದ್ಯರು ಈ ಅಪರಿಚಿತ ಮಹಿಳೆಯ ಕ್ಷಯ ರೋಗದ ಫಲವಾಗಿ ಉಸಿರಾಟದ ನಿಲುಗಡೆಯಿಂದ ಸತ್ತುಹೋಗಿದ್ದಾಳೆ ಎಂಬ ಅಭಿಪ್ರಾಯಪಟ್ಟರು. ಶವವನ್ನು ಗುರುತು ಹಿಡಿಯುವವರು ಯಾರೂ ಇರಲಿಲ್ಲ. ಶವದ ಬಳಿ ಯಾವುದೇ ರೀತಿಯ ಪರ್ಸ್, ಫೋನ್ ಇತ್ಯಾದಿ ದೊರಕಿರಲಿಲ್ಲ. ಪೊಲೀಸರು ಶವದ ಚಿತ್ರಗಳನ್ನು ತೆಗೆಸಿ ಶವದ ಗುರುತು ತಿಳಿಯದೇ ಹೊದದ್ದರಿಂದ ವಾರಸುದಾರರಿಲ್ಲದ ಶವವೆಂದು ಅದನ್ನು ಹುಗಿದರು.

೨೦-೬-೨೦೦೯, ಬಂಟ್ವಾಳ, ದಕ್ಷಿಣ ಕನ್ನಡ

ಮದ್ಯಾಹ್ನ ಒಂದು ಗಂಟೆಯ ಸಮಯಕ್ಕೆ ಮಾಧವ ಮೂಲ್ಯ ಎಂಬ ವ್ಯಕ್ತಿ ಬಂಟ್ವಾಳ ಗ್ರಾಮೀಣ ಪೊಲೀಸ್ ಠಾಣೆಗೆ ಹಾಜರಾಗಿ ೩ ದಿನಗಳ ಹಿಂದೆ, ಅಂದರೆ ೧೭ನೇ ಜೂನ್ ಬೆಳಿಗ್ಗೆ ೧೦ ಗಂಟೆಗೆ ತನ್ನ ಕಿರಿಯ ಸೋದರಿ ಅನಿತಾ (೨೧ ವರ್ಷ) ಮನೆ ಬಿಟ್ಟು ಹೋದವಳು ಕಾಣೆಯಾಗಿರುತ್ತಾಳೆ. ಅನಿತಾ ಬೀಡಿ ಕಟ್ಟುವ ಸಂಸ್ಥೆಯೊಂದರಲ್ಲಿ ಕೆಲಸ ಮಾಡಿಕೊಂಡಿದ್ದು ದಿನನಿತ್ಯದಂತೆ ಕೆಲಸಕ್ಕೆ ಹೋದವಳು ರಾತ್ರಿಯಾದರೂ ಬರಲಿಲ್ಲ. ಅವಳ ಮೊಬೈಲ್ ಫೋನ್ ಸ್ವಿಚ್ ಆಫ್ ಆಗಿದೆ. ಅವಳಿಗಾಗಿ ನಾವು ಎಲ್ಲಾ ಕಡೆಯಲ್ಲಿಯೂ ಹುಡುಕಾಡಿದೆವು. ಆಕೆ ಸಿಗದಿದ್ದಾಗ ನಿಮ್ಮಲ್ಲಿಗೆ ಬಂದೆವು, ಅವಳನ್ನು ಬೇಗನೇ ಹುಡುಕಿಕೊಡಿ ಎಂದು ಹೇಳಿ ಅನಿತಾಳ ವಿವರಗಳನ್ನು ಪೊಲೀಸರಿಗೆ ನೀಡಿದ. ಆತನ ಹೇಳಿಕೆಯ ಮೇರೆಗೆ ವ್ಯಕ್ತಿ ಕಾಣೆ ಎನ್ನುವ ದೂರು ಠಾಣೆಯಲ್ಲಿ ದಾಖಲಾಯಿತು. ಅನಿತಾಳ ವಿವರಗಳನ್ನು ಅಕ್ಕಪಕ್ಕದ ಠಾಣೆಗಳಿಗೆ ಕಳುಹಿಸಿಕೊಡಲಾಯಿತು. ಈ ದೂರು ದಾಖಲಾಗಿ ಹಲವಾರು ದಿನಗಳು ಕಳೆದರೂ ಅನಿತಾ ಪತ್ತೆ ಆಗಲಿಲ್ಲ. ಆಕೆ ಯಾರದಾದರೂ ಜತೆ ಓಡಿ ಹೋಗಿರಬೇಕೆಂದು ತಿಳಿದ ಪೊಲೀಸರು ಹೆಚ್ಚಿನ ತನಿಖೆಯನ್ನು ಮಾಡದೆಯೇ ಸುಮ್ಮನಾಗಿದ್ದರು.

ಇದಾದ ಸುಮಾರು ಮೂರೂವರೆ ತಿಂಗಳ ನಂತರ, ಅಂದರೆ ೨೦೦೯ರ ಅಕ್ಟೋಬರ್ ೪ರಂದು ಬಂಟ್ವಾಳ ನಗರ ಪೊಲೀಸ್ ಠಾಣೆಗೆ ಸುಮಾರು ೫೦ – ೬೦ ಜನರು ಇದ್ದ ದೊಡ್ಡ ಗುಂಪು ಘೋಷಣೆಗಳನ್ನು ಕೂಗುತ್ತಾ ಆಗಮಿಸಿತು. ಈ ಗುಂಪಿನ ನೇತೃತ್ವವನ್ನು ಸ್ಥಳೀಯ ಸ್ವಾಮೀಜಿಯೊಬ್ಬರು ವಹಿಸಿಕೊಂಡಿದ್ದರು. ಗುಂಪಿನಲ್ಲಿ ಇದ್ದ ಹಲವಾರು ಜನರು ಹಿಂದೂ ಸಂಘಟನೆಗಳಲ್ಲಿ ತಮ್ಮನ್ನು ತಾವು

ತೊಡಗಿಸಿಕೊಂಡವರೇ ಆಗಿದ್ದರು. ಪೊಲೀಸ್ ಅಧಿಕಾರಿಗಳನ್ನು ಭೇಟಿ ಮಾಡಿದ ಗುಂಪಿನ ಮುಖಂಡರು ದಕ್ಷಿಣ ಕನ್ನಡ ಜಿಲ್ಲೆಯಲ್ಲಿ ಇತ್ತೀಚಿನ ದಿನಗಳಲ್ಲಿ ಹೆಚ್ಚು ಹೆಚ್ಚು ಹಿಂದೂ ಯುವತಿಯರು ಕಾಣೆಯಾಗುತ್ತಿದ್ದಾರೆ, ನಮ್ಮ ಮತದ ಯುವತಿಯರನ್ನು ಮುಸ್ಲಿಂ ಯುವಕರು ಪರಿಚಯ ಮಾಡಿಕೊಂಡು ಅವರನ್ನು ಮತಾಂತರ ಮಾಡಿ ಲಗ್ನವಾಗಿ ಲವ್ ಜಿಹಾದ್ ಮಾಡುತ್ತಿದ್ದಾರೆ. ಕಾಣೆಯಾದ ಯುವತಿಯರನ್ನು ಹುಡುಕುವ ಬಗ್ಗೆ ಪೊಲೀಸರು ಯಾವುದೇ ರೀತಿಯ ಆಸಕ್ತಿ ತೋರುತ್ತಿಲ್ಲ. ಪರಿಸ್ಥಿತಿ ಇದೇ ರೀತಿಯೇ ಮುಂದುವರೆದರೆ ಪೊಲೀಸರ ವಿರುದ್ಧ ತೀವ್ರ ಹೋರಾಟ ನಡೆಸಬೇಕಾಗುತ್ತದೆಂದು ಎಚ್ಚರಿಕೆ ನೀಡಿದರು.

ಗುಂಪನ್ನು ಸಮಾಧಾನ ಪಡಿಸಲು ಸ್ಥಳಕ್ಕೆ ಬಂದ ಹಿರಿಯ ಪೊಲೀಸ್ ಅಧಿಕಾರಿಗಳು ಅನಿತಾಳದಲ್ಲದೇ ಇಂತಹ ಎಲ್ಲ ನಾಪತ್ತೆ ಪ್ರಕರಣಗಳನ್ನು ಮುತುವರ್ಜಿ ವಹಿಸಿ ತನಿಖೆ ನಡೆಸಿ ಶೀಘ್ರದಲ್ಲಿ ಪತ್ತೆಮಾಡುವುದಾಗಿ ಆಶ್ವಾಸನೆ ನೀಡಿದರು. ಪ್ರತಿಭಟನಾಕಾರರು ಸ್ಥಳದಿಂದ ಶಾಂತಿಯುತವಾಗಿ ಚದುರಿದರು.

ಇದಾದ ಕೂಡಲೇ ದಕ್ಷಿಣ ಕನ್ನಡ ಜಿಲ್ಲಾ ಪೊಲೀಸ್ ವರಿಷ್ಠಾಧಿಕಾರಿ ಪುತ್ತೂರು ಉಪವಿಭಾಗದ ಎಎಸ್‌ಪಿ ಐಪಿಎಸ್ ಅಧಿಕಾರಿ ಚಂದ್ರಗುಪ್ತ ಹಾಗೂ ಬಂಟ್ವಾಳದ ಸರ್ಕಲ್ ಇನ್ಸ್‌ಪೆಕ್ಟರ್ ಇವರನ್ನು ಜೊತೆಗೂಡಿಸಿ ಅನಿತಾಳ ನಾಪತ್ತೆ ಪ್ರಕರಣವನ್ನು ಆದಷ್ಟು ಬೇಗ ಪತ್ತೆ ಮಾಡಬೇಕೆಂದು ಆದೇಶಿಸಿದರು. ಈ ನಿರ್ದೇಶನದ ಮೇರೆಗೆ ಪ್ರಕರಣದ ಮುಂದಿನ ತನಿಖೆಯನ್ನು ಎಎಸ್‌ಪಿ ಚಂದ್ರಗುಪ್ತ ಕೈಕೊಂಡರು.

ತನಿಖೆ ಪ್ರಾರಂಭಿಸಿದ ಎಎಸ್‌ಪಿ ಅನಿತಾಳ ಸಂಬಂಧಿಕರನ್ನು ಭೇಟಿ ಮಾಡಿ ಅನಿತಾಳ ಬಳಿ ಇದ್ದ ಮೊಬೈಲ್ ಫೋನ್‌ನ ವಿವರಗಳನ್ನು ಪಡೆದರು. ಇದಲ್ಲದೆ ಅನಿತಾಳ ಮನೆಯಲ್ಲಿ ಇದ್ದ ಲ್ಯಾಂಡ್‌ಲೈನ್ ಫೋನ್ ವಿವರಗಳನ್ನೂ ಪಡೆಯಲಾಯಿತು.

ಮೊಬೈಲ್ ಹಾಗೂ ಲ್ಯಾಂಡ್ ಲೈನ್ ಫೋನುಗಳಿಗೆ ಬಂದುಹೋದ ಕರೆ ವಿವರಗಳಲ್ಲಿ ಇದ್ದ ಎಲ್ಲಾ ಫೋನ್ ನಂಬರ್‌ಗಳನ್ನು ಪತ್ತೆ ಹಚ್ಚಲಾಗಿ ಆ ಫೋನುಗಳನ್ನು ಉಪಯೋಗಿಸುವವರ ವಿವರಗಳನ್ನು ಕಲೆಹಾಕಲಾಯಿತು. ಆದರೆ ಯಾವುದೇ ಸುಳಿವು ಸಿಗಲಿಲ್ಲ. ಅನಿತಾಳ ಮನೆಯ ಲ್ಯಾಂಡ್ ಲೈನ್ ಫೋನ್‌ಗೆ ಬಂದ ಕರೆಗಳಲ್ಲಿ ಸಿಕ್ಕ ಒಂದು ನಂಬರ್ ಯಾರದೆಂದು ಗೊತ್ತಾಗಲಿಲ್ಲ. ಇದರ ಜಾಡು ಹಿಡಿದು ಹೊರಟಾಗ ಈ ದೂರವಾಣಿ ನಂಬರ್ ಶ್ರೀಧರ ಎಂಬ ವ್ಯಕ್ತಿಗೆ ಸೇರಿದ್ದು ಎಂದು ತಿಳಿದು ಬಂತು. ಪೊಲೀಸರು ಶ್ರೀಧರನನ್ನು ಹುಡುಕಿಕೊಂಡು ಹೊರಟಾಗ ಅಚ್ಚರಿಯ ವಿಷಯವೊಂದು ಗೊತ್ತಾಯಿತು. ಶ್ರೀಧರ್ ತನ್ನ ಮೊಬೈಲ್‌ನ್ನು ತನ್ನ ಸೋದರಿ ಕಾವೇರಿಗೆ ಕೊಟ್ಟಿದ್ದ ಹಾಗೂ ಕಾವೇರಿಯೂ ಮಾರ್ಚ್ ತಿಂಗಳಿನಿಂದ ಕಾಣೆಯಾಗಿದ್ದಳು.

ಕಾವೇರಿಯ ಬಗ್ಗೆ ವಿಚಾರಿಸಿದಾಗ ಆಕೆ ಮಡಿಕೇರಿ ತಾಲ್ಲೂಕಿನ ಪೇರಾಜೆ ಹಳ್ಳಿಯಲ್ಲಿ ವಾಸವಾಗಿದ್ದು, ಕೂಲಿ ಕೆಲಸ ಮಾಡುತ್ತಿದ್ದಳೆಂದೂ, ೨೦೦೯ರ ಮಾರ್ಚ್ ೧೧ರಂದು ಕೆಲಸಕ್ಕೆ ಹೋಗುತ್ತೇನೆಂದು ಬೆಳಿಗ್ಗೆ ಮನೆ ಬಿಟ್ಟವಳು ಸಂಜೆಯವರೆಗೂ ಮನೆಗೆ ಬರಲಿಲ್ಲವೆಂದು ಗಾಬರಿಗೊಂಡ ಕಾವೇರಿಯ ಸಹೋದರ ಈ ಬಗ್ಗೆ ಮಡಿಕೇರಿ ಗ್ರಾಮೀಣ ಪೊಲೀಸ್ ಠಾಣೆಯಲ್ಲಿ ದೂರನ್ನು ದಾಖಲು ಮಾಡಿದ್ದನೆಂದೂ ಗೊತ್ತಾಯಿತು. ಮಡಿಕೇರಿ ಪೊಲೀಸರನ್ನು ಸಂಪರ್ಕಿಸಲಾಯಿತು. ಅಲ್ಲಿಯೂ ತನಿಖೆ ಸ್ಥಗಿತವಾಗಿತ್ತು.

ಶ್ರೀಧರ ಕಾವೇರಿಗೆ ಕೊಟ್ಟಿದ್ದ ಮೊಬೈಲ್ ಫೋನ್‌ನ ಕರೆ ವಿವರಗಳನ್ನು ಕೂಲಂಕಷವಾಗಿ ಪರಿಶೀಲಿಸಲಾಯಿತು. ಈ ಪರಿಶೀಲನೆಯಲ್ಲಿ ಸಂಶಯಾಸ್ಪದವಾದ ಇನ್ನೊಂದು ಫೋನ್ ನಂಬರ್ ದೊರಕಿತು. ಸದರಿ ಫೋನಿನ ವಿವರಗಳನ್ನು ಕಲೆಹಾಕಿದಾಗ ಇದು ವಿನುತಾ ಎನ್ನುವವಳಿಗೆ ಸೇರಿದ್ದು ಎಂದು ತಿಳಿದುಬಂದಿತು. ಪೊಲೀಸ್ ಅಧಿಕಾರಿಗಳು ವಿನುತಾಳ ಮನೆಗೆ ಹೋದಾಗ ಅವರಿಗೆ ಇನ್ನಷ್ಟು ಅಚ್ಚರಿ ಕಾದಿತ್ತು. ೨೨ ವರ್ಷದ ವಿನುತಳೂ ಬೀಡಿಕಟ್ಟುವ ಕೆಲಸವನ್ನು ಮಾಡುತ್ತಿದ್ದು ಆಕೆ ಸೆಪ್ಟೆಂಬರ್ ೧೭ರ ಬೆಳಿಗ್ಗೆ ತಾಲ್ಲೂಕು ಕಛೇರಿಗೆ ಹೋಗುತ್ತೇನೆಂದು ಹೋದವಳು ಮನೆಗೆ ವಾಪಸ್ಸಾಗಿರಲಿಲ್ಲ. ಅದೇ ದಿನ ರಾತ್ರಿ ವಿನುತಾಳ ಮನೆಯವರು ಅವಳ ಮೊಬೈಲ್ ಫೋನ್‌ಗೆ ಕರೆ ಮಾಡಿದಾಗ ಫೋನ್ ಯಾರೂ ಎತ್ತಲಿಲ್ಲ. ಮಾರನೇ ದಿನ ಬೆಳಿಗ್ಗೆ ವಿನುತಾಳ ಮನೆಗೆ ಒಂದು ಫೋನ್ ಕರೆ ಬಂದಿತು. ಕರೆಮಾಡಿದ ವ್ಯಕ್ತಿ ತನ್ನನ್ನು ಆನಂದ ಎಂದು ಪರಿಚಯಿಸಿಕೊಂಡು, ತಾನು ವಿನುತಾಳನ್ನು ಮದುವೆ ಆಗಿರುವುದಾಗಿ ಹೇಳಿ ನೀವೇನೂ ಚಿಂತೆ ಮಾಡುವುದು ಬೇಡ, ಕೆಲವೇ ದಿನಗಳಲ್ಲಿ ನಿಮ್ಮ ಮನೆಗೆ ನಾವಿಬ್ಬರೂ ಬರುತ್ತೇವೆ ಎಂದು ತಿಳಿಸಿ ಹೆಚ್ಚಿನ ವಿವರಗಳನ್ನು ನೀಡದೆ ಫೋನ್ ಕರೆ ಮುಕ್ತಾಯ ಮಾಡಿದ. ಬಹಳ ವರ್ಷಗಳಿಂದ ಕುಮಾರಿಯಾಗಿಯೇ ಉಳಿದಿದ್ದ ತಮ್ಮ ಮಗಳು ವಿನುತಾಳಿಗೆ ಕಡೆಗೂ ಮದುವೆ ಆಯಿತಲ್ಲ ಎಂದು ಆಕೆಯ ಮನೆಯವರು ನಿಟ್ಟುಸಿರು ಬಿಟ್ಟು ಅವಳ ಬರುವಿಕೆಗಾಗಿ ಕಾಯತೊಡಗಿದರು.

ಸುಮಾರು ಎರಡು ವಾರಗಳು ಕಳೆದರೂ ವಿನುತಾ ಮನೆಗೆ ಬರದೇ ಹೋದಾಗ ಅವಳ ಫೋನ್‌ಗೆ ಅವಳ ಮನೆಯವರು ಪದೇ ಪದೇ ಕರೆಗಳನ್ನು ಮಾಡಿದರೂ ಆಕೆಯ ಫೋನ್ ಸ್ವಿಚ್ ಆಫ್ ಎಂದು ಬರುತ್ತಿದ್ದುದರಿಂದ ವಿನುತಾಳ ಮನೆಯವರು ಗಾಭರಿಯಾಗಿ ಪೊಲೀಸರಿಗೆ ದೂರು ನೀಡಲು ನಿರ್ಧರಿಸಿದರು. ೨೦೦೯ರ ಅಕ್ಟೋಬರ್ ೮ ರಂದು ವಿನುತಾಳ ಅಕ್ಕ ಅಮಿನಕುಮಾರಿ ಪುತ್ತೂರು ಪೊಲೀಸ್ ಠಾಣೆಗೆ ಬಂದು ತನ್ನ ತಂಗಿ ಕಾಣೆಯಾಗಿರುವ ಬಗ್ಗೆ ದೂರನ್ನು ನೀಡಿದಳು. ಈ ದೂರಿನ ಮೇರೆಗೆ ಪೊಲೀಸ್ ಠಾಣೆಯಲ್ಲಿ ಕಾಣೆಯಾದ ವ್ಯಕ್ತಿಯ ಪ್ರಕರಣವೊಂದನ್ನು ದಾಖಲಿಸಲಾಯತು.

ಹೆಣ್ಣುಮಕ್ಕಳ ಅಪಹರಣ ಜಾಲದ ಸಂಶಯ

ಅನಿತಾ ಕಾಣೆಯಾದ ಪ್ರಕರಣದ ಪತ್ತೆಗೆ ಹೊರಟಿದ್ದ ಪೊಲೀಸ್ ಅಧಿಕಾರಿಗಳು ಹಲವೇ ತಿಂಗಳ ಅಂತರದಲ್ಲಿ ಅಕ್ಕಪಕ್ಕದ ಊರುಗಳಿಂದ ಮೂರು ಯವತಿಯರು ಕಾಣೆಯಾಗಿರುವುದನ್ನು ಗಮನಿಸಿ ಜಿಲ್ಲೆಯಲ್ಲಿ ಯುವತಿಯರ ಅಪಹರಣಕಾರರ ಜಾಲವೊಂದು ಕಾರ್ಯನಿರತರಾಗಿರಬಹುದೆಂದು ಸಂದೇಹ ಪಟ್ಟರು. ವಿನುತಾಳ ವೈಯುಕ್ತಿಕ ವಸ್ತುಗಳನ್ನು ಹುಡುಕಿದರೆ ಏನಾದರೂ ಸುಳಿವು ಸಿಗಬಹುದೆಂದು ತಿಳಿದ ಪೊಲೀಸರು ಆಕೆಯ ಮನೆಗೆ ಹೋಗಿ ಶೋಧನೆಯನ್ನು ನಡೆಸಿದರು. ಮನೆಯ ಗೋಡೆಯ ಮೇಲೆ ತೂಗು ಹಾಕಿದ್ದ ಕ್ಯಾಲೆಂಡರ್ ಮೇಲೆ ಎರಡು ಟೆಲಿಫೋನ್ ನಂಬರ್‌ಗಳನ್ನು ಬರೆದಿದ್ದುದನ್ನು ಕಂಡ ಪೊಲೀಸರು ಅವು ಯಾರ ನಂಬರ್ ಇರಬಹುದೆಂದು ಹುಡುಕಿದಾಗ ಒಂದು ನಂಬರ್ ಪುಷ್ಪ ಎನ್ನುವವರಿಗೆ ಸೇರಿದ್ದು ಎಂದು ಗೊತ್ತಾಯಿತು.

ಪುಷ್ಪಳನ್ನು ಪತ್ತೆ ಮಾಡಲು ಹೊರಟಾಗ ಆಕೆ ಪಕ್ಕದ ಕೇರಳ ರಾಜ್ಯದ ಕಾಸರಗೋಡಿನವಳಾಗಿದ್ದು ಆಕೆ ಜುಲೈ ೨೦೦೯ರ ೮ನೇ ತಾರೀಖಿನಿಂದಲೇ ತನ್ನ ಮನೆಯಿಂದ ಕಾಣೆಯಾಗಿದ್ದಾಳೆಂದು ಎಂದು ಅವಳ ಪೋಷಕರು ತಿಳಿಸಿದಾಗ ಪೊಲೀಸರು ಗಾಭರಿಗೊಂಡರು. ಆದರೆ ಪುಷ್ಪ ಕಾಣೆಯಾದ ಬಗ್ಗೆ ಅವಳ ಮನೆಯವರು ಕಾಸರಗೋಡು ಪೊಲೀಸ್ ಠಾಣೆಯಲ್ಲಿ ಯಾವುದೇ ದೂರನ್ನು ದಾಖಲಿಸಿರಲಿಲ್ಲ. ಕಾಣೆಯಾಗಿದ್ದ ಕಾವೇರಿ, ವಿನುತಾ, ಪುಷ್ಪ ಈ ಮೂರೂ ಜನರು ಅಕ್ಕಪಕ್ಕದ ತಾಲೂಕುಗಳಿಗೇ ಸೇರಿದವರಾಗಿದ್ದುದರಿಂದ ಅಪಹರಣಕಾರರ ಜಾಲದ ಬಗ್ಗೆ ಇದ್ದ ಸಂಶಯ ಬಲವಾಯಿತು. ಆ ಮೂರೂ ಯುವತಿಯರ ಸೆಲ್ ಫೋನ್‌ಗಳ ಕರೆಗಳ ವಿವರಗಳನ್ನು ಒಟ್ಟಾರೆಯಾಗಿ ಪರಿಶೀಲಿಸಲಾಯಿತು.

ಮೂರೂ ಫೋನ್ ಕರೆಗಳ ವಿವರಗಳಲ್ಲಿ ಎರಡು- ಮೂರು ಐಎಂಇಐ ನಂಬರ್‌ಗಳು (ಮೊಬೈಲ್ ಫೋನ್‌ಗಳ ಹ್ಯಾಂಡ್‌ಸೆಟ್‌ಗಳನ್ನು ಗುರುತಿಸುವ ಅಂತರಾಷ್ಟ್ರೀಯ ವಿಶಿಷ್ಟ ಸಂಖ್ಯೆ) ಇದ್ದದ್ದು ಪೊಲೀಸರಿಗೆ ಕಂಡುಬಂದವು. ಈ ಐಎಂಇಐ ನಂಬರ್‌ಗಳನ್ನು ಮತ್ತೊಮ್ಮೆ ಪರಿಶೀಲಿಸಿದಾಗ ಈ ನಂಬರ್‌ಗಳೆಲ್ಲಾ ಒಂದಲ್ಲಾ ಒಂದು ಸಮಯದಲ್ಲಿ ದಕ್ಷಿಣ ಕನ್ನಡ ಜಿಲ್ಲೆಯ ಹಾಗೂ ಕೇರಳದ ಗಡಿ ಭಾಗದ ದೇರಳಕಟ್ಟೆ ಎನ್ನುವ ಹಳ್ಳಿಯಲ್ಲಿ ಇದ್ದುದ್ದಾಗಿ ಗೊತ್ತಾಯಿತು. ದೇರಳಕಟ್ಟೆಯಲ್ಲಿ ಯುವತಿಯರನ್ನು ಕದ್ದು ವೇಶ್ಯಾವಾಟಿಕೆ ಮಾಡುವ ಜಾಲವೊಂದಿರಬಹುದು, ಹೀಗಾಗಿ ಕಾಣೆಯಾದ ಯುವತಿಯರೆಲ್ಲಾ ಅಲ್ಲಿಗೆ ಬಂದಿರಬಹುದು ಎಂದು ಪೊಲೀಸರು ಊಹಿಸಿ ದೇರಳಕಟ್ಟೆಯಲ್ಲಿ ವಿಚಾರಣೆ ಮಾಡತೊಡಗಿದರು. ಆದರೆ ಯಾವುದೇ ರೀತಿಯ ವೇಶ್ಯಾವಾಟಿಕೆ ಜಾಲವು ಅಲ್ಲಿ ಇದ್ದ ಬಗ್ಗೆ ಸಾಕ್ಷಾಧಾರಗಳು ಸಿಗಲಿಲ್ಲ. ಕಾಣೆಯಾದ ಯುವತಿಯರೂ ಪತ್ತೆ ಆಗಲಿಲ್ಲ.

ಇಷ್ಟರಲ್ಲಿ ಪೊಲೀಸರು ವಿನುತಾಳ ಮನೆಯ ಕ್ಯಾಲೆಂಡರ್‌ನಲ್ಲಿ ಇದ್ದ ಎರಡನೇ ಫೋನ್ ನಂಬರ್ ಬಗ್ಗೆ ವಿಚಾರಣೆಯನ್ನು ನಡೆಸಿದರು. ಈ ಫೋನ್‌ನಿಂದ ಪೊಲೀಸರ ಬಳಿ ಈಗಾಗಲೇ ಇದ್ದ ಐಎಂಇಐ ನಂಬರ್‌ಗಳಲ್ಲಿ ಒಂದಕ್ಕೆ ಕರೆ ಹೋಗಿರುವುದು ಕಂಡುಬಂದಿತು. ಆ ಎಲ್ಲಾ ಐಎಂಇಐ ನಂಬರ್‌ಗಳ ಹ್ಯಾಂಡ್ ಸೆಟ್‌ಗಳು ನಿರ್ದಿಷ್ಟ ಸಮಯದಲ್ಲಿ ಎಲ್ಲೆಲ್ಲಿ ಕಾರ್ಯ ನಿರ್ವಹಿಸುತ್ತಿದ್ದವು ಎಂದು ಟೆಲಿಫೋನ್ ಕಂಪನಿಗಳನ್ನು ವಿಚಾರಿಸಿದಾಗ ಅವುಗಳಲ್ಲಿ ಒಂದು ಫೋನಿಗೆ ಹೊಸ ಸಿಮ್ ಅಳವಡಿಸಲಾಗಿದೆ ಎಂದು ತಿಳಿಯಿತು. ಆ ಹೊಸ ಸಿಮ್ ನಂಬರ್ ಯಾರಿಗೆ ಸೇರಿದ್ದು ಎನ್ನುವ ಮಾಹಿತಿಯನ್ನು ಪಡೆದು ಸದರಿ ವ್ಯಕ್ತಿಯನ್ನು ಸಂಪರ್ಕಿಸಿದಾಗ ಆತ ತಾನು ಆ ಫೋನನ್ನು ತನ್ನ ಸಂಬಂಧಿಕನೊಬ್ಬನಿಗೆ ಕೊಟ್ಟಿದ್ದಾಗಿ ಹೇಳಿ ಆ ವ್ಯಕ್ತಿಯ ವಿವರಗಳನ್ನು ನೀಡಿದ.

ಏತನ್ಮಧ್ಯೆ ಹೊಸದಾಗಿ ಪತ್ತೆಯಾಗಿದ್ದ ಸಿಮ್ ನಂಬರಿನಿಂದ ೨೦ ನಿಮಿಷಗಳ ಕಾಲ ಇನ್ನೊಂದು ಮೊಬೈಲ್ ಫೋನಿಗೆ ಕರೆ ಹೋಗುತ್ತಿದ್ದುದನ್ನು ಗಮನಿಸಿದ ಪೊಲೀಸರು ಯಾರಿಗೆ ಕರೆ ಹೋಯಿತು ಎಂದು ಹುಡುಕಿದಾಗ ಕರೆ ಸ್ವೀಕರಿಸಿರುವ ಮೊಬೈಲ್ ಫೋನ್ ದೇರಳೇಕಟ್ಟೆಯ ಸುಮಿತ್ರ ಎನ್ನುವವಳದ್ದು ಎಂದು ಪತ್ತೆಮಾಡಿದರು. ಕೂಡಲೇ ಸುಮಿತ್ರಳನ್ನು ಸಂಪರ್ಕಿಸಲಾಯಿತು. ಆಕೆ ೨೦೦೫ರಲ್ಲಿ ಒಬ್ಬ ವ್ಯಕ್ತಿಯನ್ನು ತಾನು ಭೇಟಿ ಮಾಡಿದ್ದಾಗಿಯೂ, ಆತ ತನ್ನನ್ನು ಮದುವೆಯಾಗಲು ಕೋರಿದನೆಂದೂ ಆದರೆ ತಾನು ಅವನೊಡನೆ ಮದುವೆ ಮಾಡಿಕೊಳ್ಳಲು ಒಪ್ಪದಿದ್ದರೂ ಆ ವ್ಯಕ್ತಿಯು ತನಗೆ ಅಗ್ಗಿಂದಾಗೆ ಫೋನ್ ಮಾಡಿ ಬಹಳ ಹೊತ್ತು ಮಾತನಾಡಿ ತನ್ನನ್ನು ಮದುವೆಯಾಗೆಂದು ಪೀಡಿಸುತ್ತಾನೆಂದು ತಿಳಿಸಿದಳು. ಆ ವ್ಯಕ್ತಿಯನ್ನು ತಾನು ಗುರುತಿಸುತ್ತೇನೆಂದು ಸುಮಿತ್ರ ಹೇಳಿದಳು.

ಅಲ್ಲಿಯವರೆಗೆ ನಡೆಸಿದ್ದ ತನಿಖೆಯಿಂದ ದೇರಳಕಟ್ಟೆಯ ಅಸುಪಾಸಿನಲ್ಲಿ ಕಾಣೆಯಾದ ಯುವತಿಯರ ಬಗ್ಗೆ ಸುಳಿವು ನೀಡುವಂತಹ ವ್ಯಕ್ತಿಯು ಇದ್ದಾನೆಂದು ಪೊಲೀಸರಿಗೆ ತಿಳಿದಿತ್ತು. ಹಾಗೂ ಆ ವ್ಯಕ್ತಿಯನ್ನು ಸುಮಿತ್ರ ಗುರುತಿಸಬಲ್ಲಳು ಎಂದು ಗೊತ್ತಾಗಿತ್ತು. ಫೋನ್ ಟವರ್ ಲೋಕೇಷನ್ ಮೂಲಕ ಅಪರಿಚಿತ ವ್ಯಕ್ತಿಯು ದಕ್ಷಿಣ ಕನ್ನಡ ಜಿಲ್ಲೆಯಲ್ಲಿಯೇ ಇದ್ದಾನೆಂದು ತಿಳಿದಿತ್ತು. ಅವನನ್ನು ಟ್ರಾಪ್ ಮಾಡಲು ಪೊಲೀಸರು ಸುಮಿತ್ರಳ ಸಹಾಯವನ್ನು ಪಡೆದರು. ಆ ವ್ಯಕ್ತಿಗೆ ಫೋನ್ ಮಾಡಿ ತಾನು ಅವನಿಗಾಗಿ ದೇರಳಕಟ್ಟೆ ಬಸ್ ನಿಲ್ದಾಣದಲ್ಲಿ ಕಾಯುತ್ತಿರುವುದಾಗಿ ಹೇಳಲು ಸುಮಿತ್ರಳಿಗೆ ಪೊಲೀಸರು ಸೂಚಿಸಿದರು. ಮಾರನೆಯ ಸಂಜೆ ಆ ವ್ಯಕ್ತಿ ದೇರಳಕಟ್ಟೆ ಬಸ್ ನಿಲ್ದಾಣಕ್ಕೆ ಬಸ್ಸಿನಲ್ಲಿ ಬಂದಿಳಿದಾಗ ಸುಮಿತ್ರ ತನ್ನನ್ನು ಪೀಡಿಸುತ್ತಿದ್ದವನು ಅವನೇ ಎಂದು ದೂರದಿಂದಲೇ ಗುರುತಿಸಿದಳು.

ತತ್‌ಕ್ಷಣ ಪೊಲೀಸರು ಆ ವ್ಯಕ್ತಿಯನ್ನು ಸುತ್ತುವರಿದು ಅವನನ್ನು ತಮ್ಮ ವಶಕ್ಕೆ ತೆಗೆದುಕೊಂಡರು. ಆತನನ್ನು ವಿಚಾರಿಸಿದಾಗ ಅವನು ತನ್ನ ಹೆಸರು ಮೋಹನ್ ಕುಮಾರ್ ಹಾಗೂ ತಾನು ಒಬ್ಬ ಶಿಕ್ಷಕ ಎಂದು ಹೇಳಿದ. ಅವನನ್ನು ಪೊಲೀಸ್ ಠಾಣೆಗೆ ಕರೆದುಕೊಂಡು ಹೋಗಿ ಕಾಣೆಯಾದ ಯುವತಿಯರ ಬಗ್ಗೆ ವಿಚಾರಿಸಿದಾಗ ಆತ ಹಲವಾರು ಅವಿವಾಹಿತ ಸ್ತ್ರೀಯರನ್ನು ತಾನು ಮದುವೆ ಆಗುವುದಾಗಿ ನಂಬಿಸಿ ಅವರೊಂದಿಗೆ ಲೈಂಗಿಕ ಸಂಪರ್ಕ ಬೆಳೆಸಿ ಅವರನ್ನು ತಾನು ಕೊಲೆ ಮಾಡಿ ಅವರ ಆಭರಣಗಳನ್ನು ಕದ್ದಿದ್ದಾಗಿ ಒಪ್ಪಿಕೊಂಡ. ಮೋಹನ್ ಕುಮಾರ್ ಈ ರೀತಿ ಹೇಳಿಕೆ ನೀಡಿದ:

ಮೋಹನ್ ಕುಮಾರ್‌ನ ಸ್ವಇಚ್ಛಾ ಹೇಳಿಕೆ

ನಾನು ಬಂಟ್ವಾಳ ತಾಲೂಕು ವಾಸಿಯಾಗಿದ್ದು ನನ್ನ ತಂದೆ ತಾಯಿಯರಿಗೆ ನಾವು ೩ ಜನ ಗಂಡು ಮಕ್ಕಳು ಮತ್ತು ಒಂದು ಹೆಣ್ಣು ಮಕ್ಕಳಾಗಿರುತ್ತೇವೆ. ನನ್ನ ತಂದೆ ಮೃತಹೊಂದಿದ್ದು ನನ್ನ ಸೋದರ ಸೋದರಿಯರು ಬೇರೆ ಬೇರೆ ಊರುಗಳಲ್ಲಿದ್ದಾರೆ.

ನನಗೆ ೩೬ ವರ್ಷ ವಯಸ್ಸಾಗಿದ್ದು, ನಾನು ೧೦ನೇ ತರಗತಿಯವರೆಗೆ ನಮ್ಮ ಊರಿನ ಬಳಿಯಿರುವ ಜೂನಿಯರ್ ಕಾಲೇಜಿನಲ್ಲಿ ವ್ಯಾಸಂಗ ಮಾಡಿರುತ್ತೇನೆ. ನಂತರ ಉಪ್ಪಿನಂಗಡಿಯಲ್ಲಿ ಪಿ.ಯು.ಸಿ ಹಾಗೂ ಬಿ.ಎ. ಪದವಿ ಮುಗಿಸಿರುತ್ತೇನೆ. ನಾನು ಪರಿಶಿಷ್ಟ ಜಾತಿಯವನಾದುದರಿಂದ ಸರ್ಕಾರದ ಪ್ರಾಥಮಿಕ ಶಿಕ್ಷಣ ಇಲಾಖೆಯಲ್ಲಿ ತರಬೇತಿ ರಹಿತ ಶಿಕ್ಷಕನಾಗಿ ಆಯ್ಕೆಗೊಂಡೆ. ನಾನು ಶಿರಾಡಿ ಪ್ರಾಥಮಿಕ ಶಾಲೆಯಲ್ಲಿ ಗುತ್ತಿಗೆ ಆಧಾರದ ಶಿಕ್ಷಕನಾಗಿ ನೇಮಕಗೊಂಡಿದ್ದ ಸಮಯದಲ್ಲಿ ಆ ಊರಿನ ಮೇರಿ ಎಂಬುವಳನ್ನು ಪ್ರೇಮಿಸಿ ನಂತರ ಅವಳನ್ನು ಪುತ್ತೂರು ಸಬ್ ರಿಜಿಸ್ಟ್ರಾರ್ ಕಚೇರಿಯಲ್ಲಿ ಮದುವೆಯಾಗಿ, ಕೈಕಾರದಲ್ಲಿ ಬಾಡಿಗೆ ಮನೆಯಲ್ಲಿ ವಾಸ್ತವ್ಯ ಹೂಡಿದೆ. ಈ ಮದುವೆಯ ಬಗ್ಗೆ ನಾನು ನಮ್ಮ ಮನೆಯವರಿಗೆ ತಿಳಿಸಲಿಲ್ಲ. ಮೇರಿಯಿಂದ ಒಂದು ಗಂಡು ಮಗುವನ್ನು ಪಡೆದೆ. ನಂತರ ನನ್ನನ್ನು ಮೇರಿ ಮತ್ತು ಆಕೆಯ ಮನೆಯವರು ಕ್ರೈಸ್ತ ಧರ್ಮಕ್ಕೆ ಮತಾಂತರವಾಗಲು ಒತ್ತಾಯಿಸುತ್ತಿದ್ದರು. ನಾನು ನಿರಾಕರಿಸಿದುದರಿಂದ ನನ್ನ ಪತ್ನಿ ಮೇರಿ ನನ್ನ ಮನೆಯನ್ನು ತೊರೆದು ತನ್ನ ತಾಯಿಯ ಮನೆಯಲ್ಲೇ ವಾಸ್ತವ್ಯ ಹೂಡಿದಳು. ನಂತರ ನಮ್ಮ ಸಂಪರ್ಕವೇ ಕಡಿದು ಹೋಯಿತು. ಆಗ ನಾನು ಬಾಡಿಗೆ ಮನೆಯನ್ನು ಬಿಟ್ಟು ನಮ್ಮ ಶಾಲೆಯ ಒಂದು ರೂಮಿನಲ್ಲಿ ವಾಸಿಸಲಾರಂಭಿಸಿದೆ. ಆಗ ನಮ್ಮ ಶಾಲೆಯ ಎದುರು ಮನೆಯಲ್ಲಿ ವಾಸಿಸುತ್ತಿದ್ದ ವೇದಾವತಿ ಎಂಬುವಳ ಪರಿಚಯವಾಯಿತು. ನಾವಿಬ್ಬರೂ ದೈಹಿಕ ಸಂಪರ್ಕವನ್ನು ಮಾಡಿರುತ್ತೇವೆ.

ನಂತರ ನನಗೆ ಬೇರೊಂದು ಸರಕಾರಿ ಹಿರಿಯ ಪ್ರಾಥಮಿಕ ಶಾಲೆಗೆ ವರ್ಗವಾಗಿ ಆ ಊರಿನಲ್ಲದ್ದ ಮುಸ್ಲಿಂ ಸಮುದಾಯದವರೊಬ್ಬರ ಮನೆಯನ್ನು ಬಾಡಿಗೆಗೆ ಪಡೆದು ಅಲ್ಲಿ ವಾಸ್ತವ್ಯ ಹೂಡಿದ್ದೆ. ಅದರ ಮುಂದಿನ ವರ್ಷ ನನಗೆ ಬೇರೊಂದು ಊರಿಗೆ ವರ್ಗವಾಗಿ ಅಲ್ಲಿ ನಮ್ಮ ಶಾಲೆಯ ಬದಿಯಲ್ಲಿ ಒಂದು ಕೊಠಡಿಯನ್ನು ಬಾಡಿಗೆಗೆ ಪಡೆದು ಅಲ್ಲಿ ವಾಸ್ತವ್ಯ ಹೊಡಿದ್ದೆ. ನಮ್ಮ ಶಾಲೆಯ ಬಳಿ ವಾಸಿಸುತ್ತಿದ್ದ ಮುಸ್ಲಿಂ ಅವಿವಾಹಿತ ಮಹಿಳೆಯೊಬ್ಬಳನ್ನು ಪರಿಚಯ ಮಾಡಿಕೊಂಡು ಅವಳೊಂದಿಗೆ ದೈಹಿಕ ಸಂಪರ್ಕ ಬೆಳೆಸಿದೆ. ಅಷ್ಟರಲ್ಲಿ ನಾನು ಪೂರ್ಣಾವಧಿ ಶಿಕ್ಷಕನಾಗಿ ನೇಮಕಗೊಂಡೆ. ಇದೇ ಸಮಯದಲ್ಲಿ ಮೇರಿಯು ನನಗೆ ನ್ಯಾಯಾಲಯದಲ್ಲಿ ವಿಚ್ಛೇದನ ನೀಡಿರುತ್ತಾಳೆ.

ಆನಂತರ ನಾನು ಕಾಸರಗೋಡಿನ ಮಂಜುಳ ಎನ್ನುವವಳನ್ನು ಅವಳ ಮನೆಯಲ್ಲಿಯೇ ಮದುವೆಯಾಗಿರುತ್ತೇನೆ. ಅವಳನ್ನು ನಮ್ಮ ಮನೆಗೆ ಕರೆತಂದು ಅಲ್ಲಿಯೇ ಇಟ್ಟಿದ್ದೆ.. ಅವಳಿಂದ ನನಗೆ ಗಂಡು ಮಗು ಆಗಿದೆ. ನಾನು ಅವಳ ಜತೆಯೇ ಇದ್ದು ಅದೇ ತಾಲೂಕಿನ ಸರಕಾರಿ ಹಿರಿಯ ಪ್ರಾಥಮಿಕ ಶಾಲೆಯಲ್ಲಿ ಕೆಲಸಮಾಡುತ್ತಿದ್ದೆ.

ಮೋಹನ್ ಕುಮಾರ್‌ನ ಮೊದಲ ಬಲಿಪಶುಗಳು

೨೦೦೦ ಇಸವಿಯಲ್ಲಿ ನಾನು ಪುತ್ತೂರು ಬಿ.ಇ.ಓ ಕಛೇರಿಯಲ್ಲಿ ಸಹಾಯಕನಾಗಿ ನಿಯೋಜನೆಗೊಂಡೆ. ಆ ಸಮಯದಲ್ಲಿ ನಾನು ಪ್ರಾಥಮಿಕ ಶಾಲಾ ಮಕ್ಕಳ ಉಚಿತ ಪಠ್ಯಪುಸ್ತಕಗಳನ್ನು ತರಲು ಮಂಗಳೂರಿಗೆ ಹೋಗಿ ಬರುತ್ತಿದ್ದೆ. ಆಗ ನನಗೆ ಮಂಗಳೂರಿನ ಆಸ್ಪತ್ರೆಯೊಂದರಲ್ಲಿ ಆಯಾಳಾಗಿ ಕೆಲಸಮಾಡುತ್ತಿದ್ದ ರತ್ನ ಎಂಬುವಳ ಪರಿಚಯವಾಯಿತು. ಸುಮಾರು ಒಂದು ತಿಂಗಳ ಕಾಲ ನಾವಿಬ್ಬರೂ ಭೇಟಿಯಾಗುತ್ತಿದ್ದೆವು. ಒಂದು ದಿನ ನಾನು ಅವಳಿದ್ದ ಆಸ್ಪತ್ರೆಗೆ ಹೋಗಿ ಅವಳನ್ನು ಮದುವೆ ಆಗುತ್ತೇನೆಂದು ಹೇಳಿದೆ. ಆಕೆ ಖುಷಿಯಿಂದ ಬೀಗಿದಳು. ಧರ್ಮಸ್ಥಳದಲ್ಲಿರುವ ನನ್ನ ಸೋದರ ಮಾವ ಅವಳನ್ನು ಕಾಣಲು ಬಯಸುತ್ತಾರೆಂದು ಹೇಳಿ ಸೋದರ ಮಾವನ ಮನೆಗೆ ಹೋಗಲು ಆಭರಣಗಳನ್ನು ಧರಿಸಿಕೊಂಡು ಚೆನ್ನಾಗಿ ಡ್ರೆಸ್ ಮಾಡಿಕೊಂಡು ಬರಬೇಕು ಎಂದು ಹೇಳಿದೆ. ಅವಳು ಒಪ್ಪಿದಾಗ ಎರಡು ದಿನಗಳ ನಂತರ ಮಂಗಳೂರಿನ ಜ್ಯೋತಿ ಸರ್ಕಲ್‌ಗೆ ಬಂದು ನನಗಾಗಿ ಕಾಯಲು ಹೇಳಿದೆ.

೨೭ನೇ ಆಗಸ್ಟ್‌ರಂದು ನಾನು ಅವಳನ್ನು ಮಂಗಳೂರಿನಲ್ಲಿ ಸಂಧಿಸಿ ಬಸ್ಸಿನಲ್ಲಿ ಉಜಿರೆಗೆ ಕರೆದುಕೊಂಡು ಹೋದೆ. ಉಜಿರೆಯಲ್ಲಿ ಇಬ್ಬರೂ ಇಳಿದು ಜೀಪ್ ಒಂದರಲ್ಲಿ ಧರ್ಮಸ್ಥಳಕ್ಕೆ ಹೋದೆವು. ಆಗ ಮಧ್ಯಾಹ್ನ ೪ ಗಂಟೆ ಸುಮಾರಾಗಿತ್ತು. ನಮ್ಮ ಸೋದರ ಮಾವನ ಮನೆ ನದಿಯ ಆಚೆ ದಡದಲ್ಲಿ ಇದೆ. ಅಲ್ಲಿಗೆ ಹೋಗಲು

ನದಿಯ ಮೇಲಿರುವ ಪಾದಚಾರಿಗಳ ಸೇತುವೆ ದಾಟಬೇಕು. ನೀನು ಧರಿಸಿರುವ ಒಡವೆಗಳನ್ನು ಒಂದು ಕರವಸ್ತ್ರದಲ್ಲಿ ಕಟ್ಟಿ ನನ್ನ ಕೈಗೆ ಕೊಡು. ಸೇತುವೆಯನ್ನು ದಾಟಿದ ನಂತರ ಅವನ್ನು ಮರಳಿಸುವೆ ಎಂದೆ. ಆದರೆ ಆಕೆ ಒಡವೆಗಳನ್ನು ತೆಗೆಯಲಿಲ್ಲ. ಆಗ ನನಗೆ ಇದ್ದಕ್ಕಿದ್ದಂತೆ ಕೋಪ ಬಂದಿತು.

ಇಬ್ಬರೂ ಸೇತುವೆಯ ಮಧ್ಯಭಾಗಕ್ಕೆ ಬಂದಾಗ ನನ್ನ ಮೇಲೆ ನಿನಗೆ ನಂಬಿಕೆಯಿಲ್ಲ ಎಂದು ಗದರಿ ಅವಳೊಡನೆ ಜಗಳ ತೆಗೆದೆ. ನಂತರ ಅವಳನ್ನು ನದಿಗೆ ದೂಡಿ ಅಲ್ಲಿಂದ ಬಿರಬಿರನೆ ಹೊರಟುಹೋದೆ. ಜೋರಾಗಿ ಕಿರುಚುತ್ತಾ ರತ್ನ ನದಿಗೆ ಬಿದ್ದಾಗ ನದಿಯಲ್ಲಿ ತಮ್ಮ ವಾಹನಗಳನ್ನು ತೊಳೆಯುತ್ತಿದ್ದ ಕೆಲವು ಚಾಲಕರು ಅವಳನ್ನು ರಕ್ಷಿಸಿದ್ದಲ್ಲದೇ ಅಲ್ಲಿಂದ ಓಡುತ್ತಿದ್ದ ನನ್ನನ್ನು ಹಿಡಿದು ಧರ್ಮಸ್ಥಳದ ಹೊರ ಠಾಣೆ ಪೊಲೀಸರಿಗೆ ಒಪ್ಪಿಸಿದರು. ರತ್ನಳ ದೂರಿನ ಮೇರೆಗೆ ನನ್ನ ಮೇಲೆ ಬೆಳ್ತಂಗಡಿ ಪೊಲೀಸ್ ಠಾಣೆಯಲ್ಲಿ ಕೊಲೆ ಯತ್ನ ಪ್ರಕರಣ ದಾಖಲಾಯಿತು. ನನ್ನನ್ನು ನ್ಯಾಯಾಂಗ ಬಂಧನಕ್ಕೆ ಕಳುಹಿಸಲಾಯಿತು. ನಾನು ಸುಮಾರು ೭೫ ದಿನ ನ್ಯಾಯಾಂಗ ಬಂಧನದಲ್ಲಿ ಮಂಗಳೂರಿನ ಜೈಲಿನಲ್ಲಿದ್ದೆ. ಆ ಸಮಯದಲ್ಲಿ ನಾನು ಸೇವೆಯಿಂದ ಅಮಾನತ್ತುಗೊಂಡೆ. ಆಗಸ್ಟ್ ೨೦೦೦ದಿಂದ ಜೂನ್ ೨೦೦೧ರ ವರೆಗೆ ನಾನು ಅಮಾನತ್ತಿನಲ್ಲಿದ್ದೆ.

ನಾನು ಜೈಲಿನಲ್ಲಿ ಇದ್ದಾಗ ನನಗೆ ಗುರುಪ್ರಸಾದ್ ಆಚಾರ್ಯ ಎನ್ನುವ ಅಕ್ಕಸಾಲಿಗನ ಪರಿಚಯವಾಯಿತು. ಆತ ಪುತ್ತೂರಿನಲ್ಲಿ ನಡೆದ ದೊಂಬಿ ಪ್ರಕರಣಕ್ಕೆ ಸಂಬಂಧಿಸಿದಂತೆ ಬಂಧನಕ್ಕೊಳಗಾಗಿ ಜೈಲಿಗೆ ಬಂದಿದ್ದ. ಒಮ್ಮೆ ಮಾತನಾಡುತ್ತಾ ಗುರುಪ್ರಸಾದ್ ಸೈನೇಡ್ ವಿಷದ ಬಗ್ಗೆ ನನಗೆ ಮಾಹಿತಿ ನೀಡಿದ. ಅಕ್ಕಸಾಲಿಗರು ಚಿನ್ನದ ಒಡವೆಗಳನ್ನು ಶುದ್ಧ ಪಡಿಸಲು ಸೈನೇಡ್ ರಸಾಯನವನ್ನು ಬಳಸುತ್ತಾರೆಂದೂ ಈ ರಸಾಯನವು ತೀರಾ ವಿಷಕಾರಿಯಾಗಿರುತ್ತದೆಂದು ಗುರುಪ್ರಸಾದ್ ಹೇಳಿದ. ತಾನು ಬಂಗಾರವನ್ನು ಪಾಲಿಶ್ ಮಾಡಿದ ನಂತರ ಕಲುಷಿತ ನೀರನ್ನು ತಮ್ಮ ಮನೆಯ ಮುಂದೆ ಇದ್ದಂತಹ ತಿಪ್ಪೆಗೆ ಹಾಕಿದೆನೆಂದೂ ಸ್ವಲ್ಪ ಸಮಯದ ನಂತರ ಒಂದು ಹಸು ಆ ದಾರಿಯಲ್ಲಿ ಬಂದು ತಿಪ್ಪೆಯಲ್ಲಿದ್ದ ಟೊಮೇಟೋವನ್ನು ತಿಂದಾಗ ಹತ್ತು ನಿಮಿಷದಲ್ಲಿ ವಿಲವಿಲ ಒದ್ದಾಡಿ ಸತ್ತು ಹೋಯಿತೆಂದು ತಿಳಿಸಿದ ಆತ ಸ್ಥಳೀಯರು ತನ್ನ ಬೇಜವಾಬ್ದಾರಿತನಕ್ಕೆ ತನ್ನನ್ನು ತರಾಟೆಗೆ ತೆಗೆದುಕೊಂಡಿದ್ದಾಗಿ ತಿಳಿಸಿದ. ಚಿನ್ನ ತೊಳೆದ ಸೈನೇಡ್ ನೀರಿನಿಂದಲೇ ಹಸು ಸಾಯುವುದಾದರೆ, ನೇರವಾಗಿ ವಿಷ ಸೇವಿಸಿದರೆ ಏನಾಗುತ್ತದೆ ಎಂದು ನಾನು ಅವನನ್ನು ಕೇಳಿದೆ. ನೇರವಾಗಿ ಸೇವಿಸಿದ ಜನ ಸ್ಪಾಟ್‌ಔಟ್ ಆಗುತ್ತಾರೆ ಎಂದುತ್ತರಿಸಿದ ಗುರುಪ್ರಸಾದ್, ಟಿ.ವಿಯಲ್ಲಿ ಎಲ್.ಟಿ.ಟಿ.ಇ ಜನರು ತಮ್ಮ ಕೊರಳಿನಲ್ಲಿನ ಲಾಕೆಟ್‌ಗಳಲ್ಲಿ ಇಟ್ಟುಕೊಂಡಿರುವ ಸೈನೇಡ್ ವಿಷವನ್ನೇ ತಿಂದು ಸಾಯುವುದನ್ನು ನಾನು ನೋಡಿಲ್ಲವೇ ಎಂದು ಕೇಳಿದ. ಈ ಮಾಹಿತಿ ನನ್ನ ಮಿದುಳಿನಲ್ಲಿ ಅಚ್ಚಳಿಯದಂತೆ ದಾಖಲಾಯಿತು.

ನಾನು ಜೈಲಿನಲ್ಲಿದ್ದಾಗಲೇ ಮಂಜುಳಳಿಗೆ ಎರಡನೇ ಗಂಡು ಮಗು ಜನಿಸಿತು. ನಾನು ಜೈಲಿನಿಂದ ಹೊರಬಂದ ನಂತರ ೨೦೦೧ ಆಗಸ್ಟ್ ತಿಂಗಳಲ್ಲಿ ಬೆಳ್ತಂಗಡಿ ತಾಲೂಕಿನ ಗುತ್ಯಡ್ಕ ಶಾಲೆಗೆ ಕರ್ತವ್ಯಕ್ಕೆ ನೇಮಕಗೊಂಡೆ. ೨೦೦೩ರಲ್ಲಿ ನನ್ನ ಮೇಲೆ ದಾಖಲಾದ ಕೊಲೆ ಯತ್ನದ ಪ್ರಕರಣ ಖುಲಾಸೆಯಾಯಿತು.

೨೦೦೩ರಲ್ಲಿ ನನಗೆ ಮಂಗಳೂರಿನ ಸ್ಟೇಟ್‌ಬ್ಯಾಂಕ್‌ನ ಬಳಿ ಇರುವ ಎಸ್.ಟಿ.ಡಿ ಬೂತ್‌ವೊಂದರಲ್ಲಿ ಕೆಲಸದಲ್ಲಿದ್ದ ದೇರಳಕಟ್ಟೆ ನಿವಾಸಿ ಶ್ರೀದೇವಿ ರೈ ಎನ್ನುವವಳ ಪರಿಚಯವಾಗಿ ಅವಳನ್ನು ಅದೇ ವರ್ಷ ಮದುವೆಯಾದೆ. ಅವಳಿಂದ ನನಗೆ ಒಂದು ಗಂಡು ಮಗು ಹಾಗೂ ಒಂದು ಹೆಣ್ಣು ಮಗು ಜನಿಸಿವೆ. ಅವಳ ಮನೆಯಲ್ಲಿ ನನ್ನನ್ನು ಸುಂದರ್ ರೈ ಎಂದು ಪರಿಚಯಿಸಿಕೊಂಡಿದ್ದೇನೆ.

ಅದೇ ವರ್ಷವೇ ನನಗೆ ಬೆಳ್ತಂಗಡಿಯಲ್ಲಿ ಗಂಗಮ್ಮ ಎಂಬುವಳ ಪರಿಚಯವಾಯಿತು. ಆಕೆ ಬಿಲ್ಲವ ಜಾತಿಯವಳಾಗಿದ್ದು ನಾನೂ ಅದೇ ಜಾತಿಯವನೆಂದು ಅವಳಿಗೆ ನಂಬಿಸಿ ಅವಳನ್ನು ಪ್ರೀತಿಸುವಂತೆ ನಟಿಸಿ ಅವಳನ್ನು ಕಾರ್ಕಳದಲ್ಲಿ ಮದುವೆಯಾಗುವುದಾಗಿ ತಿಳಿಸಿ ನೀನು ಆಭರಣಗಳಿಂದ ಅಲಂಕೃತವಾಗಿ ಮನೆಯಲ್ಲಿ ಯಾರಿಗೂ ಹೇಳದಂತೆ ಕಾರ್ಕಳ ಬಸ್‌ಸ್ಟಾಂಡ್‌ಗೆ ಬರಬೇಕೆಂದು ತಿಳಿಸಿದೆ. ಅದರಂತೆ ಅವಳು ಚಿನ್ನದ ಮಾಲೆ ಹಾಗೂ ಉಂಗುರ ಮತ್ತು ಕಿವಿಯ ಬೆಂಡೋಲೆ ಹಾಕಿಕೊಂಡು ಕಾರ್ಕಳಕ್ಕೆ ಬಂದಳು. ನಾವಿಬ್ಬರೂ ಅಲ್ಲಯೇ ಒಂದು ಲಾಡ್ಜ್‌ನಲ್ಲಿ ರೂಂ ಮಾಡಿ ರಾತ್ರಿ ಅವಳೊಂದಿಗೆ ದೈಹಿಕ ಸಂಪರ್ಕವನ್ನು ಮಾಡಿ ಬೆಳಿಗ್ಗೆ ಕಾರ್ಕಳದಿಂದ ಹೊರಟು ಮಂಗಳೂರಿಗೆ ಬಂದು ಮಂಗಳೂರು ಕದ್ರಿ ಪಾರ್ಕ್‌ನಲ್ಲಿ ಸುತ್ತಾಡಿ ಕದ್ರಿ ದೇವಸ್ಥಾನಕ್ಕೆ ಬಂದು ಅಲ್ಲಿಂದ ನೇರವಾಗಿ ಮಂಗಳೂರು ವೆನ್ಲಾಕ್ ಆಸ್ಪತ್ರೆಯ ಬಳಿ ಬಂದೆವು. ನಿನ್ನೆ ರಾತ್ರಿ ನಾವಿಬ್ಬರೂ ಸಂಭೋಗ ಮಾಡಿದ್ದರಿಂದ ನೀನು ಗರ್ಭವತಿಯಾಗುವ ಸಾಧ್ಯತೆ ಇದೆ. ನಾನು ಕೊಡುವ ಈ ಮಾತ್ರೆಗಳನ್ನು ಸೇವಿಸಿದರೆ, ಗರ್ಭ ನಿಲ್ಲುತ್ತದೆ ಎಂದು ನಾನು ಗಂಗಮ್ಮಳನ್ನು ನಂಬಿಸಿದೆ. ಎದುರಿಗೆ ಇದ್ದ ಸರ್ಕಲ್‌ನ ಹತ್ತಿರದ ಶೌಚಾಲಯಕ್ಕೆ ಹೋಗಿ ಈ ಗರ್ಭನಿರೋಧಕ ಮಾತೆಗಳನ್ನು ಸೇವಿಸಿ ಮೂತ್ರ ವಿಸರ್ಜನೆ ಮಾಡಿ ಬಾ ಎಂದು ತಿಳಿಸಿದೆ. ಅವಳಿಗೆ ನನ್ನ ಬಳಿಯಿದ್ದ ೫ ನಿದ್ರೆ ಗುಳಿಗೆಗಳನ್ನು ಕೊಟ್ಟಿದ್ದೆ. ಶೌಚಾಲಯಕ್ಕೆ ಹೋಗುವ ಮೊದಲು ಅವಳನ್ನು ನಂಬಿಸಿ ನಿನ್ನ ಚಿನ್ನದ ಮಾಲೆಯನ್ನು ಹುಷಾರಾಗಿ ಇಟ್ಟುಕೊಳ್ಳುತ್ತೇನೆ ಎಂದು ಹೇಳಿ ಅದನ್ನು ಪಡೆದುಕೊಂಡೆ. ಆ ನಂತರ ನಾನು ಅಲ್ಲಿಂದ ಪರಾರಿಯಾದೆ.

ಸ್ವಲ್ಪ ದಿನಗಳ ನಂತರ ನಾನು ಬೆಳ್ತಂಗಡಿಗೆ ಹೋಗಿದ್ದಾಗ ಅಲ್ಲಿಯ ಬಸ್ ಸ್ಟಾಂಡ್ ನಲ್ಲಿ ಇದೇ ಗಂಗಮ್ಮ ನನಗೆದುರಾದಳು. ನನ್ನನ್ನು ಕಂಡ ಕೂಡಲೇ ನನ್ನ ಗುರುತು ಹಿಡಿದು ನನ್ನ ಬಳಿ ವೇಗವಾಗಿ ಬರತೊಡಗಿದಳು. ಹೆದರಿದ

ನಾನು ಅಲ್ಲಿಂದ ಓಡಿಹೋಗಲು ಯತ್ನಿಸಿದೆ. ಆಗ ಅವಳು 'ಮೋಸಗಾರ, ಮೋಸಗಾರ, ನನ್ನ ಸರ ಕದ್ದಿದ್ದಾನೆ, ಹಿಡಿಯಿರಿ' ಎಂದು ಚೀರತೊಡಗಿದಳು. ಆಗ ಅಲ್ಲಿದ್ದ ಗಂಗಮ್ಮಳ ಸಂಬಂಧಿಕರಾದ ದೇಜಪ್ಪ ಮತ್ತು ಲೋಕಯ್ಯ ಹಲವಾರು ಸಾರ್ವಜನಿಕರ ಸಹಾಯದಿಂದ ನನ್ನನ್ನು ಹಿಡಿದು ನನ್ನನ್ನು ಬೆಳ್ತಂಗಡಿ ಪೊಲೀಸ್ ಠಾಣೆಗೆ ಕರೆದುಕೊಂಡು ಹೋದರು. ಠಾಣೆಯಲ್ಲಿ ಗಂಗಮ್ಮ ನಾನು ಅವಳ ಚಿನ್ನದ ಆಭರಣಗಳನ್ನು ಕಸಿದುಕೊಂಡಿರುವೆನೆಂದು ದೂರು ನೀಡಿದಳು. ಪೊಲೀಸರ ಮುಂದೆ ನಾನು ತಪ್ಪು ಕಲ್ಪನೆಯಿಂದ ಹೀಗಾಗಿದೆ ಎಂದಾಗ ಅವರು ಯಾವ ಪ್ರಕರಣವನ್ನೂ ದಾಖಲಿಸಿದೇ ನನಗೆ ನೆಕ್ಲೇಸ್ ವಾಪಸ್ಸು ಮಾಡಲು ತಾಕೀತು ಮಾಡಿದರು. ನಾನು ಅವಳ ಚಿನ್ನದ ನೆಕ್ಲೇಸ್ ವಾಪಸ್ಸು ನೀಡುವುದಾಗಿ ತಿಳಿಸಿ, ಅಲ್ಲಿಂದ ಬಿಡಿಸಿಕೊಂಡು ಬಂದೆ. ಆನಂತರ ಕೊರಿಯರ್ ಮುಖಾಂತರ ಅವಳ ಸರವನ್ನು ಅವಳಿಗೆ ಕಳುಹಿಸಿದೆ. ನೆಕ್ಲೇಸ್ ಜೊತೆ ನನ್ನ ಬಳಿ ಇಟ್ಟುಕೊಂಡಿದ್ದ ಬೆಂಡೋಲೆಗಳನ್ನು ವಾಪಸ್ಸು ಮಾಡಿಲ್ಲವೆಂದು ಗಂಗಮ್ಮ ಮತ್ತೊಮ್ಮೆ ಪೊಲೀಸರಿಗೆ ದೂರಿದರೂ ಯಾರೂ ಈ ಬಗ್ಗೆ ತಲೆ ಕೆಡಿಸಿಕೊಳ್ಳಲಿಲ್ಲ.

೨೦೦೪ರಲ್ಲಿ ನನ್ನ ಹೆಂಡತಿಯ ತಾಯಿಗೆ ಗರ್ಭಕೋಶದ ತೊಂದರೆಯಾದುದರಿಂದ ಅವರ ಆರೈಕೆ ನೋಡಲು ಅನುಕೂಲವಾಗುವಂತೆ ಹಾಗೂ ಕನ್ಯಾನದಲ್ಲಿರುವ ನನ್ನ ಮನೆಗೆ ಹೋಗಿ ಬರಲು ಅನುಕೂಲವಾಗುವ ನಿಟ್ಟಿನಲ್ಲಿ ಕಾಸರಗೋಡು ಜಿಲ್ಲೆಯ ಉಪ್ಪಳ ಟೌನಿನ ನಯಬಜಾರ್‌ನಲ್ಲಿ ಬಾಡಿಗೆ ಮನೆಯೊಂದನ್ನು ಪಡೆದು ನನ್ನ ಇಬ್ಬರು ಮಕ್ಕಳನ್ನು ಹತ್ತಿರದ ಇಂಗ್ಲೀಷ್ ಶಾಲೆಗೆ ಸೇರಿಸಿದೆ.

ಎರಡು ರೀತಿ ಫಲ ಕೊಡುವ ನೀಚ ಯೋಜನೆ

೨೦೦೪ರಲ್ಲೇ ನಾನು ನನ್ನ ನೌಕರಿಗೆ ರಾಜೀನಾಮೆ ನೀಡಿ ಶಾಲೆಗೆ ಹೋಗುವುದನ್ನು ನಿಲ್ಲಿಸಿದೆ. ಇದರ ಪರಿಣಾಮವಾಗಿ ನನಗೆ ಹಣದ ಅಡಚಣೆಯಾಗಿ ಜೀವನ ನಿರ್ವಹಣೆ ಕಷ್ಟವಾಯಿತು. ಹೀಗಿರುವಾಗ ಅಮಾಯಕ ಹೆಣ್ಣು ಮಕ್ಕಳನ್ನು ಮದುವೆಯಾಗುತ್ತೇನೆಂದು ನಂಬಿಸಿ ಅವರ ಜೊತೆ ಸುಲಭವಾಗಿ ಲೈಂಗಿಕ ಕ್ರಿಯೆ ನಡೆಸಿ ಅವರ ಆಭರಣಗಳನ್ನು ಲಪಟಾಯಿಸಿದರೆ ಹಣವೂ ಸಿಗುತ್ತದೆ ಹಾಗೂ ಲೈಂಗಿಕ ಸುಖವೂ ದೊರೆಯುತ್ತದೆ ಎಂದು ಗೊತ್ತಾಗಿತ್ತು. ಮದುವೆ ಮಾಡಿಕೊಳ್ಳುತ್ತೇನೆಂದು ನಂಬಿಸಿದರೆ ಯಾವ ಸ್ತ್ರೀಯಾದರೂ ತನ್ನ ಜೊತೆ ಲೈಂಗಿಕ ಕ್ರಿಯೆಗೆ ತಯಾರಾಗುತ್ತಾಳೆ ಹಾಗೂ ಆ ಸಂದರ್ಭದಲ್ಲಿ ಅವಳ ಆಭರಣಗಳನ್ನು ನಾನು ಲಪಟಾಯಿಸಿ ದುಡ್ಡು ಮಾಡಿಕೊಳ್ಳಬಹುದು ಎಂಬ ನಂಬಿಕೆ ನನ್ನಲ್ಲಿ ಬಲವಾಯಿತು. ಆದರೆ, ಈ ಯುವತಿಯರನ್ನು ಹಾಗೆ ಬಿಟ್ಟು ಬಿಟ್ಟರೆ ಯಾವುದಾದರೊಂದು ದಿನ ಗಂಗಮ್ಮಳಂತೆ ತನ್ನನ್ನು ಗುರುತು ಹಿಡಿದು ಪೊಲೀಸರಿಗೆ ಒಪ್ಪಿಸಬಹುದು ಎಂಬ ಹೆದರಿಕೆಯೂ ನನಗೆ ಬಂದಿತು. ಈ ಸಂದರ್ಭದಲ್ಲಿ

ನನಗೆ ಜೈಲಿನಲ್ಲಿ ಭೇಟಿಯಾಗಿದ್ದ ಅಕ್ಕಸಾಲಿಗ ಗುರುಪ್ರಸಾದ್ ಆಚಾರ್ಯ ಹೇಳಿದ ಸೈನೇಡ್ ವಿಷದ ಬಗ್ಗೆ ನೆನಪಾಯಿತು.

ಕೂಡಲೇ ಕಾರ್ಯಪ್ರವೃತ್ತನಾದ ನಾನು ಪುತ್ತೂರಿನಲ್ಲಿ ಆಭರಣಗಳ ಅಂಗಡಿ ಇಟ್ಟಿದ್ದ ಮೊಹಮ್ಮದ್ ಎನ್ನುವವನ ಜೊತೆ ಸ್ನೇಹ ಬೆಳೆಸಿದೆ. ನಾನೂ ಒಬ್ಬ ಅಕ್ಕಸಾಲಿಗ ಎಂದು ನನ್ನನ್ನು ಪರಿಚಯಿಸಿಕೊಂಡು ಚಿನ್ನಾಭರಣಗಳನ್ನು ಪಾಲಿಷ್ ಮಾಡಲು ನನಗೆ ಸೈನೇಡ್ ಬೇಕು ಎಂದು ಕೇಳಿದೆ. ಮೊಹಮ್ಮದ್ ಏಳು ರೂಪಾಯಿಗಳಿಗೆ ನನಗೆ ಒಂದು ಸೈನೇಡ್ ಉಂಡೆಯನ್ನು ಮಾರಿದ. ಈ ಉಂಡೆಯನ್ನು ಮನೆಗೆ ತೆಗೆದುಕೊಂಡು ಹೋಗಿ ಅದನ್ನು ಪುಡಿ ಮಾಡಿ ಹಲವಾರು ಚಿಕ್ಕ ಚಿಕ್ಕ ಗಾಜಿನ ಶೀಶೆಗಳಲ್ಲಿ ತುಂಬಿಕೊಂಡೆ.

ಅವಿವಾಹಿತ ಯುವತಿಯರನ್ನು ಬಸ್‌ಸ್ಟಾಂಡ್, ದೇವಸ್ಥಾನ ಹಾಗೂ ಇನ್ನಿತರ ಸಾರ್ವಜನಿಕರು ಸೇರುವ ಸ್ಥಳದಲ್ಲಿ ಪರಿಚಯಿಸಿಕೊಂಡು ಅವರ ದೂರವಾಣಿ ಸಂಖ್ಯೆಯನ್ನು ಪಡೆದು ಬಳಿಕ ಮಾತುಕತೆಯ ಮೂಲಕ ಅವರ ವಿಶ್ವಾಸಗಳಿಸಿ ಪ್ರೇಮದ ನಾಟಕವಾಡಿ ಅವರನ್ನು ಮದುವೆಯಾಗುವುದಾಗಿ ನಂಬಿಸಿದರೆ ಅವರು ನನ್ನ ಬಲೆಗೆ ಬೀಳುತ್ತಾರೆ. ಅವರನ್ನು ವಿಶ್ವಾಸಕ್ಕೆ ತೆಗೆದುಕೊಂಡ ನಂತರ ಅವರು ಮಾಸಿಕ ಋತುಮತಿಯಾದ ದಿನಾಂಕವನ್ನು ತಿಳಿದುಕೊಂಡು ಅವರು ಗರ್ಭವತಿಯಾಗುವ ಫಲವತ್ತತೆಯ ದಿನದ ಮಧ್ಯಾವಧಿಯನ್ನು ನಿರ್ಧರಿಸಿ ಆ ದಿನಕ್ಕೆ ಸರಿಹೊಂದುವ ಸಮಯದಂದು ವಿವಾಹದ ದಿನಾಂಕವೊಂದನ್ನು ನಿಗದಿ ಮಾಡಿ ಮದುವೆ ಅಗುವುದಕ್ಕಿಂತ ಮುಂಚೆ ಒಂದು ಪೂಜೆಯನ್ನು ದೂರದ ಊರಿನಲ್ಲಿ ಮಾಡಿಸಬೇಕಾಗಿದೆ, ಅಲ್ಲಿಗೆ ಆಭರಣ ಆಲಂಕಾರದೊಂದಿಗೆ ಬರಬೇಕು ಎಂದು ಅವರಿಗೆ ತಿಳಿಸಿ ಅಲ್ಲಿಂದ ದೂರವಿರುವ ಊರಿಗೆ ಕರೆದುಕೊಂಡು ಹೋಗಬೇಕು, ಅಲ್ಲಿನ ಲಾಡ್ಜ್ ಒಂದರಲ್ಲಿ ಉಳಿದುಕೊಂಡು ಆ ರಾತ್ರಿ ಅವಳ ದೇಹಸುಖವನ್ನು ಅನುಭವಿಸಬಹುದೆಂದು ತರ್ಕಿಸಿದೆ.

ಮರುದಿನ ಮುಂಜಾನೆ ನಮ್ಮ ವೈವಾಹಿಕ ಜೀವನದಲ್ಲಿರುವ ದೋಷ ನಿವಾರಣೆ ಮಾಡುವ ಪೂಜೆಯನ್ನು ಮಾಡಬೇಕಾಗಿದೆ ಎಂದು ಹೇಳಿ ಪೂಜೆಯ ಸಮಯ ಯಾವುದೇ ಚಿನ್ನಾಭರಣವನ್ನು ಧರಿಸದೇ ಪೂಜೆಗೆ ನಾವಿಬ್ಬರೂ ಕುಳಿತುಕೊಳ್ಳಬೇಕು ಎಂದು ತಿಳಿಸಿ ಅವಳ ಚಿನ್ನಾಭರಣ, ವಸ್ತುಗಳು ಹಾಗೂ ಮೊಬೈಲ್ ಫೋನನ್ನು ರೂಮಿನಲ್ಲಿಯೇ ಅವಳಿಂದಲೇ ತೆಗೆದಿರಿಸಿಡುವುದು ಸೂಕ್ತ ಎಂದು ಯೋಜನೆ ಹಾಕಿದೆ. ಪೂಜೆಯ ನಂತರ ನಾನು ಉದ್ಯೋಗ ಒಂದರ ಸಂದರ್ಶನಕ್ಕೆ ಹೋಗಬೇಕಾಗಿದೆ, ನೀನು ಬಸ್ ಸ್ಟಾಂಡಿನಲ್ಲಿ ನನಗಾಗಿ ಕಾಯಬೇಕು ಎಂದು ಅವಳನ್ನು ನಂಬಿಸಬೇಕು, ಇಬ್ಬರೂ ಬಸ್ ಸ್ಟಾಂಡಿಗೆ ಬಂದಾಗ ಅವಳಿಗೆ ಹಿಂದಿನ ದಿನದ ದೈಹಿಕ ಸಂಪರ್ಕದ ಬಗ್ಗೆ ನೆನಪಿಸಿ ನೀನು ಗರ್ಭವತಿಯಾದಲ್ಲಿ ನಮಗಾಗುವ ಮಕ್ಕಳಿಗೆ ಒಳ್ಳೆಯ ಯೋಗವಿಲ್ಲ ಹಾಗೂ ನಮಗೂ ಜೀವನದಲ್ಲಿ

ಸುಖವಿಲ್ಲವೆಂದು ಪುರೋಹಿತರು ತಿಳಿಸಿರುವುದರಿಂದ ಗರ್ಭನಿರೋಧಕ ಔಷಧಿ ತೆಗೆದುಕೊಳ್ಳಬೇಕು ಎಂದು ಅವಳನ್ನು ನಂಬಿಸಿ ನನ್ನಲ್ಲಿದ್ದ ಸೈನೈಡ್ ವಿಷವನ್ನೇ ಗರ್ಭನಿರೋಧಕ ಔಷಧಿ ಎಂದು ಅವಳಿಗೆ ನೀಡಿ ಅವಳು ಶೌಚಾಲಯಕ್ಕೆ ಹೋದ ಕೂಡಲೇ ನಾನು ಅಲ್ಲಿಂದ ಪರಾರಿಯಾಗಿ ನಾವಿದ್ದ ಹೋಟೆಲ್ ರೂಮಿಗೆ ಹೋಗಿ ಅವಳ ಚಿನ್ನಾಭರಣ ಹಾಗೂ ಇನ್ನಿತರ ಅಮೂಲ್ಯ ವಸ್ತುಗಳನ್ನು ಬ್ಯಾಗಿನಲ್ಲಿ ಹಾಕಿಕೊಂಡು ನಮ್ಮ ರೂಂ ಖಾಲಿಮಾಡಿ ಬರುವುದು ಉತ್ತಮ ಉಪಾಯ ಎಂದು ಪ್ಲಾನ್ ಮಾಡಿದೆ. ಹೇಗಿದ್ದರೂ ಸೈನೈಡ್ ವಿಷ ಸೇವಿಸಿದರೆ ಅವಳು ಕೂಡಲೇ ಸಾಯುವುದರಿಂದ ನನ್ನ ಕೃತ್ಯವು ಬೆಳಕಿಗೆ ಬರುವುದಿಲ್ಲವೆಂದು ನನಗೆ ಖಾತ್ರಿಯಿತ್ತು.

ಕೃತ್ಯ ನಡೆಸಿದ ನಂತರ ನಾನು ನನ್ನ ಊರಿಗೆ ಮರಳಿ ಬಂದು ದೋಚಿದ್ದ ಚಿನ್ನಾಭರಣಗಳನ್ನು ಮಾರಾಟ ಮಾಡಿದರೆ ಹಣಗಳಿಸಬಹುದು ಹಾಗೂ ನನ್ನ ಬಗ್ಗೆ ಯಾರಿಗೂ ಸಂಶಯ ಬರುವುದಿಲ್ಲವೆಂದು ನಾನು ವಿಸ್ತೃತ ಪ್ಲಾನ್ ಹಾಕಿದೆ.

ನನ್ನ ಪ್ಲಾನ್‌ನಂತೆ ನಾನು ಮೊದಲು ಬಲೆಗೆ ಬೀಳಿಸಿದವಳೇ ಈಡಿಗ ಜಾತಿಗೆ ಸೇರಿದ ವನಿತಾ ಎನ್ನುವವಳು. ಅವಳನ್ನು ೨೦೦೪ರ ಮೇ ತಿಂಗಳಲ್ಲಿ ಉಪ್ಪಿನಂಗಡಿ ಬಸ್ ನಿಲ್ದಾಣದ ಹತ್ತಿರ ನಾನು ಪರಿಚಯ ಮಾಡಿಕೊಂಡೆ. ನಾನೂ ಈಡಿಗ ಜಾತಿಗೆ ಸೇರಿದವನೆಂದು ಆಕೆಗೆ ಹೇಳಿ ನೀನು ನನ್ನನ್ನು ಮದುವೆ ಆಗುತ್ತೀಯಾ ಎಂದು ಕೇಳಿದೆ. ಆಕೆ ಒಪ್ಪಿದಳು. ನಾವಿಬ್ಬರೂ ಹಲವಾರು ದಿನಗಳ ಕಾಲ ಪಾರ್ಕು ಸಿನಿಮಾ ಮುಂತಾದ ಜಾಗಗಳಿಗೆ ಹೋದೆವು. ಈ ರೀತಿ ಓಡಾಡುತ್ತಾ ಒಂದು ದಿನ ನೀನು ಋತುಮತಿಯಾಗಿದ್ದು ಯಾವಾಗ ಎಂದು ಅವಳಿಂದ ಕೇಳಿ ತಿಳಿದುಕೊಂಡು ನನ್ನ ಮನಸ್ಸಿನಲ್ಲೇ ಲೆಕ್ಕಚಾರ ಹಾಕಿ ೨೭ನೇ ತಾರೀಖು ನೀನು ನನ್ನ ಜೊತೆ ಬಾ ನಾವಿಬ್ಬರೂ ಓಡಿಹೋಗಿ ಮದುವೆಯಾಗೋಣ ಎಂದು ಹೇಳಿದೆ. ಅದಕ್ಕೊಪ್ಪಿದ ಆಕೆ ನನ್ನನ್ನು ಮೇ ೨೭ರಂದು ಭೇಟಿಯಾದಾಗ ಅವಳನ್ನು ಬಸ್‌ನಲ್ಲಿ ಬೆಂಗಳೂರಿಗೆ ಕರೆದುಕೊಂಡು ಹೋದೆ. ಬೆಂಗಳೂರಿನಲ್ಲಿ ಕೆ.ಎಸ್.ಆರ್.ಟಿ.ಸಿ ಬಸ್ ನಿಲ್ದಾಣದ ಬಳಿ ಒಂದು ರೂಂನ್ನು ಬಾಡಿಗೆಗೆ ಪಡೆದು ಆ ರಾತ್ರಿ ಅವಳ ಜೊತೆ ಲೈಂಗಿಕ ಕ್ರಿಯೆ ನಡೆಸಿದೆ. ಮಾರನೇ ದಿನ ಬೆಳಿಗ್ಗೆ ಎದ್ದ ಕೂಡಲೇ ಅವಳನ್ನು ಕೆ.ಎಸ್.ಆರ್.ಟಿ.ಸಿ ಬಸ್ ಸ್ಟಾಂಡ್‌ಗೆ ಕರೆದುಕೊಂಡು ಹೋಗಿ ನಿನ್ನೆ ನಾವಿಬ್ಬರು ನಡೆಸಿದ ದೈಹಿಕ ಸಂಪರ್ಕದಿಂದ ನೀನು ಗರ್ಭವತಿಯಾಗುವ ಸಾಧ್ಯತೆ ಇದೆ. ಏಕೆಂದರೆ ನಾವಿಬ್ಬರೂ ಗರ್ಭನಿರೋಧಕಗಳನ್ನು ಬಳಸಿಲ್ಲ. ನೀನು ಇಷ್ಟು ಬೇಗ ಗರ್ಭವತಿಯಾಗುವುದು ನನಗೆ ಇಷ್ಟವಿಲ್ಲ. ಈ ನನ್ನ ಕೈಯಲ್ಲಿನ ಪುಡಿಯನ್ನು ನೀರಿನ ಜೊತೆ ಕುಡಿದು ಶೌಚಾಲಯದಲ್ಲಿ ಮೂತ್ರ ವಿಸರ್ಜನೆ ಮಾಡಿ ಬಾ ಆನಂತರ ನಾವಿಬ್ಬರೂ ಚಹಾ ಕುಡಿಯೋಣ ಇದಾದರೆ ನೀನು ಗರ್ಭವತಿಯಾಗುವುದಿಲ್ಲ ಎಂದು ಹೇಳಿದೆ. ನನ್ನ ಮಾತನ್ನು ನಂಬಿದ ವನಿತಾ

ಶೌಚಾಲಯಕ್ಕೆ ಹೋಗಿ ನಾನು ನೀಡಿದ ಸೈನೇಡ್ ಪುಡಿಯನ್ನು ನೀರಿನ ಜೊತೆ ಕುಡಿದು ಬಿಟ್ಟಳು. ಬಹಳ ಹೊತ್ತು ಆಕೆ ಹೊರಗೆ ಬರದಿದ್ದಾಗ ನಾನು ನನ್ನ ರೂಮಿಗೆ ವಾಪಸ್ಸಾಗಿ ಅವಳ ಆಭರಣಗಳನ್ನು ತೆಗೆದುಕೊಂಡು ಪರಾರಿಯಾದೆ. ವನಿತಾ ಸತ್ತ ಬಗ್ಗೆ ಯಾರಿಗೂ ತಿಳಿಯದೇ ಹೋದಾಗ ನನಗೆ ಇನ್ನಷ್ಟು ಧೈರ್ಯ ಬಂದಿತು. ನಾನು ಸುಲಭವಾಗಿ ಅಮಾಯಕ ಸ್ತ್ರೀಯರನ್ನು ಪುಸಲಾಯಿಸಿ ಅವರ ದೇಹ ಸುಖ ಅನುಭವಿಸಿ ಹಣವನ್ನು ಸಂಪಾದಿಸಬಹುದು ಎಂಬ ಆಸೆ ನನಗೆ ಬಂದಿತು.

ನಾನು ಫೆಬ್ರವರಿ ೦೫ರಲ್ಲಿ ಶಶಿಕಲಾ ಪೂಜಾರಿ ಎಂಬ ಯುವತಿಯೊಬ್ಬಳ ಪರಿಚಯವನ್ನು ಮಾಡಿಕೊಂಡು ಅವಳನ್ನು ಮದುವೆಯಾಗುವುದಾಗಿ ನಂಬಿಸಿದೆ. ಅವಳ ಜತೆ ಸಾಕಷ್ಟು ದಿನಗಳ ಕಾಲ ತಿರುಗಾಡಿದೆ. ಒಂದು ದಿನ ಶಶಿಕಲ ಜೊತೆ ವೇಣೂರು ಬಳಿ ಇರುವ ದೇವಸ್ಥಾನದ ಜಾತ್ರೆಗೆ ಹೋಗಿದ್ದಾಗ ನಾನು ಈ ಹಿಂದೆ ಮೋಸ ಮಾಡಿದ್ದ ಗಂಗಮ್ಮಳ ಸಂಬಂಧಿಕನಾದ ಲೋಕಯ್ಯ ಎನ್ನುವವನು ನಮ್ಮನ್ನು ನೋಡಿ ನಾನು ಇನ್ನೊಂದು ಯುವತಿಗೆ ಮೋಸ ಮಾಡಲು ಹೊರಟಿದ್ದೇನೆಂದು ಭಾವಿಸಿ ನನ್ನನ್ನು ತಡೆದು ನಿಲ್ಲಿಸಿ ನೀನು ಗಂಗಮ್ಮಳಂತೆಯೇ ಇವಳಿಗೂ ಮೋಸಮಾಡಲು ಹೊರಟಿರುವೆಯಾ ಎಂದು ಜೋರು ದನಿಯಲ್ಲಿ ಕೇಳಿದ. ನಾನು ಏನೂ ಮಾತನಾಡಲಿಲ್ಲ. ಅಷ್ಟರಲ್ಲಿ ಅಕ್ಕಪಕ್ಕದಲ್ಲಿದ್ದ ಜನ ನೆರೆದರು. ಆ ಸಮಯದಲ್ಲಿ ಅಲ್ಲಿಗೆ ಒಂದು ಪೊಲೀಸ್ ಜೀಪು ಬಂದು ಜೀಪಿನಲ್ಲಿ ನನ್ನನ್ನು ನೇರವಾಗಿ ಪೊಲೀಸ್ ಠಾಣೆಗೆ ಕರೆದೊಯ್ದರು.

ಪೊಲೀಸ್ ಠಾಣೆಯ ವಿಚಾರಣೆಯಲ್ಲಿ ನಾನು ನನಗೆ ಹೆಣ್ಣು ಮಕ್ಕಳ ಖಯಾಲಿ ಇದೆಯೆಂದು ಹೇಳಿ ನಾನು ಹೆಣ್ಣು ಮಕ್ಕಳನ್ನು ಮದುವೆ ಆಗುತ್ತೇನೆಂದು ಹೇಳಿ ಮೋಸ ಮಾಡುತ್ತಿರುವೆ ಎಂದು ಒಪ್ಪಿಕೊಂಡೆ. ನಾನು ಸಂಸಾರವಂತ, ಆದರೆ ನನಗೆ ಬೇರೆ ಹೆಣ್ಣು ಮಕ್ಕಳ ದೇಹ ಸುಖ ಬೇಕು ಇದಕ್ಕಾಗಿ ನಾನು ಶಶಿಕಲಾಳನ್ನು ಬಲೆಗೆ ಬೀಳಿಸಿದೆ ಎಂದು ಠಾಣೆಯಲ್ಲಿ ಹೇಳಿಕೆ ನೀಡಿದೆ. ನನ್ನ ಹೇಳಿಕೆಯ ಮೇರೆಗೆ ವೇಣೂರು ಪೊಲೀಸ್ ಠಾಣೆಯಲ್ಲಿ ದಂಡ ಪ್ರಕ್ರಿಯಾ ಸಂಹಿತೆ ಸೆಕ್ಯೂರಿಟಿ ಪ್ರಕರಣವಾದ ಕಲಂ ೧೧೦ ಅನ್ವಯ ಪ್ರಕರಣವೊಂದು ದಾಖಲು ಮಾಡಿಕೊಂಡು ನನ್ನನ್ನು ಮ್ಯಾಜಿಸ್ಟ್ರೇಟ್ ಮುಂದೆ ಹಾಜರು ಮಾಡಿದರು. ಮ್ಯಾಜಿಸ್ಟ್ರೇಟ್ ನ್ಯಾಯಾಲಯದ ಬಳಿ ನಾನು ವಕೀಲರೊಬ್ಬರನ್ನು ಭೇಟಿ ಮಾಡಿ ನನ್ನ ಮೇಲೆ ಅನ್ಯಾಯವಾಗಿ ಪೊಲೀಸರು ಕೇಸು ಹಾಕಿದ್ದಾರೆ, ನಾನು ಯಾವುದೇ ತಪ್ಪು ಮಾಡಿಲ್ಲ, ನೀವು ನನಗೆ ಜಾಮೀನು ಕೊಡಿಸಿ ಎಂದು ದುಂಬಾಲು ಬಿದ್ದು ವಕೀಲರಿಗೆ ನೂರು ರೂಪಾಯಿ ಫೀಸ್ ನೀಡಿದೆ. ಅವರು ನನಗೆ ಜಾಮೀನು ಕೊಡಿಸಿದರು. ಮ್ಯಾಜಿಸ್ಟ್ರೇಟರು ನನ್ನಿಂದ ಯಾವುದೇ ರೀತಿಯ ಮುಚ್ಚಳಿಕೆ ಬರೆಸಿಕೊಳ್ಳಲಿಲ್ಲ.

ಅಮಾಯಕ ಯುವತಿಯರ ಹತ್ಯೆಗಳು

೨೦೦೫ ರಲ್ಲಿ ಮ್ಯಾಜಿಸ್ಟ್ರೇಟರ ಮುಂದೆ ಮುಚ್ಚಳಿಕೆಯನ್ನು ಬರೆಉ ಕೊಟ್ಟ ನಂತರವೂ ನಾನು ನನ್ನ ಚಾಳಿಯನ್ನು ಬಿಡಲಿಲ್ಲ. ಆ ವರ್ಷದಿಂದ ೨೦೦೮ರ ವರೆಗೆ ನಾನು ಕಮಲ, ಶಾಂತಾ, ಶಶಿಕಲ, ಸುಜಾತಾ, ಬೇಬಿ, ಮತ್ತು ಇನ್ನೂ ಹಲವಾರು ಜನರಿಗೆ, ಅವರುಗಳ ಹೆಸರು ನನಗೆ ನೆನಪಾಗುತ್ತಿಲ್ಲ, ಮೋಸ ಮಾಡಿರುವುದಲ್ಲದೇ ಅವರ ಜತೆ ಲೈಂಗಿಕ ಕ್ರಿಯೆ ನಡೆಸಿ ಅವರೆಲ್ಲರಿಗೂ ಬಸ್ ಸ್ಟಾಂಡ್‌ಗಳಲ್ಲೇ ಸೈನೇಡ್ ಕೊಟ್ಟಿರುತ್ತೇನೆ. ಅವರೆಲ್ಲರ ಆಭರಣಗಳನ್ನು ದೋಚಿರುತ್ತೇನೆ.

೨೦೦೯ರ ಏಪ್ರಿಲ್ ೧೫ರಂದು ಸೂರಿಕುಮೇರಿನ ಶಾಂತಿ ಎಂಬುವಳನ್ನು ಕೆಲಸ ಕೊಡಿಸುತ್ತೇನೆಂದು ನಂಬಿಸಿ, ಮಡಿಕೇರಿಗೆ ಕರೆದುಕೊಂಡು ಹೋಗಿ, ಅದೇ ದಿನ ಲಾಡ್ಜ್‌ನಲ್ಲಿ ರೂಂ ಮಾಡಿ ಅವಳೊಂದಿಗೆ ಸಂಭೋಗ ನಡೆಸಿ, ಮರುದಿನ ಬೆಳಿಗ್ಗೆ ಅವಳಲ್ಲಿ ಕೆಲಸದ ಸಂದರ್ಶನವಿದೆ ಎಂದು ನಂಬಿಸಿ, ಅವಳಿಂದಲೇ ಅವಳು ಧರಿಸಿದ ಚಿನ್ನಾಭರಣಗಳನ್ನು ಬಿಚ್ಚಿಸಿ, ರೂಂನಲ್ಲಿಡಿಸಿ, ಅವಳನ್ನು ಮಡಿಕೇರಿಯ ಸರ್ವಿಸ್ ಬಸ್‌ಸ್ಟಾಂಡ್‌ಗೆ ಕರೆದುಕೊಂಡು ಹೋಗಿ, ಅವಳಿಗೆ ಹಿಂದಿನ ದಿನ ದೈಹಿಕ ಸಂಭೋಗ ನಡೆಸಿದ ವಿಚಾರವನ್ನು ನೆನಪಿಸಿ, ಗರ್ಭನಿರೋಧಕ ಔಷಧಿಯೆಂದು ಸೈನೇಡ್ ಪೌಡರನ್ನು ಕೊಟ್ಟೆ. ನನ್ನ ಮಾತನ್ನು ನಂಬಿ ನಾನು ನೀಡಿದ ಸೈನೇಡ್‌ನ್ನು ಕುಡಿದು ಕೆಳಗೆ ಬಿದ್ದಳು. ಅವಳು ಸತ್ತಳೆಂದು ತಿಳಿದು ರೂಂಗೆ ವಾಪಸ್ ಬಂದು ಅವಳ ಚಿನ್ನಾಭರಣ ಮತ್ತು ಫೋನ್‌ನನ್ನು ದೋಚಿ ಅದನ್ನು ಮಾರಾಟ ಮಾಡಲು ಪ್ರಯತ್ನಿಸಿದಾಗ ಅದು ನಕಲಿ ಚಿನ್ನಾಭರಣವೆಂದು ಗೊತ್ತಾಯಿತು. ಅದನ್ನು ದೇರಳಕಟ್ಟೆಯ ಬಳಿ ಬಿಸಾಡಿದೆನು. ಆದರೆ ಸ್ವಲ್ಪ ದಿನದ ನಂತರ ನಾನು ಶಾಂತಿಯನ್ನು ಬಿ.ಸಿ.ರೋಡ್ ಬಸ್ ಸ್ಟಾಂಡ್ ಬಳಿ ನೋಡಿದೆನು. ಅವಳು ಸತ್ತಿಲ್ಲವೆಂದು ಖಾತರಿಯಾಯಿತು. ಆಗ ನಾನು ಅವಳಿಗೆ ಕೊಟ್ಟ ಸೈನೇಡ್‌ನ ಡೋಝ್ ಕೆಲಸಮಾಡಿಲ್ಲ, ಅಥವಾ ಆಕೆ ನಾನು ಕೊಟ್ಟ ಪುಡಿಯನ್ನು ತಿಂದಿಲ್ಲ ಎಂದು ಗೊತ್ತಾಯಿತು. ಸೈನೇಡ್ ಪುಡಿ ಗಾಳಿಗೆ ತಾಕಿದರೆ ತನ್ನ ತೀವ್ರತೆಯನ್ನು ಕಳೆದುಕೊಳ್ಳುತ್ತದೆ ಎಂದು ಆನಂತರ ನಾನು ಅಕ್ಕಸಾಲಿಗರಿಂದ ತಿಳಿದುಕೊಂಡೆ. ಆಂದಿನಿಂದ ನಾನು ಆ ಪುಡಿಯನ್ನು ಗಾಳಿ ಹೋಗದಂತಹ ಸಣ್ಣ ಬಾಟಲಿಗಳಲ್ಲಿ ತುಂಬಿಡಲು ಆರಂಭಿಸಿದೆ. ಅಲ್ಲದೆ ಮುಂದಿನ ದಿನಗಳಲ್ಲಿ ನಾನು ಹೆಚ್ಚಿನ ಪ್ರಮಾಣದ ಪುಡಿಯನ್ನು ನೀಡಬೇಕು ಎಂದು ನಿರ್ಧರಿಸಿದೆ.

೨೦೦೯ರ ಮೇ ತಿಂಗಳಲ್ಲಿ ಬಿ.ಸಿ.ರೋಡ್ ಬಸ್ ಸ್ಟಾಂಡ್‌ನಲ್ಲಿರುವ ಶ್ರೀನಿವಾಸ ಆರ್ಕೇಡ್‌ನ ಬಳಿ ಇರುವ ಎಸ್.ಟಿ.ಡಿ ಬೂತಿನ ಬಳಿ ಬಸ್‌ಗಾಗಿ ಕಾಯುತ್ತಿದ್ದಾಗ ಒಂಟಿ ಅವಿವಾಹಿತ ಹುಡುಗಿಯೊಬ್ಬಳು ನಿಂತುಕೊಂಡಿರುವುದನ್ನು ಕಂಡು ಆಕೆಯ ಬಳಿಗೆ ಹೋಗಿ, ಪರಿಚಯಸ್ಥನಂತೆ ನಟಿಸಿ, "ನೀನು ಅಂಗನವಾಡಿಯಲ್ಲಿ ಕೆಲಸದಲ್ಲಿದ್ದೀಯಾ?" ಎಂದು ಕೇಳಿದೆ. ಅದಕ್ಕೆ ಅವಳು "ಇಲ್ಲಾ" ಎಂದು ಉತ್ತರಿಸಿದಳು.

ಆಕೆಯನ್ನು ಪರಿಚಯಿಸಿಕೊಂಡಾಗ ಆಕೆ ಬರಿಮಾರು ಕೋಡಿಮನೆ ಎಂಬಲ್ಲಿಯ ಹಿಂದೂ ಕುಲಾಲ ಜಾತಿಯ ಅವಿವಾಹಿತ ಯುವತಿ ಅನಿತಾ ಎಂದು ತಿಳಿಯಿತು. ಅವಳಲ್ಲಿ ನಾನು ಕೂಡ ಕುಲಾಲ ಜಾತಿಯವನೆಂದೂ ನನ್ನ ಹೆಸರು ಸುಧಾಕರ ಕುಲಾಲ್ ಎಂದು ಹೇಳಿ ಆಕೆಯ ಮನೆಯ ಹಾಗೂ ಆಕೆಯ ಮೊಬೈಲ್ ನಂಬರ್ ಪಡೆದೆ.

ನಂತರ ಮಡಿಕೇರಿ ಸಂಪಾಜೆಯ ಕಾವೇರಿ ಎಂಬುವಳನ್ನು ಕೊಲೆ ಮಾಡಿ ಮುಗಿಸಿ ಕಾವೇರಿಯಿಂದ ಕದ್ದಿದ್ದ ಅವಳ ಮೊಬೈಲ್ ಮೂಲಕ ಅನಿತಾಳನ್ನು ಸಂಪರ್ಕಿಸುತ್ತಿದ್ದೆ. ನಾನು ಆಕೆಯೊಂದಿಗೆ ಮದುವೆಯಾಗೋಣವೆಂದು ಮಾತುಕತೆ ಮಾಡಿದೆ. ಅಂತೆಯೇ ಅವಳು ನನ್ನೊಂದಿಗೆ ಬರಲು ಒಪ್ಪಿದಳು. ೨೦೦೯ರ ಜೂನ್ ೧೬ ರಂದು ನಾನು ಅನಿತಾಳ ಮೊಬೈಲ್‌ಗೆ ಕರೆ ಮಾಡಿ ಎರಡು ದಿನಗಳ ನಂತರ ಮುಂಜಾನೆಯ ಸಮಯ ದೂರದ ಊರೊಂದರಲ್ಲಿ ವಿವಾಹ ಪೂರ್ವ ಪೂಜಾವಿಧಿಯೊಂದನ್ನು ಮಾಡಿ ಅದೇ ಸಂಜೆಯೇ ನಮ್ಮ ಸುಮಧುರ ಮದುವೆಯು ನೇರವೇರಬೇಕಾಗಿರುವುದರಿಂದ ಹೆಚ್ಚಿನ ಚಿನ್ನಾಭರಣ ಧರಿಸಿಕೊಂಡು ಮನೆಯಲ್ಲಿ ನಮ್ಮ ಮದುವೆಯ ವಿಚಾರ ಯಾರಿಗೂ ತಿಳಿಸದೇ ವೈಯಕ್ತಿಕ ಕೆಲಸಕ್ಕೆ ಹೋಗಿ ಬರುವುದಾಗಿ ಹೇಳಿ ಮಾರನೆಯ ದಿನ ಮನೆಯಿಂದ ಹೊರಟು ಬಿ.ಸಿ.ರೋಡ್ ಬಸ್ ನಿಲ್ದಾಣದ ಬಳಿ ನಾವು ಪ್ರಥಮವಾಗಿ ಭೇಟಿಯಾದ ಜಾಗಕ್ಕೆ ಬರುವಂತೆ ತಿಳಿಸಿದೆ.

ನಾನು ದಿನಾಂಕ ೧೭-೬-೨೦೦೯ರಂದು ಬೆಳಿಗ್ಗೆ ಸೈನೇಡ್ ತುಂಬಿದ ಬಾಟ್ಲಿ ಹಾಗೂ ನಾನು ದಿನನಿತ್ಯ ಹಿಡಿಯುವ ಬ್ಯಾಗಿನೊಂದಿಗೆ ಬಿ.ಸಿ ರೋಡ್ ಬಸ್ ಸ್ಟಾಂಡ್ ಬಳಿಗೆ ಬಂದ ನಂತರ ಅಲ್ಲಿರುವ ಫ್ಯಾನ್ಸಿ ಅಂಗಡಿಯಿಂದ ಕರಿಮಣಿ ಸರ ಒಂದನ್ನು ಖರೀದಿಸಿದೆ ಅನಿತಾಳು ಬೆಳಿಗ್ಗೆ ೧೦.೩೦ ಗಂಟೆಯ ಸುಮಾರಿಗೆ ಕಿಟ್ ಬ್ಯಾಗೊಂದನ್ನು ಹಿಡಿದುಕೊಂಡು ಬಿ.ಸಿ ರೋಡು ಬಸ್ಸು ನಿಲ್ದಾಣದ ಬಳಿಗೆ ಬಂದಳು. ನಂತರ ನಾವಿಬ್ಬರೂ ಮಂಗಳೂರು ಕಡೆಯಿಂದ ಹಾಸನ ಕಡೆಗೆ ಹೋಗುವ ಕೆ.ಎಸ್.ಆರ್.ಟಿ.ಸಿ ಬಸ್ಸೊಂದರಲ್ಲಿ ಹಾಸನಕ್ಕೆ ಹೊರಟೆವು. ಸಂಜೆ ಸುಮಾರು ೪.೧೫ ಗಂಟೆಗೆ ಹಾಸನ ತಲುಪಿದ ನಾನು ಅಂಗಡಿಯಿಂದ ಪಡೆದ ಕರಿಮಣಿಸರವನ್ನು ಕುತ್ತಿಗೆಯಲ್ಲಿ ಹಾಕಿಕೊಳ್ಳುವಂತೆ ಹೇಳಿ ಸರವನ್ನು ಅವಳಿಗೆ ನೀಡಿದೆ. ಈ ಸರವನ್ನು ಏಕೆ ಧರಿಸಬೇಕೆಂದು ಅನಿತಾ ಕೇಳಿದಾಗ, ಇದನ್ನು ಹಾಕಿಕೊಳ್ಳದಿದ್ದರೆ ನಮ್ಮನ್ನು ನೋಡಿದ ಎಲ್ಲ ಜನರಿಗೂ ಸಂಶಯ ಬರುತ್ತದೆ, ಅಲ್ಲದೇ ಲಾಡ್ಜನಲ್ಲಿ ರೂಂ ಕೂಡ ಕೊಡುವುದಿಲ್ಲವೆಂದು ತಿಳಿಸಿದೆ. ಅಂತೆಯೇ ಅನಿತಾಳು ನಾನು ನೀಡಿದ ಕರಿಮಣಿ ಸರವನ್ನು ತನ್ನ ಕುತ್ತಿಗೆಗೆ ಯಾರೂ ನೋಡದಂತೆ ಹಾಕಿಕೊಂಡಳು. ನಂತರ ಹಾಸನ ಕೆ.ಎಸ್.ಆರ್.ಟಿ.ಸಿ ಬಸ್ ನಿಲ್ದಾಣದ ಪಕ್ಕದಲ್ಲಿದ್ದ ಒಂದು ಲಾಡ್ಜ್‌ಗೆ ಹೋಗಿ ರೂಮು ಬೇಕಾಗಿದೆ ಎಂದು ಕೇಳಿದೆ. ರಿಸೆಪ್ಷನಿಸ್ಟ್

ಒಂದು ರಿಜಿಸ್ಟರ್ ನೀಡಿ ನನ್ನ ಹೆಸರು, ವಿಳಾಸವನ್ನು ಬರೆಯುವಂತೆ ತಿಳಿಸಿದ. ಅಂತೆಯೇ ನಾನು ಅನಿತಾಳನ್ನು ನನ್ನ ಹೆಂಡತಿಯೆಂದು ಪರಿಚಯಿಸುತ್ತಾ ಆ ರಿಜಿಸ್ಟರ್‌ನಲ್ಲಿ ಸುಧಾಕರ್ ಕುಲಾಲ್, ಎಂದು ಬರೆದು ಸಹಿ ಮಾಡಿ ರೂಮಿನ ಬಾಡಿಗೆಯನ್ನು ಮುಂಗಡವಾಗಿ ಪಾವತಿಸಿರುತ್ತೇನೆ. ನಾನು ಮತ್ತು ಅನಿತಾ ಆ ರೂಮಿನಲ್ಲಿ ಉಳಿದುಕೊಂಡು ರಾತ್ರಿ ಲಾಡ್ಜಿಗೇ ಹೋಟೇಲ್‌ನಿಂದ ಊಟ ತರಿಸಿ ಊಟ ಮಾಡಿ ಅವಳ ವಿರೋಧವಿದ್ದರೂ ಸಹಾ ಅವಳನ್ನು ಪುಸಲಾಯಿಸಿ ದೈಹಿಕ ಸಂಪರ್ಕ ಮಾಡಿದೆ.

ಮಾರನೆಯ ಮುಂಜಾನೆ ೫ ಗಂಟೆಗೆ ಎದ್ದು ಸ್ನಾನ ಮುಗಿಸಿ ಹೋಗಬೇಕಾಗಿದೆ ಎಂದು ಅವಳಿಗೆ ತಿಳಿಸಿ ನಾವಿಬ್ಬರೂ ಮಲಗಿದೆವು. ಬೆಳಿಗ್ಗೆ ಇಬ್ಬರೂ ಬೇಗನೇ ನಾನು ಸ್ನಾನ ಮಾಡಿ ಹೊಸಬಟ್ಟೆ ಧರಿಸಿ ಹೊರಡಲು ರೆಡಿಯಾದ ಸಮಯದಲ್ಲಿ ನಾನು ಅನಿತಾಳನ್ನು ಉದ್ದೇಶಿಸಿ ನನಗೆ ಈ ದಿನ ಕಂಪನಿಯೊಂದರಲ್ಲಿ ಉದ್ಯೋಗ ಸಂದರ್ಶನವಿರುವುದರಿಂದ ನೀನು ಬಡತನದಿಂದ ಇರುವ ಪತ್ನಿಯಂತೆ ಕಾಣಬೇಕಾದರೆ, ಯಾವುದೇ ಚಿನ್ನಾಭರಣವನ್ನು ಧರಿಸಬಾರದೆಂದು ತಿಳಿಸಿ ತಾನು ಧರಿಸಿದ್ದ ಚಿನ್ನಾಭರಣವನ್ನು ಹಾಗೂ ಮೊಬೈಲ್ ಫೋನನ್ನು ತನ್ನ ಬ್ಯಾಗಿನಲ್ಲಿರಿಸಿ ರೂಮಿನಲ್ಲಿಯೇ ಇಡುವಂತೆ ಹೇಳಿದೆ. ಅದಕ್ಕೆ ಅವಳು ಒಪ್ಪಿ ಅಂತೆಯೇ ಮಾಡಿದಳು.

ಬಳಿಕ ನಾನು ಅವಳ ಜೊತೆ ಕೆ.ಎಸ್.ಆರ್.ಟಿ.ಸಿ ಬಸ್ ನಿಲ್ದಾಣದ ಕಡೆಗೆ ಹೋಗಿ ಹಿಂದಿನ ರಾತ್ರಿ ನಾವಿಬ್ಬರೂ ನಡೆಸಿದ್ದ ದೈಹಿಕ ಸಂಪರ್ಕವನ್ನು ಅವಳಿಗೆ ನೆನಪಿಸಿ ನೀನು ಗರ್ಭವತಿಯಾದಲ್ಲಿ ನಮಗಾಗುವ ಮಕ್ಕಳಿಗೆ ಒಳ್ಳೆಯ ಯೋಗವಿಲ್ಲ ಹಾಗೂ ನಮಗೂ ಜೀವನದಲ್ಲಿ ಸುಖವಿಲ್ಲವೆಂದು ಪುರೋಹಿತರು ತಿಳಿಸಿರುವುದರಿಂದ ಗರ್ಭ ನಿರೋಧಕ ಔಷಧಿ ನನ್ನಲ್ಲಿ ಇದೆ. ಅದನ್ನು ಸೇವಿಸಿ ಕೂಡಲೇ ಮೂತ್ರ ವಿಸರ್ಜನೆ ಮಾಡಬೇಕು. ನಂತರ ೫ ನಿಮಿಷದ ಬಳಿಕ ಚಹಾ ಕುಡಿದಲ್ಲಿ ಯಾವುದೇ ಸೈಡ್ ಎಫೆಕ್ಟ್ ಇಲ್ಲವೆಂದು ಅವಳಿಗೆ ಮನವರಿಕೆ ಮಾಡಿದೆ. ಅದಕ್ಕೆ ಅವಳು ಒಪ್ಪಿದಳು.

ನಂತರ ಇಬ್ಬರೂ ಬಸ್ ನಿಲ್ದಾಣದ ಮಹಿಳಾ..ಶೌಚಾಲಯದ ಬಳಿಗೆ ಬಂದೆವು. ಅಲ್ಲಿ ನಾನು ಅವಳಿಗೆ ಮೊದಲೇ ಚಿಕ್ಕ ಡಬ್ಬಿಯಲ್ಲಿ ಸಂಗ್ರಹಿಸಿಟ್ಟಿದ್ದ ಸೈನೇಡ್ ಪುಡಿಯನ್ನು ಅವಳ ಕೈಗೆ ಹಾಕಿ ಒಂದು ಬಾಟಲಿಯಲ್ಲಿ ನೀರನ್ನು ಸಹಾ ಕೊಟ್ಟು ಶೌಚಾಲಯದ ಒಳಗೆ ಹೋಗಿ ಇದನ್ನು ಕುಡಿದು ಮೂತ್ರ ಮಾಡಿ ಬಾ, ನಂತರ ನಾವು ಚಹಾ ಕುಡಿಯುವ, ಲೇಟ್ ಮಾಡಬೇಡ ಎಂದು ಹೇಳಿ ಕಳುಹಿಸಿದೆ. ಆವಳು ನನ್ನನ್ನು ನಂಬಿ ಶೌಚಾಲಯಕ್ಕೆ ಹೋದಳು. ಹತ್ತು ನಿಮಿಷಗಳ ಕಾಲ ಶೌಚಾಲಯದ ಪಕ್ಕದಲ್ಲಿರುವ ಪ್ರಯಾಣಿಕರು ಕುಳಿತುಕೊಳ್ಳುವ ಬೆಂಚಿನಲ್ಲಿ ಕುಳಿತು, ಅನಿತಾಳು ಸತ್ತು ಹೋಗಿರುವುದು ಖಾತರಿಯಾದ ಮೇಲೆ ನಾನು ಅಲ್ಲಿಂದ

ಕೂಡಲೇ ಜಾಗ ಖಾಲಿ ಮಾಡಿ, ರೂಂಗೆ ಹೋಗಿ ಅಲ್ಲಿದ್ದ ಎಲ್ಲಾ ಸೊತ್ತುಗಳನ್ನು ಪಡೆದುಕೊಂಡು ಮತ್ತು ಅನಿತಾಳ ವ್ಯಾನಿಟಿ ಬ್ಯಾಗನ್ನು ಅವಳ ಕಿಟ್ ಬ್ಯಾಗಿನಲ್ಲಿ ಹಾಕಿ ಅದರಲ್ಲಿದ್ದ ಚಿನ್ನಾಭರಣಗಳನ್ನು ಮತ್ತು ಅವಳ ಮೊಬೈಲ್ ಫೋನನ್ನು ನಾನು ತೆಗೆದಿರಿಸಿ, ಬೆಳಿಗ್ಗೆ ೭.೪೫ಕ್ಕೆ ರೂಂ ಖಾಲಿ ಮಾಡಿ ಲಾಡ್ಜ್‌ನ ಕ್ಯಾಶ್ ಕೌಂಟರ್‌ಗೆ ಬಂದು ರೂಂ ಬಿಡುವ ವಿಚಾರವನ್ನು ಕೌಂಟರ್‌ನಲ್ಲಿದ್ದ ವ್ಯಕ್ತಿಗೆ ತಿಳಿಸಿದೆ. ಅವನಿಂದ ರಸೀತಿ ಪಡೆದ ನಾನು ಹಾಸನದಿಂದ ಮಂಗಳೂರಿಗೆ ಹೊರಡುವ ಕೆ.ಎಸ್.ಆರ್.ಟಿ.ಸಿ ಬಸ್ಸಿನಲ್ಲಿ ಹೊರಟೆ. ಅನಿತಾಳ ಕಿಟ್ ಮತ್ತು ಅವಳಿಗೆ ಸಂಬಂಧಪಟ್ಟ ಬಟ್ಟೆ ಮತ್ತು ಬ್ಯಾಗನ್ನು ಬಿ.ಸಿ.ರೋಡ್‌ನಲ್ಲಿ ಬಸ್ಸಿನಿಂದ ಇಳಿಯುವಾಗ ಬಸ್ಸಿನಲ್ಲೇ ಯಾರಿಗೂ ಗೊತ್ತಾಗದಂತೆ ಬಿಟ್ಟು ಇಳಿದಿರುತ್ತೇನೆ. ಅಲ್ಲಿಂದ ನೇರವಾಗಿ ಮನೆಗೆ ಹೋದೆ. ನಂತರ ಅನಿತಾಳ ಚಿನ್ನಾಭರಣಗಳನ್ನು ಪೈನಾನ್ಸ್‌ನಲ್ಲಿ ಅಡವಿಟ್ಟು ಹಣವನ್ನು ಪಡೆದೆ. ಅವಳ ಮೊಬೈಲ್ ಫೋನನ್ನು ನನ್ನ ಬಳಿಯಲ್ಲೇ ಇಟ್ಟುಕೊಂಡಿರುತ್ತೇನೆ. ಅನಿತಾಳು ಕಾಣೆಯಾದ ಬಗ್ಗೆ ಪೊಲೀಸರಿಗೆ ಆಕೆಯ ಮನೆಯವರು ದೂರು ನೀಡಿದ್ದು, ಪೊಲೀಸರು ಸಮರ್ಪಕವಾಗಿ ತನಿಖೆ ಮಾಡದೆ ಕೇಸು ಪತ್ತೆಯಾಗಿರುವುದಿಲ್ಲ ಎಂದು ನನಗೆ ವೃತ್ತಪತ್ರಿಕೆಯ ಮೂಲಕ ತಿಳಿಯಿತು.

ಮೋಹನ್ ಕುಮಾರ್ ಕುಮಾರ್‌ನ ಸುದೀರ್ಘ ಹೇಳಿಕೆಯನ್ನು ಬರೆದುಕೊಳ್ಳುತ್ತಿದ್ದ ಪೊಲೀಸರ ತಂಡಕ್ಕೆ ಸಮಯ ಕಳೆದಿದ್ದೇ ಗೊತ್ತಾಗಿರಲಿಲ್ಲ. ಮೋಹನ್‌ನೇ ಶೌಚಾಲಯಕ್ಕೆ ಹೋಗಬೇಕೆಂದು ಹೇಳಿದಾಗ ಪೊಲೀಸ್ ತಂಡವೂ ಕೆಲ ಕಾಲ ವಿಶ್ರಾಂತಿಯನ್ನು ತೆಗೆದುಕೊಂಡಿತು. ಅರ್ಧ ಗಂಟೆಯ ನಂತರ ತಪ್ಪೊಪ್ಪಿಗೆ ಹೇಳಿಕೆ ಮುಂದುವರೆಯಿತು.

"ಅನಿತಾಳ ಸಮುದಾಯದವರು ಹಾಗೂ ಹಿಂದೂ ಸಂಘಟನೆಯವರು ಒಬ್ಬ ಸ್ವಾಮೀಜಿಯವರ ನೇತೃತ್ವದಲ್ಲಿ ಬಂಟ್ವಾಳ ಗ್ರಾಮಾಂತರ ಪೊಲೀಸ್ ಠಾಣೆಯ ಎದುರು ಪ್ರತಿಭಟನೆ ನಡೆಸಿದ ಬಗ್ಗೆ ದಿನಪತ್ರಿಕೆಯಲ್ಲಿ ಓದಿ ತಿಳಿದು ಸ್ವಲ್ಪ ಭಯಗೊಂಡ ನಾನು ಬಿ.ಸಿ.ರೋಡ್ ಅನ್ನಪೂರ್ಣೇಶ್ವರಿ ದೇವಸ್ಥಾನದ ಪುರೋಹಿತರಲ್ಲಿ ಪ್ರಶ್ನೆಯೊಂದನ್ನು ಕೇಳಿ ನಾನು ಬರಿಮಾರಿನ ಅನಿತಾ ಎಂಬುವಳನ್ನು ಮದುವೆಯಾಗುತ್ತೇನೆಂದು ಹೇಳಿ ಅವಳನ್ನು ಹಾಸನಕ್ಕೆ ಕರೆದುಕೊಂಡು ಹೋಗಿ ಅವಳೊಂದಿಗೆ ಬಲತ್ಕಾರ ದೈಹಿಕ ಸಂಭೋಗ ನಡೆಸಿ ಅವಳನ್ನು ಕೊಲೆ ಮಾಡಿರುತ್ತೇನೆ. ಇದರಿಂದ ನನಗೇನಾದರೂ ತೊಂದರೆ ಬರಬಹುದೇ ಎಂದು ಕೇಳಿದೆ. ಗಾಬರಿಗೊಂಡ ಪುರೋಹಿತರು ದೇವರೇ ನಿನ್ನನ್ನು ಕ್ಷಮಿಸಬೇಕು, ದೇವರಲ್ಲಿ ಪ್ರಾರ್ಥಿಸಿ ಪೂಜೆ ಮಾಡಿಸು ಎಂದು ಹೇಳಿ ವಿಶೇಷ ಪೂಜೆಯನ್ನು ಮಾಡಿಸಲು ಹೇಳಿದರು. ಅಂತೆಯೇ ನಾನು ಸೇವೆ ಮಾಡಿಸಿರುತ್ತೇನೆ. ನಾನು ಅನಿತಾಳ ಜೊತೆಯಲ್ಲಿ ತಂಗಿದ್ದ ಲಾಡ್ಜ್, ಆಕೆಯನ್ನು ಕೊಲೆ ಮಾಡಿದ ಶೌಚಾಲಯ, ಅನಿತಾಳ

ಚಿನ್ನಾಭರಣವನ್ನು ಮಾರಾಟ ಮಾಡಿ ಅಡವಿರಿಸಿದ್ದ ಫೈನಾನ್ಸ್ ಕಛೇರಿ, ಕರಿಮಣಿ ಸರ ಖರೀದಿಸಿದ ಫ್ಯಾನ್ಸಿ ಅಂಗಡಿಯನ್ನು, ಸೈನೇಡ್ ಪಡೆದ ಜ್ಯುವೆಲ್ಲರಿ ಅಂಗಡಿಯನ್ನು, ಸೈನೇಡ್ ತುಂಬಿಸಲು ಚಿಕ್ಕ ಪ್ಲಾಸ್ಟಿಕ್ ಬಾಟಲಿಯನ್ನು ಪಡೆದ ಅಂಗಡಿಯನ್ನು ಮತ್ತು ಮೊಬೈಲ್ ಫೋನನ್ನು ಮಾರಾಟ ಮಾಡಿದ ಜಾಗವನ್ನು ನಿಮಗೆ ತೋರಿಸಿ ಕೊಡುತ್ತೇನೆ" ಎಂದು ಹೇಳಿದ ಮೋಹನ್ "ನಾನು ಈಗಾಗಲೇ ನಿಮಗೆ ತಿಳಿಸಿರುವಂತಹ ಕೃತ್ಯಗಳನ್ನು ನಡೆಸಿದ್ದುದಲ್ಲದೇ ಇನ್ನೂ ಹೆಚ್ಚಿನ ಕೃತ್ಯಗಳನ್ನು ನಡೆಸಿದ್ದು ಮುಂದೆ ನೆನೆಪಿಸಿಕೊಂಡು ತಿಳಿಸುತ್ತೇನೆ" ಎಂದು ತನ್ನ ಸುದೀರ್ಘ ಹೇಳಿಕೆಯನ್ನು ಮುಗಿಸಿದ.

ಮುಂದುವರೆದ ವಿಚಾರಣೆ

ಆರೋಪಿಯ ಹೇಳಿಕೆ ದಾಖಲಾದ ನಂತರ ತನಿಖಾಧಿಕಾರಿ ೨೦೦೯ರಲ್ಲಿ ಹಾಗೂ ಅದಕ್ಕೂ ಪೂರ್ವದಲ್ಲಿ ಮೋಹನ್ ಕುಮಾರ್ ಕೊಲೆ ಮಾಡಿದ್ದ ಹಲವಾರು ಪ್ರಕರಣದ ಬಗ್ಗೆ ಮಾಹಿತಿ ಕಲೆಹಾಕಿದರು. ಆರೋಪಿಯು ಕೇವಲ ದಕ್ಷಿಣ ಕನ್ನಡ ಜಿಲ್ಲೆಯಲ್ಲದೇ ರಾಜ್ಯದ ಬೇರೆ ಬೇರೆ ಜಿಲ್ಲೆಗಳು ಹಾಗೂ ನೆರೆಯ ರಾಜ್ಯ ಕೇರಳದಲ್ಲಿಯೂ ಅಪರಾಧ ಮಾಡಿದ್ದ ಕಾರಣ ಆ ಎಲ್ಲಾ ಪ್ರಕರಣಗಳನ್ನೂ ಸಿ.ಐ.ಡಿ ತನಿಖೆಗೆ ಒಪ್ಪಿಸುವುದೇ ಲೇಸೆಂದು ಭಾವಿಸಿದ ಪೊಲೀಸ್ ಇಲಾಖಾ ಮುಖ್ಯಸ್ಥರು ಎಲ್ಲಾ ಪ್ರಕರಣಗಳನ್ನೂ ಸಿ.ಐ.ಡಿ. ತನಿಖೆಗೆ ಒಪ್ಪಿಸಲು ಆದೇಶಿಸಿದರು.

ದಕ್ಷಿಣ ಕನ್ನಡ ಜಿಲ್ಲಾ ಪೊಲೀಸರು ಮೋಹನ್ ಕುಮಾರ್‌ಗೆ ಸಂಬಂಧಪಟ್ಟ ಕಡತಗಳನ್ನು ಸಿ.ಐ.ಡಿಗೆ ಹಸ್ತಾಂತರ ಮಾಡಿದ್ದಲ್ಲದೆ ತಾವು ಬಂಧನ ಮಾಡಿದ್ದ ಮೋಹನ್ ಕುಮಾರನನ್ನೂ ಸಿ.ಐ.ಡಿ ಅಧಿಕಾರಿಗಳಿಗೆ ಹಸ್ತಾಂತರಿಸಿದರು. ಮೋಹನ್ ಕುಮಾರ್‌ನನ್ನು ಬೆಂಗಳೂರಿಗೆ ಕರೆತಂದಾಗ ಸಿ.ಐ.ಡಿ ಕಛೇರಿಯಲ್ಲಿ ಆತನನ್ನು ತೀಕ್ಷ್ಣವಾದ ವಿಚಾರಣೆಗೆ ಗುರಿಪಡಿಸಲಾಯಿತು. ಆ ಸಂದರ್ಭದಲ್ಲಿ ನಾನೇ ಸಿ.ಐ.ಡಿಯ ಮುಖ್ಯಸ್ಥನಾಗಿದ್ದೆ. ನನ್ನ ಸಮ್ಮುಖದಲ್ಲಿಯೇ ಸಿ.ಐ.ಡಿ ಅಧಿಕಾರಿಗಳ ತಂಡವೊಂದು ಅವನಿಗೆ ಹಲವಾರು ಪ್ರಶ್ನೆಗಳನ್ನು ಹಾಕಿತು.

ಈಗಾಗಲೇ ದಕ್ಷಿಣ ಕನ್ನಡ ಪೊಲೀಸರ ಮುಂದೆ ಮಾಡಿದ್ದ ತಪ್ಪೊಪ್ಪಿಗೆ ಹೇಳಿಕೆಯನ್ನೇ ಪುನರುಚ್ಚರಿಸಿದ ಮೋಹನ್ ಕುಮಾರ್ ಹಲವಾರು ಹೊಸ ವಿಷಯಗಳನ್ನು ಹೊರಗೆಡಹಿದ. ದಕ್ಷಿಣ ಕನ್ನಡ ಪೊಲೀಸರು ಆತ ಮಾಡಿದ್ದನ್ನಲಾದ ಸುಮಾರು ೧೦ ಪ್ರಕರಣಗಳ ಬಗ್ಗೆ ಪತ್ತೆ ಹಚ್ಚಿದ್ದರು. ಸಿ.ಐ.ಡಿ ಅಧಿಕಾರಿಗಳ ಎದುರು ಮೋಹನ್ ಕುಮಾರ್ ಇನ್ನೂ ಹಲವಾರು ಪ್ರಕರಣಗಳ ಬಗ್ಗೆ ಬಾಯಿಬಿಟ್ಟ. ತಾನು ಬೆಂಗಳೂರು, ಮೈಸೂರು, ಹಾಸನ, ಮಡಿಕೇರಿ, ಉಡುಪಿ, ದಕ್ಷಿಣ ಕನ್ನಡ ಜಿಲ್ಲೆಗಳಲ್ಲದೇ ಕೇರಳದ ಕಾಸರಗೋಡು ಜಿಲ್ಲೆಯಲ್ಲಿಯೂ ಈ ರೀತಿಯ ಅಪರಾಧಗಳನ್ನು ಎಸಗಿದ್ದೇನೆ ಎಂದು ಆತ ಹೇಳಿದ. ತಾನು ಕೊಲೆ ಮಾಡಿದ

ಯುವತಿಯರ ಗುರುತು ಗೊತ್ತಾಗದಿರಲೆಂದು ಅವರುಗಳ ವೈಯುಕ್ತಿಕ ವಸ್ತುಗಳಾದ ಪರ್ಸ್, ಕಿಟ್ ಬ್ಯಾಗ್ ಮುಂತಾದುವುಗಳನ್ನು ತಾನು ಕಸದ ತೊಟ್ಟಿಗಳಲ್ಲಿ ಎಸೆಯುತ್ತಿದ್ದೆ ಎಂದು ತಿಳಿಸಿದ ಮೋಹನ್ ತಾನು ತನ್ನ ವೈಯುಕ್ತಿಕ ಸೆಲ್ ಫೋನ್ ಮೂಲಕ ತನ್ನ ಬಲಿಪಶುವಾದ ಯಾವುದೇ ಯುವತಿಯನ್ನೂ ಸಂಪರ್ಕಿಸಿಲ್ಲ ಎಂದ.

"ಸಾಧಾರಣವಾಗಿ ಬಸ್ ಸ್ಟಾಂಡ್‌ಗಳಲ್ಲಿ ಒಬ್ಬಂಟಿಯಾಗಿ ನಿಂತಿದ್ದು ಹಣೆಯಲ್ಲಿ ಕುಂಕುಮ ಧರಿಸಿ ಕೊರಳಲ್ಲಿ ತಾಳಿಯಿಲ್ಲದ ಯುವತಿಯರನ್ನು ಮಾತ್ರ ನಾನು ಸಂಪರ್ಕಿಸುತ್ತುದ್ದೆ. ಅವರ ಜತೆಗೆ ಹತ್ತು ನಿಮಿಷಗಳ ಕಾಲ ಮಾತನಾಡಿದರೆ ಅವರು ಹಿಂದೂ ಜನಾಂಗದವರೋ ಅಲ್ಲವೋ, ವಿವಾಹಿತರೋ ಅಲ್ಲವೋ ಎನ್ನುವುದು ನನಗೆ ತಿಳಿದು ಬರುತ್ತಿತ್ತು. ಹಿಂದೂ ಅವಿವಾಹಿತ ಸ್ತ್ರೀಯರಾದರೆ ಮಾತ್ರ ಅವರೊಡನೆ ಸಂಪರ್ಕವನ್ನು ಮುಂದುವರೆಸುತ್ತಿದ್ದೆ. ನಾನು ಕೊಲೆ ಮಾಡಿದ ಎಲ್ಲರ ಜತೆಯೂ ಇಡೀ ರಾತ್ರಿ ಲಾಡ್ಜಿಂಗ್ ನಲ್ಲಿ ಕಳೆದಿಲ್ಲ. ದೇಹ ಸುಖ ಅನುಭವಿಸಿದ ನಂತರ ರೂಂ ಖಾಲಿ ಮಾಡಿ ಅವರನ್ನು ಬಸ್ ಸ್ಟಾಂಡ್ ಗೆ ಕರೆದೊಯ್ಯುತ್ತಿದ್ದೆ. ಹೀಗಾಗಿ ಬಹಳಷ್ಟು ಜನರು ಸತ್ತದ್ದು ಸಂಜೆಯ ವೇಳೆಯಲ್ಲಿಯೇ "ಎಂದ ಮೋಹನ್ ಕುಮಾರ್.

ತಾನು ಮಾಡಿದ ಹಲವಾರು ಅಪರಾಧಗಳ ವಿವರಗಳನ್ನು ಆತ ಮರೆತಿದ್ದ. ಹೀಗಾಗಿ ನಾವು ಅವನು ಮಾಡಿದ್ದ ಎನ್ನಲಾದ ಪ್ರಕರಣಗಳನ್ನು ಪತ್ತೆ ಹಚ್ಚಲು ಬೇರೊಂದು ಮಾರ್ಗವನ್ನೇ ಅನುಸರಿಸಬೇಕಾಯಿತು.

೨೦೦೪ರಿಂದ ೨೦೧೦ರವರೆಗೆ ಆತ ಅಪರಾಧವೆಸಗಿದ ಜಿಲ್ಲೆಗಳಲ್ಲಿ ಯುವತಿಯರು ಕಾಣೆಯಾದ ಪ್ರಕರಣಗಳ ಮಾಹಿತಿಯನ್ನು ನಾವು ಕಲೆ ಹಾಕಿದೆವು. ಅದಾದ ನಂತರ ಹಲವಾರು ಜಿಲ್ಲೆಗಳ ಮುಖ್ಯ ಬಸ್ ನಿಲ್ದಾಣಗಳಿಗೆ ನಮ್ಮ ತಂಡಗಳನ್ನು ಕಳುಹಿಸಿ, ಬಸ್ ನಿಲ್ದಾಣ ಯಾವ ಪೊಲೀಸ್ ಠಾಣೆಯ ವ್ಯಾಪ್ತಿಯಲ್ಲಿ ಬರುತ್ತದೋ ಆ ಪೊಲೀಸ್ ಠಾಣೆಯಲ್ಲಿ ಅಪರಿಚಿತ ಶವಗಳು ಪತ್ತೆಯಾದ ಪ್ರಕರಣಗಳ ಬಗ್ಗೆ ಮಾಹಿತಿ ಕಲೆ ಹಾಕತೊಡಗಿದೆವು.

ಈ ರೀತಿ ಸುಮಾರು ೨೦-೨೫ ಪ್ರಕರಣಗಳ ಕೇಸ್ ಫೈಲುಗಳನ್ನು ಸಿ.ಐ.ಡಿ ಕಛೇರಿಗೆ ತರಲಾಯಿತು. ಅಪರಿಚಿತ ಶವಗಳು ಬಸ್ ನಿಲ್ದಾಣಗಳಲ್ಲಿ ಸಿಕ್ಕಿದಂತಹ ಪ್ರಕರಣಗಳ ಕಡತಗಳಲ್ಲಿ ಇದ್ದಂತಹ ಛಾಯಾಚಿತ್ರಗಳನ್ನು ಮೋಹನ್ ಕುಮಾರ್‌ಗೆ ತೋರಿಸಲಾಯಿತು. ಅದರಲ್ಲಿ ಹಲವಾರು ಯುವತಿಯರನ್ನು ಮೋಹನ್ ಕುಮಾರ್ ಗುರುತಿಸಿ ತಾನೇ ಅವರನ್ನು ಕೊಲೆ ಮಾಡಿದ್ದಾಗಿ ಒಪ್ಪಿಕೊಂಡ. ಆ ಕೇಸುಗಳ ಬಗ್ಗೆ ಹೆಚ್ಚಿನ ವಿವರಗಳನ್ನು ಕಲೆ ಹಾಕಲಾಯಿತು. ಯುವತಿಯರು ಕಾಣೆಯಾಗಿದ್ದ ಪ್ರಕರಣಗಳ ಕಡತದಲ್ಲಿದ್ದ ಛಾಯಾಚಿತ್ರಗಳನ್ನು, ಅಪರಿಚಿತ ಶವಗಳು ಕಂದು ಬಂದಿದ್ದ ಕಡತಗಳಲ್ಲಿದ್ದ ಛಾಯಾಚಿತ್ರಗಳ ಹೋಲಿಕೆ ಮಾಡಿ ನೋಡಲಾಯಿತು.

ಮೋಹನ್ ಕುಮಾರ್ ಯಾವುದೇ ಸಂಕೋಚವಿಲ್ಲದೆ ತಾನು ಕೊಲೆ ಮಾಡಿದ ಯುವತಿಯರು ಇವರೇ ಎಂದು ಗುರುತಿಸಿದ.

೨೦೦೯ರಲ್ಲಿ ತಾನು ಕೊಲ್ಲೂರಿನಲ್ಲಿ ಶಾಂತಾ ಎನ್ನುವವಳ ಕೊಲೆ ಮಾಡಿದ್ದೇನೆ ಎಂದು ಮೋಹನ್ ಕುಮಾರ್ ಹೇಳಿದ ನಂತರ ಆ ಠಾಣೆಯ ಕಡತಗಳನ್ನು ಪರಿಶೀಲಿಸಲಾಯಿತು. ೯-೧೧-೨೦೦೬ರ ಮಧ್ಯಾಹ್ನ ಸುಮಾರು ೧-೪೫ ಗಂಟೆಗೆ ಕೊಲ್ಲೂರು ನಿವಾಸಿ ನರಸಿಂಹ ಉಡುಪ ಎನ್ನುವ ವ್ಯಕ್ತಿಯು ಊಟಕ್ಕೆಂದು ಮನೆಗೆ ಹೋಗುತ್ತಿದ್ದಾಗ ರಸ್ತೆಯ ಮೇಲೆ ಸುಮಾರು ೩೫ ವರ್ಷ ವಯಸ್ಸಿನ ಸ್ತ್ರೀ ಬಿದ್ದಿರುವುದನ್ನು ಕಂಡ. ಆ ಅಪರಿಚಿತ ಸ್ತ್ರೀಗೆ ಫಿಟ್ಸ್ ರೋಗ ಬಂದಿರಬಹುದೆಂದು ಭಾವಿಸಿದ ನರಸಿಂಹ ಉಡುಪ ಅವಳ ಕೈಗೆ ಬೀಗದ ಕೈಯೊಂದನ್ನು ಕೊಟ್ಟು ಅವಳನ್ನು ರಿಕ್ಷಾ ಒಂದರಲ್ಲಿ ಹಾಕಿಕೊಂಡು ಆಸ್ಪತ್ರೆಗೆ ಕರೆದೊಯ್ದ. ಆಸ್ಪತ್ರೆ ತಲುಪುವಷ್ಟರಲ್ಲಿ ಆ ಸ್ತ್ರೀ ಸತ್ತು ಹೋಗಿದ್ದಳು. ಈ ವಿಷಯವನ್ನು ನರಸಿಂಹ ಉಡುಪ ಕೂಡಲೇ ಕೊಲ್ಲೂರು ಪೊಲೀಸ್ ಠಾಣೆಗೆ ತಿಳಿಸಿದ. ಆತನ ಹೇಳಿಕೆ ಮೇರೆಗೆ ಕೊಲ್ಲೂರು ಪೊಲೀಸ್ ಠಾಣೆಯಲ್ಲಿ ಅಸ್ವಾಭಾವಿಕ ಸಾವಿನ ಪ್ರಕರಣವೊಂದು ದಾಖಲಾಯಿತು. ಶವದ ಪಂಚನಾಮೆಯನ್ನು ಮಾಡಿದ ಪಂಚರು ಈ ಅಪರಿಚಿತ ಹೆಂಗಸಿಗೆ ಫಿಟ್ಸ್ ರೋಗ ಬಂದು ಸತ್ತು ಹೋಗಿದ್ದಾಳೆ ಎನ್ನುವ ಅಭಿಪ್ರಾಯ ನೀಡಿದರು. ಪಂಚನಾಮೆ ನಂತರ ಪೊಲೀಸರು ಕೊಲ್ಲೂರಿನ ಸರ್ಕಾರಿ ಆಸ್ಪತ್ರೆಗೆ ಶವವನ್ನು ಸಾಗಿಸಿದರು. ಸರ್ಕಾರಿ ಆಸ್ಪತ್ರೆಯ ವೈದ್ಯರು ಶವದ ಮೇಲೆ ಮರಣೋತ್ತರ ಪರೀಕೆಯನ್ನು ನಡೆಸಿ ಈ ಸ್ತ್ರೀಯು ಸ್ವಾಭಾವಿಕವಾಗಿ ಸತ್ತಿದ್ದಾಳೆಂದೂ ಆದರೆ ಇವಳ ಮೈಮೇಲೆ ಕೆಲ ಗಾಯಗಳು ಆಗಿವೆ, ಗಾಯಗಳು ನೆಲದ ಮೇಲೆ ಆಕೆ ಬಿದ್ದಿದ್ದರಿಂದ ಆಗಿರಬಹುದು ಎಂದು ಅಭಿಪ್ರಾಯ ಪಟ್ಟು ದೇಹವನ್ನು ಪೊಲೀಸರಿಗೆ ವಾಪಸ್ಸು ನೀಡಿದರು. ಪೊಲೀಸರು ಸ್ಥಳೀಯ ವೃತ್ತ ಪತ್ರಿಕೆಗಳಲ್ಲಿ ಈ ಅಸ್ವಾಭಾವಿಕ ಸಾವಿನ ಬಗ್ಗೆ ಜಾಹೀರಾತೊಂದನ್ನು ನೀಡಿ ಸತ್ತ ವ್ಯಕ್ತಿ ಯಾರು ಎಂದು ತಿಳಿಯದೇ ಹೋದದ್ದರಿಂದ ಹೆಣವನ್ನು ನೆಲದಲ್ಲಿ ಹೂತರು.

ಸಿ.ಐ.ಡಿ ಪೊಲೀಸರ ತನಿಖೆಯಲ್ಲಿ ಹೊಸ ಪ್ರಕರಣಗಳ ಪತ್ತೆ

ಅಪರಿಚಿತ ಶವವು ಪತ್ತೆಯಾದ ಬಗ್ಗೆ ಕೊಲ್ಲೂರು ಪೊಲೀಸರು ವೃತ್ತ ಪತ್ರಿಕೆಗಳಲ್ಲಿ ನೀಡಿದ ಮಾಹಿತಿಯನ್ನು ಓದಿದ ಕಂಕನಾಡಿ ಊರಿನ ರಾಜ ಎಂಬ ವ್ಯಕ್ತಿಯು ಮರುದಿನವೇ ಪೊಲೀಸ್ ಠಾಣೆಗೆ ಬಂದು ಪತ್ರಿಕೆಗಳಲ್ಲಿ ಪ್ರಕಟವಾಗಿರುವ ಯುವತಿಯ ಚಿತ್ರವು ಕಾಣೆಯಾಗಿರುವ ತನ್ನ ಸೋದರಿಯನ್ನು ಹೋಲುತ್ತದೆ ಎಂದು ತಿಳಿಸಿ ಮೃತಳು ಧರಿಸಿದ್ದ ಬಟ್ಟೆ ಬರೆ, ಆಭರಣ ಇತ್ಯಾದಿಗಳನ್ನು ತೋರಿಸಲು ಕೋರಿದ. ಪೊಲೀಸರು ಶವದ ಮೇಲಿದ್ದ ಬಟ್ಟೆಗಳು ಹಾಗೂ ವಾಚನ್ನು ರಾಜನಿಗೆ ತೋರಿಸಿದರು.

ಅವನ್ನು ಕಂಡಕೂಡಲೇ ಗಳಗಳನೆ ಅಳಲಾರಂಭಿಸಿದ ರಾಜು ಮೃತ ವ್ಯಕ್ತಿಯು ೩೨ ವರ್ಷದ ತನ್ನ ಸೋದರಿ ಶಾಂತಾ ಎಂದು ಹೇಳಿ ಶಾಂತಾಳು ಪಿಯುಸಿ ಕಾಲೇಜೊಂದರಲ್ಲಿ ಅಟೆಂಡರ್ ಆಗಿ ಕೆಲಸ ಮಾಡುತ್ತಿದ್ದಳೆಂದೂ ಪ್ರತಿದಿನವೂ ಕಾಲೇಜಿನಿಂದ ಮನೆಗೆ ಸಂಜೆ ೪ ಗಂಟೆಗೆ ವಾಪಸ್ಸಾಗುತ್ತಿದ್ದಳೆಂದೂ, ದಿನಾಂಕ ೯-೧-೨೦೦೬ರಂದು ಆಕೆ ಮನೆಗೆ ಬಾರದಿದ್ದಾಗ ಆತಂಕಗೊಂಡೆವು ಎಂದು ಹೇಳಿ, ಅವಳಿಗಾಗಿ ಹುಡುಕಾಟವನ್ನು ನಡೆಸುತ್ತಿದ್ದುದಾಗಿ ತಿಳಿಸಿದ. ಅದೇ ದಿನದ ವೃತ್ತ ಪತ್ರಿಕೆಗಳಲ್ಲಿ ಶಾಂತಾಳ ಶವದ ಫೋಟೋ ನೋಡಿ ಗಾಭರಿಗೊಂಡು ಪೊಲೀಸ್ ಠಾಣೆಗೆ ಬಂದಿರುವೆನೆಂದು ಹೇಳಿ ತನ್ನ ಸೋದರಿಗೆ ಯಾವುದೇ ರೀತಿಯ ರೋಗ, ರುಜಿನಗಳು ಇರಲಿಲ್ಲವೆಂದೂ, ಅಂತ್ಯ ಸಂಸ್ಕಾರ ಮಾಡಲು ಸೋದರಿಯ ಶವವನ್ನು ತನಗೆ ಕೊಡಬೇಕೆಂದು ಕೋರಿದ.

ಆತನ ಕೋರಿಕೆಯಂತೆ ಮ್ಯಾಜಿಸ್ಟ್ರೇಟರ ಆದೇಶವನ್ನು ಪಡೆದು ಪೊಲೀಸರು ಹೂತಿದ್ದ ಶವವನ್ನು ಹೊರಗೆ ತೆರೆಯಲಾಯಿತು. ಶವವನ್ನು ಹೊರಗೆ ತೆಗೆದಾಗ ಶವದ ಮೇಲೆ ಯಾವುದೇ ರೀತಿಯ ಮರಣೋತ್ತರ ಪರೀಕ್ಷೆ ನಡೆಯದೇ ಹೋಗಿದ್ದು ಮ್ಯಾಜಿಸ್ಟ್ರೇಟರಿಗೆ ಕಂಡು ಬಂದಿತು. ಇದರಿಂದ ಗಾಬರಿಗೊಂಡ ಅವರು ಮಂಗಳೂರಿನ ವೆನ್‌ಲಾಕ್ ಆಸ್ಪತ್ರೆಯಲ್ಲಿ ಶವದ ಮರಣೋತ್ತರ ಪರೀಕ್ಷೆಯನ್ನು ಮಾಡಿಸಬೇಕೆಂದು ಆದೇಶಿಸಿದರು. ಸೆಪ್ಟಂಬರ್ ೧೨ರಂದು ಮಂಗಳೂರು ಆಸ್ಪತ್ರೆಯಲ್ಲಿ ಮರಣೋತ್ತರ ಪರೀಕ್ಷೆ ಮಾಡಲಾಯಿತು. ಶವವು ಕೊಳೆತ ಸ್ಥಿತಿಯಲ್ಲಿ ಇದ್ದುದರಿಂದ ಹಾಗೂ ವಿಸೆರಾ ಪರೀಕ್ಷೆ ಮಾಡಿದ ವಿಧಿ ವಿಜ್ಞಾನಿಗಳು ಯಾವುದೇ ರೀತಿಯ ವಿಷ ಪ್ರಾಶನವಾಗಿಲ್ಲವೆಂದು ಅಭಿಪ್ರಾಯ ಪಟ್ಟ ಕಾರಣ ವೆನ್ಲಾಕ್ ಆಸ್ಪತ್ರೆಯ ವೈದ್ಯರು ಶಾಂತಾಳು ಸ್ವಾಭಾವಿಕ ಕಾರಣಗಳಿಂದ ಸತ್ತಿದ್ದಾಳೆಂದು ಅಭಿಪ್ರಾಯ ಪಟ್ಟರು. ಕೊಲ್ಲೂರು ಪಿ.ಹೆಚ್.ಸಿ ವೈದ್ಯರು ಶವದ ಮೇಲೆ ಕೆಲವು ಗಾಯಗಳು ಆಗಿತ್ತೆಂದು ವರದಿ ಮಾಡಿರುವ ಬಗ್ಗೆ ವೆನ್‌ಲಾಕ್ ಆಸ್ಪತ್ರೆಯ ವೈದ್ಯರನ್ನು ಪ್ರಶ್ನಿಸಿದಾಗ ಆ ಗಾಯಗಳು ನೆಲದ ಮೇಲೆ ಕುಸಿದಾಗ ಆಗಿರಬಹುದು ಎಂಬ ಅಭಿಪ್ರಾಯ ಪಟ್ಟರು. ಕಾಲೇಜಿಗೆ ಕೆಲಸಕ್ಕೆಂದು ಹೋದ ಶಾಂತಾ ಒಬ್ಬಂಟಿಗಳಾಗಿ ಕೊಲ್ಲೂರಿಗೆ ಏಕೆ ಬಂದಳು, ಆಕೆಗೆ ಯಾವುದೇ ರೀತಿಯ ರೋಗರುಜಿನಗಳು ಇಲ್ಲದಿದ್ದರೂ ಶಾಂತಾ ಏಕೆ ಏಕಾಏಕಿ ಸತ್ತಳು ಎನ್ನುವ ಪ್ರಶ್ನೆಗಳನ್ನು ಯಾರೂ ಕೇಳಲೇ ಇಲ್ಲ. ಶವವನ್ನು ವಾರಸುದಾರರಿಗೆ ಕೊಟ್ಟು ತನಿಖೆಯನ್ನು ಕೈಬಿಟ್ಟರು.

ಮೋಹನ್ ಕುಮಾರ್ ಸಿ.ಐ.ಡಿ ಅಧಿಕಾರಿಗಳ ಮುಂದೆ ಮಾಡಿದ ಹೇಳಿಕೆಯಲ್ಲಿ ಶಾಂತಾಳನ್ನು ತಾನು ಮಂಗಳೂರು ಬಸ್ ನಿಲ್ದಾಣದಲ್ಲಿ ಪರಿಚಯ ಮಾಡಿಕೊಂಡಿದ್ದಾಗ್ಯೂ, ೨-೩ ಬಾರಿ ಅವಳನ್ನು ಭೇಟಿ ಮಾಡಿದ ನಂತರ ಅವಳ ಸೆಲ್ ಫೋನ್ ನಂಬರನ್ನು ಪಡೆದಿದ್ದಾಗ್ಯೂ, ಅವಳನ್ನು ಮದುವೆ ಆಗುತ್ತೇನೆಂದು ತಾನು ಕೇಳಿದಾಗ ಆಕೆ ಒಪ್ಪಿದಳೆಂದೂ ಅವಳನ್ನು ದಿನಾಂಕ ೯-೧-೨೦೦೬ರಂದು

ಬೆಳಿಗ್ಗೆ ಬಸ್ ನಿಲ್ದಾಣಕ್ಕೆ ಬರಲು ಹೇಳಿ ಆ ನಂತರ ಅವಳನ್ನು ಕೊಲ್ಲೂರಿಗೆ ಕರೆದು ತಂದು ಅಲ್ಲಿಯ ಲಾಡ್ಜ್ ಒಂದರಲ್ಲಿ ಆಕೆಯ ಜತೆ ಲೈಂಗಿಕ ಕ್ರಿಯೆ ನಡೆಸಿ ಆನಂತರ ಅವಳನ್ನು ಕೊಲ್ಲೂರಿನ ಅನ್ನ ಛತ್ರದ ಬಳಿ ಕರೆತಂದು ಅಲ್ಲಿ ಅವಳಿಗೆ ಸೈನೇಡ್ ಕೊಟ್ಟನೆಂದು ತಿಳಿಸಿದ. ಸಿ.ಐ.ಡಿ ಅಧಿಕಾರಿಗಳು ಕೊಲ್ಲೂರಿನಿಂದ ತಂದಿದ್ದ ಕೇಸ್ ಫೈಲಿನಲ್ಲಿದ್ದ ಶಾಂತಾಳ ಚಿತ್ರವನ್ನು ಮೇಹನ್ ಕುಮಾರ್ ಗುರುತಿಸಿದ.

ಬಹಳಷ್ಟು ಜನರನ್ನು ತಾನು ಬೆಂಗಳೂರು ಹಾಗೂ ಮೈಸೂರು ಬಸ್ ನಿಲ್ದಾಣಗಳಲ್ಲಿ ಕೊಂದಿರುವುದಾಗಿ ಮೋಹನ್ ತಿಳಿಸಿದ ಕಾರಣ ಆ ಬಸ್ ನಿಲ್ದಾಣಗಳಲ್ಲಿ ದೊರಕಿದ್ದ ಅಪರಿಚಿತ ಶವಗಳ ಕೇಸ್ ಫೈಲ್ ಗಳನ್ನು ಪರಿಶೀಲಿಸಲಾಯಿತು.

ಬೆಂಗಳೂರಿನ ಉಪ್ಪಾರಪೇಟೆ ಪೊಲೀಸ್ ಠಾಣೆಯಲ್ಲಿ ಕೆ.ಎಸ್.ಆರ್.ಟಿ.ಸಿ ಅಧಿಕಾರಿಗಳು ಬಸ್ ನಿಲ್ದಾಣದ ಶೌಚಾಲಯದಲ್ಲಿ ಅಪರಿಚಿತ ಮಹಿಳೆಯೊಬ್ಬಳ ಸಾವಿನ ಬಗ್ಗೆ ದೂರು ನೀಡಿದ್ದ ಕಡತವೊಂದು ನಮ್ಮ ಗಮನ ಸೆಳೆಯಿತು. ಶವದ ಮರಣೋತ್ತರ ಪರೀಕ್ಷೆಯಲ್ಲಿ ಮೃತಳು ಕ್ರಿಮಿನಾಶಕವನ್ನು ಸೇವಿಸಿರುವುದರಿಂದ ಆಕೆಯ ಸಾವು ಉಂಟಾಗಿದೆಯೆಂಬ ಅಭಿಪ್ರಾಯ ನೀಡಲಾಗಿತ್ತು.. ಯಾರೋ ಅಪರಿಚಿತ ಹೆಂಗಸು ಜೀವನದಲ್ಲಿ ಜಿಗುಪ್ಸೆ ಹೊಂದಿ ಕ್ರಿಮಿನಾಶಕ ಸೇವಿಸಿ ಆತ್ಮಹತ್ಯೆ ಮಾಡಿಕೊಂಡಿದ್ದಾಳೆಂದು ಪೊಲೀಸರು ಭಾವಿಸಿ ಐದಾರು ತಿಂಗಳ ಕಾಲ ತನಿಖೆ ನಡೆಸಿ ಪ್ರಕರಣವನ್ನು ಮುಚ್ಚಿದ್ದರು. ಕಡತದಲ್ಲಿದ್ದ ಫೋಟೋವನ್ನು ನೋಡಿದ ಮೋಹನ್ ಮೃತಳನ್ನು ತಾನು ೨೦೦೪ ರಲ್ಲಿ ಕೊಂದಿದ್ದ ವನಿತಾ ಎಂದು ಗುರುತಿಸಿದ. ವನಿತಾ ಕಾಣೆಯಾದ ಬಗ್ಗೆ ಯಾವುದಾದರೂ ಪ್ರಕರಣ ದಾಖಲಾಗಿದೆಯೇ ಎಂದು ವಿಚಾರಿಸಿದಾಗ ದಕ್ಷಿಣ ಕನ್ನಡದ ಉಪ್ಪಿನಂಗಡಿ ಪೊಲೀಸ್ ಠಾಣೆಯಲ್ಲಿ ೧೯-೬-೨೦೦೪ರಂದು ವನಿತಾಳ ತಂದೆ ಕೊರಗಪ್ಪ ಪೂಜಾರಿ ಪ್ರಕರಣವೊಂದನ್ನು ದಾಖಲು ಮಾಡಿದ್ದ ವಿಷಯ ಬೆಳಕಿಗೆ ಬಂದಿತು.

ಏತನ್ಮಧ್ಯೆ ಒಂದು ಕುತೂಹಲಕಾರಿ ಘಟನೆ ನಡೆಯಿತು. ಸಿ.ಐ.ಡಿಯ ಡಿ.ಎಸ್.ಪಿಯೊಬ್ಬರು ಮೋಹನ್ ಕುಮಾರ್‌ನನ್ನು ತಮ್ಮ ಕಛೇರಿಯಲ್ಲಿ ವಿಚಾರಣೆ ಮಾಡುತ್ತಿದ್ದರು. ಆ ಡಿ.ಎಸ್.ಪಿ ಕುಳಿತಿದ್ದ ಪಕ್ಕದ ಮೇಜಿನ ಮೇಲೆ ಇದ್ದ ಒಂದು ಭಿತ್ತಿಪತ್ರವನ್ನು ನೋಡಿದ ಮೋಹನ ಕುಮಾರ್ ಅದನ್ನು ತನ್ನ ಕೈಗೆ ತೆಗೆದುಕೊಂಡು ಓದತೊಡಗಿದ. ರಾಜ್ಯ ನಕ್ಸಲ್ ನಿಗ್ರಹ ದಳ ಮುದ್ರಿಸಿದ ಆ ಭಿತ್ತಿಪತ್ರದಲ್ಲಿ ಪೊಲೀಸರಿಗೆ ಬೇಕಾಗಿರುವ ಹಲವಾರು ನಕ್ಸಲರ ಫೋಟೋಗಳನ್ನು ಮುದ್ರಿಸಿ ಆ ವ್ಯಕ್ತಿಗಳು ಕಂಡುಬಂದರೆ ಪೊಲೀಸರಿಗೆ ಸುದ್ದಿ ಮುಟ್ಟಿಸಬೇಕೆಂದೂ ಹಾಗೂ ಮಾಹಿತಿ ನೀಡಿದವರಿಗೆ ಒಂದು ಲಕ್ಷ ರೂಪಾಯಿಗಳ ಬಹುಮಾನ ಕೊಡುವುದಾಗಿ ತಿಳಿಸಲಾಗಿತ್ತು.

ಆ ಭಿತ್ತಿಪತ್ರದಲ್ಲಿದ್ದ ಒಂದು ಫೋಟೋದತ್ತ ಬೆಟ್ಟು ಮಾಡಿದ ಮೋಹನ್ ಕುಮಾರ್ ಜೋರಾಗಿ ನಗತೊಡಗಿದ. ಗಾಬರಿಗೊಂಡ ಡಿ.ಎಸ್.ಪಿ, ಏಕೆ ನಗುತ್ತಿರುವಿ ಎಂದು ಕೇಳಿದಾಗ ಇಲ್ಲಿ ಯಾರ ಚಿತ್ರವಿದೆಯೋ ಆಕೆಯ ಹೆಸರು ಲೀಲಾವತಿ. ಪಾಪ ಆಕೆ ನಕ್ಸಲ್ ಗುಂಪಿಗೆ ಸೇರಿರುವಳೆಂದು ನೀವುಗಳು ಅವಳನ್ನು ಇನ್ನೂ ಹುಡುಕುತ್ತಿರುವಿರಿ. ಅವಳನ್ನು ನಾನೇ ಮರುಳು ಮಾಡಿ ಕರೆದುಕೊಂಡು ಹೋಗಿ ಈಗಾಗಲೇ ಸೈನೈಡ್ ನೀಡಿ ಪರಲೋಕಕ್ಕೆ ಕಳಿಸಿರುವೆ ಎನ್ನುವುದು ನಿಮಗೆ ತಿಳಿದಿಲ್ಲವಲ್ಲ ಎಂದ. ಆ ನಂತರ ಆತ ತಾನು ಲೀಲಾವತಿಯನ್ನು ಯಾವ ಬಸ್ ನಿಲ್ದಾಣದಿಂದ ಪುಸಲಾಯಿಸಿ ಕರೆದುಕೊಂಡು ಹೋಗಿ ಹೇಗೆ ಕೊಲೆ ಮಾಡಿದೆ ಎನ್ನುವ ವಿವರಗಳನ್ನು ಸವಿಸ್ತಾರವಾಗಿ ನಮಗೆ ನೀಡಿದ.

ಇಲ್ಲಿ ಇನ್ನೊಂದು ವಿಷಯವನ್ನು ಪ್ರಸ್ತಾಪಿಸಬೇಕಾಗಿದೆ. ಮೋಹನ್ ಕುಮಾರ್ ಪೊಲೀಸರ ಅತಿಥಿಯಾದ ಬಗ್ಗೆ ಮಾಧ್ಯಮಗಳಲ್ಲಿ ವಿಸ್ತೃತ ವರದಿಗಳು ಬಂದಾಗ ಹಲವಾರು ತಂದೆ ತಾಯಿಗಳು ತಮ್ಮ ಹೆಣ್ಣು ಮಕ್ಕಳು ಕಾಣೆಯಾದ ಬಗ್ಗೆ ದೂರು ಕೊಡಲು ಮುಂದೆ ಬಂದರು. ಕಾರಣಾಂತರಗಳಿಂದ ಅವರು ತಮ್ಮ ಮಕ್ಕಳು ಕಾಣೆಯಾದ ಕೂಡಲೇ ಪೊಲೀಸ್ ಠಾಣೆಗೆ ಹೋಗಿರಲೇ ಇಲ್ಲ. ಇಂತಹ ದೂರುಗಳನ್ನು ಸಿ.ಐ.ಡಿ ಕಛೇರಿಯಲ್ಲಿ ಪರಿಶೀಲನೆ ಮಾಡಿ ಅವುಗಳಲ್ಲಿ ಸಾಧ್ಯವಾದಷ್ಟು ಪ್ರಕರಣಗಳನ್ನು ಪತ್ತೆ ಹಚ್ಚುವ ಕಾರ್ಯವನ್ನು ನಾವು ಮಾಡಿದೆವು. ಸುಮಾರು ನಾಲ್ಕು ವರ್ಷಗಳ ಕಾಲ ಏಕಾಏಕಿ ಕಾಣೆಯಾಗಿದ್ದ ಹಲವಾರು ಯುವತಿಯರ ಪ್ರಕರಣಗಳು ಕಡೆಗೂ ಪತ್ತೆಯಾದವು.

ಮೋಹನ್ ಕುಮಾರ್ ನಮಗೆ ನೀಡಿದ ಮಾಹಿತಿಯಿಂದ ವಿದಿತವಾದದ್ದು ಆತ ಬಲೆಗೆ ಬೀಳಿಸಿದ್ದ ಸರಿಸುಮಾರು ಎಲ್ಲರೂ ಸಾಮಾಜಿಕವಾಗಿ ಹಾಗೂ ಆರ್ಥಿಕವಾಗಿ ದುರ್ಬಲ ವರ್ಗಗಳಿಗೇ ಸೇರಿದ್ದ ಅಂಶ. ತಮ್ಮ ಮಾತಾಪಿತರಿಗೆ ತಮ್ಮ ವಿವಾಹದ ಗುರುತರ ಜವಾಬ್ದಾರಿ ತರುವ ಆರ್ಥಿಕ ತೊಂದರೆಯ ಬಗ್ಗೆ ಅವರಿಗಿದ್ದ ಕಾಳಜಿಯೇ ಆ ಅಮಾಯಕ ಯುವತಿಯರನ್ನು ತೊಂದರೆಗೀಡುಮಾಡಿತೇನೋ. ತಂದೆ ತಾಯಿಗೆ ಹೊರೆ ಆಗದಂತೆ ತಮ್ಮ ವಿವಾಹ ಆದರೆ ಒಳಿತಾಗುತ್ತದೆ ಎನ್ನುವ ಕಾರಣದಿಂದಲೋ ಏನೋ ಅವರು ಮೋಹನ್ ಕುಮಾರನ ಮಣಿಮಾತುಗಳಿಗೆ ಮರುಳಾದರು. ಮೋಹನ್ ಗುರಿಮಾಡಿದ ಎಲ್ಲರೂ ಸುಮಾರು ೩೦ ವರ್ಷ ವಯಸ್ಸಿನ ಆಸುಪಾಸಿನವರು. ಎಲ್ಲರೂ ಯಾವುದಾದರೊಂದು ಉದ್ಯೋಗ ಮಾಡುತ್ತಿದ್ದವರೇ. ಮೋಹನ್ ಹೇಳಿದಂತೆ ಅವರೆಲ್ಲರೂ ಹಿಂದೂ ಕೋಮಿನವರೇ ಆಗಿದ್ದರು. ಮದುವೆಯ ಮಾತನಾಡಿದರೆ ಅಮಾಯಕ ಯುವತಿಯರನ್ನು ಬಲೆಗೆ ಬೀಳಿಸುವುದು ಬಹಳ ಸುಲಭ ಎಂದು ಮನಗಂಡಿದ್ದ ಮೋಹನ್ ಕುಮಾರ್ ಪರಿಸ್ಥಿತಿಯ ಲಾಭವನ್ನು ಪಡೆದು ಅವರನ್ನು ಲೈಂಗಿಕವಾಗಿ ಶೋಷಿಸಿದ್ದಲ್ಲದೇ ಅವರ ಪ್ರಾಣಕಂಟಕನೂ ಆದದ್ದು ಇಡೀ ಇಲಾಖೆಗೆ ಅಚ್ಚರಿ ಮೂಡಿಸಿತ್ತು.

ಮೋಹನ್ ಕುಮಾರ್ ಸಿ.ಐ.ಡಿ ಪೊಲೀಸರ ಮುಂದೆ ಹೇಳಿಕೆ ನೀಡಿದ ನಂತರ ಲೀಲಾವತಿ ಪ್ರಕರಣವಲ್ಲದೆ ಇನ್ನೂ ಹದಿನೈದು ಪ್ರಕರಣಗಳು ಪತ್ತೆಯಾದವು. ಈ ಪ್ರಕರಣಗಳ ತನಿಖೆಗಾಗಿ ನಾನು ವಿಶೇಷ ತಂಡವನ್ನೇ ರಚಿಸಿದೆ. ನಮ್ಮ ತಂಡದ ಅಧಿಕಾರಿಗಳು ಬೇರೆ ಬೇರೆ ಊರುಗಳಿಗೆ ಹೋಗಿ ಅಲ್ಲಿ ಬಸ್ ನಿಲ್ದಾಣದ ಬಳಿಯಿರುವ ಲಾಡ್ಜ್‌ಗಳಿಗೆ ಹೋಗಿ ಮೋಹನ್ ಕುಮಾರ್ ಅಲ್ಲಿಗೆ ಹೋಗಿದ್ದ ದಿನಾಂಕಗಳಂದು ಆತ ಅಲ್ಲಿ ಸಹಿ ಮಾಡಿದ್ದ ರಿಜಿಸ್ಟರ್‌ಗಳನ್ನು ಜಪ್ತು ಮಾಡಲು ಆರಂಭಿಸಿದರು. ಲಾಡ್ಜ್‌ಗಳಲ್ಲಿನ ಸಿಸಿಟಿವಿ ದೃಶ್ಯಗಳನ್ನು ಪರಿಶೀಲಿಸಲಾಯಿತು. ಹಲವಾರು ಹೊಟೇಲ್‌ಗಳು ಅತಿಥಿಗಳ ವಿವರಗಳಿರುವ ರಿಜಿಸ್ಟರ್‌ಗಳನ್ನು ಹೊಂದಿರಲಿಲ್ಲ. ಮತ್ತೆ ಕೆಲವರು ಯಾವುದೇ ವಿವರಗಳನ್ನು ಬರೆದುಕೊಳ್ಳದೆ ಮೋಹನ್ ಕುಮಾರ್‌ಗೆ ರೂಮಿನ ಬೀಗದ ಕೈ ಕೊಟ್ಟಿದ್ದರು. ಹೀಗಾಗಿ ಮೋಹನ್ ಕುಮಾರ್ ತಾನು ಭಾಗಿಯಾಗಿದ್ದ ಬಹಳಷ್ಟು ಪ್ರಕರಣಗಳ ಬಗ್ಗೆ ಮಾಹಿತಿಯನ್ನು ಕೊಟ್ಟಿದ್ದರೂ, ಆ ಪ್ರಕರಣಗಳ ಬಗ್ಗೆ ನ್ಯಾಯಾಲಯದಲ್ಲಿ ದಾವೆ ಹೂಡುವಂತಹ ಪೂರಕ ಸಾಕ್ಷ್ಯಾಧಾರಗಳು ನಮಗೆ ಸಿಕ್ಕಲಿಲ್ಲ. ಕಡೆಗೆ ಸುಮಾರು ೨೦ ಪ್ರಕರಣಗಳಲ್ಲಿ ಸಂಪೂರ್ಣ ಪುರಾವೆ ದೊರೆತ ಕಾರಣದಿಂದ ಮೋಹನ್ ಕುಮಾರ್‌ನ ಮೇಲೆ ವಿವಿಧ ನ್ಯಾಯಾಲಯಗಳಲ್ಲಿ ಆರೋಪ ಪಟ್ಟಿಯನ್ನು ಸಲ್ಲಿಸಲಾಯಿತು. ಆನಂತರ ನಾವೇ ಸರ್ಕಾರಕ್ಕೆ ಪತ್ರ ಬರೆದು ಮೋಹನ್ ಕುಮಾರ್ ವಿರುದ್ಧ ಇರುವ ಎಲ್ಲಾ ಪ್ರಕರಣಗಳ ವಿಚಾರಣೆಯನ್ನು ಒಂದೇ ನ್ಯಾಯಾಲಯದಲ್ಲಿ ವಿಚಾರಣೆ ಮಾಡುವಂತೆ ಮನವಿ ಸಲ್ಲಿಸಿದೆವು.. ನಮ್ಮ ಮನವಿಯಂತೆ ಆತನ ಎಲ್ಲಾ ಪ್ರಕರಣಗಳ ವಿಚಾರಣೆಗಾಗಿ ಒಂದೇ ನ್ಯಾಯಾಲಯವನ್ನು ನೇಮಕ ಮಾಡಲಾಯಿತು.

ಮರಣದಂಡನೆಯಾದರೂ ಪಶ್ಚಾತ್ತಾಪವಿಲ್ಲದ ಕೈದಿ

ಹಿಂಡಲಗಾ ಕಾರಾಗೃಹ, ಬೆಳಗಾವಿ, ೨೦೧೭

ಬೆಳಗಾವಿ ಕಾರಾಗೃಹ ಅಧೀಕ್ಷಕರ ಕೊಠಡಿಯಲ್ಲಿ ೫೪ ವರ್ಷ ವಯಸ್ಸಿನ ಮೋಹನ್ ಕುಮಾರ್ ನನ್ನೆದುರು ಬಂದಾಗ ಇವನೇ ನಾನು ಕೆಲವು ವರ್ಷಗಳ ಹಿಂದೆ ನೋಡಿದ್ದ ವ್ಯಕ್ತಿಯೇ ಎಂಬ ಶಂಕೆ ಮನದಲ್ಲಿ ಮೂಡಿತು. ಏಕೆಂದರೆ ಕಳೆದ ಆರೇಳು ವರ್ಷಗಳಲ್ಲಿ ಆತ ಇನ್ನೂ ಹೆಚ್ಚು ವಯಸ್ಸಾದವನಂತೆ ಕಾಣುತ್ತಿದ್ದ. ಸುಮಾರು ಐದು ಅಡಿ ಐದು ಅಂಗುಲ ಎತ್ತರವಿದ್ದ ಮೋಹನ್ ಕುಮಾರ್ ಸಧೃಡ ಮೈಕಟ್ಟನ್ನು ಹೊಂದಿದ್ದರೂ ಸಣ್ಣಗಿದ್ದ. ಕರಿಯ ಬಣ್ಣವಿದ್ದ ಆತನ ಚೌಕಾಕಾರದ ಮುಖದಲ್ಲಿ ಆತನ ದಪ್ಪ ಮೀಸೆಯೇ ಎದ್ದು ಕಾಣುತ್ತಿತ್ತು. ಬೆಳ್ಳಗಾಗುತ್ತಿದ್ದ ತಲೆಗೂದಲಿಗೆ ಆತ ಬಣ್ಣ ಹಚ್ಚಿಕೊಂಡಿದ್ದನ್ನು ನಾನು ಗಮನಿಸಿದೆ. ಆತನ ವಿಶಾಲವಾದ ಹಣೆಯಲ್ಲಿ ಹಲವಾರು ಗೆರೆಗಳು ಮೂಡಿದ್ದನ್ನು ನೋಡಿದಾಗ ಆತ ಚಿಂತೆಗೀಡಾಗಿರುವನೆಂದು ಯಾರಿಗಾದರೂ ಅನಿಸುತ್ತಿತ್ತು. ಆತ ಮೂರ್ನಾಲ್ಕು ದಿನಗಳ ಕಾಲ ಮುಖ ಕ್ಷೌರ

ಮಾಡಿಕೊಂಡಿರಲಿಲ್ಲ. ನಾನು ಸಿ.ಐ.ಡಿ ಕಛೇರಿಯ ಆವರಣದಲ್ಲಿ ನೋಡಿದ್ದ ಮಾಜಿ ಪ್ರೈಮರಿ ಶಾಲಾ ಮಾಸ್ತರ್‌ನಂತೆ ಅವನು ಕಾಣುತ್ತಿರಲಿಲ್ಲ.

ನನ್ನನ್ನು ನೋಡಿದ ಕೂಡಲೇ ಆತ ನನ್ನನ್ನು ಗುರುತಿಸುತ್ತಾನೆ ಎಂದು ನಾನು ಭಾವಿಸಿದ್ದುದು ತಪ್ಪಾಯಿತು. ಮೋಹನ್ ಕುಮಾರ್ ನನ್ನ ಗುರುತೇ ಹಿಡಿಯಲಿಲ್ಲ. ನನ್ನ ಹೆಸರನ್ನು ಅವನಿಗೆ ಹೇಳಿ ಪರಿಚಯಿಸಿಕೊಂಡಾಗ, ನೀವು ನಿವೃತ್ತ ಐ.ಪಿ.ಎಸ್ ಅಧಿಕಾರಿಯಲ್ಲವೇ ಎಂದು ಕೇಳಿದ. ಸಿ.ಐ.ಡಿ ಕಛೇರಿಯಲ್ಲಿ ಅವನ ವಿಚಾರಣೆ ನಡೆದಾಗ ನನ್ನ ಮುಂದೆಯೇ ಆತ ತನ್ನ ಹೇಳಿಕೆಯನ್ನು ನೀಡಿದ್ದು ಅವನಿಗೆ ಮರೆತೇ ಹೋಗಿತ್ತು.

ಜೈಲಿನಲ್ಲೇ ಹಲವಾರು ವರ್ಷಗಳನ್ನು ಕಳೆದಿದ್ದರೂ ಮೋಹನ್ ಕುಮಾರ್‌ನ ನಡೆ ನುಡಿಯಲ್ಲಿ ಅಧೀರತೆಯನ್ನು ನಾನು ಕಾಣಲಿಲ್ಲ. ಮರಣದಂಡನೆಯನ್ನು ಎದುರಿಸುತ್ತಿದ್ದರೂ ಅವನಲ್ಲಿ ಆತ್ಮವಿಶ್ವಾಸ ಎದ್ದು ಕಾಣುತ್ತಿತ್ತು.

"ನಿನಗೆ ಎಷ್ಟು ಪ್ರಕರಣಗಳಲ್ಲಿ ಮರಣದಂಡನೆಯಾಗಿದೆ ಮೋಹನ್ ಕುಮಾರ್?" ಎಂದು ನಾನು ಕೇಳಿದಾಗ. "ಮೂರು" ಎಂದುತ್ತರಿಸಿದ. "ಈ ಮೂರೂ ಪ್ರಕರಣಗಳಲ್ಲಿ ನಾನು ಅಪೀಲು ಸಲ್ಲಿಸಿದ್ದೇನೆ. ಇವುಗಳಲ್ಲಿ ಒಂದು ಪ್ರಕರಣದಲ್ಲಿ ಮರಣದಂಡನೆಯನ್ನು ಬದಲಾಯಿಸಿ ಜೀವಾವಧಿ ಶಿಕ್ಷೆಯನ್ನು ಕೊಟ್ಟಿದ್ದಾರೆ" ಎಂದ.

"ಒಟ್ಟಾರೆ ಎಷ್ಟು ಪ್ರಕರಣಗಳಲ್ಲಿ ನಿನ್ನ ಮೇಲೆ ಆರೋಪಪಟ್ಟಿ ಸಲ್ಲಿಸಲಾಗಿತ್ತು?"

"ಹತ್ತೊಂಬತ್ತು ಪ್ರಕರಣಗಳಲ್ಲಿ ನನ್ನ ಮೇಲೆ ಆರೋಪ ಪಟ್ಟಿ ಸಲ್ಲಿಸದರು. ಅವುಗಳಲ್ಲಿ ಹದಿನಾರು ಪ್ರಕರಣಗಳು ಇನ್ನು ವಿಚಾರಣೆಯಲ್ಲಿವೆ. ನಾನು ಇಲ್ಲಿಂದಲೇ ಆ ಪ್ರಕರಣಗಳ ವಿಚಾರಣೆಗೆ ಹೋಗಿ ಬರುತ್ತಿದ್ದೇನೆ" ಎಂದ.

"ನಿನ್ನ ವಿರುಧ್ಧದ ಎಲ್ಲ ಪ್ರಕರಣಗಳನ್ನು ವಿಚಾರಿಸಲು ವಿಶೇಷ ನ್ಯಾಯಾಲಯವೊಂದನ್ನು ಸ್ಥಾಪಿಸಲಾಗಿತ್ತಲ್ಲವೇ? ಆದರೂ ನಿನ್ನ ಪ್ರಕರಣಗಳ ವಿಚಾರಣೆ ಏಕೆ ತಡವಾಗಿದೆ?" ಎಂದೆ.

"ನಿಮಗೇ ಗೊತ್ತಲ್ಲವೇ" ಎಂದು ಆತ ಮಾರ್ಮಿಕವಾಗಿ ಉತ್ತರಿಸಿ, "ನಿಮಗೆ ತಿಳಿದಿರಬಹುದು, ಎಲ್ಲಾ ಪ್ರಕರಣಗಳಲ್ಲೂ ನಾನೇ ನನ್ನ ಪರವಾಗಿ ವಾದವನ್ನು ಮಂಡಿಸುತ್ತಿದ್ದೇನೆ" ಎಂದ.

ನಾನು ಹುಬ್ಬೇರಿಸಿ, "ಮೋಹನ್ ಕುಮಾರ್, ನೀನು ನಿನ್ನ ಮಾತುಗಳಿಂದಲೇ ಹಲವಾರು ಯುವತಿಯರನ್ನು ಮೋಡಿ ಮಾಡಿ ಅವರುಗಳನ್ನು ನಿನ್ನ ಬಲೆಗೆ ಬೀಳಿಸಿಕೊಂಡೆ ಎನ್ನುವುದು ಎಲ್ಲರಿಗೂ ತಿಳಿದಿದೆ. ಆದರೆ ಕ್ರಿಮಿನಲ್ ಕೇಸಿನಲ್ಲಿ ನ್ಯಾಯಾಧೀಶರ ಮುಂದೆ ವಾದ ಮಾಡುವುದು ಅಷ್ಟು ಸುಲಭವಲ್ಲ" ಎಂದೆ.

"ಸರ್, ಇಂಗ್ಲೀಷ್‌ನ ಗಾದೆ ಮಾತೊಂದನ್ನು ನೀವು ಕೇಳಿರಬೇಕು, ಬೂಟನ್ನು ಧರಿಸಿದವನಿಗೆ ಅದು ಎಲ್ಲಿ ಕಚ್ಚುತ್ತದೆ ಎಂದು ಗೊತ್ತಿರುತ್ತದೆ. ಸುಖಾಸುಮ್ಮನೆ ಲಾಯರ್‌ಗಳಿಗಾಗಿ ಹಣ ಪೋಲು ಮಾಡುವ ಬದಲು ನಾನೇ ನನ್ನ ಪ್ರಕರಣವನ್ನು ವಾದಿಸುವುದು ಸುಲಭವಲ್ಲವೇ?" ಎಂದ.

"ನಿನಗಾಗಿ ಸರ್ಕಾರವೇ ವಕೀಲರನ್ನು ಕೊಡುತ್ತಿತ್ತು, ನೀನೇನೂ ಹಣ ವ್ಯಯಿಸಬೇಕಾದ್ದಿರಲಿಲ್ಲ,"

ಅಷ್ಟರಲ್ಲಿ ಕಾರಾಗೃಹದ ಅಧೀಕ್ಷಕರು, "ಇವನು ತನ್ನ ಬಿಡುವಿನ ವೇಳೆಯಲ್ಲಿ ಪೊಲೀಸರು ತನ್ನ ವಿರುದ್ಧ ನ್ಯಾಯಾಲಯದಲ್ಲಿ ಸಲ್ಲಿಸಿರುವ ಆರೋಪ ಪಟ್ಟಿಗಳು ಹಾಗೂ ಕಾನೂನು ಪುಸ್ತಕಗಳನ್ನೇ ಹೆಚ್ಚು ಹೆಚ್ಚಾಗಿ ಓದುತ್ತಾನೆ" ಎಂದರು.

"ಎರಡು ಪ್ರಕರಣಗಳಲ್ಲಿ ನಿನಗೆ ಮರಣದಂಡನೆಯಾಗಿದೆ ಎಂದು ಹೇಳಿದೆ. ನೀನು ಮಾಡಿರುವ ಕೃತ್ಯ ತಪ್ಪು ಎಂದು ನಿನಗೆ ಅನಿಸಿಲ್ಲವೇ?"

"ನನಗೆ ಮರಣದಂಡನೆಯಾಗಿರುವ ಬಗ್ಗೆಯೇ ನಾನು ಅಪೀಲು ಹೋಗಿರುವುದು. ನನ್ನ ಮೇಲೆ ಹಾಕಿರುವ ಕೇಸುಗಳೆಲ್ಲ ಸುಳ್ಳು. ಕೇವಲ ಸಾಂದರ್ಭಿಕ ಸಾಕ್ಷ್ಯಗಳ ಆಧಾರದ ಮೇಲೆ ನನಗೆ ಶಿಕ್ಷೆಯಾಗಿದೆ. ಮೇಲಿನ ನ್ಯಾಯಾಲಯ ನನ್ನನ್ನು ಬಿಡುಗಡೆಮಾಡಬಹುದು."

"ಮೂರು ಪ್ರಕರಣಗಳಲ್ಲಿ ನಿನ್ನ ಕೃತ್ಯ ಅಪರಾಧವೆಂದು ನ್ಯಾಯಾಲಯದಲ್ಲಿ ಸಾಬೀತಾಗಿ ನಿನಗೆ ಶಿಕ್ಷೆಯಾಗಿದೆ. ಅಮಾಯಕ ಯುವತಿಯರನ್ನು ಕೊಂದ ಬಗ್ಗೆ ನಿನಗೆ ಪಶ್ಚಾತಾಪ ಬಂದಿರಬೇಕಲ್ಲವೇ?"

"ನಾನು ಯಾರದೇ ಕೊಲೆಯನ್ನು ಮಾಡಿಲ್ಲ, ಪಶ್ಚಾತಾಪ ಏಕೆ ಪಡಬೇಕು?"

"ಹಾಗಾದರೆ ಆ ಯುವತಿಯರು ಹೇಗೆ ಸತ್ತರು?"

"ಅವರು ಕ್ರಿಮಿನಾಶಕವನ್ನೋ ಇಲ್ಲವೂ ಇಲಿ ಪಾಶಾಣವನ್ನೋ ಸೇವಿಸಿ ಆತ್ಮಹತ್ಯೆ ಮಾಡಿಕೊಂಡರಲ್ಲ."

"ಆ ಯುವತಿಯರ ಕೈಗೆ ವಿಷವನ್ನು ಕೊಟ್ಟವನು ನೀನೇ ಅಲ್ಲವೇ?"

"ಇಲ್ಲ, ನಾನು ಅವರಿಗೆ ವಿಷವನ್ನು ಕೊಡಲಿಲ್ಲ"

"ಹೋಗಲಿ ಬಿಡು, ಮೃತ ಹೊಂದಿದ ಯುವತಿಯರ ಜೊತೆಗೆ ನಿನ್ನ ಸ್ನೇಹವಿತ್ತೋ ಇಲ್ಲವೋ?"

"ಇಲ್ಲ"

"ಅವರು ನಿನ್ನ ಜೊತೆ ಲಾಡ್ಜಗಳಿಗೆ ಬಂದಿದ್ದು ಈಗಾಗಲೇ ಸಾಭೀತಾಗಿದೆ. ಅವರಿಗೆ ನಿನ್ನ ಪರಿಚಯವಿಲ್ಲದಿದ್ದರೆ ನಿನ್ನ ಜೊತೆ ಹೇಗೆ ಬಂದರು?"

"ಇದು ನನಗೆ ಗೊತ್ತಿಲ್ಲ"

"ನೀನು ಈ ಹಿಂದೆ ದಕ್ಷಿಣ ಕನ್ನಡ ಪೊಲೀಸರ ಮುಂದೆ ಮತ್ತು ಸಿ.ಐ.ಡಿ ಪೊಲೀಸರ ಮುಂದೆ ವಿವರವಾಗಿ ನಿನ್ನ ತಪ್ಪೊಪ್ಪಿಗೆ ಹೇಳಿಕೆಯನ್ನು ಕೊಟ್ಟಿರುವೆ. ಅವೆಲ್ಲವನ್ನೂ ಅಲ್ಲಗಳೆಯುವೆಯಾ?"

"ಹೌದು. ನಾನು ತಪ್ಪು ಮಾಡಿಲ್ಲ. ಈಗ ಹಿಂದಿನ ವಿಷಯ ಮಾತನಾಡಿ ಪ್ರಯೋಜನವಿಲ್ಲ. ನಾನು ಕೇವಲ ಭವಿಷ್ಯದ ಬಗ್ಗೆ ಮಾತ್ರ ಯೋಚಿಸುತ್ತೇನೆ" ಎಂದ.

"ಹಾಗಾದರೆ ಯಾವ ಪ್ರಕರಣಗಳಲ್ಲೂ ನಿನ್ನ ಕೈವಾಡವಿಲ್ಲವೇ?"

"ಇಲ್ಲ."

ಅವನನ್ನು ಪ್ರಕರಣಗಳ ಬಗ್ಗೆ ಪ್ರಶ್ನಿಸುವುದು ಉಪಯೋಗವಿಲ್ಲವೆಂದುಕೊಂಡು "ನಿನಗೇನಾದರೂ ದೈಹಿಕ ಅಥವಾ ಮಾನಸಿಕ ರೋಗಗಳಿವೆಯೇ?" ಎಂದು ಕೇಳಿದೆ.

ಅಲ್ಲೇ ಇದ್ದ ಕಾರಾಗೃಹದ ವೈದ್ಯರು, "ಇವನಿಗೆ ಯಾವ ರೀತಿಯ ರೋಗವೂ ಇಲ್ಲ, ಸಾಕಷ್ಟು ಆರೋಗ್ಯವಂತನಾಗಿದ್ದಾನೆ, ದಿನಕ್ಕೆ ಮೂರು ಬಾರಿ ಊಟ ಮಾಡುತ್ತಾನೆ. ಚೆನ್ನಾಗಿ ನಿದ್ದೆ ಮಾಡುತ್ತಾನೆ" ಎಂದರು

"ಮೋಹನ್ ಕುಮಾರ್, ನಿನಗೆ ಯಾವುದಾದರೂ ಚಿಂತೆ ಕಾಡುತ್ತಿದೆಯೇ?"

"ಸರ್, ನಾನು ಸದಾಕಾಲವೂ ನನ್ನ ಮಕ್ಕಳ ಬಗ್ಗೆ ಚಿಂತೆ ಮಾಡುತ್ತೇನೆ" ಎಂದ.

"ನಿನಗೆ ಎರಡು ಮೂರು ಮದುವೆಗಳಾಗಿರುವುದು ನಿಜವೇ?"

"ಹೌದು, ಆದರೆ ನನ್ನ ಹೆಂಡತಿಯರು ನನ್ನನ್ನು ಬಿಟ್ಟು ಹೋಗಿದ್ದಾರೆ. ನನ್ನ ಮಕ್ಕಳನ್ನು ನೋಡಿ ನಾನು ಬಹಳ ದಿವಸಗಳಾಗಿವೆ. ಈಗ ಅವರೆಲ್ಲಾ ಸಾಕಷ್ಟು ಬೆಳೆದಿರಬೇಕು".

"ನಿನ್ನ ಪತ್ನಿಯರು ನಿನ್ನನ್ನು ಬಿಟ್ಟು ಹೋಗಲು ಕಾರಣವೇನು?"

"ನನ್ನಿಂದ ತಮಗಾದ ಮಾನಸಿಕ ದು:ಖವನ್ನು ಅವರಿಗೆ ತಡೆಯಲಾಗಲಿಲ್ಲ. ಹೀಗಾಗಿ ಅವರು ನನ್ನನ್ನು ಬಿಟ್ಟು ಹೋದರು. ಕೆಲವು ಸಲ ನನಗನಿಸುತ್ತದೆ, ನಾನೊಬ್ಬ ಕೆಟ್ಟ ಗಂಡ ಹಾಗೂ ಕೆಟ್ಟ ತಂದೆ ಎಂದು"

"ನೀನು ಹೇಗೆ ನಿನ್ನ ಮಕ್ಕಳ ಬಗ್ಗೆ ಚಿಂತೆ ಮಾಡುತ್ತಿದ್ದೀಯೋ, ಅದೇ ರೀತಿಯೇ ನೀನು ಕೊಲೆ ಮಾಡಿದ ಯುವತಿಯರ ಮಾತಾಪಿತರು ಮಡಿದ ತಮ್ಮ ಮಕ್ಕಳ ಬಗ್ಗೆ ಯೋಚನೆ ಮಾಡುತ್ತಿರಬಹುದು ಎಂದು ನಿನಗೆ ಅನಿಸುತ್ತಿಲ್ಲವೇ?"

"ಸರ್, ನಾನು ಪದೇ ಪದೇ ಹೇಳುತ್ತಿದ್ದೀನಲ್ಲಾ, ನಾನು ಅವರ ಕೊಲೆಯನ್ನು ಮಾಡಲಿಲ್ಲ" ಎಂದ ಮೋಹನ್ ಕುಮಾರ್.

"ನಿನಗೆ ಕಾರಾಗೃಹದಲ್ಲಿ ಏಕಾಂಗಿತನ ಕಾಡುತ್ತಿರಬೇಕಲ್ಲವೇ?"

"ಏಕಾಂಗಿತನವೇನೂ ಬಂದಿಲ್ಲ. ಕಾರಾಗೃಹದಲ್ಲಿರುವ ಹಲವಾರು ಕೈದಿಗಳನ್ನು ನಾನು ಪರಿಚಯ ಮಾಡಿಕೊಂಡಿದ್ದೇನೆ. ಅವರ ಜೊತೆ ಸಂತಸವಾಗಿ ಕಾಲ ಕಳೆಯುತ್ತೇನೆ" ಎಂದ.

"ಮರಣದಂಡನೆಯ ಶಿಕ್ಷೆಯ ಬಗ್ಗೆ ಏನನ್ನುತ್ತೀಯಾ"

"ನಾನು ಖಂಡಿತವಾಗಿಯೂ ಗಲ್ಲುಕಂಬವನ್ನು ಏರುವುದಿಲ್ಲ ಎನ್ನುವ ವಿಶ್ವಾಸ ನನಗಿದೆ. ಒಂದಲ್ಲ ಒಂದು ದಿನ ಮೇಲಿನ ನ್ಯಾಯಾಲಯ ನನ್ನ ಮನವಿಗಳನ್ನು ಪುರಸ್ಕಾರ ಮಾಡುತ್ತದೆ ಎಂಬ ನಂಬಿಕೆ ನನಗಿದೆ" ಎಂದ ಮೋಹನ್ ಕುಮಾರ್

"ನಿನಗೆ ಒಳ್ಳೆಯದಾಗಲಿ" ಎಂದು ಹೇಳಿ ಅವನನ್ನು ಬೀಳ್ಕೊಟ್ಟೆ.

■■

೬. ಮಕ್ಕಳ ರೇಪಿಸ್ಟ್ ಹಾಗೂ ಹಂತಕ ದರ್ಬಾರಾ ಸಿಂಗ್

ಏಪ್ರಿಲ್ ೧೮, ೨೦೦೪, ಜಲಂಧರ್, ಪಂಜಾಬ್

ಜಲಂಧರ್ ನಗರದ ವಿಭಾಗ ನಾಲ್ಕರ ಪೊಲೀಸ್ ಠಾಣೆಯಲ್ಲಿ ಸಹಾಯಕ ಸಬ್ ಇನ್ಸ್‌ಪೆಕ್ಟರ್ ದಿಲ್‌ಬಾಗ್ ಸಿಂಗ್ ಠಾಣೆಯ ಪ್ರಭಾರವನ್ನು ಆಗತಾನೇ ವಹಿಸಿಕೊಂಡಿದ್ದ. ಸಮಯ ರಾತ್ರಿ ೮ ಗಂಟೆಯಾಗಿತ್ತು. ಗೋವಿಂದರಾಮ್ ಎನ್ನುವವನು ಪೊಲೀಸ್ ಠಾಣೆಗೆ ಗಾಬರಿಯಿಂದ ಬಂದು ತನ್ನ ಇಬ್ಬರು ಮೊಮ್ಮಕ್ಕಳು ಕಾಣೆಯಾಗಿದ್ದಾರೆ, ಬೇಗನೇ ಹುಡುಕಿಕೊಡಿ ಎಂದು ದೂರು ನೀಡಿದ.

ನಡೆದ ವಿಷಯವನ್ನು ಕೂಲಂಕಷವಾಗಿ ವಿವರಿಸಿ ಎಂದು ಠಾಣಾಧಿಕಾರಿ ಹೇಳಿದರು. ಗೋವಿಂದರಾಮ್ ಹೀಗೆಂದ: "ನನಗೆ ಮೂರು ಹೆಣ್ಣು ಮಕ್ಕಳು ಹಾಗೂ ಒಬ್ಬ ಮಗ ಇದ್ದಾರೆ. ನಾವೆಲ್ಲರೂ ಜಂಟಿ ಕುಟುಂಬದಲ್ಲಿ ವಾಸಿಸುತ್ತಿದ್ದೇವೆ. ನನ್ನ ನಾಲ್ಕು ಜನ ಮೊಮ್ಮಕ್ಕಳಾದ ದೀಕ್ಷಾ (೮ವರ್ಷ), ಆಶಾ (೬ವರ್ಷ), ನಿಶಾ(೭ ವರ್ಷ)ಹಾಗೂ ಮೋದಿ(೮ವರ್ಷ) ಆಟವಾಡಲು ನಮ್ಮ ಮನೆಯ ಬಳಿಯಲ್ಲಿರುವ ಕಂಪನಿ ಬಾಗ್ ಉದ್ಯಾನವನಕ್ಕೆ ಇದೇ ದಿನ ಮದ್ಯಾಹ್ನ ೧೨ ಗಂಟೆಗೆ ಹೋದರು. ಸಂಜೆಯ ವೇಳೆಗೆ ನನ್ನ ಮಗಳ ಮಕ್ಕಳಾದ ನಿಶಾ ಹಾಗೂ ಮೋದಿ ಇವರಿಬ್ಬರೇ ಮನೆಗೆ ವಾಪಸ್ ಆದಾಗ ಆಶಾ ಮತ್ತು ದೀಕ್ಷಾ ಏಕೆ ನಿಮ್ಮೊಡನೆ ಮನೆಗೆ ವಾಪಸ್ಸಾಗಲಿಲ್ಲ ಎಂದು ಕೇಳಿದೆವು. ಸೈಕಲ್‌ನಲ್ಲಿ ಬಂದ ಒಬ್ಬ ಅಂಕಲ್ ಅವರಿಬ್ಬರನ್ನು ತನ್ನ ಜೊತೆ ಕರೆದುಕೊಂಡು ಹೋದ ಎಂದು ಹೇಳಿದರು. ನಾವು ಎಲ್ಲಾ ಕಡೆಗಳಲ್ಲೂ ಹುಡುಕಾಡಿದೆವು. ಅವರ ಸುಳಿವೇ ಸಿಗಲಿಲ್ಲ. ಆವರಿಬ್ಬರೂ ನನ್ನ ಮಗನ ಮಕ್ಕಳು. ಅವರನ್ನು ಯಾರೋ ಒಬ್ಬ ಅಪರಿಚಿತ ವ್ಯಕ್ತಿ ಅಪಹರಣ ಮಾಡಿದ್ದಾನೆ ಎಂಬ ಸಂಶಯ ಇದೆ. ದಯವಿಟ್ಟು ಅವರನ್ನು ಹುಡುಕಿಕೊಡೀ"

ಈ ದೂರಿನ ಸಂಬಂಧವಾಗಿ ಅಪಹರಣ ಪ್ರಕರಣವೊಂದು ಪೊಲೀಸ್ ಠಾಣೆಯಲ್ಲಿ ದಾಖಲಾಯಿತು.

ಅದೇ ದಿನವೇ ಜಲಂಧರ್ ನಗರದ ಇನ್ನೊಂದು ಪೊಲೀಸ್ ಠಾಣೆಯಲ್ಲಿ ಮಾಡೆಲ್ ಟೌನ್ ಬಡಾವಣೆಯಿಂದ ೧೦ ವರ್ಷದ ಗುಡಿಯಾ ಹಾಗೂ ಅವಳ ತಮ್ಮನಾದ ೬ ವರ್ಷದ ಸತೀಶ್, ಹಾಗೂ ಅವರೊಡನೆ ಆಟವಾಡಲು ಹೋಗಿದ್ದ ಜಿಟಿಬಿ ನಗರ ಬಡಾವಣೆಯ ಎಂಟು ವರ್ಷದ ಬಾಲಕ ಶಂಕರ್ ಸಹಾ ಕಾಣೆಯಾಗಿದ್ದಾರೆ ಎನ್ನುವ ದೂರು ದಾಖಲಾಗಿರುವುದಾಗಿ ಪೊಲೀಸ್ ಕಂಟ್ರೋಲ್ ರೂಮಿನಿಂದ ತಿಳಿದ ಹಿರಿಯ ಪೊಲೀಸ್ ಅಧಿಕಾರಿಗಳು ದಿಗ್ಭ್ರಾಂತರಾದರು.

ಮಾರನೆಯ ದಿನದ ವೃತ್ತಪತ್ರಿಕೆಗಳಲ್ಲಿ ಒಂದೇ ದಿನ ತಮ್ಮ ನಗರದಲ್ಲಿ ೫ ಮಕ್ಕಳ ಅಪಹರಣವಾಗಿದ್ದನ್ನು ಓದಿದ ಜಲಂಧರ್ ನಗರದ ನಿವಾಸಿಗಳು ತಲ್ಲಣಗೊಂಡರು. ಪ್ರಕರಣಗಳ ತೀವ್ರತೆಯನ್ನು ಅರಿತುಕೊಂಡ ಜಲಂಧರ್‌ನ ಹಿರಿಯ ಎಸ್.ಪಿ ತಾವೇ ಖುದ್ದು ಈ ತನಿಖೆಯ ನೇತೃತ್ವವನ್ನು ವಹಿಸಿಕೊಂಡರು.

ಎರಡು ದಿನಗಳ ನಂತರ, ಅಂದರೆ ೨೦ನೇ ಏಪ್ರಿಲ್‌ನಂದು ಕಾಣೆಯಾಗಿದ್ದ ಆಶಾ ಪಕ್ಕದ ತರನ್ ತರನ್ ಜಿಲ್ಲೆಯ ಖದೂರ್ ಸಾಹೀಬ್ ಪೊಲೀಸ್ ಠಾಣೆಗೆ ಬಂದಿದ್ದಾಳೆಂದು ಜಲಂಧರದ ಪೊಲೀಸ್ ಕಂಟ್ರೋಲ್ ರೂಂಗೆ ಮಾಹಿತಿ ಬಂದಿತು. ಜಲಂಧರದ ಪಿ.ಎಸ್.ಐ ನಿರ್ಮಲ್ ಸಿಂಗ್ ತಮ್ಮ ಸಿಬ್ಬಂದಿಯ ಜತೆ ಕೂಡಲೇ ಖದೂರ್ ಸಾಹೀಬ್ ಪೊಲೀಸ್ ಠಾಣೆಗೆ ಹೊರಟರು. ಅಲ್ಲಿದ್ದ ಮಲ್ಕಿಯಾತ್ ಸಿಂಗ್ ಎನ್ನುವವನು ತಮ್ಮ ಊರಿನ ನದಿಯ ದಡದ ಮೇಲೆ ಆಶಾ ಒಬ್ಬಂಟಿಗಳಾಗಿ ಅಳುತ್ತಾ ಅತ್ತಿಂದಿತ್ತ ಓಡಾಡುತ್ತಿದ್ದಾಗ ಆಕೆಯನ್ನು ಕಂಡ ತಾನು ಪೊಲೀಸ್ ಠಾಣೆಗೆ ಕರೆದುಕೊಂಡು ಬಂದೆ ಎಂದು ತಿಳಿಸಿದ. ಆಶಾಳನ್ನು ಅವಳ ಜತೆ ಕಾಣೆಯಾಗಿದ್ದ ಅವಳ ಸೋದರಿ ದಿಕ್ಷಾ ಬಗ್ಗೆ ಕೇಳಿದಾಗ ಒಬ್ಬ ವ್ಯಕ್ತಿ ತನ್ನ ಅಕ್ಕನನ್ನು ನದಿಯ ಬಳಿ ಕರೆದುಕೊಂಡು ಹೋಗಿ ಅವಳಿಗೆ ಸ್ನಾನ ಮಾಡಿಸುತ್ತಿದ್ದಾಗ ತಾನು ಹೆದರಿ ಓಡಿ ಹೋದೆನೆಂದು ಅವಳು ತಿಳಿಸಿದಳು.

ಆಶಾಳ ಜತೆ ಪೊಲೀಸರು ನದಿಯ ದಂಡೆಯತ್ತ ಹೋದಾಗ ಆಶಾ ತೋರಿಸಿದ ಸ್ಥಳದ ಅನತಿ ದೂರದಲ್ಲಿಯೇ ಒಂದು ಕಲ್ಲಿನ ಬಂಡೆಯ ಮೇಲೆ ದೀಕ್ಷಾಳ ಮೃತ ದೇಹ ಬಿದ್ದಿದ್ದನ್ನು ನೋಡಿ ಗಾಬರಿಗೊಂಡರು. ದೇಹದ ಮೇಲೆ ಪಂಚನಾಮೆಯನ್ನು ಮಾಡಿದಾಗ ಪುಟ್ಟ ಬಾಲಕಿಯ ದೇಹದ ಹಲವಾರು ಕಡೆಗಳಲ್ಲಿ, ಅದರಲ್ಲಿಯೂ ಆಕೆಯ ಮರ್ಮಾಂಗಗಳ ಮೇಲೆ ಗಾಯಗಳಾಗಿರುವುದನ್ನು ನೋಡಿ ಆಕೆಯ ಮೇಲೆ ಅತ್ಯಾಚಾರವಾಗಿದೆ ಎಂದು ತರ್ಕಿಸಿದರು. ದೇಹವನ್ನು ಮರಣೋತ್ತರ ಪರೀಕ್ಷೆಗೆ ಒಳಪಡಿಸಿದಾಗ ಆ ಬಾಲಕಿಯ ಮೇಲೆ ಭೀಕರವಾಗಿ ಅತ್ಯಾಚಾರವನ್ನು ನಡೆಸಿರುವ ಫಲವಾಗಿಯೇ

ಬಾಲಕಿಯ ಸಾವು ಉಂಟಾಗಿದೆ ಹಾಗೂ ಸಾವು ಒಂದು ದಿನದ ಹಿಂದೆಯಷ್ಟೇ ಸಂಭವಿಸಿದೆ ಎಂದು ತಿಳಿದುಬಂದಿತು.

ಜಲಂಧರ್ ಪೊಲೀಸ್ ಠಾಣೆಯಲ್ಲಿ ಅಪಹರಣದ ಜೊತೆ ಕೊಲೆ ಹಾಗೂ ಅತ್ಯಾಚಾರದ ಅಪರಾಧಗಳನ್ನು ಸೇರಿಸಿ ತನಿಖೆಯನ್ನು ಮುಂದುವರೆಸಲಾಯಿತು. ಆಶಾಳನ್ನು ಕೂಲಂಕಶವಾಗಿ ವಿಚಾರಿಸಿದಾಗ ತಾನು ತನ್ನ ಸೋದರ ಸೋದರಿಯರ ಜತೆ ಪಾರ್ಕಿನಲ್ಲಿ ಆಟವಾಡುತ್ತಿದ್ದಾಗ ಸುಮಾರು ಐದೂವರೆಯಿಂದ ಆರು ಅಡಿ ಎತ್ತರವಿದ್ದ ಒಬ್ಬ ವ್ಯಕ್ತಿ ತಮ್ಮ ಬಳಿಗೆ ಬಂದು ನಿಮಗೆ ಆಟವಾಡಲು ಬ್ಯಾಡ್ಮಿಂಟನ್ ಬಾಟ್ ಮತ್ತು ಷಟಲ್ ಕಾಕ್ ಕೊಡಿಸುತ್ತೇನೆಂದು ಪುಸಲಾಯಿಸಿ ತಾನು ತಂದಿದ್ದ ಸೈಕಲ್ ಮೇಲೆ ತಮ್ಮಿಬ್ಬರನ್ನು ಕೂರಿಸಿಕೊಂಡು ಹೋದ. ಸ್ವಲ್ಪ ದೂರ ಹೋದ ನಂತರ ಸೈಕಲ್ ನಿಲ್ಲಿಸಿ ನಮ್ಮನ್ನು ಬಸ್‌ನಲ್ಲಿ ಕರೆದುಕೊಂಡು ಹೋದ. ಎಲ್ಲಿಗೆ ಹೋದೆವು ಎಂದು ನಮಗೆ ತಿಳಿಯಲಿಲ್ಲ. ನಾವು ಇಳಿದ ಊರಿನಲ್ಲಿ ನದಿಯ ಬಳಿಗೆ ನಮ್ಮಿಬ್ಬರನ್ನು ಕರೆದುಕೊಂಡು ಹೋಗಿ ನದಿಯಲ್ಲಿ ಸ್ನಾನ ಮಾಡಲು ಹೇಳಿದ. ನಾವು ಒಪ್ಪಲಿಲ್ಲ. ಆತ ದೀಕ್ಷಾಳ ಅರಿವೆಗಳನ್ನು ಬಲವಂತವಾಗಿ ಬಿಚ್ಚಿ ಆಕೆಗೆ ನದಿಯಲ್ಲಿ ಸ್ನಾನ ಮಾಡಿಸತೊಡಗಿದ. ನಾನು ಹೆದರಿ ಅಲ್ಲಿಂದ ಓಡಿ ಹೋದೆ ಎಂದಳು. ಅಪರಿಚಿತ ವ್ಯಕ್ತಿಯು ತನ್ನ ತಲೆ ಕೂದಲನ್ನು ಸೈನಿಕರಂತೆ ಕತ್ತರಿಸಿಕೊಂಡಿದ್ದು, ಬಿಳಿಯ ಬಣ್ಣದ ಶರ್ಟ್ ಹಾಗೂ ಚಾಕೋಲೇಟ್ ಬಣ್ಣದ ಪ್ಯಾಂಟ್ ಧರಿಸಿದ್ದ ಎಂದು ಆಶಾ ಹೇಳಿದಳು.

ಆಶಾಳ ಹೇಳಿಕೆಯ ಮೇರೆಗೆ ಆರೋಪಿಯ ರೇಖಾಚಿತ್ರವನ್ನು ತಯಾರು ಮಾಡಿ ಆ ಚಿತ್ರವನ್ನು ಹೋಲುವ ವ್ಯಕ್ತಿಯನ್ನು ಹುಡುಕಲು ಎಲ್ಲ ಪೊಲೀಸ್ ಠಾಣೆಗಳಿಗೆ ಆದೇಶಿಸಲಾಯಿತು.

ಕಾಣೆಯಾದ ಇತರ ಮಕ್ಕಳ ಪತ್ತೆಗಾಗಿ ನೇಮಿಸಲಾಗಿದ್ದ ಜಲಂಧರ್ ಜಿಲ್ಲೆಯ ವಿಶೇಷ ತನಿಖಾ ದಳವು ಸತೀಶ್, ಗುಡಿಯಾ ಹಾಗೂ ಶಂಕರ್ ಇವರನ್ನು ಹುಡುಕಲು ಪ್ರಾರಂಭಿಸಿತು. ಎಷ್ಟೇ ಪ್ರಯತ್ನ ಪಟ್ಟರೂ ಯಾವುದೇ ಕುರುಹುಗಳು ದೊರೆಯಲಿಲ್ಲ. ಅಪರಾಧಿಯ ಚಹರೆ ಪಟ್ಟಿಯನ್ನು ಹೋಲುವ ಚಿತ್ರವನ್ನು ರಾಜ್ಯ ಹಾಗೂ ನೆರೆ ರಾಜ್ಯಗಳ ಎಲ್ಲಾ ಪೊಲೀಸ್ ಠಾಣೆಗಳಿಗೂ ರವಾನಿಸಲಾಯಿತು. ಆದರೂ ಯಾವುದೇ ಉಪಯುಕ್ತ ಮಾಹಿತಿ ದೊರೆಯಲಿಲ್ಲ.

ಏತನ್ಮಧ್ಯೆ, ಜೂನ್ ತಿಂಗಳ ೧೭ರಂದು ಜಲಂಧರ್‌ನಿಂದ ಜತೀಂದರ್ ಎಂಬ ೯ ವರ್ಷದ ಹುಡುಗ ಕಾಣೆಯಾದ ಪ್ರಕರಣ ದಾಖಲಾಯಿತು. ಇದಾದ ಹತ್ತೇ ದಿನಗಳ ನಂತರ ನಗರದ ಇತರ ಬಡಾವಣೆಗಳಿಂದ ರವೀನಾ (೪ ವರ್ಷ) ಹಾಗೂ ಪಾತಾಳ ಕುಮಾರಿ (೬ ವರ್ಷ) ಎಂಬ ಬಾಲಕಿಯರು

ಕಾಣೆಯಾದರು. ಜಲಂಧರ್ ನಗರದಲ್ಲಿ ಮಕ್ಕಳ ಅಪಹರಣಕಾರರ ಜಾಲವೊಂದು ಕಾರ್ಯನಿರತವಾಗಿದ್ದು ಪೊಲೀಸರು ಈ ಜಾಲವನ್ನು ಭೇಧಿಸಲು ಅಸಮರ್ಥರು ಎಂಬ ಟೀಕೆಯು ಕೇಳಿಬಂದದ್ದಲ್ಲದೆ ನಗರದಲ್ಲಿ ಭಯದ ವಾತಾವರಣ ಮೂಡಿತು. ಪೊಲೀಸರು ಎಷ್ಟೇ ಪ್ರಯತ್ನಿಸಿದರೂ ಅಪಹರಣಕಾರರು ಪತ್ತೆಯಾಗಲಿಲ್ಲ.

ಆಗಸ್ಟ್ ೨೦೦೪ ರಲ್ಲಿ ಇನ್ನೂ ಹತ್ತು ಜನ ಬಾಲಕ ಬಾಲಕಿಯರು ಜಲಂಧರ್ ಜಿಲ್ಲೆಯ ಅಕ್ಕಪಕ್ಕದಲ್ಲಿಯೇ ಅಪಹರಣಗೊಂಡಾಗ ಪಂಜಾಬ್ ಸರ್ಕಾರ ತೀವ್ರ ಟೀಕೆಗೊಳಗಾಗಿ ಐ.ಜಿ.ಪಿ ದರ್ಜೆಯ ಅಧಿಕಾರಿಯೊಬ್ಬರನ್ನು ತನಿಖಾ ತಂಡಕ್ಕೆ ನೇಮಿಸಿ ಒಂದು ತಿಂಗಳಲ್ಲಿ ಅಪರಾಧಿಗಳನ್ನು ಪತ್ತೆ ಮಾಡಬೇಕೆಂದು ಆದೇಶಿಸಿತು. ಪೊಲೀಸರು ಎರಡು ತಿಂಗಳುಗಳ ಕಾಲ ಹಗಲೂ ಇರುಳೂ ಶ್ರಮಿಸಿದರೂ ಯಾವುದೇ ಸುಳಿವೂ ದೊರೆಯಲಿಲ್ಲ. ಉರಿಯುವ ಗಾಯದ ಮೇಲೆ ಉಪ್ಪು ಹಾಕಿದಂತೆ ಸೆಪ್ಟೆಂಬರ್ ೨೦೦೪ರಲ್ಲಿ ಮಗುವಿನ ಕತ್ತರಿಸಿದ ಕೈಯೊಂದು ಕಾಲುವೆಯ ಬಳಿ ಸಿಕ್ಕಿತು. ಅದೇ ತಿಂಗಳಲ್ಲಿ ಹತ್ತು ವರ್ಷ ವಯಸ್ಸಿನ ಹೆಣ್ಣು ಮಗುವಿನ ದೇಹವೊಂದು ಅದೇ ಪರಿಸರದಲ್ಲಿಯೇ ಸಿಕ್ಕಿತು. ಆ ಮಗು ಯಾರದೆಂದು ಪತ್ತೆ ಹಚ್ಚಲು ಸಾಧ್ಯವಾಗಲಿಲ್ಲ.

ಅಕ್ಟೋಬರ್ ತಿಂಗಳ ೧೮ರ ಮಧ್ಯಾಹ್ನ ನಿಶು ಎನ್ನುವ ೭ ವರ್ಷದ ಬಾಲಕಿ ಜಲಂಧರ್ ನ ಅರ್ಬನ್ ಎಸ್ಟೇಟ್ ಬಡಾವಣೆಯ ತನ್ನ ಮನೆಯ ಮುಂದೆ ಆಟವಾಡುತ್ತಿದ್ದಾಗ ಇದ್ದಕ್ಕಿದ್ದಂತೆ ಕಾಣೆಯಾದಳು. ಮಾರನೆಯ ದಿನ ನಿಶು ಕಾಣೆಯಾದ ಬಗ್ಗೆ ಅವಳ ತಂದೆ ದೂರು ನೀಡಿದ. ದೂರು ದಾಖಲಾದ ಕೆಲವೇ ಗಂಟೆಗಳಲ್ಲಿ ಅವಳು ಮಹದೀಪುರ ಎನ್ನುವ ಹಳ್ಳಿಯ ಕಬ್ಬಿನ ಗದ್ದೆಯಲ್ಲಿ ಗಾಯಗೊಂಡು ಬಿದ್ದುದನ್ನು ದಾರಿಹೋಕರು ನೋಡಿ ಪೊಲೀಸರಿಗೆ ಮಾಹಿತಿಯಿತ್ತರು. ನಿಶುಳ ಗಂಟಲನ್ನು ಹರಿತವಾದ ಆಯುಧದಿಂದ ಕತ್ತರಿಸಲಾಗಿದ್ದು ಆಕೆ ಮಾತನಾಡುವ ಸ್ಥಿತಿಯಲ್ಲಿರಲಿಲ್ಲ. ಆಕೆಯನ್ನು ಕೂಡಲೇ ಆಸ್ಪತ್ರೆಗೆ ದಾಖಲು ಮಾಡಿ ಚಿಕಿತ್ಸೆ ಕೊಡಿಸಲಾಯಿತು.

ಅಕ್ಟೋಬರ್ ೨೨ರಂದು ರಾಣಿ ಎನ್ನುವ ೬ ವರ್ಷದ ಬಾಲಕಿ ಕಣ್ಮರೆಯಾದಳು. ಅವಳ ಮೃತದೇಹ ಊರ ಹೊರಗಿನ ಹೊಲವೊಂದರಲ್ಲಿ ಪತ್ತೆಯಾಯಿತು. ಆ ಬಾಲಕಿಯ ಮೇಲೆ ಭೀಕರ ಅತ್ಯಾಚಾರ ನಡೆಸಿ ಕೊಲೆ ಮಾಡಲಾಗಿತ್ತು. ಅಲ್ಲಿಯವರೆಗೆ ಜಲಂಧರ್ ನಗರವೊಂದರಲ್ಲಿಯೇ ಹದಿನೈದು ಮಕ್ಕಳು ಕಾಣೆಯಾದ ಬಗ್ಗೆ ಪೊಲೀಸರಿಗೆ ದೂರುಗಳು ಬಂದಿದ್ದವು. ಇವರಲ್ಲಿ ಇಬ್ಬರು ಬಾಲಕರ ಹೊರತಾಗಿ ಉಳಿದವರೆಲ್ಲರೂ ಬಾಲಕಿಯರೇ ಆಗಿದ್ದರು. ಇವರೆಲರೂ ಬೇರೆ ಬೇರೆ ರಾಜ್ಯಗಳಿಂದ ಪಂಜಾಬ್‌ಗೆ ಕೆಲಸ ಹುಡುಕಿಕೊಂಡು ಬಂದ ಕೂಲಿಕಾರ ಕುಟುಂಬದವರ ಮಕ್ಕಳೇ ಆಗಿದ್ದರು. ಯಾರು ಸ್ಥಳೀಯ ಪಂಜಾಬೀ ಅಥವಾ ಸಿಖ್ ಜನರಾಗಿರಲಿಲ್ಲ.

ಅಪಹರಣಕಾರನು ಮಕ್ಕಳನ್ನು ಬೆಳಗಿನ ಹತ್ತುಗಂಟೆಯಿಂದ ಮಧ್ಯಾಹ್ನ ಹನ್ನೆರಡೂವರೆಯ ಸಮಯದಲ್ಲಿ ಸಾಮಾನ್ಯವಾಗಿ ಅಪಹರಿಸುತ್ತಿದ್ದನೆಂದೂ ಮತ್ತು ಆತ ಸೈಕಲ್ ಮೇಲೆ ಬರುತ್ತಿದ್ದನೆಂದು, ಆತನ ಕೈಯಲ್ಲಿದ್ದ ಜೋಳಿಗೆ ಬ್ಯಾಗಿನಲ್ಲಿ ಮಕ್ಕಳನ್ನು ಸೆಳೆಯುವಂತ ಟಾಫಿಗಳು, ಸಮೋಸ, ಆಟಿಕೆಗಳು ಮುಂತಾದವುಗಳನ್ನು ಇಟ್ಟುಕೊಳ್ಳುತ್ತಿದ್ದ ಎಂದು ತಿಳಿದು ಬಂತು.

ಅಕ್ಟೋಬರ್ ೨೫ರಂದು ಜಲಂಧರ್ ನಗರದ ಬಸ್ತಿ ಮೀಠು ಎನ್ನುವ ಬಡಾವಣೆಯಲ್ಲಿ ಬಿಹಾರದ ದರ್ಭಾಂಗ ಜಿಲ್ಲೆಯಿಂದ ವಲಸೆ ಬಂದಿದ್ದ ಕಾರ್ಮಿಕರ ಮಕ್ಕಳಾದ ೫ ವರ್ಷದ ಖುರ್ಷಿದ್ ತನ್ನ ಸೋದರಿ (ಕಸಿನ್) ರೊಂಕು (೬ ವರ್ಷ) ತಮ್ಮ ಮನೆಯ ಮುಂದೆ ಆಟವಾಡುತ್ತಿದ್ದಾಗ ಅವರಿಬ್ಬರನ್ನೂ ಅಪಹರಿಸಲಾಯಿತು.

ಅಕ್ಟೋಬರ್ ೨೯, ೨೦೦೪ ಜಲಂಧರ್

ಮಧ್ಯಾಹ್ನ ಮೂರು ಗಂಟೆಗೆ ಪೋಲೀಸ್ ಕಂಟ್ರೋಲ್‌ರೂಂಗೆ ಒಬ್ಬ ಅನಾಮಧೇಯ ವ್ಯಕ್ತಿ ಕರೆ ಮಾಡಿ ಪೊಲೀಸರು ವೃತ್ತ ಪತ್ರಿಕೆಗಳಲ್ಲಿ ಪ್ರಕಟಿಸಿರುವ ಚಿತ್ರವನ್ನು ಹೋಲುತ್ತಿರುವ ವ್ಯಕ್ತಿಯೊಬ್ಬ ಸೈಕಲ್ ನಲ್ಲಿ ತಮ್ಮ ಬಡಾವಣೆಯಲ್ಲಿ ಓಡಾಡುತ್ತಿದ್ದಾನೆಂದು ಮಾಹಿತಿಕೊಟ್ಟ. ಒಂದು ಕ್ಷಣವೂ ತಡಮಾಡದೆ ಸಬ್‌ಇನ್ಸ್‌ಪೆಕ್ಟರ್ ಪ್ರೀತಂ ಸಿಂಗ್ ತನ್ನ ಇನ್ನೊಬ್ಬ ಸಹೋದ್ಯೋಗಿ ನಿರ್ಮಲ್ ಸಿಂಗ್ ಜತೆಗೆ ಆ ಬಡಾವಣೆಗೆ ಹೋದರು. ಅಲ್ಲಿ ಕಂಡ ವ್ಯಕ್ತಿ ಇಬ್ಬರು ಸಬ್‌ಇನ್ಸ್‌ಪೆಕ್ಟರರನ್ನು ನೋಡಿದರೂ ಸ್ವಲ್ಪವೂ ವಿಚಲಿತನಾಗದೆ ತನ್ನ ಪಾಡಿಗೆ ತಾನು ಸೈಕಲ್ ತಳ್ಳಿಕೊಂಡು ಹೋಗುತ್ತಿದ್ದ. ಆತನನ್ನು ತಡೆದು ನಿಲ್ಲಿಸಿ ನೀನು ಎಲ್ಲಿಗೆ ಹೋಗುತ್ತಿರುವೆ ಎಂದು ಕೇಳಿದಾಗ ತಾನು ಕಪೂರ್ತಲಾಗೆ ಹೋಗುತ್ತಿದ್ದೇನೆಂದು ಹೇಳಿ ತನ್ನ ಹೆಸರು ದರ್ಬಾರಾ ಸಿಂಗ್ ಎಂದು ಆತ ಹೇಳಿದ. ತಮ್ಮ ಬಳಿಯಿದ್ದ ಶಂಕಿತ ಆರೋಪಿಯ ಚಿತ್ರವನ್ನು ಆತನ ಚಹರೆಗೆ ಹೋಲಿಸಿ ನೋಡಿದಾಗ ಆತ ಆ ಚಿತ್ರದಲ್ಲಿದ್ದ ವ್ಯಕ್ತಿಯನ್ನೇ ಹೋಲುತ್ತಿದ್ದ. ಆತನ ಬಳಿಯಿದ್ದ ಚೀಲವನ್ನು ಶೋಧಿಸಿದಾಗ ಅದರಲ್ಲಿ ಹಲವಾರು ಮಿಠಾಯಿಗಳು, ಪೆಪ್ಪರ್‌ಮೆಂಟ್ ಮತ್ತು ಇತರ ವಸ್ತುಗಳು ಸಿಕ್ಕಿದವು. ಆ ವಸ್ತುಗಳ ಬಗ್ಗೆ ವಿಚಾರಿಸಲು ಹೋದಾಗ ಆತ ತನ್ನ ಸೈಕಲ್‌ನ್ನು ಪೊಲೀಸರ ಮೇಲೆ ನೂಕಿ ಓಡಲು ಪ್ರಯತ್ನಿಸಿದ. ಪೊಲೀಸರು ಅವನನ್ನು ಬೆನ್ನಟ್ಟಿ ಬಂಧಿಸಿ ಠಾಣೆಗೆ ಕರೆದೊಯ್ದರು.

ಪೊಲೀಸ್ ಠಾಣೆಯಲ್ಲಿ ಹಿರಿಯ ಪೊಲೀಸ್ ಅಧಿಕಾರಿಗಳು ಅವನನ್ನು ವಿಚಾರಿಸಿದಾಗ ಆತ ತನ್ನ ಹೆಸರು ದರ್ಬಾರಾ ಸಿಂಗ್ ಎಂದು ಹೇಳಿ ಮಕ್ಕಳ ಅಪಹರಣಕಾರ ತಾನೇ ಎಂದು ಹೇಳಿದಾಗ ಪೊಲೀಸರಿಗೆ ಅಚ್ಚರಿ ಹಾಗೂ

ಸಂತಸ ಏಕಕಾಲದಲ್ಲಾಯಿತು. ಬಂಧನವಾದ ಬಳಿಕ ಆತನ ಫೋಟೋ ಹಾಗೂ ಬೆರಳಚ್ಚುಗಳನ್ನು ಪಡೆಯಲಾಯಿತು. ಆತ ಸುಮಾರು ಆರು ಅಡಿ ಎತ್ತರವಿದ್ದು ತೆಳ್ಳಗಿನ ಮೈಕಟ್ಟನ್ನು ಹೊಂದಿದ್ದ. ತಲೆಕೂದಲು ಬೆಳ್ಳಗಾಗಿದ್ದವು. ಕೋಲು ಮುಖವಿದ್ದ ಅವನು ದಪ್ಪನೆಯ ಬಿಳಿ ಮೀಸೆ ಹೊಂದಿದ್ದ. ಪೊಲೀಸರು ಧರಿಸುವಂತಹ ಕಾಖಿ ಬಣ್ಣದ ಸ್ವೆಟರ್ ಹಾಗೂ ಕಾಖಿ ಪ್ಯಾಂಟ್ ಧರಿಸಿದ್ದ. ನೋಡಲು ಶಾಲಾ ಮಾಸ್ತರನಂತೆ ಕಾಣುತ್ತಿದ್ದ ಆತ, "ನೀವು ನನಗೆ ದೈಹಿಕ ಹಿಂಸೆ ನೀಡದಿದ್ದರೆ ನಾನು ಎಲ್ಲ ವಿಷಯಗಳನ್ನೂ ತಮಗೆ ವಿವರವಾಗಿ ತಿಳಿಸುವೆ. ಏನನ್ನೂ ಮುಚ್ಚಿಟ್ಟುಕೊಳ್ಳುವುದಿಲ್ಲ" ಎಂದು ಹೇಳಿದ. ತಾನು ಅಲ್ಲಿಯವರೆಗೆ ೨೩ ಮಕ್ಕಳನ್ನು ಅಪಹರಿಸಿದ್ದು ಅವರಲ್ಲಿ ೧೮ ಜನರನ್ನು ಕೊಂದಿದ್ದು ಆ ಮಕ್ಕಳ ಶವಗಳನ್ನು ಬಿಸಾಕಿರುವ ಜಾಗವನ್ನು ತಾನು ತೋರಿಸುತ್ತೇನೆಂದು ಹೇಳಿದ.

ಅದೇ ದಿನವೇ ಆಶಾ ಇವನೇ ನನ್ನ ಸೋದರಿಯನ್ನು ಅಪಹರಣ ಮಾಡಿದ ವ್ಯಕ್ತಿ ಎಂದು ದರ್ಬಾರಾ ಸಿಂಗ್‌ನನ್ನು ಗುರುತಿಸಿದಳು. ಪೊಲೀಸರು ಅವನನ್ನು ತೀವ್ರತರವಾದ ವಿಚಾರಣೆಗೆ ಒಳಪಡಿಸಿದರು.

ಪೊಲೀಸರ ಮುಂದೆ ದರ್ಬಾರಾ ಸಿಂಗ್ ಈ ರೀತಿ ಹೇಳಿದ:

"ನಾನು ಅಮೃತಸರ ಜಿಲ್ಲೆಯ ಜಲ್ಲುಪುರಖೇರಾ ಹಳ್ಳಿಯಲ್ಲಿ ೧೯೫೨ರಲ್ಲಿ ಜನಿಸಿದೆ. ನನಗೆ ಹದಿನೆಂಟು ವರ್ಷ ವಯಸ್ಸಾದಾಗ ನಾನು ಸೇನೆಗೆ ಸೇರಿಕೊಂಡೆ. ೧೯೭೫ರಲ್ಲಿ ನನ್ನನ್ನು ಪಂಜಾಬ್ ರಾಜ್ಯದ ಪಠಾಣ್‌ಕೋಟ್‌ನಲ್ಲಿರುವ ವಾಯುಪಡೆಯ ನೆಲೆಗೆ ವರ್ಗಾ ಮಾಡಲಾಯಿತು. ಆ ಸಮಯದಲ್ಲಿ ನನ್ನನ್ನು ಮೇಜರ್ ವಿ.ಕೆ.ಶರ್ಮಾ ಎನ್ನುವವರ ಮನೆಯಲ್ಲಿ ಕೆಲಸ ಮಾಡಲು ನೇಮಕ ಮಾಡಲಾಯಿತು.

ಮನೆ ಕೆಲಸ ಮಾಡುವಾಗ ನಾನು ಮಾಡಿದ ಒಂದು ಸಣ್ಣ ತಪ್ಪನ್ನು ದೊಡ್ಡದು ಮಾಡಿದ ಮೇಜರ್ ಶರ್ಮಾ ನನ್ನನ್ನು ಎಲ್ಲರ ಎದುರೂ ಹೀನಾಮಾನವಾಗಿ ಬೈಯ್ದು ನನ್ನ ಮೇಲೆ ಶಿಸ್ತು ಕ್ರಮವನ್ನು ತೆಗೆದುಕೊಂಡರು. ಶರ್ಮಾಗೆ ಬುದ್ಧಿ ಕಲಿಸಬೇಕೆಂದು ನನಗೆ ಮನಸ್ಸಾಯಿತು. ನಾನು ನಮ್ಮ ಉಗ್ರಾಣದಲ್ಲಿದ್ದ ಮಿಲಿಟರಿಯಲ್ಲಿ ಉಪಯೋಗ ಮಾಡುವ ಗ್ರೆನೇಡ್ ಒಂದನ್ನು ಕಳವು ಮಾಡಿ ಅದನ್ನು ಶರ್ಮಾರ ಮನೆಯೊಳಗೆ ಎಸೆದೆ. ಆ ಗ್ರೆನೇಡ್‌ನ ಸ್ಫೋಟದಿಂದಾಗಿ ಮನೆಯಲ್ಲಿದ್ದ ಮೇಜರ್ ಶರ್ಮಾರ ಪತ್ನಿ ಮತ್ತು ಅವರ ಹದಿನಾಲ್ಕು ವರ್ಷದ ಮಗ ತೀವ್ರವಾಗಿ ಗಾಯಗೊಂಡರು. ಈ ಘಟನೆಯ ಪರಿಣಾಮವಾಗಿ ನನ್ನ ಮೇಲೆ ಕ್ರಿಮಿನಲ್ ಪ್ರಕರಣವೊಂದನ್ನು ದಾಖಲು ಮಾಡಿದ್ದಲ್ಲದೇ ನನ್ನನ್ನು ಸೈನ್ಯದಿಂದಲೂ ವಜಾ ಮಾಡಿದರು.

ಏತನ್ಮಧ್ಯೆ ನನಗೆ ಮದುವೆಯಾಗಿದ್ದು ನನ್ನ ಪತ್ನಿ ಮತ್ತು ನನ್ನ ಮೂರು ಮಕ್ಕಳು ನಮ್ಮ ಹಳ್ಳಿಯಲ್ಲಿದ್ದರು. ನಾನು ಕೆಲಸ ಕಳೆದುಕೊಂಡು ಮನೆಗೆ ವಾಪಸ್ ಆದಾಗ ನನ್ನ ಹೆಂಡತಿ ನನ್ನನ್ನು ಮನೆಯಿಂದ ಹೊರದಬ್ಬಿದಳು. ಮನೆಯೂ ಇಲ್ಲದೇ, ನೌಕರಿಯೂ ಇಲ್ಲದೇ ನಾನು ಒಬ್ಬ ಭಿಕ್ಷುಕನಂತೆ ಊರಿಂದೂರಿಗೆ ಅಲೆಯುತ್ತಿದ್ದೆ. ಹೊಲಗದ್ದೆಗಳಲ್ಲಿ, ಕಾರ್ಖಾನೆಗಳಲ್ಲಿ ದಿನಗೂಲಿ ನೌಕರನಾಗಿ ಕೆಲಸಮಾಡಿದೆ. ಯಾವ ಊರಿನಲ್ಲಿಯೂ ಒಂದು ವರ್ಷಕ್ಕಿಂತ ಹೆಚ್ಚು ಕಾಲ ಇರಲಿಲ್ಲ.

ನನಗೆ ೪೦ ವರ್ಷ ವಯಸ್ಸಾದಾಗ ಬಾಲಕ ಬಾಲಕಿಯರ ಜತೆ ಲೈಂಗಿಕ ಕ್ರಿಯೆ ನಡೆಸಬೇಕೆನ್ನುವ ಬಯಕೆಯಾಗತೊಡಗಿತು. ೧೯೯೬ರಲ್ಲಿ ನಾನು ಕಪೂರ್ತಲಾದಲ್ಲಿ ನಮ್ಮ ಫ್ಯಾಕ್ಟರಿಯಲ್ಲಿ ಕೆಲಸಮಾಡುತ್ತಿದ್ದ ಬಿಹಾರೀ ಕೆಲಸಗಾರನ ಮಗಳನ್ನು ಅಪಹರಿಸಿ ಆಕೆಯ ಮೇಲೆ ಅತ್ಯಾಚಾರವೆಸಗಿದೆ. ನನ್ನ ಕೃತ್ಯ ಬೆಳಕಿಗೆ ಬರದಿರಲೆಂದು ಆ ಬಾಲಕಿಯ ಕೊಲೆ ಮಾಡಲು ಯತ್ನಿಸಿದೆ. ಆದರೆ ಹೇಗೋ ಆ ಬಾಲಕಿ ಸಾಯದೆ ತಪ್ಪಿಸಿಕೊಂಡಿತು. ಇದಾದ ಕೆಲ ಕಾಲದ ನಂತರ ಬೇರೆ ಇಬ್ಬರು ಮಕ್ಕಳ ಮೇಲೆ ಅತ್ಯಾಚಾರ ಮಾಡಲು ಹೊರಟಾಗ ನನ್ನನ್ನು ಪೊಲೀಸರು ಬಂಧಿಸಿ ಮೂರು ಅತ್ಯಾಚಾರ ಪ್ರಕರಣಗಳಲ್ಲಿ ಆರೋಪಿಯನ್ನಾಗಿ ಮಾಡಿದರು. ಕಪೂರ್ತಲಾ ನ್ಯಾಯಾಲಯ ನನಗೆ ಮೂರೂ ಪ್ರಕರಣಗಳಲ್ಲಿ ೩೦ ವರ್ಷಗಳ ಕಠಿಣ ಸಜೆಯನ್ನು ವಿಧಿಸಿತು. ನಾನು ಲೂಧಿಯಾನಾದ ಜೈಲಿಗೆ ಹೋದೆ.”

ಒಂದು ಗ್ಲಾಸ್ ಲಸ್ಸಿ ಬೇಕೆಂದ ದರ್ಬಾರಾ ಸಿಂಗ್ ಗಟಗಟನೆ ಲೋಟ ಖಾಲಿ ಮಾಡಿ ಪೊಲೀಸರ ಮುಂದೆ ತನ್ನ ಹೇಳಿಕೆಯನ್ನು ಮುಂದುವರೆಸಿದ.

೨೦೦೩ರಲ್ಲಿ ಉತ್ತಮ ನಡತೆಗಾಗಿ ನನಗೆ ಕ್ಷಮಾಧಾನ ಮಾಡಿ ನನ್ನನ್ನು ಬಿಡುಗಡೆ ಮಾಡಬೇಕೆಂದು ನಾನು ಸರ್ಕಾರಕ್ಕೆ ಅರ್ಜಿ ಸಲ್ಲಿಸಿದೆ. ನನ್ನನ್ನು ೨೦೦೩ರ ಡಿಸೆಂಬರ್ ೩ನೇ ತಾರೀಕು ಜೈಲಿನಿಂದ ಬಿಡುಗಡೆ ಮಾಡಲಾಯಿತು.

ನನ್ನ ಜೀವನದ ಅಮೂಲ್ಯ ಹತ್ತು ವರ್ಷಗಳನ್ನು ನಾನು ಜೈಲಿನಲ್ಲಿ ಕಳೆಯಲು ನಮ್ಮ ರಾಜ್ಯಕ್ಕೆ ಬೇರೆ ರಾಜ್ಯಗಳಿಂದ ವಲಸೆ ಬಂದಿದ್ದ ಕೂಲಿ ಕಾರ್ಮಿಕರೇ ಕಾರಣ ಎಂದು ನನಗನಿಸಿ ವಲಸೆಗಾರ ಕುಟುಂಬಗಳ ಮೇಲೆ ನನಗೆ ತೀವ್ರತರವಾದ ರೋಷ ಉಂಟಾಗಿತ್ತು.

೨೦೦೪ರ ಜನವರಿಯಲ್ಲಿ ನಾನು ಜಲಂಧರಕ್ಕೆ ಬಂದೆ. ಇಲ್ಲಿಯ ಚರ್ಮದ ಕಾರ್ಖಾನೆಯೊಂದರಲ್ಲಿ ನನಗೆ ನೌಕರಿ ದೊರೆಯಿತು. ನಾನು ಮಾಡೆಲ್ ಟೌನ್ ಕಾಲೊನಿಯಲ್ಲಿ ಒಂದು ಸಣ್ಣ ಮನೆಯನ್ನು ಬಾಡಿಗೆಗೆ ಹಿಡಿದೆ. ಫೆಬ್ರವರಿ ತಿಂಗಳಿನಿಂದ ನಾನು ವಲಸೆ ಬಂದ ಕಾರ್ಮಿಕರ ಮಕ್ಕಳ ಅಪಹರಣ ಮಾಡಿ,

ಅವರ ಮೇಲೆ ಅತ್ಯಾಚಾರ ಮಾಡಿ ಅವರನ್ನು ಕೊಲೆ ಮಾಡುತ್ತಿದ್ದೆ. ಕೆಲವೊಮ್ಮೆ ನಾನು ಮಕ್ಕಳನ್ನು ಕೊಲೆ ಮಾಡಿದ ನಂತರ ಅವರ ಶವಗಳ ಮೇಲೆ ಲೈಂಗಿಕ ಕ್ರಿಯೆ ನಡೆಸುತ್ತಿದ್ದೆ"

"ಕೊಲೆಯ ನಂತರ ಏಕೆ ರೇಪ್ ಮಾಡುತ್ತಿದ್ದೆ?" ಎಂದು ಪ್ರಶ್ನಿಸಿದಾಗ, "ಸತ್ತ ಮಕ್ಕಳು ರೇಪ್ ಮಾಡುವಾಗ ಅರಚುವುದಿಲ್ಲವೆಂಬ ಕಾರಣಕ್ಕಾಗಿ" ಎಂದ ದರ್ಬಾರಾ ಸಿಂಗ್.

ದರ್ಬಾರ ಸಿಂಗ್‌ನ ಹೇಳಿಕೆಯನ್ನು ದಾಖಲು ಮಾಡುತ್ತಿದ್ದ ಜಿ.ಎಸ್.ದಿಲ್ಲಾನ್ ಎಂಬ ಎಸ್.ಪಿ ಮುಂದೆ ಆತ ಹೇಳಿದ್ದೇನೆಂದರೆ ಒಂದು ವೇಳೆ ತಾವು ನನ್ನನ್ನು ಪತ್ತೆ ಮಾಡಿ ಬಂಧಿಸದಿದ್ದರೆ ನಾನು ಇನ್ನೂ ಹೆಚ್ಚು ಮಂದಿ ಮಕ್ಕಳನ್ನು ಅಪಹರಿಸಿ ಅತ್ಯಾಚಾರ ಮಾಡಿ ಕೊಲೆ ಮಾಡುತ್ತಿದ್ದೆ ಎಂದು.

ತಾನು ಅಪರಾಧದ ಕೃತ್ಯ ಮಾಡುವಾಗ ಯಾವುದೇ ರೀತಿಯ ಮಾಧಕ ಪದಾರ್ಥ ಅಥವಾ ಪಾನಿಯಗಳನ್ನು ಸೇವಿಸುತ್ತಿರಲಿಲ್ಲ ಎಂದು ಹೇಳಿದ. ತಾನು ಪ್ರತಿಯೊಬ್ಬ ಮಕ್ಕಳ ಕೊಲೆ ಮಾಡಿದ ನಂತರ ಸಾಕಷ್ಟು ಮಧ್ಯಪಾನ ಮಾಡಿ ಉತ್ತಮ ಭೋಜನ ಮಾಡಿ ತಾನು ಮಾಡಿದ ಕೆಲಸದ ಬಗ್ಗೆ ತೃಪ್ತಿ ಪಟ್ಟುಕೊಳ್ಳುತ್ತಿದ್ದೆ ಎಂದು ಹೇಳಿದ.

ನಿನಗೆ ಏನಾದರೂ ಪಶ್ಚಾತಾಪದ ಭಾವನೆಯಿದೆಯೇ ಎಂದು ಎಸ್.ಪಿ ವಿಚಾರಿಸಿದಾಗ ನನಗೆ ಯಾವುದೇ ಪಶ್ಚಾತಾಪ ಇಲ್ಲ ಎಂದು ಹೇಳಿದ ದರ್ಬಾರಾ ಸಿಂಗ್.

ನೀನು ಕೇವಲ ವಲಸೆ ಬಂದ ಕಾರ್ಮಿಕರ ಮಕ್ಕಳನ್ನೇ ಅಪಹರಿಸಿ ಅತ್ಯಾಚಾರ ಮಾಡಿರುವೆ ಎಂದು ಹೇಳಿದೆ, ಆದರೆ ಒಬ್ಬ ಪಂಜಾಬಿ ಮಗುವಿನ ಕೊಲೆ ಮತ್ತು ಅತ್ಯಾಚಾರವನ್ನೂ ಮಾಡಿರುವೆಯಲ್ಲವೇ ಎಂದು ಕೇಳಿದಾಗ ನಾನು ತಪ್ಪು ತಿಳುವಳಿಕೆಯಿಂದ ಪಂಜಾಬಿ ಮಗುವಿನ ಅತ್ಯಾಚಾರ ಮಾಡಿದೆ. ನಾನು ಈಗಲೂ ಆ ಮಗುವಿನ ಕೊಲೆಗಾಗಿ ಪಶ್ಚಾತಾಪ ಪಡುತ್ತಿದ್ದೇನೆ ಎಂದು ಆತ ಹೇಳಿದ.

ತಾನು ಮಕ್ಕಳಿಗೆ ಚಾಕೋಲೇಟ್, ಸಮೋಸಾ ಮುಂತಾದ ವಸ್ತುಗಳನ್ನು ತೋರಿಸಿ ಅವರನ್ನು ಪುಸಲಾಯಿಸಿ ನಾಲೆಯ ಬಳಿ ಕರೆದುಕೊಂಡು ಹೋಗಿ ನಾಲೆಯ ಪಕ್ಕದಲ್ಲಿ ಇರುವ ಪೊದೆಗಳ ಬಳಿ ಅವರನ್ನು ಕೊಲೆ ಮಾಡುತ್ತಿದ್ದೆ ಎಂದ ದರ್ಬಾರಾ ಸಿಂಗ್, ತಾನು ಆ ಮಕ್ಕಳ ಕತ್ತುಗಳನ್ನು ಹರಿತವಾದ ಆಯುಧದಿಂದ ಕೂಯ್ದು ಕೊಲೆ ಮಾಡುತ್ತಿದ್ದೆ, ಕೊಲೆಯಾದ ನಂತರ ಹಲವಾರು ಮಕ್ಕಳನ್ನು ಕಾಲುವೆಯಲ್ಲಿ ಬಿಸಾಕಿದ್ದೇನೆ, ಕೆಲವರನ್ನು ಅಲ್ಲೇ ಪಕ್ಕದ ಹೊಲಗಳಲ್ಲಿ ಹೂತು ಹಾಕಿದ್ದೇನೆ ಎಂದು ಹೇಳಿದ.

ದರ್ಬಾರ ಸಿಂಗ್‌ನ ಹೇಳಿಕೆಯನ್ನು ದಾಖಲಿಸಿಕೊಂಡ ಪೊಲೀಸರು ಆತ ಕೊಲೆ ಮಾಡಿದ ಮಕ್ಕಳನ್ನು ಹೂತಿದ್ದ ಜಾಗವನ್ನು ತೋರಿಸಲು ಹೇಳಿದರು. ಮೊದಲಿಗೆ ಆತ ಪೊಲೀಸರನ್ನು ಜಲಂಧರ್-ಕಲಸಂಗಿಯಾ ರಸ್ತೆಗೆ ಕರೆದುಕೊಂಡು ಹೋಗಿ ಅಲ್ಲಿ ರಸ್ತೆಯ ಪಕ್ಕದಲ್ಲಿದ್ದ ಕಬ್ಬಿನ ಗದ್ದೆಯೊಂದಕ್ಕೆ ಹೋದ. ಆ ಸಮಯದಲ್ಲಿ ದಟ್ಟವಾಗಿ ಕಬ್ಬಿನ ಫಸಲು ಬೆಳೆದಿದ್ದರಿಂದ ಆತ ಮಕ್ಕಳನ್ನು ಹುಗಿದಿದ್ದ ಜಾಗವನ್ನು ಹುಡುಕಲು ಸಾಕಷ್ಟು ಸಮಯ ಬೇಕಾಯಿತು. ಕಡೆಗೂ ಮಕ್ಕಳನ್ನು ಹುಗಿದಿದ್ದ ಜಾಗವು ಪತ್ತೆಯಾಯಿತು. ಅಕ್ಟೋಬರ್ ೨೫ರಂದು ಅಪಹರಿಸಿದ್ದ ಖುರ್ಷೀದ್ ಹಾಗೂ ಅವನ ಸೋದರಿ ರುಕುವಿನ ದೇಹಗಳು ದೊರಕಿದವು. ರುಕುವಿನ ದೇಹವು ಸಾಕಷ್ಟು ಕೊಳೆತಿತ್ತು. ಮಗುವಿನ ರುಂಡವು ಮುಂಡದಿಂದ ಬೇರ್ಪಟ್ಟಿತ್ತು. ಮಗುವಿನ ಶಿರಚ್ಛೇದನವನ್ನು ತಾನು ಮಾಡಿದ್ದಾಗಿ ಆರೋಪಿ ಒಪ್ಪಿಕೊಂಡ. ಮಕ್ಕಳನ್ನು ಹುದುಗಿಸಿದ್ದ ಸ್ಥಳದ ಅನತಿ ದೂರದಲ್ಲಿಯೇ ತಾನು ಹುದುಗಿಸಿದ್ದ ಒಂದು ಖಾಲಿ ಬಾಟಲ್ ರಮ್ ಹಾಗೂ ಒಂದು ಗ್ಲಾಸನ್ನು ಆರೋಪಿಯು ತೋರಿಸಿದ.

ಮಕ್ಕಳ ಶವಗಳು ಪತ್ತೆಯಾದ ಸುದ್ದಿ ಶಿಘ್ರದಲ್ಲಿ ಸುತ್ತಮುತ್ತಲೂ ಹರಡಿ ಕಬ್ಬಿನ ಗದ್ದೆಯ ಬಳಿಗೆ ಸಾಕಷ್ಟು ಜನರು ಜಮಾಯಿಸಿದರು. ದರ್ಬಾರಾ ಸಿಂಗ್‌ನನ್ನು ಕಂಡು ಕುಪಿತಗೊಂಡ ಜನ ಅವನನ್ನು ಕೊಲ್ಲಲು ಮುಂದಾದರು. ಅವನಿಗೆ ಸಾಕಷ್ಟು ಧರ್ಮದೇಟುಗಳು ಬಿದ್ದವು. ಬಹು ಪ್ರಯಾಸದಿಂದ ಅವನನ್ನು ಪೊಲೀಸ್ ಠಾಣೆಗೆ ವಾಪಸ್ ಕರೆದೊಯ್ಯಲಾಯಿತು.

ಆನಂತರ ಪೊಲೀಸರನ್ನು ಚೆಹರು ಎಂಬ ಗ್ರಾಮಕ್ಕೆ ಕರೆದೊಯ್ದ ದರ್ಬಾರಾ ಮಾಡೆಲ್ ಟೌನ್ ಪೊಲೀಸ್ ಠಾಣೆಯ ಸರಹದ್ದಿನಿಂದ ತಾನು ಅಪಹರಿಸಿ ರೇಪ್ ಮಾಡಿ ಕೊಲೆ ಮಾಡಿದ್ದ ಆರು ವರ್ಷದ ಬಾಲಕಿಯ ಶವವನ್ನು ಎಸೆದಿದ್ದ ಜಾಗವನ್ನು ತೋರಿಸಿದ. ತಾಜವಿನ್ ಎನ್ನುವ ಬಾಲಕಿಯ ಕೊಳೆತ ಶವವು ಪೊದೆಯೊಂದರ ಹಿಂದೆ ಪತ್ತೆಯಾಯಿತು. ಶಹಾ ಚಾಂಗಿ ಎನ್ನುವ ಹಳ್ಳಿಯಿಂದ ಆಗಸ್ಟ್ ೧೬ರಂದು ಕೊಲೆ ಮಾಡಿದ್ದ ಲಾಲೂ ಪ್ರಸಾದ್ ಎಂಬ ಆರು ವರ್ಷದ ಬಾಲಕನ ದೇಹವನ್ನು ಹುಗಿದಿದ್ದ ಜಾಗವನ್ನು ದರ್ಬಾರಾ ತೋರಿಸಿದ.

ಸರಿಸುಮಾರು ೧೫-೧೬ ಮಕ್ಕಳನ್ನು ತಾನು ತರನ್ ತರನ್ ಹಾಗೂ ದಯ್ಯ ಎನ್ನುವ ಊರುಗಳಲ್ಲಿ ನೀರಿನಲ್ಲಿ ಮುಳುಗಿಸಿ ಕೊಲೆ ಮಾಡಿದೆ ಎಂದು ಆರೋಪಿಯು ತಿಳಿಸಿದ. ಕೆಲವು ಮಕ್ಕಳ ಅವಶೇಷಗಳನ್ನು ಪೊಲೀಸರು ಪತ್ತೆ ಮಾಡಿದರು. ಆದರೆ ಸುಮಾರು ೬ ಜನ ಮಕ್ಕಳ ಶವಗಳು ಕಡೆಗೂ ಸಿಗಲೇ ಇಲ್ಲ.

ಈ ಎಲ್ಲಾ ಕೊಲೆಗಳ ಬಗ್ಗೆ ದರ್ಬಾರ ಸಿಂಗ್ ಮೇಲೆ ನ್ಯಾಯಾಲಯದಲ್ಲಿ ಮೊಕದ್ದಮೆಯನ್ನು ಹೂಡಲಾಯಿತು. ಒಟ್ಟು ೧೮ ಪ್ರಕರಣಗಳಲ್ಲಿ ದರ್ಬಾರ ಸಿಂಗ್ ಮೇಲೆ ನ್ಯಾಯಾಲಯದಲ್ಲಿ ಪ್ರಕರಣಗಳನ್ನು ದಾಖಲಾಯಿತು. ಅವುಗಳಲ್ಲಿ ಒಂದು ಪ್ರಕರಣದಲ್ಲಿ ನ್ಯಾಯಾಧೀಶರು ದರ್ಬಾರ ಸಿಂಗ್‌ಗೆ ಮರಣದಂಡನೆಯನ್ನು ವಿಧಿಸಿದರು. ಈ ಪ್ರಕರಣದ ವಿವರ ಹೀಗಿದೆ.

ಅಕ್ಟೋಬರ್ ೨೦೦೪ರಲ್ಲಿ ಬಿಹಾರದ ದರ್ಬಾಂಗಾ ಜಿಲ್ಲೆಯಿಂದ ಪಂಜಾಬಿಗೆ ಕೆಲಸ ಹುಡುಕಿಕೊಂಡು ಬಂದಿದ್ದ ಕೂಲಿಕಾರರ ಮಕ್ಕಳಾದ ಬಾಲಕ ಖುರ್ಷಿದ್ ಹಾಗೂ ಆತನ ಸೋದರಿ ರುಕು ತಮ್ಮ ಮನೆಯ ಮುಂದೆ ಆಟವಾಡುತ್ತಿದ್ದಾಗ ದರ್ಬಾರಾ ಸಿಂಗ್ ಅವರನ್ನು ಅಪಹರಿಸಿದ. ಮಕ್ಕಳು ಕಾಣೆಯಾದ ಬಗ್ಗೆ ಪೊಲೀಸ್ ಠಾಣೆಗೆ ದೂರು ಹೋಯಿತು. ಬಹಳ ದಿನಗಳವರೆಗೆ ಆ ಮಕ್ಕಳು ಪತ್ತೆಯಾಗಲಿಲ್ಲ. ಆ ನಂತರ ದರ್ಬಾರ ಸಿಂಗ್‌ನ ಹೇಳಿಕೆಯ ಮೇರೆಗೆ ಎರಡೂ ಮಕ್ಕಳ ಶವಗಳು ಪತ್ತೆಯಾದವು. ಆ ಮಕ್ಕಳ ದೇಹಗಳ ಮೇಲೆ ಮರಣೋತ್ತರ ಪರೀಕ್ಷೆ ಮಾಡಿದಾಗ, ಇಬ್ಬರ ಮೇಲೆಯೂ ಅತ್ಯಾಚಾರ ಮಾಡಿದ್ದಾಗಿ ಕಂಡು ಬಂದಿತು. ಈ ಪ್ರಕರಣದಲ್ಲಿ ೨೦೦೮ರಲ್ಲಿ ದರ್ಬಾರಾ ಸಿಂಗ್‌ಗೆ ಮರಣದಂಡನೆ ಶಿಕ್ಷೆಯನ್ನು ವಿಧಿಸಲಾಯಿತು.

ದರ್ಬಾರಾ ಸಿಂಗ್‌ನ ಕಪಿಮುಷ್ಟಿಯಿಂದ ಪಾರಾಗಿ ತನ್ನ ಗಂಟಲು ಕುಯ್ದಿದ್ದರೂ ಬಚಾವಾಗಿದ್ದ ಬಾಲಕಿ ನಿಶು ತನಗೆ ಇನ್ನೂ ಮಾತನಾಡಲಾಗದಿದ್ದರೂ ಆರೋಪಿಯನ್ನು ಗುರುತಿಸಿ ಸನ್ನೆ ಭಾಷೆಯಿಂದಲೇ ನ್ಯಾಯಾಲಯದಲ್ಲಿ ಆರೋಪಿಯನ್ನು ಗುರುತಿಸಿದ್ದರಿಂದ ಅವನಿಗೆ ಆ ಪ್ರಕರಣದಲ್ಲಿ ಜೀವಾವಧಿ ಶಿಕ್ಷೆಯಾಯಿತು.

ಆನಂತರ ಬೇರೆ ಬೇರೆ ಪ್ರಕರಣಗಳಲ್ಲಿ ಆತನಿಗೆ ಬೇರೆ ಬೇರೆ ರೀತಿಯ ಶಿಕ್ಷೆಗಳು ದೊರೆತವು. ಲಕ್ಷ್ಮಿ ಹಾಗೂ ಸಂಜು ಎನ್ನುವ ಮಕ್ಕಳ ಕೊಲೆ ಪ್ರಕರಣದಲ್ಲಿ ಆ ಮಕ್ಕಳ ದೇಹಗಳು ಸಿಗದೇ ಹೋದ್ದರಿಂದ ಅವನನ್ನು ಆರೋಪದಿಂದ ಖುಲಾಸೆಗೊಳಿಸಲಾಯಿತು.

೨೦೧೯ರಲ್ಲಿ ಪಂಜಾಬ್ ಮತ್ತು ಹರಿಯಾಣಾ ಉಚ್ಚ ನ್ಯಾಯಾಲಯವು ದರ್ಬಾರಾ ಸಿಂಗ್‌ಗೆ ಖುರ್ಷಿದ್ ಹಾಗೂ ರುಕು ಕೊಲೆ ಕೇಸಿನಲ್ಲಿ ನೀಡಿದ್ದ ಮರಣದಂಡನೆಯ ಶಿಕ್ಷಯನ್ನು ರದ್ದುಗೊಳಿಸಿತು. ಈ ಪ್ರಕರಣದಲ್ಲಿ ಆರೋಪಿಯನ್ನು ಶಿಕ್ಷೆಗೆ ಒಳಪಡಿಸಲು ಯಾವುದೇ ಉತ್ತಮ ಸಾಕ್ಷ್ಯಾಧಾರಗಳು ಇಲ್ಲವೆಂದು ಹೇಳಿ ಅವನನ್ನು ಖುಲಾಸೆ ಮಾಡಲಾಯಿತು. ಆದರೆ ಬೇರೆ ಪ್ರಕರಣಗಳಲ್ಲಿ ಅವನಿಗೆ ಶಿಕ್ಷೆಯಾದ್ದುದರಿಂದ ಅವನನ್ನು ಜೈಲಿನಿಂದ ಬಿಡುವ ಪ್ರಮೇಯವೇ ಬರಲಿಲ್ಲ.

ಜೈಲಿನಲ್ಲೇ ಇದ್ದ ದರ್ಬಾರಾ ಸಿಂಗ್ ತನಗೆ ಆದ ಎಲ್ಲಾ ಶಿಕ್ಷೆಗಳ ವಿರುದ್ಧ ಉಚ್ಚ ನ್ಯಾಯಾಲಯದಲ್ಲಿ ಅಪೀಲುಗಳನ್ನು ಸಲ್ಲಿಸುತ್ತಲೇ ಬಂದ. ೨೦೧೮ರಲ್ಲಿ ಆತ ಜೈಲಿನಲ್ಲಿದ್ದಾಗಲೇ ತೀವ್ರವಾಗಿ ಅಸ್ವಸ್ಥಗೊಂಡ. ಕಾರಣ ಆತನನ್ನು ಪಾಟಿಯಾಲದ ಸರ್ಕಾರಿ ಆಸ್ಪತ್ರೆಗೆ ಸೇರಿಸಲಾಯಿತು. ಆಸ್ಪತ್ರೆಯಲ್ಲಿ ಕೊಟ್ಟಂತಹ ಚಿಕಿತ್ಸೆ ಫಲಕಾರಿಯಾಗದೇ ದರ್ಬಾರಾ ಸಿಂಗ್ ೬ನೇ ಜೂನ್ ೨೦೧೮ರಂದು ಅಸುನೀಗಿದ. ಆತ ಸತ್ತ ನಂತರವೂ ಆತನ ಹೆಂಡತಿ ಮತ್ತು ಕುಟುಂಬದವರು ಆತನ ದೇಹವನ್ನು ಅಂತ್ಯಕ್ರಿಯೆ ಮಾಡಲು ತೆಗೆದುಕೊಂಡು ಹೋಗಲಿಲ್ಲ.

ದರ್ಬಾರಾ ಸಿಂಗ್ ಮಾಡಿದಂತಹ ಅಪರಾಧಗಳು ಅತ್ಯಂತ ಹೀನ ಕೃತ್ಯಗಳಾಗಿ ಸಮಾಜದಲ್ಲಿ ನಮಗೆ ತಲೆತಗ್ಗಿಸುವಂತಾಗಿದೆ. ಅವನನ್ನು ಈ ಹಿಂದೆಯೇ ನಾವು ಕುಟುಂಬದಿಂದ ಹೊರಹಾಕಿರುವುದರಿಂದ ಅವನ ಅಂತ್ಯ ಸಂಸ್ಕಾರವನ್ನು ಮಾಡುವ ಪ್ರಮೇಯವೇ ಬರುವುದಿಲ್ಲವೆಂದು ಅವರು ತಿಳಿಸಿದರು.

ಕಡೆಗೂ ದೇಶ ಕಂಡ ಒಬ್ಬ ಕುಖ್ಯಾತ ಮಕ್ಕಳ ಅತ್ಯಾಚಾರಿ ಮತ್ತು ಕೊಲೆಗಡುಕನ ಅಂತ್ಯ ಗಲ್ಲುಕಂಬದ ಮೇಲಾಗದೇ ಆಸ್ಪತ್ರೆಯಲ್ಲಿ ಆದದ್ದು ವಿಪರ್ಯಾಸವೇ.

■■

೭. ದೇವಿ ಉಪಾಸಕ ತಿಮ್ಮಪ್ಪ

ನನ್ನ ಮುಂದೆ ಆತ ಬಂದು ಕೈ ಜೋಡಿಸಿದಾಗ ಅವನತ್ತಲೇ ದೃಷ್ಟಿಸಿದೆ. ವಯಸ್ಸು ಸುಮಾರು ೭೦ ವರ್ಷ ಇರಬಹುದು. ಸಣ್ಣಗಿನ, ಎತ್ತರದ ವ್ಯಕ್ತಿ. ಬಿಳಿಯ ಉದ್ದನೆಯ ಗಡ್ಡ. ಮಿಂಚಿನ ಕಣ್ಣುಗಳು, ಹಣೆಯ ತುಂಬಾ ವಿಭೂತಿ. ಈತ ಯಾವುದೋ ಸಾಧು ಸಂತನಂತೆ ಕಾಣುತ್ತಿದ್ದಾನಲ್ಲಾ ಎಂದು ಯೋಚಿಸುತ್ತಾ ಕುಳಿತುಕೊಳ್ಳಲು ಹೇಳಿದೆ. ಆತ ಕುಳಿತುಕೊಳ್ಳಲು ಹಿಂಜರಿದ. "ನೀನು ಕುಳಿತುಕೊಳ್ಳದಿದ್ದರೆ ನಾನೂ ನಿಂತೇ ಮಾತನಾಡುವೆ" ಎಂದಾಗ ಮುಜುಗರದಿಂದಲೇ ಕುರ್ಚಿಯ ತುದಿಯಲ್ಲಿ ಕುಳಿತ.

"ಯಾವ ಕಾರಣಕ್ಕಾಗಿ ನಿನಗೆ ಮರಣದಂಡನೆಯಾಯಿತು?"

"ನಾನು ಒಂದು ಕೊಲೆ ಪ್ರಕರಣದಲ್ಲಿ ವಿಚಾರಣಾಧೀನ ಕೈದಿಯಾಗಿ ಜೈಲಿಗೆ ಹೋಗಿದ್ದು, ಜಾಮೀನಿನ ಮೇಲೆ ಹೊರ ಬಂದಾಗ ಇನ್ನೊಂದು ಕೊಲೆಮಾಡಿದೆ. ಹೀಗಾಗಿ ನನಗೆ ಈ ಶಿಕ್ಷೆಯಾಯಿತು" ಎಂದ

"ಹಾಗಾದರೆ ಎರಡನೆಯ ಕೊಲೆ ಕೇಸಿನಲ್ಲಿ ಗಲ್ಲು ಶಿಕ್ಷೆಯಾಗಿದೆ ಎನ್ನು"

ಹೌದು ಎಂದು ತಲೆ ತೂಗಿದ.

"ನಿನ್ನಿಂದ ಕೊಲೆಯಾದವರು ಯಾರು?"

"ಕೊಲೆಯಾದ ಇಬ್ಬರೂ ನನ್ನ ಹೆಂಡತಿಯರೇ"

ಒಂದು ಕ್ಷಣ ಅವಾಕ್ಕಾದೆ.

"ನಿನ್ನನ್ನು ನೋಡಿದರೆ ಎರಡು ಕೊಲೆ ಮಾಡಿದವನು ಎಂದೇ ಅನಿಸುವುದಿಲ್ಲ"

"ಎರಡಲ್ಲ ಸಾರ್, ಮೂರು ಕೊಲೆಗಳು" ಎಂದತಿಮ್ಮಪ್ಪ.

ಆಶ್ಚರ್ಯ ಚಕಿತನಾಗಿ ಅವನತ್ತಲೇ ನೋಡಿದೆ.

"ನನ್ನ ಎರಡನೆಯ ಹೆಂಡತಿಯ ಕೊಲೆ ಮಾಡುವಾಗ ನನ್ನ ಮಗು ಅಡ್ಡ ಬಂದ ಕಾರಣ ಅದೂ ಸಾವನ್ನಪ್ಪಿತು" ಎಂದು ಹೇಳುತ್ತಾ ಗಳಗಳನೆ ಅತ್ತ ತಿಮ್ಮಪ್ಪ. ಅವನಿಗೆ ಒಂದು ಕಪ್ ಚಹಾ ತರಿಸಿಕೊಟ್ಟು ಸಮಾಧಾನ ಮಾಡಿದೆ.

"ಸರ್, ತಿಮ್ಮಪ್ಪ ಈ ಜೈಲಿನ ಅತಿಸಂಭಾವಿತ ಕೈದಿ. ಅವನು ಯಾರ ತಂಟೆಗೂ ಹೋಗುವುದಿಲ್ಲ. ದಿನಕ್ಕೆ ಮೂರು ಬಾರಿ ಸ್ನಾನ ಮಾಡುತ್ತಾನೆ, ಸದಾಕಾಲವೂ ದೇವರ ಧ್ಯಾನದಲ್ಲಿರುತ್ತಾನೆ" ಎಂದರು ಆತನ ಜತೆಯಲ್ಲಿಬಂದಿದ್ದ ಜೈಲಿನ ಅಧಿಕಾರಿ.

"ಸಾಹೇಬರೇ, ನನಗೆ ದೇವಿಯ ಸಾಕ್ಷಾತ್ಕಾರವಾಗಿದೆ. ನನ್ನ ಕನಸಿನಲ್ಲಿ ಪದೇಪದೇ ದೇವಿ ಬರುತ್ತಾಳೆ. ಅದರ ಸಲುವಾಗಿಯೇ ದಿನಕ್ಕೆ ಮೂರು ಬಾರಿ ಪೂಜೆ ಮಾಡುತ್ತೇನೆ" ಎಂದ ತಿಮ್ಮಪ್ಪ

"ಎಂದಿನಿಂದ ನಿನಗೆ ದೇವಿಯ ಸಾಕ್ಷಾತ್ಕಾರವಾಗಿದೆ" ಎಂದು ಪ್ರಶ್ನಿಸಿದೆ.

"ಜೈಲಿಗೆ ಬಂದ ನಂತರವೇ ನಾನು ಬದಲಾದದ್ದು" ಎಂದ ಆತ.

"ನಿನ್ನ ಕಥೆಯನ್ನು ವಿವರವಾಗಿ ಹೇಳು" ಎಂದೆ.

"ಸರ್, ನಮ್ಮದು ಬಡ ಕುಟುಂಬ. ಉತ್ತರ ಕರ್ನಾಟಕದ ಒಂದು ಸಣ್ಣ ಹಳ್ಳಿಯಲ್ಲಿ ಶಾಲೆ ಕಲಿತ ನಾನು ಎಸ್.ಎಸ್.ಎಲ್.ಸಿ ಪಾಸಾದ ಬಳಿಕ ಸಂಭಂದೀಕರೊಬ್ಬರ ವಶೀಲಿಯ ಮೂಲಕ ಸರ್ಕಾರದ ಉದ್ದಿಮೆಯೊಂದರಲ್ಲಿ ಕಾರಕೂನನಾಗಿ ನೌಕರಿ ಪಡೆದೆ. ಜಿಲ್ಲಾಕೇಂದ್ರದಲ್ಲಿ ಒಂದು ವರ್ಷ ನೌಕರಿ ಮಾಡಿದ ನಂತರ ಲಗ್ನವನ್ನು ಮಾಡಿಕೊಂಡೆ. ಬಾಡಿಗೆ ಮನೆಯೊಂದರಲ್ಲಿ ಸಂಸಾರ ಪ್ರಾರಂಭಿಸಿದೆ. ನನ್ನ ಪತ್ನಿ ಪಟ್ಟಣದ ಮನೆಯಲ್ಲಿ ಒಬ್ಬಳೇ ಇರಲು ಭಯವಾಗುತ್ತದೆ ಎಂದು ಹೇಳಿ ಆಕೆಯ ಅಜ್ಜಿಯನ್ನು ನಮ್ಮ ಜೊತೆಯೇ ವಾಸಿಸಲು ಕರೆತಂದಳು.

"ನಾನು ಪ್ರತಿದಿನವೂ ಬೆಳಗ್ಗೆ ಹತ್ತು ಗಂಟೆಗೆ ಸೈಕಲ್‌ನಲ್ಲಿ ನನ್ನ ಕಛೇರಿಗೆ ಹೋಗಿ ಮಧ್ಯಾಹ್ನ ಊಟದ ವೇಳೆಗೆ ಮನೆಗೆ ಬಂದು ಊಟ ಮಾಡಿ ಕಛೇರಿಗೆ ವಾಪಸ್ಸಾಗಿ ರಾತ್ರಿ ಮತ್ತೆ ಮನೆಗೆ ಮರಳುತ್ತಿದ್ದೆ. ಕೆಲವು ವಾರಗಳ ನಂತರ ನಾನು ಮನೆಗೆ ಬರುವ ಸಮಯದಲ್ಲಿ ನನ್ನ ಪತ್ನಿಯ ಅಜ್ಜಿ ಬಾಗಿಲಲ್ಲೇ ನಿಂತಿರುತ್ತಿದ್ದದ್ದನ್ನು ನೋಡಿ ನನಗೆ ಗುಮಾನಿ ಬಂದಿತು. ಒಂದು ದಿನ ನಾನು ಮನೆಗೆ ಬಂದಾಗ ಮನೆಯ ಹಿಂಬಾಗಿಲಿನಿಂದ ಯಾರೋ ಓಡಿ ಹೋದದ್ದನ್ನು ನೋಡಿ ಹೆಂಡತಿಯನ್ನು ವಿಚಾರಿಸಿದೆ. ಯಾರೂ ಬಂದೇ ಇರಲಿಲ್ಲ ಎಂದೇ ವಾದಿಸಿದಳು. ನಮ್ಮ ಮನೆಗೆ ನಾನಿಲ್ಲದ ಸಮಯದಲ್ಲಿ ವಿಟಪುರುಷರು ಬರುತ್ತಿದ್ದರೆಂದು ನನಗೆ ಅಕ್ಕಪಕ್ಕದವರಿಂದ ತಿಳಿದುಬಂದಿತು.

"ಇದನ್ನು ಪರೀಕ್ಷಿಸಲು ಒಂದು ದಿನ ಕಛೇರಿಗೆ ರಜೆ ಹಾಕಿ ದೂರದಲ್ಲಿ ಅಡಗಿ ನನ್ನ ಮನೆಯನ್ನು ಗಮನಿಸಿದೆ. ಯಾರು ಯಾರೋ ಮನೆಯ ಬಾಗಿಲು ಬಡಿದು ಬಾಗಿಲು ತೆರೆದ ಅಜ್ಜಿಯ ಕೈಗೆ ಹಣ ಕೊಟ್ಟು ಒಳಗೆ ಹೋದದ್ದನ್ನು ನೋಡಿದಾಗ ಅನುಮಾನ ಖಾತ್ರಿಯಾಯಿತು. ಪರಪುರುಷರ ಜತೆ ನನ್ನ ಹೆಂಡತಿ ಇದ್ದಾಗ ಅಜ್ಜಿಯನ್ನು ಕಾವಲಿಗೆ ನಿಲ್ಲಿಸುತ್ತಿದ್ದಳು ಎಂದೂ ತಿಳಿಯಿತು. ಕೆಲ ಸಮಯದ ನಂತರ ನನ್ನ ಪತ್ನಿ ನನ್ನ ಮನೆ ಮಾಲೀಕನ ಮಗನ ಜತೆಯೂ ಅನೈತಿಕ ಸಂಬಂಧ

ಹೊಂದಿದ್ದಾಳೆಂದು ಗೊತ್ತಾಯಿತು. ನಾನು ನನ್ನ ಪತ್ನಿಯ ಜೊತೆ ಜಗಳವಾಡಿ ಆಕೆಯನ್ನು ಮನೆಯಿಂದ ಹೊರಗೆ ಹಾಕಿದೆ. ಎರಡು ದಿನಗಳ ನಂತರ ನನ್ನ ಅತ್ತೆ ಮಾವಂದಿರು ಮನೆಗೆ ಬಂದು ನನ್ನ ಕ್ಷಮೆ ಕೋರಿ ಇನ್ನು ಮುಂದೆ ತಮ್ಮ ಮಗಳು ಸರಿಯಾಗಿ ಸಂಸಾರ ಮಾಡುತ್ತಾಳೆಂದು ಹೇಳಿ ಒಂದು ಅವಕಾಶ ಕೊಡಲು ಕೋರಿದರು. ನಾನು ಒಪ್ಪಿದೆ. ಆದರೆ ನನ್ನ ಹೆಂಡತಿ ಮತ್ತೆ ತನ್ನ ಚಾಳಿ ಮುಂದುವರೆಸಿದಾಗ ನಾನು ಅವಳ ಕೊಲೆ ಮಾಡಲು ತೀರ್ಮಾನಿಸಿದೆ.

"ಒಂದು ಶುಕ್ರವಾರದಂದು ಊರಿಗೆ ಹೋಗುತ್ತಿದ್ದೇನೆಂದು ನನ್ನ ಪತ್ನಿಗೆ ತಿಳಿಸಿ ನಾನು ಮಾರುಕಟ್ಟೆಗೆ ಹೋಗಿ ಒಂದು ಮಚ್ಚನ್ನು ಖರೀದಿಸಿದೆ. ಅಲ್ಲಲ್ಲೇ ಸುತ್ತಾಡುತ್ತಾ ರಾತ್ರಿ ವೇಳೆ ನಮ್ಮ ಮನೆಯತ್ತ ಬಂದೆ. ಆ ಸಮಯದಲ್ಲಿ ನನ್ನ ಮನೆಯಲ್ಲಿ ನನ್ನ ಪತ್ನಿ ಪರಪುರುಷನೊಬ್ಬನ ಜತೆ ಇದ್ದದ್ದು ಖಾತ್ರಿಯಾಗಿ ಇಬ್ಬರನ್ನೂ ಮುಗಿಸಿಬಿಡುವ ಉದ್ದೇಶದಿಂದ ಮನೆಯೊಳಗೆ ನುಗ್ಗಲು ಹೊರಟೆ.

"ನನ್ನ ದುರಾದೃಷ್ಟಕ್ಕೆ ನಮ್ಮ ಮನೆಯ ಕಬ್ಬಿಣದ ಬಾಗಿಲು ತುಕ್ಕು ಹಿಡಿದಿದ್ದ ಪರಿಣಾಮ ತೆಗೆದಾಗ ಕರಕರ ಸಪ್ಪಳ ಮಾಡಿತು. ಎಚ್ಚೆತ್ತ ವಿಟಪುರುಷ ಮನೆಯ ಹಿಂಬಾಗಿಲಿನಿಂದ ಓಡಿಹೋದ. ನಾನು ಬಂದದ್ದನ್ನು ನೋಡಿದ ನನ್ನ ಮಡದಿ ಹಾಗೂ ಅಜ್ಜಿ ಗಾಬರಿಯಾದರು. ನಾನು ನೇರವಾಗಿ ಮಡದಿಯತ್ತ ಧಾವಿಸಿ ಅವಳ ಕುತ್ತಿಗೆಗೆ ಕೈಯಲ್ಲಿದ್ದ ಮಚ್ಚಿನಿಂದ ಜೋರಾಗಿ ಹೊಡೆದೆ. ಆಕೆ ಸ್ಥಳದಲ್ಲೇ ಸತ್ತುಬಿದ್ದಳು. ಅಜ್ಜಿ ಹೆದರಿ ದೂರ ನಿಂತಳು. ನಾನು ನೇರವಾಗಿ ಪೊಲೀಸ್ ಠಾಣೆಗೆ ಹೋಗಿ ನನ್ನ ಹೆಂಡತಿಯ ಕೊಲೆ ಮಾಡಿದ ಬಗ್ಗೆ ದೂರು ನೀಡಿದೆ" ಎನ್ನುತ್ತ ಟವಲ್‌ನಿಂದ ಮುಖವೊರೆಸಿಕೊಂಡ.

"ಅಲ್ಲಾ ತಿಮ್ಮಪ್ಪ, ಸಾಮಾನ್ಯವಾಗಿ ಈ ರೀತಿಯ ಕೊಲೆ ಪ್ರಕರಣಗಳಲ್ಲಿ ಗಲ್ಲು ಶಿಕ್ಷೆಯಾಗುವುದಿಲ್ಲವಲ್ಲ" ಎಂದೆ

"ಸ್ವಲ್ಪ ತಡೆಯಿರಿ ಸರ್, ಕಥೆ ಇನ್ನೂ ಬಾಕಿ ಇದೆ. ಪೊಲೀಸರು ಈ ಕೊಲೆ ಪ್ರಕರಣದಲ್ಲಿ ನನ್ನನ್ನು ಬಂಧಿಸಿ ಜೈಲಿಗೆ ಹಾಕಿದರು. ಈ ಪ್ರಕರಣದ ವಿಚಾರಣೆ ನ್ಯಾಯಾಲಯದಲ್ಲಿ ನಡೆಯುತ್ತಿತ್ತು. ನಾನು ಜೈಲಿನಲ್ಲಿದ್ದಾಗ ಅದೇ ಜೈಲಿನಲ್ಲಿದ್ದ ಇನ್ನೊಬ್ಬ ವಿಚಾರಣಾಧೀನ ಕೈದಿಯ ಪರಿಚಯವಾಯಿತು. ಆತನ ಹೆಸರು ಕಲ್ಲಪ್ಪ. ಅವನಿಗೂ ನನಗೂ ಉತ್ತಮ ಸ್ನೇಹ ಬೆಳೆಯಿತು. ನಾವು ನಮ್ಮ ನೋವುಗಳನ್ನು ಪರಸ್ಪರ ಹಂಚಿಕೊಳ್ಳುತ್ತಿದ್ದೆವು. ಒಂದು ದಿನ ಕಲ್ಲಪ್ಪ ತನ್ನ ಮಗಳನ್ನು ನನಗೆ ಕೊಟ್ಟು ಲಗ್ನ ಮಾಡುವುದಾಗಿ ತಿಳಿಸಿ, ನನ್ನ ಒಪ್ಪಿಗೆ ಕೇಳಿದ. ನನಗೆ ಗಾಬರಿಯಾಗಿ ನಾನು ಹೆಂಡತಿಯ ಕೊಲೆ ಮಾಡಿ ಜೈಲಿಗೆ ಬಂದದ್ದು ತಿಳಿದೂ ನಿನ್ನ ಮಗಳ ಕೈ ಹಿಡಿಯಲು ಹೇಗೆ ಕೋರುತ್ತಿರುವೆ ಎಂದು ಅವನನ್ನು ಕೇಳಿದೆ. ನೀನು ನಿನ್ನ ಹೆಂಡತಿಯನ್ನು ಕೊಲೆ ಮಾಡಿದ ಕಾರಣ ಆಕೆಯ ಕೆಟ್ಟ ನಡತೆಯಿಂದಾಗಿಯೇ ಎಂದು ನನಗೆ ತಿಳಿದಿದೆ. ನನ್ನ ಮಗಳು ಹಾಗಲ್ಲ. ಆಕೆ ಶೀಲವಂತೆ ಎಂದ.

"ನಾನು ಈ ಕೇಸಿನಲ್ಲಿ ಇನ್ನೂ ಎಷ್ಟು ವರ್ಷ ಜೈಲಿನಲ್ಲಿ ಇರಬೇಕಾಗುತ್ತದೆಯೋ ನನಗೆ ಗೊತ್ತಿಲ್ಲ. ನಾನು ಹೊರಗೆ ಬರುವಷ್ಟರಲ್ಲಿ ನಿನ್ನ ಮಗಳು ಮುದುಕಿಯಾಗಿರುತ್ತಾಳೆ ಎಂದು ನಾನು ಹೇಳಿದೆ. ನಾನು ನಿನಗಾಗಿ ಒಬ್ಬ ಒಳ್ಳೆಯ ವಕೀಲನನ್ನು ಗೊತ್ತು ಮಾಡಿ ನಿನಗೆ ಈ ಕೇಸಿನಿಂದ ಬಿಡುಗಡೆಯಾಗುವಂತೆ ನೋಡಿಕೊಳ್ಳುವೆ. ನೀನು ಈ ಸಂಬಂಧಕ್ಕೆ ಒಪ್ಪಬೇಕು ಎಂದ. ಪ್ರಕರಣದಿಂದ ಬಚಾವಾಗುವ ಆಸೆಯಿಂದ ಅವನ ಪ್ರಸ್ತಾವನೆಗೆ ಸಂತಸ-ದಿಂದಲೇ ಒಪ್ಪಿಕೊಂಡೆ. ಅಷ್ಟರಲ್ಲಿ ಕಲ್ಲಪ್ಪನಿಗೆ ಜೈಲಿನಿಂದ ಬಿಡುಗಡೆಯಾಯಿತು. ಅವನು ನನ್ನ ಪರವಾಗಿ ವಾದಿಸಲು ಒಬ್ಬ ದೊಡ್ಡ ವಕೀಲರನ್ನೇ ಗೊತ್ತುಮಾಡಿದ. ಅವರ ಪ್ರಯತ್ನದಿಂದ ಕೆಲದಿನಗಳ ನಂತರ ನ್ಯಾಯಾಲಯ ನನ್ನನ್ನು ಜಾಮೀನಿನ ಮೇಲೆ ಬಿಡುಗಡೆ ಮಾಡಿತು"

"ಹಾಗಾದರೆ ಕೊಲೆ ಕೇಸಿನಿಂದ ಬಿಡುಗಡೆಯಾಯಿತೇ?" ಎಂದೆ.

"ಇಲ್ಲ ಸರ್, ಕೊಲೆ ಕೇಸ್ ಇನ್ನು ನಡೆಯುತ್ತಿತ್ತು. ನಾನು ಜಾಮೀನಿನ ಮೇಲೆ ಹೊರಗೆ ಬಂದ ನಂತರ ಕಲ್ಲಪ್ಪ ತನ್ನ ಮಗಳನ್ನು ನನಗೆ ಮದುವೆ ಮಾಡಿಕೊಟ್ಟ. ಮದುವೆಯ ನಂತರ ನಾವಿಬ್ಬರೂ ಖುಷಿಯಾಗಿಯೇ ಇದ್ದೆವು. ಸ್ವಲ್ಪ ದಿನದ ನಂತರ ನಮಗೆ ಲಕ್ಷ್ಮಿ ಎಂಬ ಪುತ್ರಿ ಹುಟ್ಟಿದ್ದಳು. ನಮ್ಮದೊಂದು ಸುಖೀ ಸಂಸಾರವಾಗಿತ್ತು."

ಆದರೆ ನನ್ನ ನಸೀಬು ನೋಡಿ, ಮಗಳ ಪ್ರೀತಿ ಮತ್ತು ಬೆಳವಣಿಗೆ ನೋಡಲು ನನ್ನ ಹಣೆಯಲ್ಲಿ ಬರೆದಿರಲಿಲ್ಲ. ನನ್ನ ಮೊದಲ ಹೆಂಡತಿಯ ಕೊಲೆ ಪ್ರಕರಣದಲ್ಲಿ ನ್ಯಾಯಾಲಯ ನನಗೆ ಜೀವಾವಧಿ ಶಿಕ್ಷೆ ವಿಧಿಸಿತು."

'ಅಂತಹ ದೊಡ್ಡ ವಕೀಲರನ್ನು ಗೊತ್ತು ಮಾಡಿಕೊಂಡರೂ ದೊಡ್ಡ ಶಿಕ್ಷೆಯೇ ಆಯಿತಲ್ಲಾ"

"ನನ್ನ ನಸೀಬು ಖರಾಬಾಗಿದ್ದರೆ ವಕೀಲರೇನು ಮಾಡಬಲ್ಲರು ಸರ್? ಹೀಗಾಗಿ ನಾನು ಮತ್ತೆ ಜೈಲು ಸೇರಬೇಕಾಯಿತು".

"ಮುಂದೇನಾಯಿತು?" ಎಂದು ಕೇಳಿದೆ.

"ಹೆಂಡತಿಯನ್ನು ಕೊಲೆ ಮಾಡಿದ ಪ್ರಕರಣದಲ್ಲಿ ಶಿಕ್ಷೆಯಾಗಿ ಒಂದು ವರ್ಷದ ನಂತರ ಜೈಲಿನಿಂದಪೆರೋಲ್‌ಮೇಲೆ ಒಂದು ತಿಂಗಳ ಅವಧಿಗೆ ನನ್ನನ್ನು ಬಿಡುಗಡೆಮಾಡಿದರು."

"ಪೆರೋಲ್ ಎಂದರೇನು ತಿಮ್ಮಪ್ಪ?" ಎಂದು ಕೇಳಿದೆ.

"ಜೈಲಿನಲ್ಲಿ ಒಳ್ಳೆಯ ನಡತೆಯಿಂದ ನಾನು ಇದ್ದ ಕಾರಣದಿಂದ ಕುಟುಂಬದ ಜತೆ ಕಾಲ ಕಳೆಯಲು ಹಲವು ದಿನಗಳು ಕೊಡುವ ರಜೆಯೇ ಪೆರೋಲ್."

"ಸರಿ, ಮುಂದೇನಾಯಿತು?"

“ನಾನು ಮನೆಗೆ ಬಂದ ಎರಡನೆಯ ದಿನವೇ ನನ್ನ ಪತ್ನಿ ತವರು ಮನೆಗೆ ಹೋಗಿ ಬರೋಣ ಎಂದಳು. ನಾನೂ ಒಪ್ಪಿದೆ. ಆ ದಿನ ಸಂಜೆ ನನ್ನ ಹಲವು ಗೆಳೆಯರು ಭೇಟಿಯಾಗಿ ಪಾರ್ಟಿ ಕೊಡು ಎಂದು ಕೇಳಿದರು. ನಾನು ಮದ್ಯಪಾನ ಮಾಡದಿದ್ದರೂ ಅವರನ್ನು ಬಾರ್ ಒಂದಕ್ಕೆ ಕರೆದೊಯ್ದೆ. ಎರಡು ಮೂರು ಪೆಗ್ ಸೇವಿಸಿದ ನಂತರ ಒಬ್ಬ ಗೆಳೆಯ ನಿನ್ನನ್ನು ನೋಡಿದರೆ ಮರುಕ ಬರುತ್ತದೆ. ಪಾಪಿ ಸಮುದ್ರಕ್ಕೆ ಬಿದ್ದರೂ ಮೊಳಕಾಲುದ್ದ ನೀರೇ ಎಂದ. ನನಗೇನೂ ಅರ್ಥವಾಗುತ್ತಿಲ್ಲ ಎಂದೆ. ನಿನ್ನ ಎರಡನೆಯ ಹೆಂಡತಿಯೂ ಮೊದಲ ಹೆಂಡತಿಯ ಚಾಳಿಯನ್ನೇ ರೂಡಿಸಿಕೊಂಡಿದ್ದಾಳೆ ಎಂದು ಅವನು ಹೇಳಿದಾಗ ನನಗೆ ಗಾಬರಿಯಾಯಿತು. ಅಯ್ಯೊ ಪಾಪ, ಯೌವ್ವನದ ಪ್ರಭಾವ, ಗಂಡನ ಸಂಗ ಸಿಗದಿದ್ದರೆ ಅವಳು ತಾನೇ ಏನು ಮಾಡಿಯಾಳು ಎಂದು ಇನ್ನೊಬ್ಬ ಮಿತ್ರ ಹೇಳಿದಾಗ ನನ್ನ ಕಿವಿಗೆ ಕಾದ ಸೀಸ ಹುಯ್ದಂತಾಯಿತು. ನನ್ನ ಮನೆಯೇ ವೇಶ್ಯಾಗೃಹವಾಗಿತ್ತೇ ಎಂದು ಕೇಳಿದಾಗ ನಿನ್ನ ಮನೆಗೆ ಯುವಕನೊಬ್ಬ ಪದೇ ಪದೇ ಬಂದು ಹೋಗುವುದನ್ನು ನಾವು ಕಂಡಿದ್ದೇವೆ ಎಂದರು.

ನಾನು ಮನೆಗೆ ವಾಪಸ್ಸಾದ ಕೂಡಲೇ ನಾನಿಲ್ಲದಾಗ ಮನೆಗೆ ಯಾರು ಯಾರು ಬಂದು ಹೋಗುತ್ತಿದ್ದರು ಎಂದು ನನ್ನ ಪತ್ನಿಯನ್ನು ವಿಚಾರಿಸಿದೆ. ಊರಿನಿಂದ ಆಗಿಂದ್ದಾಗ್ಗೆ ನನ್ನ ದೊಡ್ಡಪ್ಪನ ಮಗ ಹಣಮಂತ ನಮ್ಮ ಸುಖ ದುಃಖ ವಿಚಾರಿಸಲು ಬರುತ್ತಿದ್ದ. ನೀನು ಜೈಲಿನಲ್ಲಿ ಇರುತ್ತಿದ್ದುದರಿಂದ ನನ್ನ ಅಪ್ಪ ಮನೆ ಸಂಸಾರಕ್ಕಾಗಿ ಕಾಳು ಕಡ್ಡಿ ಕಳಿಸುತ್ತಿದ್ದ. ಬಂದವನು ಎರಡು ಮೂರು ದಿನ ಇದ್ದು ಹೋಗುತ್ತಿದ್ದ ಎಂದಳು. ನನ್ನ ಸ್ನೇಹಿತರು ವಿನಾಕಾರಣ ನನ್ನ ಹೆಂಡತಿಯ ಶೀಲವನ್ನು ಶಂಕಿಸಿದರಲ್ಲಾ ಎಂದು ಭಾವಿಸಿದೆ.

ಮಾರನೆಯ ದಿನ ನಾನು ಹಾದಿಯಲ್ಲಿ ಹೋಗುತ್ತಿದ್ದಾಗ ನಮ್ಮ ನೆರೆಮನೆಯ ಮುದುಕಿ ನನ್ನನ್ನು ಪಕ್ಕಕ್ಕೆ ಕರೆದು ನಿನ್ನ ಹೆಂಡತಿಯ ನಡವಳಿಕೆ ಸರಿಯಾಗಿಲ್ಲ ಎಂದು ಹೇಳಿದಾಗ ನೀನು ನನ್ನ ಮನೆಗೆ ಬಂದು ಹೋಗುತ್ತಿದ್ದವನ ಬಗ್ಗೆ ಹೇಳುತ್ತಿದ್ದರೆ ಆತ ನನ್ನ ಪತ್ನಿಯ ಸೋದರ ಸಂಬಂಧಿ ಎಂದು ಉತ್ತರಿಸಿದೆ. ಆಕೆ ಜೋರಾಗಿ ನಕ್ಕು ನಾನು ನಿನ್ನ ಹೆಂಡತಿಯ ಊರಿನ ಪಕ್ಕದ ಹಳ್ಳಿಯವಳೆಂದು ಮರೆಯಬೇಡ ಎನ್ನುತ್ತಾ ಒಳಗೆ ನಡೆದಳು. ಆಗ ನನ್ನ ಮನದ ಶಂಕೆ ಮರುಕಳಿಸಿತು. ನಾನು ಎಲ್ಲವನ್ನೂ ಪರೀಕ್ಷಿಸಲು ನಿರ್ಧರಿಸಿದೆ.

ಹೇಗಿದ್ದರೂ ಪತ್ನಿಯ ತವರಿಗೆ ಹೋಗುತ್ತಿದ್ದೇನೆ, ಆ ಸಮಯದಲ್ಲಿ ಅವಳ ಶೀಲದ ಬಗ್ಗೆ ಮಾಹಿತಿ ಸಂಗ್ರಹಿಸಲು ಸಾಧ್ಯ ಎಂದು ತರ್ಕಿಸಿದೆ. ನನ್ನ ಪತ್ನಿಯ ಊರಿಗೆ ನಾವು ಹೋಗುವ ಸಮಯದಲ್ಲಿ ಅವಳ ಶೀಲದ ಬಗ್ಗೆ ವಿಚಾರಿಸಲು ನನ್ನ ಗೆಳೆಯರಿಬ್ಬರನ್ನು ಜತೆಗೆ ಕರೆದುಕೊಂಡು ಹೋಗಲು ತೀರ್ಮಾನಿಸಿದೆ

ಆ ನಂತರ ನನ್ನ ಹೆಂಡತಿಯನ್ನು ಉದ್ದೇಶಿಸಿ ಮೂರು–ನಾಲ್ಕು ದಿನ ನಿನ್ನ ತವರು ಮನೆಯಲ್ಲಿ ನನಗೆ ತಂಗಲು ಸಾಧ್ಯವಿಲ್ಲ ಬೆಳಿಗ್ಗೆ ಹೋಗಿ ರಾತ್ರಿ ಮರಳಿ

ಬರುವುದಾದರೆ ಮಾತ್ರ ಅಲ್ಲಿಗೆ ಹೋಗಲು ನನ್ನ ಒಪ್ಪಿಗೆ ಇದೆ ಎಂದೆ. ಈ ಷರತ್ತಿಗೆ ಆಕೆ ಒಪ್ಪಿದಳು. ನಾನು ನನ್ನ ಅತ್ತೆ-ಮಾವನ ಮನೆಗೆ ಹೋಗಿ ಬರಲು ಒಂದು ಜೀಪನ್ನು ಬಾಡಿಗೆಗೆ ಪಡೆದೆ. ನನ್ನ ಗೆಳೆಯರ ಸಮೇತವಾಗಿ ಅಲ್ಲಿಗೆ ಹೊರಟೆವು.

"ನಾವು ಊರು ಸೇರಿದ ಮೇಲೆ ನನ್ನ ಪತ್ನಿಯ ಮನ ಬದಲಾಯಿತು. ಆಕೆ ಎರಡು-ಮೂರು ದಿನ ಅಲ್ಲೇ ಇರೋಣವೆಂದು ತಗಾದೆ ತೆಗೆದಳು. ನನ್ನ ಅತ್ತೆ ಮಾವ ನನ್ನನ್ನು ಉದ್ದೇಶಿಸಿ ಮಾರನೆಯ ದಿನ ನನ್ನ ಮಾವನ ತಮ್ಮನ ಮನೆಯ ಗೃಹಪ್ರವೇಶ ಇಟ್ಟುಕೊಂಡಿರುವುದರಿಂದ ಮಾರನೆಯ ಸಂಜೆ ಊರಿಗೆ ವಾಪಸಾಗುವಂತೆ ಬಲವಂತ ಮಾಡಿದರು. ಒಲ್ಲದ ಮನಸ್ಸಿನಿಂದಲೇ ಒಪ್ಪಿ ಬಾಡಿಗೆಗೆ ಪಡೆದಿದ್ದ ಜೀಪನ್ನು ವಾಪಸ್ಸು ಕಳುಹಿಸಲು ತೀರ್ಮಾನಿಸಿದೆ.ವಿನಾಕಾರಣ ಬಾಡಿಗೆ ಹಣ ವ್ಯರ್ಥವಾಯಿತಲ್ಲಾ ಎಂದು ಬೇಸರವಾಯಿತು. ನನ್ನ ಇಬ್ಬರು ಗೆಳೆಯರನ್ನು ಅದೇ ಜೀಪಿನಲ್ಲಿಯೇ ವಾಪಸ್‌ಕಳಿಸಿದೆ. ಅವರು ಹೊರಡುವ ಸಮಯದಲ್ಲಿ ತಾವು ಆ ಊರಿನಲ್ಲಿ ನನ್ನ ಪತ್ನಿಯ ಚಾರಿತ್ರದ ಬಗ್ಗೆ ವಿಚಾರ ಮಾಡಲಾಗಿ ನನ್ನನ್ನು ಅವಳು ಲಗ್ನವಾಗುವ ಮೊದಲೇ ತನ್ನ ಮಾವನ ಮಗನ ಜತೆ ಅನೈತಿಕ ಸಂಬಂಧವನ್ನು ಬೆಳೆಸಿದ್ದಳೆಂದೂ ಅದನ್ನು ತಪ್ಪಿಸಲು ನನ್ನ ಜತೆ ಲಗ್ನ ಮಾಡಲಾಯಿತೆಂದು ಊರ ಜನ ಹೇಳಿದರು ಎಂದು ವರದಿ ಮಾಡಿದರು. ಜೈಲು ಕೈದಿಯಾಗಿದ್ದ ನನ್ನ ಜತೆ ಅವಳ ಲಗ್ನವನ್ನು ಅವಳ ತಂದೆ ಕಲ್ಲಪ್ಪ ಮಾಡಿದ ಕಾರಣ ಆಗ ವಿದಿತವಾಯಿತು. ಆ ಸಮಯದಲ್ಲಿ ನಾನು ಏನೂ ಮಾಡಲು ತೋಚಲಿಲ್ಲ. ಮುಂದೆ ಏನಾಗುವುದೋ ನೋಡೋಣ ಎಂದು ನಾನು ಸುಮ್ಮನಾದೆ.

"ಒಂದು ವರ್ಷದ ನಂತರ ಆ ರಾತ್ರಿ ನಾನು ನನ್ನ ಹೆಂಡತಿಯ ಜತೆ ಕೂಡುವ ತವಕದಲ್ಲಿದ್ದೆ. ನನ್ನ ಪತ್ನಿಯತಂದೆ-ತಾಯಿ ತಮ್ಮ ಸಂಬಂಧಿಕರು ಕಟ್ಟಿಸಿದ ಹೊಸ ಮನೆಯೊಂದರಲ್ಲಿ ತಂಗಲು ಹೊರಟು ನಮ್ಮಿಬ್ಬರನ್ನೇ ಏಕಾಂತದಲ್ಲಿರಲು ಬಿಟ್ಟರು. ನನಗೆ ಇದರಿಂದ ತುಂಬಾ ಖುಷಿಯಾಯಿತು. ರಾತ್ರಿ ಸುಮಾರು ಹತ್ತು ಗಂಟೆಯವರೆಗೆ ನನ್ನ ಮಗಳು ಲಕ್ಷ್ಮಿ ನಿದ್ದೆ ಮಾಡಿರಲಿಲ್ಲ. ಆ ನಂತರ ನನ್ನ ಪತ್ನಿ ನನ್ನ ಪಕ್ಕದಲ್ಲಿ ಮಲಗಲು ಬಂದಳು. ಸಮಾರು ಎರಡು ನಿಮಿಷದ ನಂತರ ಮನೆಯ ಬಾಗಿಲು ಡಬ ಡಬ ಬಡಿಯಿತು. ನನ್ನ ಹೆಂಡತಿ ಬಾಗಿಲು ತೆರೆಯಲು ಹೋದವಳು ಸುಮಾರು ಹೊತ್ತಾದರೂ ಕೋಣೆಗೆ ಬರಲಿಲ್ಲ. ಗಾಬರಿಯಾದ ನಾನು ಬಾಗಿಲಿಗೆ ಹೋದೆ. ಅವಳು ಒಬ್ಬ ಅಪರಿಚಿತ ಪುರುಷನ ಜತೆ ನಗುನಗುತ್ತಾ ಮಾತನಾಡುತ್ತಿದ್ದಳು. ನನ್ನನ್ನು ಕಂಡ ಕೂಡಲೇ ಆ ವ್ಯಕ್ತಿ ಓಡಿ ಹೋದ. ಅವನು ಯಾರು ಎಂದು ನಾನು ಕೇಳಿದಾಗ ಅವನು ನನ್ನ ಮಾವನ ಮಗ ಎಂದು ನನ್ನ ಹೆಂಡತಿ ಹೇಳಿದಳು. ಇಂತಹಾ ಸರಿ ರಾತ್ರಿಯಲ್ಲಿ ಇಲ್ಲಿಗೇಕೆ ಬಂದ ಎಂದು ಕೇಳಿದಾಗ ಅವಳು ಹಾರಿಕೆಯ ಉತ್ತರ ಕೊಟ್ಟಳು. ಗಂಡ ಮನೆಯಲ್ಲಿ ಇದ್ದಾಗಲೂ ಮಿಂಡರ ಸಹವಾಸ ಮಾಡಲು ನಿನಗೆ ನಾಚಿಕೆ ಬರುವುದಿಲ್ಲವೇ ಎಂದು ಕೇಳಿದೆ.

ನಿನಗಿಂತ ಅವನೇ ಮೇಲು ಎಂದಳು. ನನಗೆ ಕೋಪ ನೆತ್ತಿಗೇರಿತು. ಕೂಡಲೇ ಅಡುಗೆ ಮನೆಗೆ ನುಗ್ಗಿದ ನಾನು ಅಲ್ಲಿದ್ದ ಒಂದು ಜಂಬಿಗೆಯನ್ನು ಕೈಗೆತ್ತಿಕೊಂಡು ಹೊರಗೆ ಬಂದೆ. ಅವಳು ಅಲ್ಲಿಂದ ಓಡಲು ಯತ್ನಿಸಿದಳು. ಆದರೆ ಕಾಲು ಜಾರಿ ಕೆಳಗೆ ಬಿದ್ದಳು.

ನನ್ನ ಕೈಯಲ್ಲಿದ್ದ ಜಂಬಿಗೆಯಿಂದ ನಾನು ಆಕೆಗೆ ಎರಡು ಬಾರಿ ಇರಿದೆ. ಅಷ್ಟರಲ್ಲಿ ಮಲಗಿದ್ದ ನನ್ನ ಮಗಳು ಅವಳ ಬಳಿ ಅಳುತ್ತಾ ಬಂದು ಅವಳನ್ನು ಅಪ್ಪಿಕೊಂಡಿತು. ರೋಷದಿಂದ ನಾನು ನನ್ನ ಹೆಂಡತಿಗೆ ಇರಿಯಲು ಹೊರಟಾಗ ಲಕ್ಷ್ಮಿಗೂ ಪೆಟ್ಟು ಬಿದ್ದಿತು. ಅವಳು ಜೋರಾಗಿ ಅಳಲು ಆರಂಭಿಸಿದಳು. ಇದನ್ನು ನೋಡಿದ ನಾನು ಸ್ಥಿಮಿತ ಕಳೆದುಕೊಂಡೆ. ಕೂಡಲೇ ಅದೇ ಜಂಬಿಗೆಯಿಂದ ನನ್ನನ್ನು ನಾನೇ ಇರಿದುಕೊಂಡೆ. ಅಷ್ಟರಲ್ಲಿ ನಮ್ಮ ಮನೆಯಲ್ಲಿ ಆಗುತ್ತಿದ್ದ ಗಲಾಟೆ ಕೇಳಿ ಅಕ್ಕ ಪಕ್ಕದವರು ಬಂದು ನಮ್ಮೆಲ್ಲರನ್ನೂ ಆಸ್ಪತ್ರೆಗೆ ದಾಖಲು ಮಾಡಿದರು. ತೀವ್ರ ರಕ್ತಸ್ರಾವವಾಗಿದ್ದ ನನ್ನ ಮಗಳಿಗೆ ನೆರೆಹೊರೆಯವರು ಹೆಚ್ಚಿಗೆ ನೀರು ಕುಡಿಸಿದ್ದರಿಂದ ಆಸ್ಪತ್ರೆಗೆ ಹೋಗುವ ಮೊದಲೇ ಮಗು ಅಸುನೀಗಿತು."

"ಸರ್, ಕೈಯಾರೆ ನನ್ನ ಮಗುವನ್ನು ಕೊಂದ ಪಾಪಿ ನಾನು. ಆದರೆ ನನ್ನ ಕೆಟ್ಟ ನಸೀಬು ನೋಡಿ ನಾನು ಬೇಗನೆ ಗುಣಮುಖ ಹೊಂದಿ ಮತ್ತೆ ಜೈಲು ಸೇರಬೇಕಾಯಿತು. ಅಂದಿನಿಂದ ಇಂದಿನವರೆಗೂ ಜೈಲಿನಲ್ಲಿಯೇ ಇದ್ದೇನೆ."

"ನೀನು ಜೈಲಿಗೆಬಂದು ಎಷ್ಟು ವರ್ಷವಾಯಿತು ತಿಮ್ಮಪ್ಪ" ಎಂದೆ.

"ಸರ್, ಈ ಕೊಲೆ ನಡೆದದ್ದು ಸೆಪ್ಟೆಂಬರ್ ೧೯೯೪ರಲ್ಲಿ ೨೩ ವರ್ಷಗಳಾದವು" ಎಂದ.

"ನೀನು ಶಿಕ್ಷೆಯ ವಿರುದ್ಧ ಮೇಲ್ಮನವಿ ಸಲ್ಲಿಸಲಿಲ್ಲವೇ?"

"ಈತನ ಮೇಲ್ಮನವಿ ಸರ್ವೋಚ್ಚ ನ್ಯಾಯಾಲಯದಲ್ಲಿ ವಜಾಗೊಂಡು, ರಾಷ್ಟ್ರಪತಿಗಳೂ ಈತನ ದಯಾ ಅರ್ಜಿಯನ್ನು ತಿರಸ್ಕರಿಸಿದ್ದಾರೆ. ಸಣ್ಣ ಕೂಸನ್ನು ಕೊಂದದ್ದೇ ಇದಕ್ಕೆ ಕಾರಣವಂತೆ. ತಿಮ್ಮಪ್ಪ ಯಾವಾಗ ಗಲ್ಲುಗಂಬ ಏರುತ್ತಾನೋ ಗೊತ್ತಿಲ್ಲ. ಅವನನ್ನು ಏಕಾಂತ ಸೆರೆವಾಸದಲ್ಲಿ ಇಡಲಾಗಿದೆ. ತಿಮ್ಮಪ್ಪ ಸಂಭಾವಿತ ಖೈದಿ. ಪಶ್ಚಾತ್ತಾಪ ಪಟ್ಟಿದ್ದಾನೆ. ಈಗ ಈತ ಬಿಡುಗಡೆಯ ಕನಸಿನಲ್ಲಿ ಇದ್ದಾನೆ." ಎಂದರು ಜೈಲಿನ ಅಧೀಕ್ಷಕರು.

"ದೇವಿಯ ಕೃಪೆಯಿಂದ ನನ್ನ ಬಿಡುಗಡೆ ಆಗಿಯೇ ತೀರುತ್ತದೆ" ಎಂದ ತಿಮ್ಮಪ್ಪ ಕೈ ಜೋಡಿಸಿದ.

ತಿಮ್ಮಪ್ಪ ಪರಿಸ್ಥಿತಿಯ ಪಶುವಾದನೇನೋ ಎಂದು ಭಾವಿಸಿದ ನಾನು ಆಕಾಶದತ್ತ ನೋಡಿದೆ.

ಅವನ ಸಾತ್ವಿಕ ಮುಖ ಚರ್ಯೆ ನನ್ನ ಮನದಿಂದ ಮಾಸುತ್ತಲೇ ಇಲ್ಲ.

■■

೮. ಮಾದಕವಸ್ತುಗಳ ವ್ಯಾಪಾರಿ ಅಬ್ದುಲ್ ರೆಹಮಾನ್

ಅಬ್ದುಲ್ ರೆಹಮಾನ್‌ನ್ನು ಕಂಡಾಗ ನಿಜಕ್ಕೂ ಇವನು ಮರಣದಂಡನೆ ಆಗುವಂತಹ ಅಪರಾಧ ಮಾಡಿದ್ದಾನೆಯೇ ಎಂಬ ಸಂಶಯ ಮನದಲ್ಲಿ ಮೂಡಿತು. ಇಸ್ತ್ರಿ ಮಾಡಿದ ಕರಿಯ ಬಣ್ಣದ ಪ್ಯಾಂಟ್, ಬಿಳಿಯ ಬಣ್ಣದ ತುಂಬು ತೋಳಿನ ಶರ್ಟ್ ಹಾಗೂ ಕನ್ನಡಕ ಧರಿಸಿದ್ದ ಆತ ಒಬ್ಬ ವಕೀಲನಂತೆ ಕಂಡ. ನನ್ನ ಅನಿಸಿಕೆಯನ್ನು ಜೈಲಿನ ಅಧೀಕ್ಷಕರಿಗೆ ವ್ಯಕ್ತಪಡಿಸಿದಾಗ, "ಈತ ಮಾದಕ ವಸ್ತುಗಳ ವ್ಯಾಪಾರಿ. ಈ ವ್ಯಾಪಾರ ಎಷ್ಟು ಲಾಭದಾಯಕ ಎಂದು ತಮಗೆ ತಿಳಿಯದೇ?" ಎಂದರು.

ಇಂಗ್ಲೀಷ್‌ನಲ್ಲಿ ಮಾತಿಗಾರಂಭಿಸಿದ ರೆಹಮಾನ್ ಬಿಸಿನೆಸ್ ಮಾಡುವ ಉದ್ದೇಶದಿಂದ ತಾನು ವಿದ್ಯಾಭ್ಯಾಸವನ್ನು ಅರ್ಧಕ್ಕೇ ನಿಲ್ಲಿಸಿದ್ದಾಗಿ ಹೇಳಿ, ತನಗೆ ಇಬ್ಬರು ಮಕ್ಕಳಿದ್ದು, ಇಬ್ಬರೂ ವಿದ್ಯಾವಂತರಾಗಿ ಉತ್ತಮ ನೌಕರಿಯಲ್ಲಿದ್ದಾರೆ ಎಂದ.

"ನೀನು ಯಾವ ರೀತಿಯ ಬಿಸಿನೆಸ್ ಮಾಡುತ್ತಿದ್ದೆ" ಎಂದು ಕೇಳಿದೆ.

ಆತ ಉತ್ತರಿಸದೆ ತಲೆ ಬಗ್ಗಿಸಿದ.

"ಅಬ್ದುಲ್, ನಿನ್ನ ಬಾಯಿಯಲ್ಲೇ ನಿನ್ನ ವೃತ್ತಾಂತವನ್ನು ಕೇಳಬಯಸುತ್ತೇನೆ" ಎಂದೆ.

"ನಾನು ಹುಟ್ಟಿ ಬೆಳೆದಿದ್ದು ಕೊಲ್ಕತ್ತಾದಲ್ಲಿ. ನಾನು ಪದವಿ ಓದುವಾಗ ವಿಧ್ಯಾಭ್ಯಾಸವನ್ನು ಅರ್ಧಕ್ಕೆ ಬಿಟ್ಟು ಚಿಕ್ಕಪುಟ್ಟ ಕೆಲಸಗಳನ್ನು ಮಾಡುತ್ತಿದ್ದೆ. ಗಳಿಸುತ್ತಿದ್ದ ಹಣ ಸಾಲುತ್ತಿರಲಿಲ್ಲ. ಹೀಗಾಗಿ ಕೆಲಕಾಲದ ನಂತರ ವಿದೇಶಕ್ಕೆ ಹೋಗಿ ಅಲ್ಲಿ ಎರಡು ವರ್ಷಗಳ ಕಾಲ ನೌಕರಿ ಮಾಡಿದೆ. ಅಲ್ಲಿಯ ವಾತಾವರಣ ನನಗೆ ಹೊಂದಲಿಲ್ಲ. ಕೊಲ್ಕತ್ತಾಗೆ ವಾಪಸ್ಸಾದೆ.

೧೯೮೫ರ ಸುಮಾರಿಗೆ ನನ್ನ ಗೆಳೆಯ ಮುಬಾರಕ್ ಶಾಹ ಮಾದಕವಸ್ತುಗಳ ವ್ಯವಹಾರ ಮಾಡಿದರೆ ಶೀಘ್ರದಲ್ಲಿ ಬಹಳ ಹಣಗಳಿಸಬಹುದು ಎಂದು ನನಗೆ ಹೇಳಿದ. ನಾನು ಈ ವ್ಯವಹಾರಕ್ಕೆ ಒಪ್ಪಿದ ನಂತರ ಆತನೇ ಮಾದಕವಸ್ತುಗಳನ್ನು ನನಗೆ ಸರಬರಾಜು ಮಾಡಲಾರಂಭಿಸಿದ. ಮನೆಯಿಂದಲೇ ಗ್ರಾಹಕರಿಗೆ ಚಿಲ್ಲರೆಯಾಗಿ ಸರಬರಾಜು ಮಾಡುತ್ತಿದ್ದೆ. ಸುಸೂತ್ರವಾಗಿಯೇ ಈ ವ್ಯವಹಾರ ನಡೆಯುತ್ತಿತ್ತು".

“ಅಬ್ದುಲ್, ನೀನು ಎಂತಹ ಮಾದಕವಸ್ತುಗಳ ವ್ಯವಹಾರ ಮಾಡುತ್ತಿದ್ದೆ” ಎಂದುನಾನು ಕೇಳಿದೆ.

“ನಾನು ವ್ಯಾಪಾರ ಪ್ರಾರಂಭಿಸಿದಾಗ ಕೇವಲ ಗಾಂಜಾದ ಮಾರಾಟ ಮಾಡುತ್ತಿದ್ದೆ. ಆ ಸಮಯದಲ್ಲಿ ಗಾಂಜಾ ಬಹಳಷ್ಟು ಯುವಕರನ್ನು ಆಕರ್ಷಿಸುತ್ತಿತ್ತು. ಕೆಲಕಾಲದ ನಂತರ ನಾನು ಲಗ್ನವಾಗಿ ಬೇರೆ ಮನೆಯಲ್ಲಿ ವಾಸಿಸತೊಡಗಿದೆ. ಆಗ ಯಾರೋ ನನ್ನ ವ್ಯವಹಾರದ ಬಗ್ಗೆ ಪೊಲೀಸರಿಗೆ ಮಾಹಿತಿ ನೀಡಿದರು. ೧೯೮೭ರಲ್ಲಿ ಪೊಲೀಸರು ನನ್ನ ಮನೆಗೆ ಧಾಳಿ ಮಾಡಿ ೪೫ ಕೆ.ಜಿ ಗಾಂಜಾ ಜಪ್ತು ಮಾಡಿದರು. ಮಾದಕ ವಸ್ತುಗಳನ್ನು ಶೇಖರಿಸಿರುವ ಆರೋಪಕ್ಕಾಗಿ ನ್ಯಾಯಾಲಯದಲ್ಲಿ ನನಗೆ ಇಪ್ಪತ್ತು ಸಾವಿರ ರೂಪಾಯಿಗಳ ಜುಲ್ಮಾನೆ ಮತ್ತು ಹತ್ತು ವರ್ಷಗಳ ಶಿಕ್ಷೆಯಾಯಿತು. ನಾನು ಉಚ್ಚನ್ಯಾಯಾಲಯಕ್ಕೆ ಮೇಲ್ಮನವಿ ಸಲ್ಲಿಸಿದೆ. ನನ್ನ ಮೇಲ್ಮನವಿಯನ್ನು ಪುರಸ್ಕರಿಸಿ ನನ್ನನ್ನು ೧೯೯೩ರಲ್ಲಿ ಬಿಡುಗಡೆ ಮಾಡಲಾಯಿತು”.

“ಜೈಲಿನಿಂದ ಬಂದ ನಂತರ ನಾನು ಮಾದಕ ವಸ್ತುಗಳ ವ್ಯಾಪಾರ ಬೇಡ ಎಂದು ತೀರ್ಮಾನಿಸಿ ಸಣ್ಣ ಪುಟ್ಟ ವ್ಯವಹಾರಗಳಲ್ಲಿ ತೊಡಗಿಸಿಕೊಂಡೆ. ಆದರೆ, ಆ ವ್ಯವಹಾರದಿಂದ ಯಾವ ರೀತಿಯ ಆದಾಯವೂ ಬರುತ್ತಿರಲಿಲ್ಲ. ಅಷ್ಟರಲ್ಲಿ ನನಗೆ ಇಬ್ಬರು ಮಕ್ಕಳು ಹುಟ್ಟಿದರು. ನಾನು ಗಳಿಸುತ್ತಿದ್ದ ಆದಾಯದಲ್ಲಿ ಮನೆಯನ್ನು ಸಂಬಾಳಿಸುವುದು ಬಹಳ ಕಷ್ಟವಾಯತು. ಆ ಸಮಯದಲ್ಲಿ ನನಗೆ ನೇಪಾಳ ಮೂಲದ ದೀಪಕ್ ಗಿರಿ ಎನ್ನುವವನ ಪರಿಚಯವಾಯಿತು. ಆತನ ಒತ್ತಾಯದ ಮೇರೆಗೆ ಮತ್ತೊಮ್ಮೆ ನಾನು ಮಾದಕ ವಸ್ತುಗಳ ವ್ಯಾಪಾರದಲ್ಲಿ ತೊಡಗಿಸಿಕೊಂಡೆ.

ಆ ಸಮಯದಲ್ಲಿ ನನ್ನೊಡನೆ ಜಮಾತ್ ಆಲಿ ಎನ್ನುವ ಒಬ್ಬ ವ್ಯಕ್ತಿಯೂ ಪಾಲುದಾರನಾದ. ನಾವು ಹೆರಾಯಿನ್, ಎಂಬ ಮಾದಕ ವಸ್ತುವಿನ ಸಗಟು ಮಾರಾಟದಲ್ಲಿ ತೊಡಗಿಸಿಕೊಂಡಿದ್ದೆವು. ಆ ವಸ್ತು ನೂರು ಪಟ್ಟು ಲಾಭದಾಯಕವಾಗಿತ್ತು.

“ಹೆರಾಯಿನ್ ಅತಿ ಹೆಚ್ಚು ಕಿಕ್ ಕೊಡುವ ವಸ್ತು. ಬ್ರೌನ್ ಶುಗರ್ ಎಂದು ಕರೆಯುವುದು ಅದನ್ನೇ. ಅದರ ದಾಸನಾದರೆ ಅದರ ಚಟ ಜೀವಮಾನ ಪೂರ್ತಿ ಇರುತ್ತದೆ ಎನ್ನುತ್ತಾರೆ. ಹೀಗಾಗಿ ಅದಕ್ಕೆ ಹೆಚ್ಚಿನ ಡಿಮಾಂಡ್ ಇದೆ. ಅದರ ಬೆಲೆ ಚಿನ್ನಕ್ಕಿಂತ ಜಾಸ್ತಿ. ಅದನ್ನು ಮಾರಲು ನಾನು ಆರಂಭಿಸಿದ ನಂತರ ಸಾಕಷ್ಟು ಹಣ ಗಳಿಸತೊಡಗಿದೆ. ಇದು ಬೇರೆಯವರ ಕಣ್ಣು ಕುಕ್ಕಿಸಿತು. ನನ್ನ ಬಗ್ಗೆ ನನಗಾಗದವರು ಪೋಲಿಸರಿಗೆ ಮಾಹಿತಿ ನೀಡಿದರು. ೧೯೯೭ರಲ್ಲಿ ಕೊಲ್ಕತ್ತಾ ಪೊಲೀಸರು ನನ್ನ ಮನೆಯ ಮೇಲೆ ಮತ್ತೊಮ್ಮೆ ಧಾಳಿ ನಡೆಸಿದರು. ಆಗ ನನ್ನ ಮನೆಯಲ್ಲಿ ಎರಡು ಕಿಲೋ ಹೆರಾಯಿನ್ ಸಿಕ್ಕಿತು. ನನ್ನನ್ನು ವಿಚಾರಣಾಧೀನ ಕೈದಿಯನ್ನಾಗಿ ಜೈಲಿಗೆ ಕಳುಹಿಸಲಾಯಿತು.”

೧೪೪ ಸಾವಿನ ಸೆರಗಿನಲ್ಲಿ

"೨೦೦೦ದ ಆದಿಭಾಗದಲ್ಲಿ ಜೈಲಿನಿಂದ ನ್ಯಾಯಾಲಯಕ್ಕೆ ಕರೆದುಕೊಂಡು ಹೋಗುವ ಸಮಯದಲ್ಲಿ ನಾನು ಪೋಲೀಸರ ಕಣ್ತಪ್ಪಿಸಿ ಪರಾರಿಯಾಗಿ ರಾಜಾಸ್ಥಾನಕ್ಕೆ ಓಡಿಹೋದೆ".

"ಅಲ್ಲಿಗೆ ಹೋದ ಕಾರಣವೇನು?"

"ಸರ್, ನಾನು ಖರೀದಿಸುತ್ತಿದ್ದ ಹೆರಾಯಿನ್ ರಾಜಾಸ್ಥಾನದಿಂದಲೇ ಬರುತ್ತಿದ್ದುದರಿಂದ ಅಲ್ಲಿಯ ಸಗಟು ವ್ಯಾಪಾರಿಗಳ ಸಂಪರ್ಕ ನನಗಿತ್ತು".

"ರಾಜಾಸ್ಥಾನಕ್ಕೆ ಮಾದಕವಸ್ತುಗಳು ಎಲ್ಲಿಂದ ಬರುತ್ತವೆ?"

"ಇದೇನು ಸರ್, ಹೀಗೆ ಕೇಳುತ್ತೀರಿ, ನಮ್ಮ ದೇಶಕ್ಕೆ ಸರಬರಾಜಾಗುವ ಬಹುತೇಕ ಮಾದಕ ವಸ್ತುಗಳು ಪಾಕಿಸ್ತಾನದಿಂದಲೇ ಬರುವುದು. ಪಂಜಾಬ್, ಹರಿಯಾಣ, ರಾಜಾಸ್ಥಾನ ರಾಜ್ಯಗಳಿಗೆ ಕಳ್ಳ ಸಾಗಾಣಿಕೆಯಾದ ನಂತರ ಅಲ್ಲಿಂದಲ್ಲೇ ನಮ್ಮ ದೇಶದ ಬೇರೆ ಬೇರೆ ಭಾಗಗಳಿಗೆ ಸಾಗಾಟವಾಗುತ್ತವೆ. ಸಾಮಾನ್ಯವಾಗಿ ರಸ್ತೆ ಅಥವಾ ರೈಲಿನ ಮೂಲಕ ಈ ವಸ್ತುಗಳು ದೇಶದ ವಿವಿಧ ಭಾಗಗಳಿಗೆ ಹೋಗುತ್ತವೆ".

"ನನಗಿದ್ದ ಮಾಹಿತಿಯಂತೆ ಪಶ್ಚಿಮಬಂಗಾಳಕ್ಕೆ ಮಾದಕ ವಸ್ತುಗಳು ಬರ್ಮಾ ದೇಶದಿಂದ ಬರುತ್ತದೆ ಎಂದು. ನೀನು ರಾಜಾಸ್ಥಾನದಷ್ಟು ದೂರದ ಪ್ರದೇಶದಿಂದ ಏಕೆ ತರಿಸುತ್ತಿದ್ದೆ?'

"ನನಗೆ ಮೊದಲಿನಿಂದಲೂ ರಾಜಾಸ್ಥಾನದ ಸಗಟು ವ್ಯಾಪಾರಿಗಳ ಸಂಪರ್ಕ ಇದ್ದ ಕಾರಣದಿಂದ ಅಲ್ಲಿಗೆ ಹೋದೆ".

"ರಾಜಾಸ್ಥಾನದಲ್ಲಿ ನೀನು ಯಾರ ಸಂಪರ್ಕ ಮಾಡಿದೆ?"

"ಭಗವಾನ್‌ಸಿಂಗ್ ಎನ್ನುವವನ ಪರಿಚಯ ನನಗಿತ್ತು. ಅವನನ್ನು ಬೈರೂ ಸಿಂಗ್ ಎಂದೂ ಕರೆಯುತ್ತಾರೆ. ನಾನು ಅಲ್ಲಿಗೆ ಹೋದನಂತರ ಆತ ಅಡಗಿಕೊಳ್ಳಲು ನನಗೆ ಸ್ಥಳವನ್ನು ಕೊಟ್ಟ. ಆದರೆ ಬಹಳ ದಿವಗಳ ಕಾಲ ನನಗೆ ಮಡದಿ ಮಕ್ಕಳನ್ನು ಬಿಟ್ಟಿರಲು ಆಗಲಿಲ್ಲ. ನಾನು ಹೆಸರು ಬದಲಾಯಿಸಿಕೊಂಡು ಕೊಲ್ಕತ್ತಾಕ್ಕೆ ವಾಪಸ್ ಬಂದೆ."

"ಯಾವ ಹೆಸರನ್ನು ಇಟ್ಟುಕೊಂಡಿದ್ದೆ"

"ಗಿರಿ ಎಂಬ ಹೆಸರನ್ನು ಇಟ್ಟುಕೊಂಡೆ. ಕೊಲ್ಕತ್ತಾಗೆ ವಾಪಸ್ ಆದ ನಂತರ ಮನೆ ಕಟ್ಟುವ ಗುತ್ತಿಗೆದಾರನೊಬ್ಬನ ಬಳಿ ಮೇಲ್ವಿಚಾರಕನಾಗಿ ಸೇರಿಕೊಂಡೆ. ಆದರೆ ಸಂಸಾರಕ್ಕೆ ಸಾಲುವಷ್ಟು ಹಣ ಸಿಗುತ್ತಿರಲಿಲ್ಲ. ಅಷ್ಟರಲ್ಲಿ ನಾನು ಕೊಲ್ಕತ್ತಾಗೆ ಮರಳಿರುವ ಬಗ್ಗೆ ಅರಿತ ನಗರದ ಮಾದಕವಸ್ತುಗಳ ಮಾರಾಟಗಾರರು ಮತ್ತೊಮ್ಮೆ ಇದೇ ವ್ಯವಹಾರದಲ್ಲಿ ತೊಡಗಿಸಿಕೊಳ್ಳಲು ನನ್ನನ್ನು ಪ್ರೇರೇಪಿಸಿದರು. ಈ ವ್ಯವಹಾರದಿಂದ ಗಳಿಸುವ ಹಣ ಬೇರೆ ಯಾವುದೇ ವ್ಯವಹಾರದಿಂದಲೂ ಬರುವುದಿಲ್ಲವೆಂದು ನನಗೆ ಮನದಟ್ಟಾಗಿತ್ತು. ಹೀಗಾಗಿ ಅದೇ ವ್ಯಾಪಾರಕ್ಕೇ

ವಾಪಸಾದೆ. ಕೊಲ್ಕತ್ತಾ ನಗರದ ಉಪನಗರವಾದ ಸಾಲ್ಟ್‌ಲೇಕ್ ಸಿಟಿಯಲ್ಲಿ ನಾನು ಎರಡು ಬೇರೆ ಬೇರೆ ಮನೆಗಳನ್ನು ಬಾಡಿಗೆಗೆ ಪಡೆದು ರಾಜಾಸ್ಥಾನದಿಂದ ಬರುತ್ತಿದ್ದ ಮಾದಕವಸ್ತುಗಳನ್ನು ಅಲ್ಲಿ ಶೇಖರಿಸಿ ಸಗಟು ರೂಪದಲ್ಲಿ ಸ್ಥಳೀಯ ವ್ಯಾಪಾರಿಗಳಿಗೆ ಮಾರುತ್ತಿದ್ದೆ. ನಾನು ಆ ಸಮಯದಲ್ಲಿ ಕೇವಲ ಹೆರಾಯಿನ್ ಮಾರಾಟ ಮಾತ್ರ ಮಾಡುತ್ತಿದ್ದೆ".

"ಮುಂದೇನಾಯಿತು?"

"ಮುಂದೆ ಯಾರೋ ನನ್ನ ಬಗ್ಗೆ ಪೊಲೀಸರಿಗೆ ಮಾಹಿತಿ ಕೊಟ್ಟಿರಬೇಕು. ರಾಷ್ಟ್ರೀಯ ಮಾದಕವಸ್ತುಗಳ ನಿಯಂತ್ರಣ ದಳದ ಅಧಿಕಾರಿಗಳು ಒಮ್ಮಿಂದೊಮ್ಮೆಗೆ ನನ್ನ ಎರಡೂ ಮನೆಗಳಿಗೆ ದಾಳಿ ನಡೆಸಿದರು. ಆ ಸಂದರ್ಭದಲ್ಲಿ ನನ್ನ ಮನೆಯಲ್ಲಿ ಐವತ್ತಮೂರು ಕಿಲೋ ಹೆರಾಯಿನ್ ಇಟ್ಟಿದ್ದೆ".

"ಈ ವಸ್ತು ಎಷ್ಟುಬೆಲೆಬಾಳಬಹುದು?"

"ಅಧಿಕಾರಿಗಳ ಪ್ರಕಾರ ಐವತ್ತು ಕೋಟಿಗಿಂತಲೂ ಹೆಚ್ಚು. ಆದರೆ ನನ್ನ ಪ್ರಕಾರ ಅದರ ಬೆಲೆ ಹೆಚ್ಚೆಂದರೆ ಒಂದು ಕೋಟಿ ರೂ. ಇರಬಹುದೇನೋ" ಎಂದ ಅಬ್ದುಲ್.

"ಹಾಗಾದರೆ, ನೀನು ಕೋಟ್ಯಾಧಿಪತಿ ಎನ್ನಬಹುದೇ?"

"ಎಂತಹ ಕೋಟ್ಯಾಧಿಪತಿ ಸರ್, ಬರುವಹಣ ನೀರಿನಂತೆ ಕೋರ್ಟು ಕಛೇರಿಗೇ ಖರ್ಚಾಗಿ ಹೋಯಿತು".

"ಧಾಳಿ ನಡೆದಿದ್ದು ಯಾವಾಗ?" ಎಂದೆ.

"೨೦೦೨ ಅಕ್ಟೋಬರ್‌ನಲ್ಲಿ. ನನ್ನ ಜೊತೆಗೆ ನನ್ನ ಇಬ್ಬರು ಪಾಲುದಾರರನ್ನು ಬಂಧಿಸಿದರು" ಎಂದ.

"ಆನಂತರ ಏನಾಯತು?"

"ಆನಂತರ ನನ್ನ ಮೇಲೆ ಪ್ರಕರಣ ದಾಖಲು ಮಾಡಿದರು. ನಾನು ಈ ಹಿಂದೆ ಎರಡು ಪ್ರಕರಣಗಳಲ್ಲಿ ಆರೋಪಿಯಾದದ್ದನ್ನು ಗಮನಿಸಿದ ನ್ಯಾಯಾಲಯ, ನನಗೆ ಮರಣದಂಡನೆ ಶಿಕ್ಷೆ ವಿಧಿಸಿತು" ಎಂದ.

"ನಿನಗೆ ಹೆರಾಯಿನ್ ವಿತರಿಸುತ್ತಿದ್ದ ಬೈರೋಸಿಂಗ್‌ನನ್ನು ಬಂಧಿಸಲಾಯಿತೇ?"

"ಆತನನ್ನು ಮುಂಬೈನಲ್ಲಿ ಬೇರೆ ಪ್ರಕರಣದಲ್ಲಿ ಬಂಧಿಸಲಾಗಿದೆ"

"ನಿನಗೆ ಶಿಕ್ಷೆಯಾಗಿ ಹದಿನೈದು ವರ್ಷಗಳಾಗಿರಬಹುದಲ್ಲವೇ?" ಎಂದೆ.

"ಹೌದು, ಉಚ್ಚನ್ಯಾಯಾಲಯದಲ್ಲಿ ಮೇಲ್ಮನವಿ ಸಲ್ಲಿಸಿದ್ದೇನೆ. ಇನ್ನೂ ವಿಚಾರಣಗೆ ಬಂದಿಲ್ಲ".

"ಶಿಕ್ಷೆಯ ಬಗ್ಗೆ ನಿನಗೇನನಿಸುತ್ತದೆ?"

"ನಾನು ಹೆರಾಯಿನ್ ಮಾದಕವಸ್ತು ಇಟ್ಟುಕೊಂಡಿದ್ದು ನಿಜ. ಮಾರಾಟ ಮಾಡಿದ್ದೂ ನಿಜ. ನ್ಯಾಯಾಲಯದಲ್ಲೂ ನನ್ನ ತಪ್ಪನ್ನು ಒಪ್ಪಿಕೊಂಡಿರುವೆ. ಮರಣದಂಡನೆಯನ್ನು ಅನುಭವಿಸಲೇ ಬೇಕು" ಎಂದ.

"ನಮ್ಮ ದೇಶದಲ್ಲಿ ಇಂತಹ ಪ್ರಕರಣದಲ್ಲಿ ಮರಣದಂಡನೆ ಶಿಕ್ಷೆಯನ್ನು ಇನ್ನೂ ಎಷ್ಟು ಜನ ಅನುಭವಿಸುತ್ತಿದ್ದಾರೆ?"

"ನನ್ನ ಮಾಹಿತಿಯಂತೆ ಇನ್ನೂ ಮೂರು ಜನರಿಗೆ ಇಂತಹ ಶಿಕ್ಷೆಯಾಗಿದೆ"

"ಯಾರನ್ನಾದರೂ ಗಲ್ಲಿಗೇರಿಸಲಾಗಿದೆಯೇ?"

"ಇದ್ದ ಹಾಗಿಲ್ಲ"

"ನಿನ್ನ ವಯಸೆಷ್ಟು ಅಬ್ದುಲ್" ಎಂದೆ.

"ಸರ್, ನನಗಿಗಾಲೇ ಎಪ್ಪತ್ತಮೂರು ವರ್ಷಗಳಾಗಿವೆ. ನನ್ನ ಜೀವನ ಮುಗಿದಂತಾಗಿದೆ. ಒಂದುವೇಳೆ ನ್ಯಾಯಾಲಯ ನನ್ನ ಮೇಲ್ಮನವಿಯನ್ನು ತಿರಸ್ಕರಿಸಿದರೆ ನಾನು ಖುಷಿಯಿಂದಲೇ ಗಲ್ಲುಗಂಭಕ್ಕೆ ಕತ್ತನ್ನು ಕೊಡುವೆ. ನನಗೆ ಈ ಜೀವನದಲ್ಲಿ ಮುಂದೆ ಮಾಡಬೇಕಾದ್ದು ಏನೂ ಇಲ್ಲ" ಎಂದ.

"ಮಡದಿ ಮಕ್ಕಳ ಚಿಂತೆ ನಿನಗಿಲ್ಲವೇ?"

"ಅವರು ತಮ್ಮ ಕಾಲಮೇಲೆ ತಾವು ನಿಲ್ಲಬಲ್ಲರು".

"ನೀನು ಮಾದಕ ವಸ್ತುಗಳ ಸೇವನೆ ಮಾಡುತ್ತಿದ್ದೆಯೇ"

"ಇಲ್ಲ"

"ನೀನು ಮಾಡಿದ ಕೃತ್ಯಕ್ಕೆ ನಿನಗೆ ಪಶ್ಚಾತ್ತಾಪ ಇದೆಯೇ?"

"ಒಮ್ಮೊಮ್ಮೆ ಪಶ್ಚಾತ್ತಾಪವಾಗುತ್ತದೆ. ಇಡೀ ಸಮುದಾಯವನ್ನೇ ಹಾಳು ಮಾಡುವ ಮಾದಕ ವಸ್ತುಗಳನ್ನು ನಾನು ಮಾರಿದ್ದು ತಪ್ಪು. ಆದದ್ದಾಯಿತು ಮುಂದೆ ಭಗವಂತ ಏನು ಮಾಡಿಸುತ್ತಾನೋ ಹಾಗೆಯೇ ಆಗಲಿ" ಎಂದು ಹೇಳುತ್ತಾ ಅಬ್ದುಲ್ ರಹಮಾನ್ ಹೊರಟುಹೋದ.

■■

೯. ಮುಗ್ಧೆಯ ಭೀಕರ ಕೊಲೆ

ಸಂಜೆ ಏಳರ ಸುಮಾರು ನಾಗರಾಜ್ ಮನೆಗೆ ಬಂದಾಗ ಆತನ ಪತ್ನಿ, "ನಮ್ಮ ಮಗಳು ಅದಿತಿ ಇನ್ನೂ ಮನೆಗೆ ಬಂದಿಲ್ಲ" ಎಂದಾಗ ಗಾಭರಿಯಾದ ನಾಗರಾಜ್ ಹುಬ್ಬೇರಿಸಿದ.

"ಎಂದಿನಂತೆ ಶಾಲೆಗೆ ತನ್ನ ತಮ್ಮನೊಡನೆ ಹೋದ ಅದಿತಿ ಸಂಜೆ ಐದಾದರೂ ಮನೆಗೆ ಬರಲಿಲ್ಲ. ಅವಳ ತಮ್ಮನನ್ನು ವಿಚಾರಿಸಿದರೆ, 'ಶಾಲೆಯಲ್ಲಿ ಕಾಣಲಿಲ್ಲ' ಎಂದುತ್ತರಿಸಿದ. ಆಕೆಯ ಗೆಳತಿಯರ ಮನೆಗೆ ಹೋಗಿರಬಹುದೆಂದು ನಾನು ಸುಮ್ಮನಾದೆ. ಆರು ಗಂಟೆಯವರೆಗೂ ಬರದೇ ಹೋದದ್ದರಿಂದ ಸಂಬಂಧಿಕರ ಮನೆಗಳಲ್ಲಿ ವಿಚಾರಿಸಿದೆ. ಎಲ್ಲೂ ಕಾಣಲಿಲ್ಲ" ಎಂದಳು.

ತಾನು ಕುಡಿಯುತ್ತಿದ್ದ ಕಾಫಿಯನ್ನು ಅರ್ಧಕ್ಕೇ ಬಿಟ್ಟ ನಾಗರಾಜ್ ತನ್ನ ಸ್ಕೂಟರ್ ತೆಗೆದುಕೊಂಡು ತನ್ನ ಪರಿಚಯಸ್ಥರ ಎಲ್ಲರ ಮನೆಗಳಿಗೂ ಹೋದ. ಅವರು ವಾಸವಾಗಿದ್ದ ಊರಿನಲ್ಲಿ ಅವರ ಸಂಬಂಧಿಕರು ಸಾಕಷ್ಟಿದ್ದರು. ಯಾರ ಮನೆಗೂ ತನ್ನ ಮಗಳು ಬಂದಿಲ್ಲ ಎಂದು ಖಾತರಿ ಪಡಿಸಿಕೊಂಡ ನಾಗರಾಜ್ ಖಿನ್ನನಾಗಿ ತಡರಾತ್ರಿ ಮನೆಗೆ ವಾಪಸ್ಸಾದ.

ಮಾರನೆಯ ಬೆಳಗ್ಗೆ ಅತ ಕಛೇರಿಗೆ ರಜೆ ಹಾಕಿ ಹದಿನೈದು ವರ್ಷ ವಯಸ್ಸಿನ ತನ್ನ ಕಾಣೆಯಾದ ಮಗಳಿಗಾಗಿ ಹುಡುಕಾಡಿದ. ಅದಿತಿಯ ಶಿಕ್ಷಕರು ಹಾಗೂ ಸಹಪಾಠಿಗಳನ್ನು ವಿಚಾರಿಸಿದಾಗ ಆಕೆ ಹಿಂದಿನ ದಿನ ಶಾಲೆ ಪ್ರಾರಂಭವಾಗುವ ಅರ್ಧ ಗಂಟೆ ಮೊದಲೇ ತನ್ನ ಚೀಲವನ್ನು ಕ್ಲಾಸಿನಲ್ಲೇ ಇಟ್ಟು ಹೊರಗೆ ಹೋದಳು ಮರಳಿ ಬರಲಿಲ್ಲ ಎಂದುತ್ತರಿಸಿದರು.

ಒಂದೆರಡು ಗಂಟೆ ಹುಡುಕಾಟ ನಡೆಸಿದ ನಾಗರಾಜ್ ಅದೇ ಊರಿನಲ್ಲೇ ಇದ್ದ ಪೊಲೀಸ್ ಠಾಣೆಗೆ ಹೋಗಿ ಅದಿತಿ ಕಾಣೆಯಾದ ಬಗ್ಗೆ ದೂರು ಸಲ್ಲಿಸಿದ.

ಮಾರನೆಯ ದಿನ ಮಧ್ಯಾಹ್ನ ಸುಮಾರು ಮೂರು ಗಂಟೆಗೆ ನಾಗರಾಜ್ ತನ್ನ ಮಗಳ ಬಗ್ಗೆ ವಿಚಾರಿಸಲು ಪೊಲೀಸ್ ಠಾಣೆಗೆ ಹೋದ. ಅದೇ ಸಮಯಕ್ಕೆ ಇಬ್ಬರು ಕುರಿಗಾಹಿ ಹುಡುಗರು ಠಾಣೆಗೆ ಬಂದು ಊರ ಹೊರಗಿನ ಗುಡ್ಡದಲ್ಲಿ ಒಬ್ಬ ಯುವತಿಯ ಶವ ಬಿದ್ದಿದೆ ಎಂದರು. ಪೊಲೀಸ್ ಸಬ್‌ಇನ್ಸ್‌ಪೆಕ್ಟರ್

ಜಾಗವನ್ನು ನೋಡಲು ಹೊರಟಾಗ ನಾಗರಾಜ್ ತಾನೂ ಹೊರಟ. ಎರಡು ಕಿ.ಮೀ. ದೂರದಲ್ಲಿದ್ದ ಗುಡ್ಡ ಪ್ರದೇಶಕ್ಕೆ ಹೋದ ಕುರಿಗಾಹಿಗಳು ಬಂಡೆಗಲ್ಲು ಹಾಗೂ ಕುರುಚಲು ಗಿಡಗಳಿದ್ದ ಆ ಪ್ರದೇಶದಲ್ಲಿ ಒಂದು ಪೊದೆಯತ್ತ ಬೊಟ್ಟು ಮಾಡಿದರು. ಯುವತಿಯ ಶವವೊಂದು ಅಲ್ಲಿ ಬಿದ್ದಿತ್ತು. ಶವವನ್ನು ನೋಡಿದ ಕೂಡಲೇ ನಾಗರಾಜ್ ಅದು ಅದಿತಿಯದ್ದೇ ಎಂದು ಗುರುತಿಸಿ ಅಳಲಾರಂಭಿಸಿದ.

ಅದಿತಿಯ ಕುತ್ತಿಗೆಯನ್ನು ಹರಿತ ಆಯುಧದಿಂದ ಕುಯ್ದಿದ್ದು, ತಲೆಯನ್ನು ದೊಡ್ಡ ಕಲ್ಲಿನಿಂದ ಜಜ್ಜಲಾಗಿತ್ತು. ಸುತ್ತಲೂ ರಕ್ತ ಹರಿದು ಹೆಪ್ಪುಗಟ್ಟಿತ್ತು. ಆಕೆಯನ್ನು ವಿವಸ್ತ್ರಗೊಳಿಸಲಾಗಿತ್ತು. ಆಕೆಯ ತೊಡೆ ಹಾಗೂ ಗುಪ್ತಾಂಗಗಳ ಮೇಲೆ ಸುಟ್ಟ ಗಾಯಗಳಾಗಿದ್ದವು. ಅದಿತಿ ಧರಿಸಿದ್ದ ಓಲೆಗಳು, ಕಾಲಿನ ಬೆಳ್ಳಿಯ ಗೆಜ್ಜೆ ಹಾಗೂ ಚಿನ್ನದ ಸರ ಮಾಯವಾಗಿದ್ದವು. ಮೇಲ್ನೋಟಕ್ಕೆ ಆಭರಣಗಳಿಗಾಗಿ ಕೊಲೆಯಾಗಿರಬಹುದೆಂದು ತೋರುತ್ತಿತ್ತು.

ಆ ಸಮಯದಲ್ಲಿ ಸುತ್ತಮುತ್ತಲ ಪ್ರದೇಶದಲ್ಲಿ ದರೋಡೆಕೋರರ ತಂಡವೊಂದು ಇಂತಹದೇ ಕೊಲೆಗಳನ್ನು ಮಾಡಿದ್ದು ಪೊಲೀಸರ ಗಮನಕ್ಕೆ ಬಂದಿದ್ದರಿಂದ ಇದೇ ತಂಡದ ಕೈವಾಡವನ್ನು ಶಂಕಿಸಲಾಯಿತು.

ಆದರೆ ಮರಣೋತ್ತರ ಪರೀಕ್ಷೆಯ ವರದಿಯನ್ನು ನೋಡಿದಾಗ ಪೊಲೀಸರು ಗಾಬರಿಯಾದರು. ಅದಿತಿಗೆ ನೇಣು ಬಿಗಿದು ಕೊಲೆ ಮಾಡುವ ಪ್ರಯತ್ನವು ವಿಫಲವಾದ ನಂತರ ಆಕೆಯ ತಲೆಯನ್ನು ಜಜ್ಜಿ ಕೊಲ್ಲಲಾಗಿದೆ. ಸಾವಿನ ನಂತರ ಕುತ್ತಿಗೆಯನ್ನು ಸೀಳಲಾಗಿದೆ. ತಲೆ ಜಜ್ಜಿದ ಕಾರಣದಿಂದಲೇ ಮರಣ ಉಂಟಾಗಿದೆ ಎಂದು ತಿಳಿಸಿದ ವೈದ್ಯರು, ಮೃತಳ ತೊಡೆ ಹಾಗೂ ಗುಪ್ತಾಂಗಗಳ ಮೇಲಿನ ಸುಟ್ಟ ಗಾಯಗಳು ಆಸಿಡ್ ಸುರಿದಿರುವ ಕಾರಣದಿಂದ ಆಗಿವೆ ಎಂಬ ಅಭಿಪ್ರಾಯ ನೀಡಲಾಗಿತ್ತು.

ಎಲ್ಲರನ್ನೂ ಕಾಡುತ್ತಿದ್ದ ಪ್ರಮುಖ ಪ್ರಶ್ನೆಯೆಂದರೆ ಅದಿತಿ ಆ ದಿನ ಶಾಲೆಯಲ್ಲಿ ತನ್ನ ಚೀಲವನ್ನು ಬಿಟ್ಟು ಊರ ಹೊರಗಿನ ಗುಡ್ಡಕ್ಕೆ ಹೋಗಿದ್ದು ಏಕೆ ಎನ್ನುವುದೇ. ಶಾಲೆ ತಪ್ಪಿಸಿ ಹೊರಗೆ ಹೋಗುವ ಜಾಯಮಾನ ಅವಳದ್ದಾಗಿರದಿದ್ದರಿಂದ ಆಕೆಯನ್ನು ಊರ ಹೊರಗೆ ಯಾರು, ಏಕೆ ಕರೆದುಕೊಂಡು ಹೋದರು ಎನ್ನುವುದನ್ನು ಅರಿಯಬೇಕಾಗಿತ್ತು. ಶಾಲೆ ಪ್ರಾರಂಭವಾಗುವ ಮೊದಲು ಅದಿತಿ ಒಬ್ಬ ಯುವಕನೊಡನೆ ಮಾತನಾಡುತ್ತಿದ್ದು, ಆನಂತರ ಶಾಲೆಯ ಒಳಗೆ ಬಂದು ತನ್ನ ಬ್ಯಾಗನ್ನು ಗೆಳತಿಯೊಬ್ಬಳಿಗೆ ನೀಡಿ ಹೋದಳು ಎಂದು ಅವಳ ಸಹಪಾಠಿಗಳು ಹೇಳಿದರು. ಹೀಗಾಗಿ ಅದಿತಿಯ ಜೊತೆ ಅಂದು ಮಾತನಾಡಿದ ಯುವಕ ಯಾರೆಂಬುದನ್ನು ತಿಳಿಯುವುದು ಮುಖ್ಯವಾಗಿತ್ತು.

ಅದಿತಿ ಯಾರೋ ಒಬ್ಬರ ಜತೆ ಸಂಕೋಚವಿಲ್ಲದೆ ಹೋಗಿರಬೇಕಾದರೆ ಆ ವ್ಯಕ್ತಿ ಅವಳ ಸಂಬಂಧಿಕನೋ ಇಲ್ಲವೇ ಪರಿಚಿತನೋ ಆಗಿರಲೇಬೇಕು ಎಂದು ಅವರ ಮನೆಯವರು ಊಹಿಸಿದರು.

ಪೊಲೀಸರ ವಾದವೇ ಬೇರೆಯಾಗಿತ್ತು. ಒಂದು ವೇಳೆ ಅದಿತಿಯ ಪರಿಚಯಸ್ಥರೇ ಆಕೆಯನ್ನು ಊರ ಹೊರಗೆ ಕರೆದುಕೊಂಡು ಹೋಗಿದ್ದಲ್ಲಿ ಆಕೆಯ ಕೊಲೆಯನ್ನೇಕೆ ಮಾಡುತ್ತಿದ್ದರು, ಮತ್ತು ಆಕೆಯ ಆಭರಣಗಳನ್ನು ಏಕೆ ದೋಚುತ್ತಿದ್ದರು ಎನ್ನುವುದು ಅವರ ತರ್ಕವಾಗಿದ್ದು ಅವರು ಅದಿತಿಯ ಕೊಲೆ ದರೋಡೆಗಾಗಿ ನಡೆದಿರುವ ಬಗ್ಗೆ ತನಿಖೆ ನಡೆಸಲು ಮುಂದಾದರು.

ಅಷ್ಟರಲ್ಲಿ ನಾಗರಾಜ್, "ಅದಿತಿ ಶಿವಕುಮಾರ್ ಎನ್ನುವವನ ಜತೆ ಸಲಿಗೆಯಿಂದ ಇದ್ದಳು ಎಂದು ಗೊತ್ತಾಗಿದೆ. ತಾವು ಆತನನ್ನು ಠಾಣೆಗೆ ಕರೆಸಿ ವಿಚಾರಣೆ ನಡೆಸಿದರೆ ಸುಳಿವು ಸಿಗಬಹುದು" ಎಂದಾಗ ಶಿವಕುಮಾರ್‌ನನ್ನು ಪೊಲೀಸ್ ಠಾಣೆಗೆ ಕರೆಸಲಾಯಿತು.

ಅದಿತಿ ತನ್ನ ಗೆಳತಿಯೆಂದು ಒಪ್ಪಿದ ಶಿವಕುಮಾರ್, ತಾನು ಅದಿತಿಗೆ ದೂರದಿಂದ ನೆಂಟನಾಗಬೇಕೆಂದೂ ಹೇಳಿದ. ತಾನು ಕಾನೂನು ಪದವೀಧರ-ನಾಗಿದ್ದು, ಜಿಲ್ಲಾ ಕೇಂದ್ರದಲ್ಲಿ ಒಬ್ಬ ವಕೀಲರ ಕಛೇರಿಯಲ್ಲಿ ಕೆಲಸ ಮಾಡುತ್ತಿದ್ದುದಾಗಿ ತಿಳಿಸಿ ಅದಿತಿಯ ಕೊಲೆಗೂ ತನಗೂ ಏನೇನೂ ಸಂಬಂಧವಿಲ್ಲವೆಂದ.

"ನೀನು ಆ ದಿನ ಅದಿತಿಯನ್ನು ಆಕೆಯ ಶಾಲೆಯ ಹೊರಗಡೆ ಭೇಟಿ-ಯಾಗಿದ್ದು ನಿಜವೋ ಇಲ್ಲವೋ" ಎಂದು ಇನ್ಸ್‌ಪೆಕ್ಟರ್ ಪ್ರಶ್ನಿಸಿದರು.

ಇನ್ಸ್‌ಪೆಕ್ಟರ್‌ರನ್ನೇ ದಿಟ್ಟಿಸಿ ನೋಡಿದ ಶಿವಕುಮಾರ್, "ನಾನು ಅಂದು ಅದಿತಿಯನ್ನು ಶಾಲೆಯ ಹೊರಗಡೆ ಭೇಟಿಯಾಗಿದ್ದು ನಿಜ. ಆಕೆ ತನಗೊಂದು ಪೆನ್ಸಿಲ್ ಬಾಕ್ಸ್ ಬೇಕೆಂದು ಕೇಳಿದಳು. ನಾನು ಆಕೆಗೆ ಪೆನ್ಸಿಲ್ ಬಾಕ್ಸ್ ಖರೀದಿಸಿ ಕೊಟ್ಟು ಹೋದೆ. ನಂತರ ಏನಾಯಿತೆಂದು ನನಗೆ ತಿಳಿಯದು" ಎಂದ.

"ಆಕೆ ನಿನ್ನನ್ನೇಕೆ ಪೆನ್ಸಿಲ್‌ಬಾಕ್ಸ್ ತೆಗೆದುಕೊಡಲು ಕೇಳಿದ್ದು? ಆಕೆಯ ಮನೆಯವರು ಕೊಡಿಸುತ್ತಿರಲಿಲ್ಲವೇ?"

"ನನಗೆ ಅವಳೊಡನೆ ಸಲಿಗೆಯಿದ್ದುದರಿಂದ ಅವಳಿಗೆ ಯಾವ ಸಣ್ಣಪುಟ್ಟ ವಸ್ತು ಬೇಕಾದಾಗಲೂ ನನ್ನನ್ನೇ ಕೇಳುತ್ತಿದ್ದಳು"

"ಅದಿತಿ ಸಾಯುವ ಮೊದಲು ಆಕೆಯ ಜತೆ ಕಂಡಿದ್ದ ವ್ಯಕ್ತಿ ನೀನು ಎನ್ನುವುದನ್ನು ಮರೆಯಬೇಡ" ಎಂದರು ಇನ್ಸ್‌ಪೆಕ್ಟರ್.

"ಹೌದು ವಕೀಲನಾಗಿರುವ ನನಗೆ ನಿಮ್ಮ ಅನುಮಾನ ನನ್ನ ಮೇಲಿದೆ ಎಂದು ತಿಳಿದಿದೆ. ಆದರೆ ತಾವು ಒಂದು ಮಾತನ್ನು ಗಮನಿಸಿ. ನನಗೆ ಇಪತ್ತೆಂಟು ವರ್ಷ ವಯಸ್ಸಾಗಿದೆ, ಅದಿತಿ ಹದಿನೈದು ವರ್ಷದವಳು. ನಮ್ಮ ಕುಟುಂಬದವರು ಅದಿತಿಯನ್ನು ನಾನು ಮದುವೆಯಾಗಬೇಕೆಂದು ಕೇಳಿದಾಗ ನಾನು ಖಡಾಖಂಡಿತವಾಗಿ ನಿರಾಕರಿಸಿದ್ದೇನೆ" ಎಂದು ಹೇಳಿದ ಶಿವಕುಮಾರ್, "ಈ ಪ್ರಕರಣಕ್ಕೂ ನನಗೂ ಯಾವುದೇ ಸಂಬಂಧವಿಲ್ಲ" ಎಂದ.

"ನೀನು ಕಾನೂನು ಕಲಿತಿರುವ ವ್ಯಕ್ತಿ, ನಿನಗೆ ಯಾರ ಮೇಲಾದರೂ ಸಂಶಯವಿದೆಯೇ?" ಎಂದು ಕೇಳಿದರು ಇನ್ಸ್‌ಪೆಕ್ಟರ್.

"ಈ ಅಪರಾಧವನ್ನು ಗಮನಿಸಿದರೆ ದರೋಡೆಕೋರರೇ ಕೊಲೆ ಮಾಡಿರ-ಬಹುದೆಂದು ನನಗನ್ನಿಸುತ್ತದೆ. ಕಳೆದ ಎರಡು ಮೂರು ತಿಂಗಳಲ್ಲಿ ನಮ್ಮ ಜಿಲ್ಲೆಯಲ್ಲದೆ ಅಕ್ಕ ಪಕ್ಕದ ಜಿಲ್ಲೆಗಳಲ್ಲೂ ಇಂತಹಾ ಭೀಕರ ಕೊಲೆಗಳಾಗಿದ್ದಿರುವದನ್ನು ನಾವು ಕೇಳಿಲ್ಲವೇ? ಅದಿತಿಯು ತನ್ನ ಸಂಬಂಧಿಯಾದ ಶ್ರೀಕಾಂತನ ಜತೆಗೆ ಸಲಿಗೆಯಿಂದಿದ್ದಳು. ನೀವು ಅವನನ್ನು ಠಾಣೆಗೆ ಕರೆಸಿ ವಿಚಾರಿಸಿ" ಎಂದ ಶಿವಕುಮಾರ್.

ಕೆಲವೇ ಗಂಟೆಗಳ ನಂತರ ಶ್ರೀಕಾಂತ್ ಪೊಲೀಸ್ ಠಾಣೆಗೆ ಬಂದ. ಆತನಿಗೆ ಸುಮಾರು ಮೂವತ್ತೈದು ವರ್ಷ ವಯಸ್ಸಾಗಿದ್ದು ಪೊಲೀಸ್ ಠಾಣೆಯ ಒಳಗಡೆ ಬಂದಾಗ ಬೆವರಲು ಆರಂಭಿಸಿದ್ದಲ್ಲದೆ. ಆತ ಪದೇ ಪದೇ ಉಗುಳು ನುಂಗುತ್ತಿದ್ದುದ್ದನ್ನು ಹಾಗೂ ಅವನ ಕೈಗಳು ನಡುಗುತ್ತಿದ್ದುದ್ದನ್ನು ಇನ್ಸ್‌ಪೆಕ್ಟರ್ ಗಮನಿಸಿದರು.

ಹೀಗಾಗಿ ಯಾವುದೇ ಪೀಠಿಕೆಯಿಲ್ಲದೆ ಇನ್ಸ್‌ಪೆಕ್ಟರ್, "ಅದಿತಿಯನ್ನು ಕಟ್ಟಕಡೆಗೆ ಕಂಡ ವ್ಯಕ್ತಿ ನೀನೇ. ಅದಿತಿಯನ್ನು ನೀನೇ ಕೊಲೆಮಾಡಿರುವೆ ಎಂದುನಾನು ಆಪಾದಿಸುತ್ತಿದ್ದೇನೆ. ನಿನ್ನ ಬಚಾವಿಗೆ ಏನನ್ನಾದರೂ ಹೇಳುವುದಿದೆಯೇ" ಎಂದು ಕೇಳಿದರು.

ಒಂದು ಕ್ಷಣ ತಬ್ಬಿಬಾದ ಶ್ರೀಕಾಂತ್, "ನಾನು ಅದಿತಿಯ ಸೋದರ ಮಾವನೆಂದು ತಮಗೆ ಗೊತ್ತಿಲ್ಲವೇ? ಅದಿತಿ ಕಾಣೆಯಾದ ಕ್ಷಣದಿಂದ ಆಕೆಯ ಮನೆಯವರ ಜತೆ ನಾನು ಅವಳನ್ನು ಹುಡುಕುತ್ತಿದ್ದುದ್ದು ಊರಿಗೆಲ್ಲಾ ತಿಳಿದಿದೆ. ನಾಗರಾಜ್ ಜತೆ ಪೊಲೀಸ್ ಠಾಣೆಗೆ ನಾನೇ ಬಂದು ದೂರು ಕೊಟ್ಟದ್ದು ತಮಗೆ ನೆನಪಿಲ್ಲವೇ?" ಎಂದ.

"ಇದೆಲ್ಲಾ ನಿಜವಿರಬಹುದು. ಅದಿತಿ ಕಾಣೆಯಾದ ದಿನ ನೀನು ಆಕೆಯನ್ನು ಭೇಟಿಯಾಗಿದ್ದು ನಿಜವೋ ಇಲ್ಲವೋ?" ಹೇಳು ಎಂದರು ಇನ್ಸ್‌ಪೆಕ್ಟರ್.

ಇನ್ಸ್‌ಪೆಕ್ಟರ್ ಪ್ರಶ್ನೆಗೆ ಉತ್ತರಿಸಿದ ಶ್ರೀಕಾಂತ್, "ನಾನು ಅವಳನ್ನು ಭೇಟಿ ಮಾಡಿದ್ದು ನಿಜ. ಶಾಲೆಯ ಟ್ರಿಪ್‌ಗೆ ಹೋಗಲು ಅದಿತಿಗೆ ಅವಳ ಅಪ್ಪ ಎರಡುನೂರು ರೂಪಾಯಿಗಳನ್ನು ಕೊಡಲು ತಯಾರಾಗಿರಲಿಲ್ಲ. ಅದಿತಿಗೆ ಹಣವನ್ನು ನಾನೇ ಕೊಟ್ಟೆ. ನಂತರ ಆಕೆ ಶಾಲೆಗೆ ವಾಪಸ್ಸಾದಳು. ಆನಂತರ ಏನಾಯಿತು ನನಗೆ ಗೊತ್ತಿಲ್ಲ" ಎಂದ.

ಶ್ರೀಕಾಂತ್ ಏನನ್ನೋ ಮುಚ್ಚಿಡುತ್ತಿದ್ದಾನೆ ಎಂದು ಭಾವಿಸಿದ ಇನ್ಸ್‌ಪೆಕ್ಟರ್ ಅವನನ್ನು ತೀಕ್ಷ್ಣ ವಿಚಾರಣೆಗೆ ಒಳಪಡಿಸಿದರು. ಶ್ರೀಕಾಂತ್ ತಪ್ಪೊಪ್ಪಿ, "ನಾನು ಹಂದಿಗಳನ್ನು ಸಾಕುತ್ತಿದ್ದೇನೆ. ನನಗೆ ಲಗ್ನವಾಗಿ ಇಬ್ಬರು ಮಕ್ಕಳಿದ್ದಾರೆ. ಅದಿತಿ

ನನ್ನ ತಂಗಿಯ ಮಗಳು. ಲಾಯರ್ ಶಿವಕುಮಾರ್ ಅದಿತಿಯ ಪಕ್ಕದ ಮನೆಯಲ್ಲೇ ವಾಸವಾಗಿದ್ದು ಅದಿತಿಯನ್ನು ಲಗ್ನವಾಗಬೇಕೆಂದು ಯೋಚಿಸಿದ್ದ. ಅದಿತಿ ಅವನಲ್ಲಿ ಅನುರಕ್ತಳಾಗಿದ್ದನ್ನು ನಾನು ಗಮನಿಸಿದ್ದೆ. ಅವರಿಬ್ಬರೂ ನಿರ್ಜನ ಪ್ರದೇಶಗಳಲ್ಲಿ ಸಂಧಿಸುತ್ತಿದ್ದುದ್ದನ್ನು ನಾನು ಕಂಡು ನನ್ನ ಸೋದರಿಗೆ ದೂರಿದೆ. ಆದರೆ ಆಕೆ ಇದನ್ನು ತಲೆಗೆ ಹಚ್ಚಿಕೊಳ್ಳಲಿಲ್ಲ. ಉತ್ತಮ ಹುಡುಗಿಯ ಭವಿಷ್ಯ ಹಾಳಾಗುತ್ತಿದ್ದ ಬಗ್ಗೆ ನನಗೆ ಬೇಸರವಾಗಿತ್ತು.

"ಕಳೆದ ವಾರ ನಾನು ಅದಿತಿಯ ಶಾಲೆಯ ಬಳಿ ಹೋದಾಗ ಅವಳು ಶಿವಕುಮಾರ್ ಜತೆ ಗುಸುಗುಸು ಮಾತನಾಡುತ್ತಿದ್ದಳು. ಶಿವಕುಮಾರ್ ಆಕೆಯ ಹೆಗಲ ಮೇಲೆ ಕೈಹಾಕಿ ಅವಳ ಕೈಗೆ ಏನನ್ನೋ ಕೊಟ್ಟ. ಅದಿತಿ ಶಾಲೆಯತ್ತ ಹೆಜ್ಜೆ ಹಾಕಿದಾಗ ನಾನು ಅವಳನ್ನು ಶಾಲೆಯ ಗೇಟ್ ಬಳಿ ನಿಲ್ಲಿಸಿ ನನ್ನ ಜೊತೆಗೆ ಬರಲು ಕೋರಿದೆ. ಆಕೆ ತನ್ನ ಬ್ಯಾಗನ್ನು ಗೆಳತಿಗೆ ಕೊಟ್ಟು ನನ್ನ ಜತೆ ಬಂದಳು.

"ನಾವಿಬ್ಬರೂ ಮಾತನಾಡುತ್ತಾ ಹೊರಟಾಗ ಆಕೆ ತನ್ನ ಸ್ಕೂಲ್ ಪ್ರವಾಸದ ಬಗ್ಗೆ ಹೇಳಿದಳು. ಟ್ರಿಪ್‌ಗಾಗಿ ನಾನೇ ಹಣವನ್ನು ಕೊಡುತ್ತೇನೆ ಎಂದು ಹೇಳಿದಾಗ ಆಕೆ ಖುಷಿಗೊಂಡಳು. ನಾವು ಗುಡ್ಡದ ಬಳಿ ಹೋಗಿ ಒಂದು ಬಂಡೆಯ ಮೇಲೆ ಕುಳಿತುಕೊಂಡೆವು. ನನ್ನ ಜತೆ ತಂದಿದ್ದ ತಿಂಡಿತಿನಿಸುಗಳನ್ನು ತಿಂದು ಲೋಕಾಭಿ–ರಾಮವಾಗಿ ಮಾತನಾಡುತ್ತಿದ್ದೆವು. ಸ್ವಲ್ಪ ಕಾಲದ ನಂತರ ನಾನು ಅವಳನ್ನು ಬಲವಂತವಾಗಿ ಚುಂಬಿಸಿದೆ. ಆಕೆ ಕೋಪಗೊಂಡು ಮೇಲೆದ್ದು ಓಡತೊಡಗಿದಳು. ನಾನು ಅವಳನ್ನು ಪುಸಲಾಯಿಸಿ ನನ್ನ ಪಕ್ಕದಲ್ಲಿ ಕೂಡಿಸಿಕೊಂಡೆ. ಶಿವಕುಮಾರ್ ನಿನ್ನನ್ನು ಚುಂಬಿಸುವುದನ್ನು ನಾನು ನೋಡಿದ್ದೇನೆ. ಅವನನ್ನು ತಡೆಯದ ನೀನು ನನ್ನನ್ನೇಕೆ ತಡೆದೆ ಎಂದು ಕೇಳಿದೆ. ಆಕೆ ಮಾತನಾಡಲಿಲ್ಲ. ನನ್ನ ಜತೆ ಲೈಂಗಿಕ ಕ್ರಿಯೆಗಾಗಿ ಆಕೆಯನ್ನು ಆಹ್ವಾನಿಸಿದೆ. ಆಕೆ ಕೋಪಗೊಂಡು ನನ್ನ ಕೆನ್ನೆಗೆ ಹೊಡೆದಳು. ನಾನೂ ಇದ್ದಕ್ಕಿದ್ದಂತೆ ಆಕೆಯನ್ನು ನೆಲಕ್ಕೆ ಬೀಳಿಸಿ ಅವಳ ಬಾಯಿಯನ್ನು ಮುಚ್ಚಿ, ವಿವಸ್ತ್ರಳನ್ನಾಗಿ ಮಾಡಿ ಬಲಾತ್ಕಾರ ಮಾಡಿದೆ. ನಂತರ ಆಕೆ ಅಳುತ್ತಾ ನನ್ನ ದುಶ್ಕೃತ್ಯವನ್ನು ತನ್ನ ತಂದೆ ತಾಯಿಗಳಿಗೆ ತಿಳಿಸುವುದಾಗಿ ಹೇಳುತ್ತಾ ದೂರದಲ್ಲಿ ಬಿದ್ದಿದ್ದ ತನ್ನ ಪೈಜಾಮ ಧರಿಸಲು ಹೋದಳು. ನಾನು ಹಿಂದಿನಿಂದ ಅವಳತ್ತ ಹೋಗಿ ನನ್ನ ಹೆಗಲ ಮೇಲೆ ಹಾಕಿಕೊಂಡಿದ್ದ ಟವಲ್ಲನ್ನು ಅವಳ ಕುತ್ತಿಗೆಗೆ ಹಾಕಿ ಜೋರಾಗಿ ಹಿಂದಕ್ಕೆ ಎಳೆದೆ. ಆಕೆ ನೆಲಕ್ಕೆ ಬಿದ್ದಳು. ಆನಂತರ ನನ್ನ ಕಿಸೆಯಲ್ಲಿ ಅಡಗಿಸಿಕೊಂಡಿದ್ದ ಬ್ಲೇಡ್‌ನಿಂದ ಆವಳ ಕತ್ತನ್ನು ಕೊಯ್ದೆ. ಆಕೆ ಇನ್ನೂ ಉಸಿರಾಡುತ್ತಿದ್ದುದರಿಂದ ಗಾಬರಿಯಾಗಿ ಹತ್ತಿರದಲ್ಲಿದ್ದ ಒಂದು ಕಲ್ಲಿನಿಂದ ತಲೆಯನ್ನು ಜಜ್ಜಿದೆ. ಆಕೆ ಸತ್ತುಹೋದಳು. ನಾನು ಮನೆಗೆ ವಾಪಸ್ಸಾದೆ.

"ಮಾರನೆಯ ದಿನ ನಾನು ಒಂದು ಬಾಟಲ್ ಆಸಿಡ್‌ನನ್ನು ಜತೆಯಲ್ಲಿ ತೆಗೆದುಕೊಂಡು ಅದೇ ಜಾಗಕ್ಕೆ ಹೋದೆ. ನಾನು ಮಾಡಿದ ಬಲಾತ್ಕಾರ ಬೇರೆಯವರಿಗೆ ತಿಳಿಯಬಾರದೆಂದು ಆಕೆಯ ಗುಪ್ತಾಂಗಗಳ ಮೇಲೆ ಆಸಿಡ್

ಸುರಿದೆ. ಅವಳ ಆಭರಣಗಳಿಗಾಗಿ ಕೊಲೆ ಮಾಡಲಾಗಿದೆ ಎಂದು ಇತರರು ತಿಳಿಯಲೆಂದು ಅವಳ ಆಭರಣಗಳನ್ನು ಕಳಚಿಕೊಂಡು ಊರಿಗೆ ವಾಪಸ್ಸಾದೆ. ಆನಂತರ ಇತರರ ಜತೆ ಅವಳಿಗಾಗಿ ಹುಡುಕಾಟದಲ್ಲಿ ತೊಡಗಿದಂತೆ ನಟಿಸಿದೆ" ಎಂದ.

ಶ್ರೀಕಾಂತ್‌ನ ಹೇಳಿಕೆಯ ಮೇರೆಗೆ ಅವನು ಆಭರಣಗಳನ್ನು ಮಾರಿದ್ದ ಅಂಗಡಿಯಿಂದ ಅದಿತಿಯ ಕಳವಾದ ಆಭರಣಗಳನ್ನು ಜಪ್ತಿ ಮಾಡಿ ಕೊಲೆ ಮಾಡಲು ಉಪಯೊಗಿಸಿದ್ದ ಬ್ಲೇಡನ್ನು ಅಡಗಿಸಿಟ್ಟಿದ್ದ ವಶಪಡಿಸಿಕೊಳ್ಳಲಾಯಿತು. ಅದಿತಿ ಧರಿಸಿದ್ದ ಒಳ ಉಡುಪನ್ನು ಅಪರಾಧಿ ಒಂದು ಪೊದೆಯಲ್ಲಿ ಅಡಗಿಸಿದ್ದ. ಅದನ್ನೂ ಜಪ್ತಿ ಮಾಡಲಾಯಿತು.

ಶೀಘ್ರದಲ್ಲಿಯೇ ಶ್ರೀಕಾಂತನ ಮೇಲೆ ಆರೋಪಪಟ್ಟಿಯನ್ನು ನ್ಯಾಯಾಲಯಕ್ಕೆ ಸಲ್ಲಿಸಲಾಯಿತು. ವಿಚಾರಣೆಯ ಸಮಯದಲ್ಲಿ ಕೇವಲ ಸಾಂಧರ್ಭಿಕ ಸಾಕ್ಷ್ಯಾಧಾರಗಳ ಮೇಲೆ ಶ್ರೀಕಾಂತ ತಪ್ಪಿತಸ್ತ ಎಂದು ತೀರ್ಮಾನಿಸಿದ ನ್ಯಾಯಾಲಯ ಅವನಿಗೆ ಮರಣ ದಂಡನೆಯನ್ನು ವಿಧಿಸಿತು.

* * *

ಶ್ರೀಕಾಂತ್ ಸುಮಾರು ಐದು ಅಡಿ ನಾಲ್ಕು ಅಂಗುಲ ಎತ್ತರವಿರುವ, ದುಂಡಗಿರುವ ವ್ಯಕ್ತಿ. ಕುರುಚಲು ಗಡ್ಡವನ್ನು ಬಿಟ್ಟಿದ್ದ ಆತನ ಮೈಬಣ್ಣ ಕರಿ. ಆತನ ಕಣ್ಣುಗಳು ಕೆಂಪಾಗಿದ್ದವು. ನನ್ನನ್ನು ನೋಡಿದ ಕೂಡಲೇ ಆತ ಗಳಗಳನೇ ಅಳತೊಡಗಿ, "ಸರ್, ಈ ಕೊಲೆಯನ್ನೇ ನಾನು ಮಾಡಿಲ್ಲ. ನನ್ನ ಮೇಲೆ ಸುಳ್ಳು ಅಪವಾದವನ್ನು ಹೊರೆಸಿ ನನಗೆ ಗಲ್ಲು ಶಿಕ್ಷೆಯಾಗುವಂತೆ ಮಾಡಲಾಗಿದೆ" ಎಂದು ಹೇಳಿದ.

"ಶ್ರೀಕಾಂತ್, ಮರಣದಂಡನೆಗೀಡಾಗಿರುವ ಪ್ರತಿಯೊಬ್ಬನೂ ನನ್ನೊಡನೆ ಇದೇ ಮಾತನ್ನು ಹೇಳುತ್ತಿದ್ದಾನಲ್ಲ" ಎಂದುದ್ಗರಿಸಿದೆ.

"ನನ್ನ ಮಾತನ್ನು ನೀವು ನಂಬಲೇಬೇಕು. ಅದಿತಿ ನನ್ನ ಸೋದರಿಯ ಮಗಳು. ಆಕೆ ನನಗೆ ಮಗಳ ಸಮಾನವೇ. ಆಕೆಯನ್ನು ನಾನೇಕೆ ಕೊಲೆ ಮಾಡಲಿ?" ಎಂದು ಅವನು ಕೇಳಿದ.

"ಸೋದರಿಯ ಪುತ್ರಿಯನ್ನು ಲಗ್ನವಾಗುವುದು ನಮ್ಮ ಭಾಗಗಳಲ್ಲಿ ವಾಡಿಕೆಯಲ್ಲವೇ?" ಎಂದೆ.

"ಆಕೆ ಸಣ್ಣ ವಯಸ್ಸಿನ ಹುಡುಗಿ. ಶಿವಕುಮಾರ್‌ನಂತ ಲಫಂಗನ ಜೊತೆ ಓಡಾಡುತ್ತಿದ್ದಳು. ಆಕೆಯ ಚರಿತ್ರೆ ಹಾಳಾಗುತ್ತದೆ ಎನ್ನುವ ಕಳಕಳಿ ಮಾತ್ರ ನನ್ನಲ್ಲಿತ್ತು. ಆಕೆಯ ಕೊಲೆಯನ್ನು ಖಂಡಿತವಾಗಿಯೂ ನಾನು ಮಾಡಿಲ್ಲ" ಎಂದ.

"ಹಾಗಾದರೆ ಯಾರು ಮಾಡಿದರು?" ಎಂದು ಕೇಳಿದೆ.

"ಶಿವಕುಮಾರ್‌ನೇ ಕೊಲೆಗಾರ" ಎಂದ ಶ್ರೀಕಾಂತ್.

ನಾನು ಸುಮ್ಮನಿದ್ದೆ.

"ಶಿವಕುಮಾರ್ ಅವಿವಾಹಿತ. ಆತ ಕಾನೂನು ಪದವಿಗಳಿಸಿ ಒಬ್ಬ ವಕೀಲನ ಹತ್ತಿರ ಕೆಲಸ ಮಾಡುತ್ತಿದ್ದಾನೆ. ಆತ ಕ್ರಿಮಿನಲ್‌ಗಳ ಜೊತೆ ಸಂಪರ್ಕವಿಟ್ಟುಕೊಂಡು ಕೋರ್ಟು ಕಛೇರಿ ಅಲೆದಾಡುತ್ತಾ ಸಮಾಜದ ಕೆಟ್ಟ ಜನಗಳನ್ನು ನೋಡಿದ್ದಾನೆ. ನಾನು ನನ್ನ ಪಾಡಿಗೆ ನಮ್ಮ ಊರಿನಲ್ಲಿ ಹಂದಿಗಳನ್ನು ಸಾಕುತ್ತಾ ಜೀವನ ಮಾಡುತ್ತಿದ್ದೇನೆ. ಶಿವಕುಮಾರ್‌ಗೆ ಮೊದಲಿನಿಂದಲೂ ಅದಿತಿಯ ಮೇಲೆ ಕಣ್ಣುಬಿದ್ದಿತ್ತು. ಆಕೆ ಕಾಣೆಯಾದ ಮಧ್ಯಾಹ್ನ ಶಿವಕುಮಾರ್ ಆಕೆಯನ್ನು ಮಾತನಾಡಿಸಿದ್ದು ನಿಜ ಎನ್ನುವುದು ನಿಮಗೆ ತಿಳಿದಿದೆ" ಎಂದ.

"ಇರಲಿ, ಆ ದಿನ ನೀನೂ ಅವಳೊಡನೆ ಮಾತನಾಡಿದ್ದೆಯಲ್ಲವೇ?"

"ಹೌದು, ಆದರೆ ನಾನು ಮಾತನಾಡಿ ವಾಪಸ್ಸಾದ ನಂತರವೇ ಶಿವಕುಮಾರ್ ಅವಳ ಜತೆ ಹೋಗಿದ್ದು. ಇದೇ ಸತ್ಯ".

"ಪೊಲೀಸರ ಮುಂದೆ ನೀನೇ ಅದಿತಿಯನ್ನು ಊರ ಹೊರಗಿನ ಗುಡ್ಡಕ್ಕೆ ಕರೆದುಕೊಂಡು ಹೋಗಿ ಕೊಲೆ ಮಾಡಿದೆ ಎಂದು ಏಕೆ ಒಪ್ಪಿಕೊಂಡೆ?"

"ಪೊಲೀಸರ ಬೆದರಿಕೆ ಹಾಗೂ ಚಿತ್ರಹಿಂಸೆಯಿಂದ ಈ ರೀತಿ ಹೇಳಲೇಬೇಕಾಯಿತು".

"ಒಂದು ವೇಳೆ ನಿನ್ನ ಮಾತನ್ನೇ ನಂಬುವುದಾದರೆ, ಅದಿತಿಯ ಗುಪ್ತಾಂಗಗಳ ಮೇಲೆ ಸುರಿದಿದ್ದ ಆಸಿಡ್ ನಿನ್ನ ಮನೆಯಿಂದ ಜಪ್ತಿ ಮಾಡಲಿಲ್ಲವೇ?"

"ಆ ಬಗೆಯ ಆಸಿಡ್ ಎಲ್ಲಾ ಅಂಗಡಿಗಳಲ್ಲೂ ದೊರೆಯುತ್ತದೆ. ಶಿವಕುಮಾರ್‌ನೇ ಅಂಗಡಿಯಲ್ಲಿ ಖರೀದಿ ಮಾಡಿ ಉಪಯೋಗಿಸಿರಬಾರದೇಕೆ?"

"ಅದಿತಿಯ ಕಿವಿ ಓಲೆಗಳನ್ನು ಹಾಗೂ ಸರವನ್ನು ನೀನು ತೋರಿಸಿದ್ದ ಗಿರವಿ ಅಂಗಡಿಯಿಂದ ಜಪ್ತಿ ಮಾಡಲಿಲ್ಲವೇ?"

"ಪೊಲೀಸರು ಅಂಗಡಿಯವನಿಗೆ ಬೆದರಿಸಿ ನಾನೇ ಮಾರಾಟ ಮಾಡಿದೆ ಎಂದು ಸುಳ್ಳು ಹೇಳಲು ಪ್ರೇರೇಪಿಸಿ ಆಭರಣಗಳನ್ನು ಜಪ್ತು ಮಾಡಿದರು. ಆ ವಸ್ತುಗಳ ಬೆಲೆ ಎರಡು ಸಾವಿರವೂ ಆಗುವುದಿಲ್ಲ. ಪಾಪ ಆ ಮಾರ್ವಾಡಿ ಪೊಲೀಸರ ಬೆದರಿಕೆಗೆ ನಾನು ಮಾರಿದ್ದೆಂದು ತನ್ನಲ್ಲಿದ್ದ ಆಭರಣಗಳನ್ನು ಕೊಟ್ಟ"

"ಪೊಲೀಸರು ನಿನ್ನನ್ನು ಸಿಕ್ಕಿಸಲು ಏಕೆ ಮುಂದಾದರು?"

"ಶಿವಕುಮಾರ್‌ನ ನಾಟಕೀಯ ಮಾತುಗಳಿಗೆ ಮರುಳಾಗಿ ನನ್ನ ಮೇಲೆ ಅಪವಾದ ಹೊರಿಸಿದರು. ಇನ್ನೊಂದು ವಿಷಯವನ್ನು ಗಮನಿಸಬೇಕು. ಯಾರಾದರೂ ತಮ್ಮ ಜೇಬಿನಲ್ಲಿ ಬ್ಲೇಡ್ ಇಟ್ಟುಕೊಂಡು ಅಪರಾಧ ಮಾಡುವರೇ? ಒಂದು ವೇಳೆ ಮಾಡಿದರೂ ಅದನ್ನು ಬಂಡೆ ಕಲ್ಲಿನ ಹಿಂದೆ ಅಡಗಿಸಿ ಆ ನಂತರ ಪೊಲೀಸರಿಗೆ ತೋರಿಸುವರೇ? ಇವೆಲ್ಲ ಸುಳ್ಳು"

"ನ್ಯಾಯಾಲಯದಲ್ಲಿ ನೀನು ಅಪರಾಧಿ ಎಂದು ಸಾಭೀತಾಗಿಲ್ಲವೇ"

"ಏನು ಮಾಡಲಿ, ನ್ಯಾಯಾಧೀಶರು ನನ್ನ ಮೇಲೆ ಕರುಣೆ ತೋರಲಿಲ್ಲ. ಪ್ರಕರಣದ ತೀರ್ಪನ್ನು ಬರೆಯುವಾಗ ಕೊಲ್ಕತ್ತಾದಲ್ಲಿ ಶಾಲಾ ಬಾಲಕಿಯ ಮೇಲೆ ನಡೆದ ಅತ್ಯಾಚಾರವನ್ನು ಉಲ್ಲೇಖಿಸಿ ನನಗೆ ಮರಣದಂಡನೆ ಕೊಟ್ಟರು. ನನಗೆ ಮಡದಿಯಿದ್ದಾಳೆ, ಅಲ್ಲದೇ ಅದಿತಿಯ ವಯಸ್ಸಿನ ಮಗಳಿದ್ದಾಳೆ. ಏನೂ ತಪ್ಪು ಮಾಡದೆ ದಂಡನೆ ಅನುಭವಿಸುತ್ತಿರುವೆ" ಎನ್ನುತ್ತಾ ಗಳಗಳನೆ ಕಣ್ಣೀರಿಟ್ಟ.

"ನಿನಗೆ ವಿನಾಕಾರಣ ದಂಡನೆಯಾಗಿದ್ದರೆ ಉಚ್ಚನ್ಯಾಯಲಯದಲ್ಲಿ ಮೇಲ್ಮನವಿ ಸಲ್ಲಿಸು, ನ್ಯಾಯಕ್ಕೆ ಜಯ ಸಿಕ್ಕೇ ಸಿಗುತ್ತದೆ" ಎಂದು ಹೇಳಿದೆ.

"ಸರ್, ನಾನು ಈಗಾಗಲೇ ಮೇಲ್ಮನವಿ ಸಲ್ಲಿಸಿ ಎರಡು ವರ್ಷಗಳಿಗೂ ಮೇಲಾಯಿತು. ನನ್ನ ಅರ್ಜಿ ವಿಚಾರಣೆಗೆ ಬಂದಿಲ್ಲ" ಎಂದ ಶ್ರೀಕಾಂತ್.

"ಕೊಲ್ಕತ್ತಾದ ದನಂಜಯ್ ಚಟರ್ಜಿಯ ನಂತರ ಇಂತಹ ಪ್ರಕರಣಗಳಲ್ಲಿ ಬೇರೆ ಯಾರನ್ನು ಗಲ್ಲಿಗೇರಿಸಲಾಗಿಲ್ಲ ಎಂದು ನಿನಗೆ ಅರಿವಿಲ್ಲವೇ?"

"ಅದೇ ಆಶಾಭಾವನೆಯಿಂದಲೇ ನಾನು ಜೀವನವನ್ನು ತಳ್ಳುತ್ತಿದ್ದೇನೆ" ಎಂದ ಶ್ರೀಕಾಂತ್.

"ನ್ಯಾಯಾಲಯ ನಿನ್ನ ಅಫೀಲನ್ನು ಬೇಗನೆ ಆಲಿಸಲಿ" ಎಂದು ಹೇಳುತ್ತಾ ಅವನಿಂದ ಬೀಳ್ಕೊಂಡೆ.

ಅದಿತಿಯ ಕೊಲೆ ಮಾಡಿದವರು ಯಾರು? ಶಿವಕುಮಾರನೋ, ಶ್ರೀಕಾಂತನೋ?

ನಿಜ ಗೊತ್ತಿರುವುದು ಅದಿತಿಗೆ ಮಾತ್ರ. ಅದರೆ ಅವಳು ಈಗ ಬದುಕಿಲ್ಲ.

■■

೧೦. ಗಲ್ಲಿನಿಂದ ಬಚಾವಾದ ಚಾಮರಾಜನಗರದ ಜೋಡಿ ಹಂತಕರು

ಆಗಸ್ಟ್ ೨೧, ೨೦೦೩, ಹಿಂಡಲಗಾ, ಬೆಳಗಾವಿ

ಹಿಂಡಲಗಾ ಕಾರಾಗೃಹದ ಅಧೀಕ್ಷಕ ವಿ.ಸ್ವಾಮಿ ಅದೇ ತಾನೇ ತಮ್ಮ ಕಛೇರಿಗೆ ಬಂದು ದಿನದ ಕಡತಗಳನ್ನು ನೋಡಿ ಕಾರಾಗೃಹದ ರೌಂಡ್ಸ್‌ಗೆ ಹೊರಟರು. ಮಾರನೆಯ ದಿನವೇ ಅವರ ಕಾರಾಗೃಹದಲ್ಲಿ ಇಬ್ಬರನ್ನು ಗಲ್ಲಿಗೇರಿಸಬೇಕಾಗಿತ್ತು. ಹಲವಾರು ದಶಕಗಳ ಕಾಲ ಆ ಕಾರಾಗೃಹದಲ್ಲಿ ಯಾರನ್ನೂ ಗಲ್ಲಿಗೇರಿಸದೇ ಇದ್ದುದರಿಂದ ಸಾಕಷ್ಟು ಪೂರ್ವತಯಾರಿಯನ್ನು ಮಾಡಿಕೊಳ್ಳಬೇಕಾಗಿತ್ತು. ಅಧೀಕ್ಷಕರು ತಮ್ಮ ಕಛೇರಿಯ ಹತ್ತಿರದಲ್ಲಿಯೇ ಇದ್ದ ಕಾರಾಗೃಹದ ಗಲ್ಲುಕಂಬದ ಬಳಿಗೆ ಹೋದರು. ಕೈದಿಗಳನ್ನು ಗಲ್ಲಿಗೇರಿಸಲು ನೇಮಿಸಲಾಗಿದ್ದ ಕಾಂಬ್ಳೆ ಅವರನ್ನು ನೋಡಿ ವಂದಿಸಿದರು.

"ಏನು ಕಾಂಬ್ಳೆ, ತಯಾರಿಯೆಲ್ಲವೂ ಮುಗಿದಿದೆಯೇ?" ಎಂದು ಪ್ರಶ್ನಿಸಿದರು ಸ್ವಾಮಿ.

"ಗಲ್ಲುಗಂಬದ ಕೆಳಗಿನ ಕಬ್ಬಿಣದ ಬಾಗಿಲುಗಳು ಹಾಗೂ ಅವನ್ನು ತೆರೆಯಲು ಬಳಸುವ ಲೀವರ್‌ಗಳನ್ನು ಚೆಕ್ ಮಾಡಿ ಅವಕ್ಕೆ ಹಿಡಿದಿದ್ದ ತುಕ್ಕನ್ನು ತೆಗೆದು ಎಣ್ಣೆ ಹಾಕಿದ್ದೇನೆ" ಎಂದ ಕಾಂಬ್ಳೆ ಕೈದಿಗಳ ಕುತ್ತಿಗೆಗೆ ಹಾಕುವ ದಪ್ಪ ಹಗ್ಗವನ್ನು ತೋರಿಸಿ "ಈ ಹಗ್ಗಗಳಿಗೆ ದಿನವೂ ಬೆಣ್ಣೆಯನ್ನು ಹಚ್ಚಿ ಮಜಬೂತು ಮಾಡಿದ್ದೇನೆ. ಎರಡು ಹಗ್ಗಗಳನ್ನು ತಯಾರಿ ಮಾಡಬೇಕಾದ್ದರಿಂದ ಸಮಯ ಜಾಸ್ತಿ ಹಿಡಿಯಿತು" ಎಂದರು.

ಸ್ವಾಮಿ ತಮ್ಮ ಎರಡೂ ಕೈಗಳಲ್ಲಿ ಹಗ್ಗಗಳನ್ನು ಹಿಡಿದೆಳೆದು ಅವುಗಳ ಬಲವನ್ನು ಪರೀಕ್ಷಿಸಿದರು. ಆನಂತರ ಕೈದಿಗಳ ಕಾಲಿಗೆ ತೊಡಿಸಬೇಕಾಗಿದ್ದ ಕಬ್ಬಿಣದ ಕಾಲು ಸಲಾಕೆಗಳು, ಕೈ ಬೇಡಿಗಳು ಹಾಗೂ ಅವರ ಮುಖಕ್ಕೆ ಹಾಕಬೇಕಾಗಿದ್ದ ಕರಿಯ ಮುಖವಾಡಗಳನ್ನು ಒಮ್ಮೆ ಪರೀಕ್ಷಿಸಿದರು. ನಂತರ ಮರಣದಂಡನೆಗೀಡಾಗಬೇಕಾಗಿದ್ದ ಕೈದಿಗಳನ್ನು ಆ ರಾತ್ರಿ ಇರಿಸಬೇಕಾಗಿದ್ದ ಗಲ್ಲುಕಂಬದ ಪಕ್ಕದಲ್ಲಿಯೇ ಇದ್ದ ಕೋಣೆಗಳನ್ನು ಪರೀಕ್ಷಿಸಿದರು.

ಅಷ್ಟರಲ್ಲಿ ಅಲ್ಲಿಗೆ ಬಂದ ಕಾರಾಗೃಹದ ಉಪ ಅಧೀಕ್ಷಕರು, "ಸರ್, ನಾಳೆ ಗಲ್ಲಿಗೇರಿಸಬೇಕಾದ ಇಬ್ಬರೂ ಕೈದಿಗಳು ಮತ್ತೊಮ್ಮೆ ನ್ಯಾಯಾಲಯಕ್ಕೆ ಮೇಲ್ಮನವಿ ಸಲ್ಲಿಸಿದ್ದಾರೆ. ಇಂದು ಅವರ ಮೇಲ್ಮನವಿ ವಿಚಾರಣೆಗೆ ಬರುತ್ತಿದೆಯಂತೆ. ಇಬ್ಬರ ಕುಟುಂಬದ ಸದಸ್ಯರೂ ಅವರ ಭೇಟಿಗಾಗಿ ಬಂದಿದ್ದಾರೆ. ಭೇಟಿ ಮಾಡಿಸಲೇ" ಎಂದು ಕೇಳಿದರು.

"ಮಾಡಿಸಲೇ ಬೇಕಲ್ಲಾ, ಈಗಲೇ ಮಾಡಿಸಿ" ಎಂದರು ಸ್ವಾಮಿ.

ಮುಂದಿನ ಒಂದೆರಡು ಗಂಟೆಗಳ ಕಾಲ ಕೈದಿಗಳಾದ ಶಿವು ಮುನಿಶೆಟ್ಟಿ ಹಾಗೂ ಜಡೆಸ್ವಾಮಿ ರಂಗಶೆಟ್ಟಿ ತಮ್ಮ ಕುಟುಂಬದವರೊಡನೆ ಸಮಯ ಕಳೆದರು. ಚಾಮರಾಜನಗರದಿಂದ ಬಂದಿದ್ದ ಸುಮಾರು ಅರವತ್ತು ಮಂದಿ ಕುಟುಂಬಸ್ಥರು ಹಾಗೂ ಸ್ನೇಹಿತರು ಅವರಿಬ್ಬರನ್ನೂ ಕಂಡು ಮಾತನಾಡಿದರು. ಇಬ್ಬರೂ ಕೈದಿಗಳ ಸೋದರಿಯರು ಸೋದರರ ಕೈಗಳಿಗೆ ರಾಖಿಗಳನ್ನು ಕಟ್ಟಿದರು. ಆ ಭೇಟಿಯ ಕೋಣೆಯಲ್ಲಿ ಶೋಕದ ವಾತಾವರಣವೇ ಆವರಿಸಿತ್ತು. ಶಿವು ತಾನು ಬರೆದಿದ್ದ ಕಾಗದವೊಂದನ್ನು ಗೆಳೆಯನೊಬ್ಬನಿಗೆ ಹಸ್ತಾಂತರಿಸಿದ. ಅದರಲ್ಲಿ ಆತ ತಾನು ನಿರಪರಾಧಿಯೆಂದೂ ವಿನಾಕಾರಣವಾಗಿ ತನ್ನನ್ನು ಗಲ್ಲಿಗೇರಿಸಲಾಗುತ್ತಿದೆಯೆಂದು ಬರೆದಿದ್ದ.

ಆ ಸಂಜೆಯೇ ಇಬ್ಬರನ್ನೂ ಗಲ್ಲುಗಂಬದ ಸನಿಹದಲ್ಲಿಯೇ ಇರುವ ವಿಶೇಷ ಕೊಠಡಿಗಳಿಗೆ ಸ್ಥಳಾಂತರ ಮಾಡಬೇಕಾಗಿತ್ತು.

ಮಧ್ಯಾಹ್ನ ಸುಮಾರು ಹನ್ನೆರಡು ಗಂಟೆಗೆ ಅಧೀಕ್ಷಕರ ಕಛೇರಿಗೆ ಓಡೋಡುತ್ತಾ ಬಂದ ಒಬ್ಬ ಜೈಲರ್, "ಸರ್, ಪ್ರಮಾದವಾಗಿದೆ. ನಾವು ಗಲ್ಲಿಗೇರಿಸಬೇಕಾಗಿದ್ದ ಶಿವು ಮುನಿಶೆಟ್ಟಿ ತನ್ನ ವೃಷಣವನ್ನು ತಿವಿದುಕೊಂಡು ಗಾಯಗೊಂಡು ಕೆಳಗೆ ಬಿದ್ದಿದ್ದಾನೆ, ನೋಡಿ ಬನ್ನಿ" ಎಂದರು.

ಗಾಭರಿಯಾದ ಅಧೀಕ್ಷಕರು ಶಿವು ಇದ್ದ ಅತಿ ಹೆಚ್ಚು ಭದ್ರತೆಯ ಅಂಧೇರಿ ಕಟ್ಟಡಕ್ಕೆ ದಾವಿಸಿದರು. ಮರಣದಂಡನೆಗೀಡಾಗಿದ್ದ ಹಾಗೂ ಹಿಂಸಾ ಪ್ರವೃತ್ತಿಯ ಕೈದಿಗಳನ್ನು ಏಕಾಂತ ವಾಸದಲ್ಲಿ ಇಡುವ ಕೋಣೆಗಳಿದ್ದ ವಿಶೇಷ ಜಾಗವೇ ಅಂಧೇರಿ ಕಟ್ಟಡ. ಇಲ್ಲಿಯ ಭದ್ರತಾ ವ್ಯವಸ್ಥೆ ಜೈಲಿನ ಇತರ ಭದ್ರತಾ ವ್ಯವಸ್ಥೆಗಳಿಗಿಂತ ಹೆಚ್ಚು.

ವಿ. ಸ್ವಾಮಿ ಅಂದೇರಿಗೆ ಹೋದಾಗ ರಕ್ತದ ಮಡುವಿನಲ್ಲಿ ಮೂವತ್ತನಾಲ್ಕು ವರ್ಷದ ಶಿವು ಮುನಿಶೆಟ್ಟಿ ಬಿದ್ದದ್ದು ಕಂಡಿತು. ಕಾರಾಗೃಹದ ವೈದ್ಯರಾದ ಡಾ.ಯಮಕನಮರಡಿ ಸ್ಥಳಕ್ಕೆ ಆಗಲೇ ದಾವಿಸಿ ಗಾಯಾಳುವಿಗೆ ಪ್ರಥಮ ಚಿಕಿತ್ಸೆಯನ್ನು ನೀಡುತ್ತಿದ್ದರು. ಕೆಲವು ನಿಮಿಷಗಳ ನಂತರ ಮುನಿಶೆಟ್ಟಿಯನ್ನು ಕಾರಾಗೃಹದ ಒಳಗಡೆ ಇರುವ ಆಸ್ಪತ್ರೆಗೆ ದಾಖಲು ಮಾಡಲಾಯಿತು. ಆತ ತನ್ನ ಕೈಗೆ ಹಾಗೂ ವೃಷಣಕ್ಕೆ ಇರಿದುಕೊಂಡು ರಕ್ತ ಗಾಯವನ್ನು ಮಾಡಿಕೊಂಡಿದ್ದ. ಆದರೆ ಅವನ

ಪ್ರಾಣಕ್ಕೇನೂ ಅಪಾಯವಿಲ್ಲದೇ ಇದ್ದುದರಿಂದ ಅವನನ್ನು ಜಿಲ್ಲಾಸ್ಪತ್ರೆಗೇನೂ ಕರೆದೊಯ್ಯಲಿಲ್ಲ.

ವಿಶೇಷ ಭದ್ರತೆಯಿದ್ದ ಕೊಠಡಿಯಲ್ಲಿದ್ದ ಶಿವುನ ಕೈಗೆ ಹರಿತವಾದ ಆಯುಧ ಹೇಗೆ ಬಂದಿತು ಎಂದು ಅಧಿಕಾರಿಗಳು ವಿಚಾರಿಸಿದರು. ಅಂದೇರಿಯ ಒಂದು ಭಾಗದಲ್ಲಿ ಹೊಸದಾಗಿ ನೆಲದ ಟೈಲ್‌ಗಳನ್ನು ಹಾಕುವ ಕೆಲಸ ನಡೆಯುತ್ತಿತ್ತು. ಟೈಲ್ಸ್‌ಗಳನ್ನು ಜೋಡಿಸಿದ ಗಾರೆ ಕೆಲಸಗಾರರು ಒಂದು ಮುರಿದ ಟೈಲ್ಸ್ ಚೂರನ್ನು ಅಲ್ಲಿಯೇ ಬಿಟ್ಟು ಹೋಗಿದ್ದರು. ಆ ಚೂರು ಶಿವುನ ಕೈಗೆ ಹೇಗೆ ಸಿಕ್ಕಿತೋ ಯಾರಿಗೂ ತಿಳಿಯದಾಗಿತ್ತು. ಶಿವು ಅದರಿಂದಲೇ ಇರಿದುಕೊಂಡು ಗಾಯ ಮಾಡಿಕೊಂಡಿದ್ದನೆಂದು ತಿಳಿಯಿತು. ಶಿವುನ ದೈಹಿಕ ಪರಿಸ್ಥಿತಿ ಹದಗೆಡದೇ ಹೋದದ್ದರಿಂದ ಆತನಿಗೆ ಕಾರಾಗೃಹದಲ್ಲೇ ಚಿಕಿತ್ಸೆಯನ್ನು ಮುಂದುವರೆಸಲಾಯಿತು. ಕೆಲ ಗಂಟೆಗಳ ನಂತರ ಆತ ಚೇತರಿಸಿಕೊಂಡ.

"ನೀನೇಕೆ ಇಂತಹ ಕೆಲಸ ಮಾಡಿಕೊಳ್ಳಲು ಹೋದೆ" ಎಂದು ಅಧಿಕಾರಿಗಳು ಶಿವುವನ್ನು ಪ್ರಶ್ನಿಸಿದರು.

"ನಾನು ಏನು ಮಾಡಲಿ, ನಾನು ಯಾವ ತಪ್ಪನ್ನು ಮಾಡದೆಯೇ ಮರಣದಂಡನೆಯ ಶಿಕ್ಷೆಯನ್ನು ಅನುಭವಿಸುತ್ತಿದ್ದೇನೆ. ನಾನು ನಿರ್ದೋಷಿಯಾದರೂ ಆಗಸ್ಟ ೧೫ರಂದು ರಾಷ್ಟ್ರಪತಿಗಳು ನನ್ನ ದಯಾ ಅರ್ಜಿಯನ್ನು ತಿರಸ್ಕರಿಸಿದ್ದು ನನಗೆ ಬಹಳ ಬೇಸರ ಹಾಗೂ ನೋವನ್ನು ತಂದಿತ್ತು. ಹೀಗಾಗಿ ನಾನು ಆತ್ಮಹತ್ಯೆಯನ್ನು ಮಾಡಿಕೊಳ್ಳಲು ನಿರ್ಧರಿಸಿದೆ. ನನ್ನ ಅಮಾಯಕತನದ ಬಗ್ಗೆ ಎಲ್ಲರ ಗಮನ ಸೆಳೆಯಲು ಹೀಗೆ ಮಾಡಿಕೊಳ್ಳಬೇಕಾಯಿತು" ಎಂದ ಶಿವು.

"ದೇಹದಲ್ಲಿ ಗಾಯಗಳಿದ್ದಾಗ ನೇಣುಹಾಕಲು ಬರುವುದಿಲ್ಲ ಎಂದು ಯಾರಾದರೂ ನಿನಗೆ ಹೇಳಿದ್ದರೇ?" ಎಂದು ಅಧಿಕಾರಿಗಳು ಪ್ರಶ್ನಿಸಿದಾಗ ಶಿವು ಉತ್ತರಿಸಲಿಲ್ಲ.

ಆದರೆ ಅದೇ ದಿನ ಅವನ ಮೇಲ್ಮನವಿಯ ಅರ್ಜಿ ಸರ್ವೋಚ್ಚ ನ್ಯಾಯಾಲಯದಲ್ಲಿ ವಿಚಾರಣೆಗೆ ಬಂದಾಗ ನ್ಯಾಯಾಧೀಶರು ಆತನ ಮರಣದಂಡನೆಗೆ ತಡೆಯಾಜ್ಞೆಯನ್ನು ನೀಡಿ ಆತನ ಅರ್ಜಿಯನ್ನು ವಿವರವಾಗಿ ವಿಚಾರಣೆ ನಡೆಸುವ ತೀರ್ಮಾನವನ್ನು ಪ್ರಕಟಿಸಿದರು. ಶಿವುವಿನ ಆತ್ಮಹತ್ಯೆಯ ಬಗ್ಗೆ ನ್ಯಾಯಾಧೀಶರು ಯಾವುದೇ ಟಿಪ್ಪಣಿಯನ್ನು ಮಾಡಲಿಲ್ಲ.

ಕಡೆಗೂ ಮಾರನೆಯ ಬೆಳಗಿನ ಜಾವ ಗಲ್ಲುಗಂಬಕ್ಕೆ ಈಡಾಗಬೇಕಾಗಿದ್ದ ಶಿವು ಮುನಿಶೆಟ್ಟಿ ಹಾಗೂ ಆತನ ಸಹಚರ ಜಡೆಸ್ವಾಮಿ ರಂಗಶೆಟ್ಟಿಗೆ ಬೀಸುವ ದೊಣ್ಣೆ ತಪ್ಪಿದಂತಾಯಿತು.

ಬದ್ರೇನಹಳ್ಳಿ, ಕೊಳ್ಳೆಗಾಲ ತಾ, ಚಾಮರಾಜನಗರ ಜಿಲ್ಲೆ, ೨೦೦೧.

೧೫ನೇ ಅಕ್ಟೋಬರ್ ೨೦೦೧. ಬೆಳಗಿನ ಸುಮಾರು ೧೧ ಗಂಟೆ. ಹದಿನೆಂಟು ವರ್ಷ ವಯಸ್ಸಿನ ಶಿವಮ್ಮ ಎಂದಿನಂತೆ ತನ್ನ ಮನೆಯ ಕೊಟ್ಟಿಗೆಯಲ್ಲಿದ್ದ

ಆಕಳುಗಳ ಗೊಬ್ಬರವನ್ನು ತಮ್ಮ ಹೊಲದ ತಿಪ್ಪೆಗುಂಡಿಗೆ ಎಸೆಯಲು ಹೊರಟಳು. ಹೊಲ ಅವಳಿದ್ದ ಮನೆಯಿಂದ ಸುಮಾರು ಅರ್ಧ ಕಿ.ಮೀ ದೂರದಲ್ಲಿತ್ತು. ಗಂಟೆ ಹನ್ನೆರಡಾದರೂ ಶಿವಮ್ಮ ಮನೆಗೆ ವಾಪಸ್ ಬರದೇ ಹೋದಾಗ ಗಾಭರಿಯಾದ ಆಕೆಯ ತಾಯಿ ಜಯಮ್ಮ ಅವಳನ್ನು ಹುಡುಕಲು ಹೋದಳು. ತಮ್ಮ ಹೊಲದ ಬಳಿ ಹೋದ ಆಕೆ ಮಗಳ ಹೆಸರನ್ನು ಗಟ್ಟಿಯಾಗಿ ಕೂಗತೊಡಗಿದಳು. ಕೆಲವೇ ಕ್ಷಣಗಳ ನಂತರ ಪಕ್ಕದಲ್ಲಿದ್ದ ರಂಗೇಗೌಡನ ಹೊಲದ ಹೊರಗಿನ ಪೊದೆಗಳ ಮಧ್ಯದಿಂದ ಇಬ್ಬರು ಯುವಕರು ಗಾಭರಿಯಿಂದ ಓಡಿಹೋದರು. ಅವರೇ ಅದೇ ಹಳ್ಳಿಯ ನಿವಾಸಿಗಳಾದ ಶಿವು ಹಾಗೂ ಜಡೆಸ್ವಾಮಿ ಆಗಿದ್ದರು.

ಅನುಮಾನಗೊಂಡ ಜಯಮ್ಮ ಪೊದೆಗಳ ಬಳಿ ಹೋದಾಗ ಅಲ್ಲಿ ನೋಡಿದ ದೃಶ್ಯ ಅವಳನ್ನು ಗಾಭರಿಗೊಳಿಸಿತು. ಶಿವಮ್ಮ ನೆಲದ ಮೇಲೆ ಅಂಗಾತನಾಗಿ ಬಿದ್ದಿದ್ದಳು. ಅವಳು ಧರಿಸಿದ್ದ ಬಟ್ಟೆಗಳು ಅಸ್ತವ್ಯಸ್ತವಾಗಿದ್ದವು. ಅವಳ ಕುತ್ತಿಗೆಗೆ ಅವಳದ್ದೇ ಕೆಂಪು ಬಣ್ಣದ ದಾವಣಿಯನ್ನು ಬಿಗಿಯಲಾಗಿತ್ತು. ಆಕೆಯ ಮೈಮೇಲೆ ಹಲವಾರು ರಕ್ತಗಾಯಗಳಾಗಿದ್ದವು. ಮಗಳ ಸ್ಥಿತಿಯನ್ನು ನೋಡಿದ ಜಯಮ್ಮ ಜೋರಾಗಿ ಚೀರತೊಡಗಿದಳು. ಕೆಲವೇ ಕ್ಷಣಗಳಲ್ಲಿ ನೆರೆಹೊರೆಯವರು ಅಲ್ಲಿಗೆ ಧಾವಿಸಿದರು. ಶಿವಮ್ಮಳನ್ನು ಪರೀಕ್ಷಿಸಿದ ಕೆಲವರು ಆಕೆ ಸತ್ತಿದ್ದಾಳೆ ಎಂದರು.

ಅದೇ ಸ್ಥಳದಿಂದ ಕೆಲವೇ ನಿಮಿಷಗಳ ಹಿಂದೆ ಓಡಿಹೋಗಿದ್ದ ಜಡೆಸ್ವಾಮಿ ಹಾಗೂ ಶಿವು ಇವರಿಬ್ಬರೇ ಶಿವಮ್ಮಳ ಮೇಲೆ ಅತ್ಯಾಚಾರವನ್ನು ಮಾಡಿ ಅವಳ ಕೊಲೆ ಮಾಡಿದ್ದಾರೆ ಎಂದು ಊಹಿಸಿದ ಗ್ರಾಮಸ್ಥರು ಅವರಿಬ್ಬರನ್ನೂ ಹುಡುಕಲು ಹೊರಟರು. ಕೆಲವರು ರಾಮಾಪುರ ಪೋಲಿಸ್ ಠಾಣೆಗೆ ಫೋನ್ ಮಾಡಿ ಸುದ್ದಿ ಮುಟ್ಟಿಸಿದರು.

ಸುಮಾರು ಅರ್ಧ ಗಂಟೆಯ ನಂತರ ಆ ಹಳ್ಳಿಯ ಬಸ್ ಸ್ಟಾಂಡ್‌ನಲ್ಲಿ ಬಸ್ಸನ್ನು ಹತ್ತುತ್ತಿದ್ದ ಶಿವು ಸಿಕ್ಕಿಬಿದ್ದ. ಜಡೆಸ್ವಾಮಿ ತನ್ನ ಗೆಳೆಯನೊಬ್ಬನ ಮನೆಯಲ್ಲಿ ಅಡಗಿಕೊಂಡಿದ್ದ. ಅವರಿಬ್ಬರನ್ನೂ ಹಳ್ಳಿಗರು ಮನೆಯೊಂದರಲ್ಲಿ ಕೂಡಿಹಾಕಿದರು. ಒಂದು ಗಂಟೆಯ ನಂತರ ರಾಮಾಪುರದ ಪೋಲೀಸ್ ಸಬ್‌ಇನ್ಸ್‌ಪೆಕ್ಟರ್ ಎಂ.ಕೆ.ಆಲಿ ತಮ್ಮ ಸಿಬ್ಬಂದಿಯೊಡನೆ ಸ್ಥಳಕ್ಕೆ ಹಾಜರಾದರು.

ಮೃತ ಶಿವಮ್ಮಳ ಮೇಲೆ ಅತ್ಯಾಚಾರ ನಡೆಸಿ ಆಕೆಯ ಕೊಲೆಯನ್ನು ಮಾಡಿದ್ದುದು ಮೇಲ್ನೋಟಕ್ಕೆ ಕಂಡು ಬರುತ್ತಿತ್ತು. ಶಿವಮ್ಮಳ ಅಣ್ಣನ ದೂರಿನ ಮೇರೆಗೆ ಕೊಲೆ ಮತ್ತು ಅತ್ಯಾಚಾರ ಪ್ರಕರಣವನ್ನು ದಾಖಲಿಸಿಕೊಂಡ ಪೊಲೀಸರು ಮೃತಳ ಶವದ ಮೇಲೆ ಮಹಜರ್ ಮಾಡಿ ಶವವನ್ನು ಮರಣೋತ್ತರ ಪರೀಕ್ಷೆಗೆ ಕಳುಹಿಸಿದರು.

ನಡೆದ ಘಟನೆಯ ಬಗ್ಗೆ ಪೋಲಿಸರು ಸಾಕ್ಷಿಗಳನ್ನು ವಿಚಾರಿಸಿದಾಗ ಪುಟ್ಟೇಗೌಡ ಎನ್ನುವವನು ಅಂದು ಮುಂಜಾನೆ ಚಹಾ ಅಂಗಡಿಯಲ್ಲಿ ತಾನು ಚಹಾ ಕುಡಿಯುತ್ತಿದ್ದಾಗ ಶಿವಮ್ಮ ಗೊಬ್ಬರದ ಬುಟ್ಟಿಯನ್ನು ಹೊತ್ತು ಹೊಲದತ್ತ

ಹೋಗುತ್ತಿದ್ದುದನ್ನೂ ಶಿವು ಹಾಗೂ ಜಡೆಸ್ವಾಮಿ ಅವಳನ್ನು ಹಿಂಬಾಲಿಸಿಕೊಂಡು ಹೋಗಿದ್ದನ್ನು ನೋಡಿದ್ದಾಗಿಯೂ ತಿಳಿಸಿದ. ಕೆಲವೇ ವಾರಗಳ ಹಿಂದೆ ಇದೇ ಇಬ್ಬರು ಯುವಕರು ತನ್ನ ಮಗಳಾದ ಲಕ್ಕಮ್ಮಳ ಮಾನಭಂಗಕ್ಕೆ ಪ್ರಯತ್ನವನ್ನು ಪಟ್ಟಿದ್ದರೆಂದೂ ಆ ಸಮಯದಲ್ಲಿ ಅವರಿಬ್ಬರನ್ನು ಊರ ಜನ ಹಿಡಿದು ಸರಿಯಾಗಿ ಥಳಿಸಿದ್ದರೆಂದೂ ಪುಟ್ಟೇಗೌಡ ಹೇಳಿದ.

ಲಕ್ಕಮ್ಮ ತನ್ನ ತಂದೆಯ ಮಾತನ್ನು ಸಮರ್ಥಿಸಿ ಆ ಇಬ್ಬರೂ ಯುವಕರು ಹುಡುಗಿಯರನ್ನು ಚುಡಾಯಿಸುವ ಪ್ರವೃತ್ತಿಯವರು ಎಂದಳು. ಕೊಲೆ ನಡೆದ ಹೊಲದ ಸಮೀಪವಿದ್ದ ಹೊಲವೊಂದರಲ್ಲಿ ಕಳೆ ಕೀಳುತ್ತಿದ್ದ ಇಬ್ಬರು ಕೂಲಿ ಹೆಂಗಸರಾದ ಕಾಳಮ್ಮ ಹಾಗೂ ರುದ್ರಮ್ಮ ತಾವು ವೀರಮ್ಮನ ಹೊಲದಲ್ಲಿ ಕೆಲಸ ಮಾಡುತ್ತಿದ್ದಾಗ ಪಕ್ಕದ ಹೊಲದಿಂದ ಚೀರಾಡುವ ಶಬ್ದ ಕೇಳಿತೆಂದೂ ತಾವು ಅತ್ತ ನೋಡಿದಾಗ ಇಬ್ಬರೂ ಆರೋಪಿಗಳು ಶಿವಮ್ಮಳನ್ನು ಎಳೆದುಕೊಂಡು ರಂಗೇಗೌಡನ ಹೊಲಕ್ಕೆ ಹೋದುದನ್ನು ತಾವು ನೋಡಿದ ಬಗ್ಗೆ ಪೊಲೀಸರಿಗೆ ಹೇಳಿಕೆಯನ್ನು ನೀಡಿದರು.

ಅತ್ಯಾಚಾರ ಹಾಗೂ ಕೊಲೆ ಆರೋಪದ ಶಂಕೆಯ ಮೇಲೆ ಮನೆಯೊಂದರಲ್ಲಿ ಕೂಡಿಹಾಕಿದ್ದ ಶಿವು ಹಾಗೂ ಜಡೆಸ್ವಾಮಿ ಇಬ್ಬರನ್ನೂ ತೀಕ್ಷ್ಣ ವಿಚಾರಣೆಗೆ ಗುರಿಪಡಿಸಲಾಯಿತು.

ಪೊಲೀಸರನ್ನು ಕಂಡಕೂಡಲೇ ಆ ಇಬ್ಬರೂ ಸ್ವಪ್ರೇರಣೆಯಿಂದ ತಾವಿಬ್ಬರೂ ಕೂಡಿಯೇ ಶಿವಮ್ಮಳ ಮೇಲೆ ಅತ್ಯಾಚಾರವನ್ನು ಮಾಡಿದ್ದಾಗಿ ತಿಳಿಸಿ ಶಿವಮ್ಮ ಜೋರಾಗಿ ಅರಚಿದಾಗ ಗಾಭರಿಯಾಗಿ ಅವಳ ಕುತ್ತಿಗೆಗೆ ಅವಳೇ ಧರಿಸಿದ್ದ ದಾವಣಿಯನ್ನು ಬಿಗಿಯಬೇಕಾಯಿತೆಂದೂ ಅವಳನ್ನು ಕೊಲೆ ಮಾಡುವ ಉದ್ದೇಶವೇ ತಮಗೆ ಇರಲಿಲ್ಲ ಎಂದು ತಪ್ಪೊಪ್ಪಿಕೊಂಡರು.

ಶವದ ಮೇಲಿನ ಮರಣೋತ್ತರ ಪರೀಕ್ಷೆಯನ್ನು ಇಬ್ಬರು ವೈದ್ಯಾಧಿಕಾರಿಗಳು ನಡೆಸಿದರು. ಮೃತ ಶಿವಮ್ಮಳ ಮೈಮೇಲಿನ ಹಲವಾರು ಕಡೆಗಳಲ್ಲಿ ಉಗುರಿನಿಂದ ಪರಚಿದ ಗಾಯಗಳಾಗಿದ್ದವು. ಆಕೆಯ ಮುಖ, ಎದೆ, ತೊಡೆ ಹಾಗೂ ಕಾಲುಗಳ ಮೇಲೆ ಹಲ್ಲಿನಿಂದ ಕಚ್ಚಿದ್ದ ಗಾಯಗಳಾಗಿದ್ದವು. ಆಕೆಯ ಗುಪ್ತಾಂಗದ ಮೇಲೆ ಹಲವಾರು ಗಾಯಗಳಾಗಿದ್ದವು. ಮೃತಳ ಮೈಮೇಲೆ ಹಾಗೂ ಆಕೆ ತೊಟ್ಟಿದ್ದ ಬಟ್ಟೆಯ ಮೇಲೆ ವೀರ್ಯದ ಕಲೆಗಳು ಪತ್ತೆಯಾದವು. ಶಿವಮ್ಮಳ ಮೇಲೆ ಭೀಕರವಾಗಿ ಅತ್ಯಾಚಾರವೆಸೆಗಿರುವುದು ಮರಣೋತ್ತರ ಪರೀಕ್ಷೆಯಲ್ಲಿ ದೃಢಪಟ್ಟಿತ್ತು.

ಮೃತೆ ಶಿವಮ್ಮಳ ಕುತ್ತಿಗೆಯನ್ನು ಆಕೆಯ ದಾವಣಿಯಿಂದ ಬಿಗಿದ ಕಾರಣಕ್ಕಾಗಿಯೇ ಅವಳು ಉಸಿರುಗಟ್ಟಿ ಸತ್ತಿದ್ದಾಳೆ ಎಂದು ತಿಳಿಸಿದ ವೈದ್ಯರು ಕೊಲೆಯು ಅತ್ಯಾಚಾರದ ನಂತರ ನಡೆದಿದೆ ಎಂದು ಸ್ಪಷ್ಟೀಕರಿಸಿದರು. ಮೃತಳ ಹಲ್ಲಿನ ಸಂದಿನಲ್ಲಿ ಮಾನವ ಮಾಂಸದ ತುಣುಕೊಂದು ಸಿಕ್ಕಿಬಿದ್ದಿದ್ದು ಆ ತುಂಡನ್ನು

ವಿಧಿವಿಜ್ಞಾನ ಪರೀಕ್ಷೆಗೆಂದು ತೆಗೆದಿಟ್ಟು, ಆ ತುಂಡು ಅರೋಪಿತರ ದೇಹದಿಂದ ಬಂದಿದೆಯೋ ಹೇಗೆ ಎಂದು ತಿಳಿದುಕೊಳ್ಳಬೇಕೆಂದು ಪೊಲೀಸರಿಗೆ ವೈದ್ಯರು ಆದೇಶಿಸಿದರು.

ಇಬ್ಬರೂ ಅರೋಪಿಗಳನ್ನು ಅಪರಾಧ ನಡೆದ ಕೆಲವೇ ಗಂಟೆಯ ನಂತರ ಬಂಧಿಸಿದ್ದರಿಂದ ಅವರಿಬ್ಬರನ್ನೂ ವೈದ್ಯಕೀಯ ತಪಾಸಣೆಗೆ ತಕ್ಷಣ ಒಳಪಡಿಸಲಾಯಿತು. ಇಬ್ಬರ ಮೈಮೇಲೂ ಹಲವಾರು ತರಚಿದ ಹಾಗೂ ಕಚ್ಚಿದ ಗಾಯಗಳು ಕಂಡು ಬಂದವು. ಆರೋಪಿ ಶಿವುವಿನ ಬೆನ್ನು, ಪೃಷ್ಠ ಭಾಗ ಹಾಗೂ ಕಾಲು, ಕೈಗಳ ಮೇಲೆ ತರಚಿದ ಗಾಯಗಳೂ ಅವನ ಮುಖ, ಕತ್ತು, ಎದೆ, ಕೈಗಳು ಹಾಗೂ ತೊಡೆಗಳ ಮೇಲೆ ಉಗುರಿನಿಂದ ಪರಚಿದ ಹಾಗೂ ಹಲ್ಲಿನಿಂದ ಕಚ್ಚಿದ ಹಲವಾರು ಗಾಯಗಳಾಗಿದ್ದವು. ಮೃತಳು ತನ್ನ ಮೇಲೆ ನಡೆಯುತ್ತಿದ್ದ ದಾಳಿಯಿಂದ ಬಚಾವಾಗಲು ಅತ್ಯಾಚಾರಿಗಳ ಮೇಲೆ ತನ್ನ ಉಗುರುಗಳನ್ನು ಹಾಗೂ ಹಲ್ಲುಗಳನ್ನು ಉಪಯೋಗಿಸಿದ್ದುದು ಇದರಿಂದ ವ್ಯಕ್ತವಾಗುತ್ತಿತ್ತು. ಜಡೆಸ್ವಾಮಿಯ ಮೈಮೇಲೆ ಕಡಿಮೆ ಪ್ರಮಾಣದ ಗಾಯಗಳಾಗಿದ್ದ ಕಾರಣ ಶಿವಮ್ಮಳ ಮೇಲೆ ಮೊದಲಿಗೆ ಅತ್ಯಾಚಾರವನ್ನು ನಡೆಸಿದವನು ಶಿವು ಎಂದು ಊಹಿಸಬಹುದಾಗಿತ್ತು.

ಇಬ್ಬರೂ ಅರೋಪಿಗಳ ಬಟ್ಟೆಗಳ ಮೇಲೆ ವೀರ್ಯದ ಹಾಗೂ ರಕ್ತದ ಕಲೆಗಳು ಇದ್ದವು.

ಇಬ್ಬರೂ ಆರೋಪಿಗಳು ಹೆಣ್ಣುಮಕ್ಕಳನ್ನು ಚುಡಾಯಿಸುವ ಚಾಳಿಯನ್ನು ಹೊಂದಿದ್ದರು ಎನ್ನುವುದು ಆಗಲೇ ಸಾಬೀತಾಗಿತ್ತು. ಎರಡು ಬಾರಿ ಗ್ರಾಮಸ್ಥರ ಛೀಮಾರಿಗೆ ಒಳಗಾಗಿದ್ದರೂ ಅರೋಪಿಗಳು ತಮ್ಮ ಚಾಳಿಯನ್ನು ಮುಂದುವರೆಸಿ ಹಾಡುಹಗಲೇ ಶಿವಮ್ಮಳಿಗೆ ಅತ್ಯಾಚಾರ ಮಾಡಿ ಅವಳ ಕೊಲೆಯನ್ನು ಮಾಡಿದ್ದ ಅಂಶ ತನಿಖಾಧಿಕಾರಿಗೆ ವಿದಿತವಾಗಿತ್ತು.

ಮೃತಳ ಮೈಮೇಲೆ ಹಾಗೂ ಬಟ್ಟೆಯ ಮೇಲೆ ಇದ್ದ ವೀರ್ಯದ ಕಣಗಳು ಆರೋಪಿತರದ್ದೇ ಎಂದು ವಿಧಿವಿಜ್ಞಾನ ಪ್ರಯೋಗಶಾಲೆಯ ವರದಿಯು ಬಂದಿತು. ಇದಾದ ಕೆಲವು ವಾರಗಳ ನಂತರ ಇನ್ನೊಂದು ಪ್ರಯೋಗಾಲಯದಿಂದ ಬಂದ ವರದಿಯು ಮೃತಳ ಹಲ್ಲಿನಲ್ಲಿ ಸಿಕ್ಕ ಮಾಂಸದ ತುಂಡು ಶಿವುನ ದೇಹದಿಂದಲೇ ಬಂದಿದ್ದೆಂದು ಖಾತರಿಪಡಿಸಿತು. ಮಾಂಸದ ತುಂಡಿನ ಡಿಎನ್ಎ ಹಾಗೂ ಶಿವುವಿನ ಡಿಎನ್ಎಗಳಿಗೆ ಹೊಂದಾಣಿಕೆಯಾಗಿದ್ದ ಕಾರಣ ಶಿವಮ್ಮಳ ಮೇಲೆ ಶಿವು ಅತ್ಯಾಚಾರ ನಡೆಸಿದ್ದುದು ಸಂಪೂರ್ಣವಾಗಿ ಸಾಬೀತಾಗಿತ್ತು. ಪ್ರಾಯಶಃ ಇದೇ ಮೊದಲ ಬಾರಿಗೆ ನಮ್ಮ ರಾಜ್ಯದಲ್ಲಿ ಇಂತಹ ವೈಜ್ಞಾನಿಕ ಸಾಕ್ಷ್ಯವು ದೊರಕಿದ್ದುದು ಎನ್ನಬಹುದು.

ಮೃತ ಶಿವಮ್ಮಳ ಸೋದರಿ ನಾಗರಾಜಮ್ಮ ಕೆಲವು ತಿಂಗಳ ಹಿಂದೆ ಇದೇ ಆರೋಪಿಗಳು ತನ್ನ ಮೇಲೆಯೂ ಅತ್ಯಾಚಾರ ನಡೆಸಲು ಪ್ರಯತ್ನಿಸಿದ್ದರೆಂದೂ

ಆಗ ತಾನು ತಪ್ಪಿಸಿಕೊಂಡು ಗ್ರಾಮದ ಹಿರಿಯರಿಗೆ ದೂರು ನೀಡಿದ್ದಾಗಿಯೂ ತಿಳಿಸಿ, ಊರ ಹಿರಿಯರು ಆ ಇಬ್ಬರಿಗೂ ತೀವ್ರ ಛೀಮಾರಿ ಹಾಕಿದ್ದ ಬಗ್ಗೆ ತಿಳಿಸಿದಳು. ಆ ಸಮಯದಲ್ಲಿ ಪೊಲೀಸರಿಗೆ ತಾನು ದೂರು ನೀಡಿರಲಿಲ್ಲವೆಂದು ಅವಳು ತಿಳಿಸಿದಳು.

ಈ ಪ್ರಕರಣದಲ್ಲಿ ಇನ್ನೂ ಹೆಚ್ಚಿನ ತನಿಖೆಯ ಅಗತ್ಯ ಇರದೇ ಹೋದದ್ದರಿಂದ ಇದ್ದ ಸಾಕ್ಷ್ಯಗಳನ್ನು ಒಟ್ಟುಗೂಡಿಸಿ ಪೊಲೀಸರು ಶಿವು ಹಾಗೂ ಜಡೆಸ್ವಾಮಿ ವಿರುಧ್ಧ ನ್ಯಾಯಾಲಯದಲ್ಲಿ ಅರೋಪಪಟ್ಟಿಯನ್ನು ಸಲ್ಲಿಸಿದರು.

ಸುಧೀರ್ಘ ವಿಚಾರಣೆಯ ನಂತರ ಸೆಷನ್ಸ್ ನ್ಯಾಯಾಲಯವು ಜುಲೈ ೨೦೦೫ರಲ್ಲಿ ಇಬ್ಬರಿಗೂ ಮರಣದಂಡನೆಯನ್ನು ವಿಧಿಸಿತು. ಆರೋಪಿಗಳು ಉಚ್ಚ ನ್ಯಾಯಾಲಯದಲ್ಲಿ ಮೇಲ್ಮನವಿಯನ್ನು ಸಲ್ಲಿಸಿದರು. ಅಲ್ಲಿಯೂ ಅವರ ಮೇಲಿನ ಅರೋಪ ಸಾಭೀತಾಗಿ ನವಂಬರ್ ೨೦೦೫ರಲ್ಲಿ ಅವರಿಗೆ ವಿಧಿಸಿದ್ದ ಮರಣದಂಡನೆ ಶಿಕ್ಷೆಯನ್ನು ಖಾಯಂಗೊಳಿಸಲಾಯಿತು. ಕೈದಿಗಳ ಅಪೀಲನ್ನು ಸುಪ್ರೀಂ ಕೋರ್ಟ್ ೨೦೦೭ ರಲ್ಲಿ ವಜಾಗೊಳಿಸಿತು. ರಾಷ್ಟ್ರಪತಿಗಳೂ ಇಬ್ಬರ ದಯಾ ಅರ್ಜಿಯನ್ನು ಆಗಸ್ಟ್ ೨೦೧೩ ರಲ್ಲಿ ತಿರಸ್ಕರಿಸಿದರು.

ಮರಣದಂಡನೆ ಶಿಕ್ಷೆಗೆ ಈಡಾಗಿರುವ ಕೈದಿಗಳು ತಮ್ಮ ಶಿಕ್ಷೆಯ ವಿರುಧ್ಧ ಸಲ್ಲಿಸಿದ್ದ ಮೇಲ್ಮನವಿ ಹಾಗೂ ದಯಾ ಅರ್ಜಿಗಳನ್ನು ಆಲಿಸುವ ಬಗ್ಗೆ ವಿಳಂಬವಾಗಿರುವಂತಹ ಎಲ್ಲಾ ಪ್ರಕರಣಗಳ ಮರುಪರಿಶೀಲನೆಯನ್ನು ೨೦೧೪ರ ಜನವರಿ ೨೧ರಂದು ಭಾರತದ ಸರ್ವೋಚ್ಚ ನ್ಯಾಯಾಲಯವು ನಡೆಸಿತು. ಈ ಮರುಪರಿಶೀಲನೆಯಲ್ಲಿ ಶಿವು ಹಾಗೂ ಜಡೆಸ್ವಾಮಿ ಇವರಿಗೆ ವಿಧಿಸಿದ್ದ ಗಲ್ಲು ಶಿಕ್ಷೆಯೂ ಸೇರಿತ್ತು.

೨೦೦೧ರ ಅಕ್ಟೋಬರ್ ತಿಂಗಳಿನಿಂದ ಹಿಡಿದು ರಾಷ್ಟ್ರಪತಿಗಳು ದಯಾ ಅರ್ಜಿಯನ್ನು ತಿರಸ್ಕರಿಸುವವರೆಗೆ ೮ ವರ್ಷ ೫ ತಿಂಗಳ ಕಾಲ ತಮ್ಮನ್ನು ಇಂದೋ ನಾಳೆಯೋ ಗಲ್ಲಿಗೇರಿಸಲಾಗುತ್ತದೆ ಎಂಬ ಆತಂಕದಲ್ಲೇ ಇಬ್ಬರೂ ಕೈದಿಗಳು ಕಾಲ ಕಳೆದಿದ್ದಾರೆ; ಬಂಧನದ ದಿನಾಂಕದಿಂದ ಸುಮಾರು ೧೨ ವರ್ಷ ಅವರು ಜೈಲಿನಲ್ಲೇ ಇದ್ದಾರೆ ಎಂಬ ಕಾರಣವನ್ನು ನೀಡಿ ಸುಪ್ರೀಂ ಕೋರ್ಟ್ ಅವರಿಬ್ಬರ ಮರಣದಂಡನೆಯ ಶಿಕ್ಷೆಯನ್ನು ಜೀವಾವಧಿ ಶಿಕ್ಷೆಯ ನ್ನಾಗಿ ಮಾರ್ಪಾಟು ಮಾಡಿತು.

ಇದಾದ ನಂತರ ಈ ಕೈದಿಗಳನ್ನು ಬೆಳಗಾವಿಯ ಹಿಂಡಲಗಾ ಜೈಲಿನಿಂದ ಮೈಸೂರು ಕೇಂದ್ರ ಕಾರಾಗೃಹಕ್ಕೆ ವರ್ಗಾವಣೆ ಮಾಡಲಾಯಿತು.

ಇಬ್ಬರೂ ಕೈದಿಗಳು ಈವರೆಗೆ ೧೭ ವರ್ಷಗಳ ಕಾಲ ಜೈಲಿನಲ್ಲಿಯೇ ಕಳೆದಿದ್ದಾರೆ. ತಾವು ನಿರಪರಾಧಿಗಳು ಎಂದೇ ಇಬ್ಬರೂ ವಾದಿಸುತ್ತಾರೆ. "ನಾನು ಶಿವಮ್ಮಳ ಮೇಲೆ ಅತ್ಯಾಚಾರವನ್ನು ಮಾಡಲೇ ಇಲ್ಲ" ಎಂದು ಹೇಳುವ ಶಿವು, "ನಾನಾಯಿತು, ನನ್ನ ಮನೆ ಕೆಲಸವಾಯಿತು ಎಂದು ನಾನು ಜೀವಿಸುತ್ತಿದ್ದೆ. ಊರಿನ ಹುಡುಗಿಯರನ್ನು ಚುಡಾಯಿಸಿದ್ದು ನಿಜ. ಕೆಲ ಕೆಟ್ಟ ಸ್ನೇಹಿತರ ಸಹವಾಸ

ದೋಷದಿಂದಾಗಿ ಹೀಗೆ ಮಾಡಿದ್ದೆ. ಆದರೆ ಅತ್ಯಾಚಾರ ಮಾಡಿದೆನೆನ್ನುವ ಆರೋಪ ಶುದ್ಧ ಸುಳ್ಳು" ಎನ್ನುತ್ತ, "ಇಲ್ಲಿಯವರೆಗೆ ನಾನು ಸಾಕಷ್ಟು ನೋವನ್ನು ಅನುಭವಿಸಿದ್ದೇನೆ" ಎನ್ನುತ್ತಾನೆ.

"ನ್ಯಾಯಾಲಯವು ಶಿಕ್ಷೆ ವಿಧಿಸಿದಾಗ ನನಗೆ ಕೇವಲ ೧೮ ವರ್ಷ ವಯಸ್ಸಾಗಿತ್ತು. ವಯಸ್ಸಾಗಿರುವ ತಾಯಿ ಇದ್ದಳು. ಮುಂದೆ ನನ್ನ ಗತಿ ಏನು, ನನ್ನ ವಿಧವೆ ತಾಯಿಯನ್ನು ಯಾರು ನೋಡಿಕೊಳ್ಳುತ್ತಾರೋ, ಏನೋ ಎನ್ನುವ ಭಾವನೆಯಿಂದ ನಾನು ಕುಗ್ಗಿ ಹೋಗಿದ್ದೆ" ಎಂದು ಶಿವು ಮುನಿಶೆಟ್ಟಿ ಹೇಳಿದ.

"ನಿನಗೆ ತಪ್ಪಿತಸ್ಥ ಭಾವನೆ ಬರಲೇ ಇಲ್ಲವೇ" ಎಂದು ಕೇಳಿದಾಗ, ಆತ "ನಾನು ತಪ್ಪನ್ನೇ ಮಾಡಿಲ್ಲ" ಎಂದ.

"ಮೃತಳ ಹಲ್ಲಿನ ಸಂದಿಯಲ್ಲಿ ನಿನ್ನ ಮಾಂಸದ ತುಂಡು ಸಿಕ್ಕಿಕೊಂಡಿತ್ತಲ್ಲ" ಎಂಬ ಪ್ರಶ್ನೆಗೆ ಆತ ಯಾವ ಉತ್ತರವನ್ನೂ ನೀಡಲಿಲ್ಲ.

"ಬೆಳಗಾವಿ ಕಾರಾಗೃಹದಲ್ಲಿ ನೀನು ಏಕೆ ಆತ್ಮಹತ್ಯೆಗೆ ಪ್ರಯತ್ನಿಸಿದೆ" ಎಂದು ಕೇಳಿದಾಗ, "ಸಣ್ಣ ವಯಸ್ಸಿನಲ್ಲೇ ನಾನು ಕಾರಾಗೃಹಕ್ಕೆ ಬಂದೆ. ಘೋರ ಶಿಕ್ಷೆಗೆ ಸಿಲುಕಿ ನಾನು ಅವಮಾನದಿಂದ ನರಳುತ್ತಿದ್ದೆ. ಹೀಗಾಗಿ ನಾನು ಆತ್ಮಹತ್ಯೆಯ ಪ್ರಯತ್ನವನ್ನು ಮಾಡಬೇಕಾಯಿತು. ಅ ದಿನ ನಾನೇಕೆ ಆತ್ಮಹತ್ಯೆಗೆ ಪ್ರಯತ್ನಪಟ್ಟೆ ಎನ್ನುವ ಪ್ರಶ್ನೆಗೆ ನನಗೆ ಇನ್ನೂ ಉತ್ತರ ಸಿಕ್ಕಿಲ್ಲ. ಮಾರನೆಯ ದಿನವೇ ನನ್ನನ್ನು ಗಲ್ಲಿಗೇರಿಸುವ ಸುದ್ದಿಯಿಂದ ನಾನು ದಿಗ್ಭ್ರಾಂತನಾಗಿದ್ದು ನಿಜ. ಸರ್ವೋಚ್ಚ ನ್ಯಾಯಾಲಯವು ನನ್ನ ಗಲ್ಲು ಶಿಕ್ಷೆಯನ್ನು ರದ್ದು ಮಾಡಿದಾಗ ನನಗೆ ಪುನರ್ಜನ್ಮ ಪಡೆದ ಹಾಗಾಯಿತು. ದೇವರು ಇನ್ನೂ ನನ್ನ ಪಾಲಿಗೆ ಸತ್ತಿಲ್ಲ ಎಂದು ಅನಿಸಿತು" ಎಂದು ಹೇಳಿದ ಶಿವು ತನಗೆ ಯಾವುದೇ ದೈಹಿಕ ಹಾಗೂ ಮಾನಸಿಕ ರೋಗಗಳು ಇಲ್ಲ ಎಂದ.

"ಮರಣದಂಡನೆಯ ಶಿಕ್ಷೆಯಿಂದ ನಾನು ಮಾನಸಿಕವಾಗಿ ಖಿನ್ನನಾಗಿದ್ದೆ. ನನ್ನ ಚಿಂತೆಯಿಂದ ನನ್ನ ತಾಯಿ ಕೊರಗಿ ಕೊರಗಿ ಹಾಸಿಗೆ ಹಿಡಿದಿದ್ದಾಳೆ. ನನ್ನ ಬಿಡುಗಡೆಗಾಗಿ ನನ್ನ ಕುಟುಂಬದವರು ಕಾದಿದ್ದಾರೆ" ಎಂದ ಶಿವು.

"ನಿನ್ನ ತಾಯಿ ಇನ್ನೂ ಜೀವಂತವಾಗಿದ್ದಾರೆಯೇ" ಎಂದು ಆಶ್ಚರ್ಯವನ್ನು ವ್ಯಕ್ತಪಡಿಸಿದಾಗ, "ಹೌದು, ಬದುಕಿದ್ದಾರೆ, ಆಕೆಗೆ ಈಗ ೭೫ ವರ್ಷ ವಯಸ್ಸು" ಎಂದು ಅವನು ಹೇಳಿದ.

ಜಡೇಸ್ವಾಮಿ ಈ ಪ್ರಕರಣದಲ್ಲಿ ಅರೋಪಿಯಾಗಿ ಜೈಲು ಸೇರಿದಾಗ ಅವನಿಗೆ ಲಗ್ನವಾಗಿ ಕೇವಲ ಮೂರು ವಾರಗಳಷ್ಟೇ ಆಗಿತ್ತು. ಅವನ ಪತ್ನಿ ಶಿವಶಂಕರಮ್ಮ ತನ್ನ ಗಂಡ ಅತ್ಯಾಚಾರದ ಪ್ರಕರಣದ ಆರೋಪಿ ಎನ್ನುವ ಸುದ್ದಿ ಕೇಳಿ ಆಘಾತಗೊಂಡಿದ್ದಳು. ಅವನು ಜೈಲಿನಲ್ಲಿದ್ದಾಗಲೇ ಅವಳು ಗಂಡು ಮಗುವಿನ ತಾಯಿಯಾದಳು. ತಾನು ಯಾವುದೇ ರೀತಿಯ ತಪ್ಪು ಮಾಡಿಲ್ಲ

ಕೇವಲ ಸುಳ್ಳು ಸಾಕ್ಷಿಯ ಸಲುವಾಗಿ ತನಗೆ ಶಿಕ್ಷೆಯಾಗಿದೆ ಎಂದು ಜಡೇಸ್ವಾಮಿ ಹೇಳುತ್ತಾನೆ. ತಾನು ನಿರಪರಾಧಿ ಎಂದು ಇಂದಿಗೂ ಅವನು ಸಾಧಿಸುತ್ತಾನೆ. ತನಗೆ ಮರಣದಂಡನೆ ಶಿಕ್ಷೆಯನ್ನು ನ್ಯಾಯಾಲಯವು ನೀಡಿದಾಗ ತನಗೆ ಮಾನಸಿಕವಾಗಿ ಆಘಾತವಾಯಿತು. "ಆಗ ನನ್ನ ತಾಯಿ ಹಾಗೂ ನನ್ನ ಹೆಂಡತಿ ನೆನಪಿಗೆ ಬಂದರು. ನನಗೆ ಪ್ರಪಂಚದ ಅರಿವೇ ಮರೆತು ಹೋಯಿತು" ಎನ್ನುತ್ತಾನೆ ಜಡೆಸ್ವಾಮಿ.

ಬೇಗನೇ ಕಾರಾಗೃಹದಿಂದ ಹೊರಬಂದು ತಮ್ಮ ಹಳ್ಳಿಯಲ್ಲಿ ಶಾಂತರೀತಿಯ ಜೀವನ ಸಾಗಿಸುವ ಆಸೆಯನ್ನು ಇವರಿಬ್ಬರೂ ಹೊಂದಿದ್ದಾರೆ.

ಗಲ್ಲಿಗೇರಬೇಕಾದ ೨೪ ಗಂಟೆಗಳ ಒಳಗೆ ನಾಟಕೀಯವಾಗಿ ಬಚಾವಾಗಿ ಜೀವದಾನ ಪಡೆದಿರುವ ಶಿವು ಹಾಗೂ ಜಡೆಸ್ವಾಮಿಗೆ ನಮ್ಮ ದೇಶದ ಅಪರಾಧ ಚರಿತ್ರೆಯಲ್ಲಿ ವಿಶೇಷ ಸ್ಥಾನವಿದೆ.

■■

೧೧. ಕರಾವಳಿಯ ಕವಿ ಕೃಷ್ಣ

ಆತನ ವಯಸ್ಸು ಸುಮಾರು ಮೂವತ್ತೈದು ಇದ್ದಂತೆ ತೋರಿತು. ಐದೂವರೆ ಅಡಿ ಎತ್ತರ. ಸಾಧಾರಣ ಮೈಕಟ್ಟು. ಕರಿಯ ಮೈಬಣ್ಣ. ಆತ ಧರಿಸಿದ್ದ ಜೈಲಿನ ದೊಗಲೆ ಖಾದಿ ಪೈಜಾಮ, ಅರ್ಧ ತೋಳಿನ ಬಿಳಿಯ ಶರ್ಟು ಹಾಗೂ ಗಾಂಧಿ ಟೋಪಿಯಲ್ಲಿ ಆತ ವಿದೂಷಕನಂತೆ ಕಾಣಿಸುತ್ತಿದ್ದ.

ನಾನು ಅವನ ಕಣ್ಣುಗಳನ್ನೇ ದಿಟ್ಟಿಸಿದೆ. ನನ್ನನ್ನು ನೋಡುತ್ತಲೇ ಆತ ಗಳಗಳನೇ ಅಳಲಾರಂಭಿಸಿದ. ನನಗೆ ಗಾಭರಿ ಆಯಿತು. ಸಮಾಧಾನ ಮಾಡಿಕೋ ಎಂದೆ. ಎರಡು ನಿಮಿಷಗಳ ತರುವಾಯ ಸುಮ್ಮನಾದ. ನನ್ನೆದುರಿಗಿದ್ದ ಕುರ್ಚಿ ತೋರಿಸಿದೆ.

ಆತ ಕೈಕಟ್ಟಿ ಕುರ್ಚಿಯ ಮೇಲೆ ಕುಳಿತ.

"ನಿನ್ನ ಹೆಸರೇನು ? ನೀನು ಮಾಡಿದ ಯಾವ ಕೃತ್ಯಕ್ಕೆ ನಿನಗೆ ಮರಣ ದಂಡನೆಯಾಗಿದೆ?"

"ನನ್ನ ಹೆಸರು ಕೃಷ್ಣ ನಾನು ಕರಾವಳಿ ಪ್ರದೇಶದವನು. ನನಗೆ ಮರಣದಂಡನೆ ಶಿಕ್ಷೆಯಾಗಿ ಎರಡೂವರೆ ವರ್ಷಗಳಾಯಿತು. ಇದೇ ಜೈಲಿನಲ್ಲಿಯೇ ಇದ್ದೇನೆ" ಎಂದ.

"ಯಾವ ಅಪರಾಧ ಮಾಡಿದೆ ಕೃಷ್ಣ?" ಎಂದೆ.

"ಸರ್, ನನ್ನ ಬಗ್ಗೆ ಏಕೆ ತಿಳಿಯಬಯಸುತ್ತೀರಿ? ನಾನೊಬ್ಬ ನತದೃಷ್ಟ. ಯಾರಿಗೂ ಬೇಡದ ವ್ಯಕ್ತಿ. ನನ್ನಲ್ಲಿದ್ದ ಎಲ್ಲವನ್ನೂ ನಾನು ಕಳೆದುಕೊಂಡಿದ್ದೇನೆ. ನನ್ನ ಪ್ರೀತಿ ಪಾತ್ರಳಾದ ಪತ್ನಿ, ನನ್ನ ಮುದ್ದಿನ ಮಕ್ಕಳು, ನನ್ನ ತಾಯಿ, ಇವರೇ ನನ್ನ ಅಪರೂಪದ ಆಸ್ತಿಯಾಗಿದ್ದರು. ಪೊಲೀಸರು ನನ್ನನ್ನು ಬಂಧಿಸಿದಾಗ ಅವರೆಲ್ಲರೂ ತೊಟ್ಟಿಗೆ ಎಸೆಯುವ ಕಸದಂತೆ ನನ್ನನ್ನು ದೂರಮಾಡಿದರು. ನನಗೆ ಈಗ ಶಾಂತಿ ನೀಡುತ್ತಿರುವುದು ಕವನಗಳು ಮಾತ್ರ." ಎನ್ನುತ್ತಾ ಸುಮ್ಮನಾದ.

ಒಂದು ಕ್ಷಣ ಅವನನ್ನೇ ದೃಷ್ಟಿಸಿದೆ.

"ನನ್ನ ಕವನಗಳನ್ನು ಕೇಳುವಿರಾ?" ಎಂದು ಆತ ತನ್ನ ಜೇಬಿನಿಂದ ಕೆಲವು ಹಾಳೆಗಳನ್ನು ತೆಗೆದು ತಾನು ಬರೆದ ಕವನಗಳನ್ನು ರಾಗವಾಗಿ ಓದತೊಡಗಿದ. ಪ್ರತಿಯೊಂದು ಕವನದಲ್ಲಿಯೂ ನಿರಾಶೆ, ವ್ಯಥೆ, ನೋವುಗಳೇ ಅಭಿವ್ಯಕ್ತಿಗೊಂಡಿದ್ದವು.

"ಇಷ್ಟು ಸಣ್ಣ ವಯಸ್ಸಿಗೇ ಇಷ್ಟೊಂದು ನೋವನ್ನು ಅನುಭವಿಸಿರುವೆಯಾ ಕೃಷ್ಣ?"

"ನಾನು ಕ್ಷಣಿಕ ರೋಷದಲ್ಲಿ ಮಾಡಿದ ಒಂದೇ ತಪ್ಪಿಗೆ ಮರಣದಂಡನೆ ಶಿಕ್ಷೆ ಅನುಭವಿಸುವುದು ನೋವಲ್ಲವೇ?" ಎಂದ.

"ಯಾವ ಕಾರಣಕ್ಕಾಗಿ ನಿನಗೆ ಈ ಶಿಕ್ಷೆ ಆಯಿತು?"

"ನಾನು ನನ್ನ ತಂದೆ ತಾಯಿಯರ ಒಬ್ಬನೇ ಮಗ. ನಮ್ಮದು ಹಿಂದುಳಿದ ವರ್ಗದ ಬಡ ಕುಟುಂಬ. ನಾನು ಎಸ್.ಎಸ್.ಎಲ್.ಸಿ.ಯಲ್ಲಿ ಮೊದಲ ದರ್ಜೆಯಲ್ಲಿ ಪಾಸಾದರೂ ಕಾಲೇಜಿಗೆ ಹೋಗುವ ಆರ್ಥಿಕ ಪರಿಸ್ಥಿತಿಯಲ್ಲಿರಲಿಲ್ಲ. ಹೀಗಾಗಿ ಒಂದು ಅಂಗಡಿಯಲ್ಲಿ ಸೇಲ್ಸ್‌ಮನ್ ಆಗಿ ಕೆಲಸಕ್ಕೆ ಸೇರಿಕೊಂಡೆ. ನನ್ನ ಉತ್ತಮ ಕೆಲಸದಿಂದ ನಾನು ಮಾಲೀಕನಿಗೆ ಹತ್ತಿರವಾದೆ. ಆತ ದುಬೈಗೆ ವಲಸೆ ಹೋಗುವಾಗ ತನ್ನ ವ್ಯವಹಾರವನ್ನು ನನಗೇ ಬಿಟ್ಟುಕೊಟ್ಟ.

ನನ್ನ ವ್ಯವಹಾರ ಶೀಘ್ರದಲ್ಲೇ ವೃದ್ಧಿಸಿತು. ನಾನು ಲಗ್ನ ಮಾಡಿಕೊಂಡೆ. ಕೆಲವು ವರ್ಷಗಳ ನಂತರ ನನಗೆ ಇಬ್ಬರು ಹೆಣ್ಣುಮಕ್ಕಳು ಜನಿಸಿದರು. ನಮ್ಮ ಕುಟುಂಬ ಆನಂದಸಾಗರದಲ್ಲಿ ತೇಲುತ್ತಿತ್ತು. ಆದರೆ ಶನಿಕಾಟ ಯಾರನ್ನು ಬಿಡುತ್ತದೆ, ನೀವೇ ಹೇಳಿ. ನಮ್ಮ ಊರಿನ ಪಕ್ಕದ ಹಳ್ಳಿಯೊಂದರಲ್ಲಿ ವಾಸಿಸಲು ಬಂದ ಒಬ್ಬಂಟಿ ಯುವತಿ ನನ್ನ ಗ್ರಾಹಕಳಾದಳು. ತನ್ನ ಮಾತಾಪಿತರು ವಿವಾಹ ವಿಚ್ಛೇದನ ಪಡೆದಿರುವ ಕಾರಣ ತನಗೆ ಸಾಕಷ್ಟು ಆಸ್ತಿ ಬಂದಿದೆಯೆಂದೂ, ತನಗೆ ಏಕಾಂತ ವಾಸ ಬೇಸರ ತಂದಿದೆಯೆಂದೂ ಅವಳು ಹೇಳಿದಳು. ಆಕೆಗೆ ಯಾರಾದರೊಬ್ಬರ ಗೆಳತನ ಬೇಕಾಗಿತ್ತು. ಆಕೆ ಪದೇ ಪದೇ ನನ್ನ ಅಂಗಡಿಗೆ ಬಂದು ನನ್ನೊಡನೆ ಗಂಟೆಗಟ್ಟಲೆ ಹರಟುತ್ತಿದ್ದಳು. ಸ್ವಲ್ಪವೇ ದಿನಗಳ ನಂತರ ನಾವಿಬ್ಬರೂ ಹತ್ತಿರ ಬಂದೆವು. ಕಾಲಾನಂತರ ನಮ್ಮ ಮಧ್ಯೆ ದೈಹಿಕ ಸಂಪರ್ಕವೂ ಏರ್ಪಟ್ಟಿತು.

ನಾನು ಮಧ್ಯದಲ್ಲಿ ಬಾಯಿ ಹಾಕಿ, "ಪತಿ, ಪತ್ನಿ ಔರ್ ವೋ ಕಥೆಯಂತೆ ಇದೆ. ಇಂತಹ ಕಥೆಗಳಲ್ಲಿ ಪತ್ನಿ ಇಲ್ಲವೇ ಪ್ರಿಯತಮೆ ಕೊಲೆಯಾಗಬೇಕು. ಯಾರು ಕೊಲೆಯಾದರು?" ಎಂದು ಪ್ರಶ್ನಿಸಿದೆ.

ಮುಗುಳ್ನಕ್ಕ ಕೃಷ್ಣ, "ಸರ್, ನನ್ನ ಕಥೆ ಸಿನಿಮಾದಂತಲ್ಲ. ನಮ್ಮ ಮನೆಯಲ್ಲಿ ಯಾರಿಗೂ ನನ್ನ ಈ ಸಂಬಂಧದ ಬಗ್ಗೆ ಗೊತ್ತಿರಲಿಲ್ಲ. ನಾನು ಕುಟುಂಬದ ಜತೆ ಸರಿಯಾಗಿಯೇ ಇದ್ದೆ. ಕೆಲ ಸಮಯದ ನಂತರ ಆಕೆ ತನ್ನ ಜತೆ ಹೆಚ್ಚಿನ ಸಮಯ ಕಳೆಯಲು ನನ್ನನ್ನು ಪೀಡಿಸುತ್ತಿದ್ದಳು. ಅವಳ ಮನೆಗೆ ನಾನು ಪದೇ ಪದೇ ಹೋಗುತ್ತಿದ್ದರಿಂದ ನನ್ನ ವ್ಯವಹಾರಕ್ಕೆ ಹೊಡೆತ ಬಿದ್ದಿತು. ನನಗೆ ಲಗ್ನವಾಗಿರುವುದು ಹಾಗೂ ಮಕ್ಕಳಿರುವುದು ಆಕೆಗೆ ತಿಳಿದಿತ್ತು. ಒಂದು ದಿನ ಆಕೆ ಲಗ್ನವಾಗಲು ಬಯಸಿದಾಗ ನನಗೆ ಆಘಾತವಾಯಿತು. ನಾನು ಆಕೆಯನ್ನು ಮದುವೆಯಾಗಲಾರೆ ಎಂದು ಖಡಾಖಂಡಿತವಾಗಿ ಹೇಳಿದೆ.

"ನಾನು ನಿನ್ನನ್ನು ಮದುವೆಯಾಗಲು ಬಯಸುತ್ತಿಲ್ಲ. ನಿನ್ನ ಸೋದರ ಸಂಬಂಧಿ ರಘುವನ್ನು ಲಗ್ನ ಮಾಡಿಕೊಳ್ಳುವ ಇರಾದೆ ಇದೆ" ಎಂದಳು. ರಘು ಮುಂಬೈನಲ್ಲಿ ಹೋಟಲ್ ಒಂದನ್ನು ನಡೆಸುತ್ತಿದ್ದ. ಅದೇ ತಾನೇ ರಜಾ ಕಳೆಯಲು ನಮ್ಮ ಊರಿಗೆ ಬಂದಿದ್ದ. ಅವನನ್ನು ನನ್ನ ಅಂಗಡಿಯಲ್ಲೇ ನನ್ನ ಪ್ರೇಯಸಿಗೆ ಪರಿಚಯ ಮಾಡಿಕೊಟ್ಟಿದ್ದೆ. ಅವಳಿಗೆ ರಘು ಇಷ್ಟವಾಗಿದ್ದ.

ಹೇಗಾದರೂ ಮಾಡಿ ರಘುವಿನ ಜೊತೆ ನನ್ನ ಲಗ್ನ ಮಾಡಿಸು ಎಂದು ಆಕೆ ದಿನವೂ ನನ್ನನ್ನು ಕಾಡತೊಡಗಿದಳು. ನಾನು ಯಾವ ಪ್ರತಿಕ್ರಿಯೆಯನ್ನೂ ತೋರಿಸದಿದ್ದಾಗ ಆಕೆ ಕೋಪಗೊಂಡು ನನ್ನ ಜತೆಗಿನ ದೈಹಿಕ ಸಂಪರ್ಕವನ್ನು ಬಿಟ್ಟಳು".

"ನಿನಗೆ ಅವಳು ರಘುವನ್ನು ಲಗ್ನವಾಗುವುದು ಬೇಡವಾಗಿತ್ತೇ?".

ಆತ ಉತ್ತರಿಸಲಿಲ್ಲ.

ಮುಂದುವರೆದ ಆತ, "ಒಂದು ಸಂಜೆ ಆಕೆ ಇದ್ದಕ್ಕಿದ್ದಂತೆ ನನ್ನ ಮನೆಗೆ ಬಂದಾಗ ನಾನು ಗಾಭರಿಯಾದೆ. ನನ್ನ ಮನೆಯವರಿಗೆ ನಮ್ಮ ಈ ಸಂಬಂಧ ಗೊತ್ತಾದರೆ ತೀರಾ ತೊಂದರೆಯಾಗುತ್ತಿತ್ತು. ರಘುವಿನೊಡನೆ ತನ್ನ ಲಗ್ನ ಮಾಡಿಸದಿದ್ದರೆ ನನ್ನ ಅವಳ ಸಂಬಂಧದ ಬಗ್ಗೆ ನನ್ನ ಪತ್ನಿಗೆ ತಿಳಿಸುವುದಾಗಿ ಅವಳು ಆ ದಿನ ಬೆದರಿಸಿದಳು. ಹೆದರಿದ ನಾನು ಮಾರನೆಯ ದಿನವೇ ಮುಂಬೈಗೆ ಹೋಗಿ ರಘುವನ್ನು ಕಂಡೆ. ಆತ ಈ ಸಂಬಂಧಕ್ಕೆ ಸುತಾರಾಂ ಒಪ್ಪಲಿಲ್ಲ. ಆತ ಇನ್ನೊಬ್ಬಳನ್ನು ಪ್ರೀತಿಸಿದ್ದ. ನಾನು ಊರಿಗೆ ವಾಪಸ್ಸಾಗಿ ನನ್ನ ಪ್ರಿಯತಮೆಗೆ ಈ ವಿಷಯ ತಿಳಿಸಿದೆ. ಆಕೆ ಏನಾದರೂ ಮಾಡಿ ರಘುವಿನ ಜತೆ ತನ್ನ ಲಗ್ನ ಮಾಡಿಸಲೇಬೇಕು ಎಂದು ಹಠಹಿಡಿದಳು. ಕೆಲದಿನಗಳ ಕಾಲ ನಾನು ಅವಳ ಹತ್ತಿರ ಹೋಗುವುದನ್ನೇ ನಿಲ್ಲಿಸಿದೆ. ಆದರೂ ಆಕೆ ಪದೇ ಪದೇ ನನ್ನ ಮನೆಯ ಬಳಿ ಬಂದು ಗಲಾಟೆ ಮಾಡತೊಡಗಿದಾಗ ನನ್ನ ಸಂಸಾರ ಹಾಳಾಗುತ್ತದೆ ಎಂದು ಮನಗಂಡ ನಾನು ಆಕೆಯ ಬಾಯಿ ಮುಚ್ಚಿಸಲೇಬೇಕು ಎಂದು ತೀರ್ಮಾನಿಸಿದೆ.

"ಮಾರನೆಯ ದಿನ ನಾನು ಕಾರಿನಲ್ಲಿ ಅವಳ ಮನೆಗೆ ಹೋಗಿ ಒಂದು ಲಾಂಗ್ ಡ್ರೈವ್ ಹೋಗೋಣ ಎಂದು ಅವಳನ್ನು ಕರೆದೊಯ್ದೆ. ಇಪ್ಪತ್ತು ಕಿಲೋಮೀಟರ್ ದೂರ ಕ್ರಮಿಸಿದ ನಂತರ ಒಂದು ಗುಡ್ಡಪ್ರದೇಶದಲ್ಲಿ ಕಾರನ್ನು ನಿಲ್ಲಿಸಿ ಇಬ್ಬರೂ ಕೆಳಗಿಳಿದೆವು. ರಘು ನಿನ್ನನ್ನು ಲಗ್ನವಾಗಲು ಒಪ್ಪಿಲ್ಲ. ನೀನು ಅವನ ಯೋಚನೆ ಬಿಡು ಎಂದೆ. ಆಕೆ ಕೋಪಗೊಂಡು ಪಕ್ಕದಲ್ಲಿದ್ದ ಕಲ್ಲನ್ನು ಎತ್ತಿ ನನಗೆ ಹೊಡೆಯಲು ಬಂದಳು. ನಾನು ಕೂಡಲೇ ಅವಳು ತೊಟ್ಟಿದ್ದ ದುಪ್ಪಟ್ಟಾವನ್ನು ಎಳೆದು ಆಕೆಯ ಕುತ್ತಿಗೆಗೆ ಬಿಗಿಯಾಗಿ ಬಿಗಿದೆ. ಆಕೆ ಸತ್ತುಹೋದಳು. ನಾನು ಆಕೆಯ ಶವವನ್ನು ಕಾರಿನಲ್ಲೇ ಹಾಕಿಕೊಂಡು ಎರಡು ಕಿ.ಮೀ ದೂರ ಹೋಗಿ ರಸ್ತೆ ಬದಿಯ ಮೋರಿಯಲ್ಲಿ ಎಸೆದೆ".

"ಈ ಕೊಲೆಗೂ ನಿನಗೂ ಪೊಲೀಸರು ಹೇಗೆ ಸಂಪರ್ಕ ಕಲ್ಪಿಸಿದರು?".

"ನಾನು ಮಾಡಿದ ದೊಡ್ಡ ತಪ್ಪು ಆಕೆಯ ಮೈಮೇಲಿದ್ದ ಒಡವೆಗಳನ್ನಾಗಲೀ ಅಥವಾ ಸೆಲ್ ಫೋನ್‌ನ್ನಾಗಲೀ ತೆಗೆದುಕೊಳ್ಳದೇ ಹೋಗಿದ್ದು. ಅಪರಿಚಿತ ಶವ ಮೋರಿಯಲ್ಲಿ ಬಿದ್ದಿದ್ದನ್ನು ಕಂಡ ಹಾದಿಹೋಕರು ಕೊಟ್ಟ ದೂರಿನ ಮೇರೆಗೆ ಸ್ಥಳಕ್ಕೆ ಬಂದ ಪೊಲೀಸರು ಅವಳ ಮೊಬೈಲ್ ಫೋನಿಗೆ ಕಟ್ಟಕಡೆಗೆ ಬಂದ ಕಾಲ್ ನನ್ನ ನಂಬರ್‌ನಿಂದಲೇ ಬಂದದ್ದು ಎಂದು ಖಾತ್ರಿ ಮಾಡಿಕೊಂಡು ನನ್ನನ್ನು ಬಂಧಿಸಿದರು.

"ಪೊಲೀಸರು ನನ್ನ ಮನೆಗೆ ಬಂದಾಗ ನನ್ನ ತಾಯಿ ಹಾಗೂ ಪತ್ನಿ ಗಾಭರಿಯಾದರು. ಇನ್ಸ್‌ಪೆಕ್ಟರ್ ನಡೆದ ವಿಷಯ ತಿಳಿಸಿದಾಗ ಅವರಿಗೆ ನಂಬಲೇ ಆಗಿರಲಿಲ್ಲ. ನಾನು ದ್ರೋಹ ಬಗೆದನೆಂದು ನನ್ನ ಪತ್ನಿಗೆ ಅನಿಸಿರಬೇಕು. ನನ್ನ ಬಂಧನದ ನಂತರ ಇದುವರೆವಿಗೆ ನನ್ನ ಕುಟುಂಬದ ಯಾರೂ ನನ್ನನ್ನು ಕಾಣಲು ಬಂದೇ ಇಲ್ಲ. ನಾನು ಅವರೆಲ್ಲರಿಗೂ ಮೋಸ ಮಾಡಿದೆನಲ್ಲಾ ಎಂಬ ಪಾಪ ಪ್ರಜ್ಞೆ ನನ್ನನ್ನು ಇನ್ನೂ ಕಾಡುತ್ತಿದೆ".

"ನ್ಯಾಯಾಲಯದಲ್ಲಿ ನಿನಗಾಗಿರುವ ಶಿಕ್ಷೆ ಸಾಂದರ್ಭಿಕ ಸಾಕ್ಷ್ಯದ ಮೇಲೆಯೇ ಆಗಿದೆ. ಇಂತಹ ಪ್ರಕರಣಗಳಲ್ಲಿ ಸಾಮಾನ್ಯವಾಗಿ ಮರಣದಂಡನೆ ನೀಡುವುದೇ ಇಲ್ಲವಲ್ಲಾ" ಎಂದೆ.

"ಇದೇ ನನ್ನ ಹಣೆಬರಹ. ಪ್ರತಿಯೊಬ್ಬರೂ ನನಗೆ ಶಿಕ್ಷೆಯೇ ಆಗುವುದಿಲ್ಲ ಎಂದಿದ್ದರು. ಶಿಕ್ಷೆಯಾದರೂ ಎರಡು ಮೂರು ವರ್ಷಗಳ ಜೈಲುವಾಸ ಮಾತ್ರ ಎಂದೇ ನಾನು ಭಾವಿಸಿದ್ದೆ. ಆದರೆ ಯಾವುದೇ ಸಾಕ್ಷ್ಯ ಇಲ್ಲದಿದ್ದರೂ ನನಗೆ ಗಲ್ಲು ಶಿಕ್ಷೆಯಾಯಿತು" ಎಂದು ಕೃಷ್ಣ ಮತ್ತೆ ಗಳಗಳನೇ ಅಳಲು ಪ್ರಾರಂಭಿಸಿದ.

"ಕೃಷ್ಣ, ನೀನು ಉಚ್ಚ ನ್ಯಾಯಾಲಯಕ್ಕೆ ಮೇಲ್ಮನವಿ ಸಲ್ಲಿಸಿದರೆ ನಿನ್ನ ಮನವಿ ಪುರಸ್ಕೃತಗೊಳ್ಳಬಹುದು" ಎಂದೆ.

"ಮನವಿಸಲ್ಲಿಸಿ ಆಗಿದೆ. ಇನ್ನೂ ವಿಚಾರಣೆಗೇ ಬಂದಿಲ್ಲ" ಎಂದ ಕೃಷ್ಣ ತನ್ನ ಜೇಬಿನಿಂದ ಇನ್ನೊಂದು ಚೀಟಿಯನ್ನು ತೆಗೆದು ತಾನು ಬರೆದ ಮತ್ತೊಂದು ಕವನವನ್ನು ಓದಿದ.

ಆ ಕವನದಲ್ಲಿ ಹತಾಷೆಯ ಭಾವನೆಯಿರದೆ ಆಶಾ ಭಾವನೆ ಮೂಡಿದ್ದನ್ನು ಗಮನಿಸಿದ ನಾನು, "ಒಳ್ಳೆಯದಾಗುವ ಭರವಸೆ ನಿನಗಿದೆ" ಎಂದು ಹೇಳಿ ಇಂತಹಾ ಸೂಕ್ಷ್ಮ ಸಂವೇದಿ ವ್ಯಕ್ತಿ ಕೊಲೆ ಹೇಗೆ ಮಾಡಿದ ಎಂದು ಯೋಚಿಸುತ್ತ ಅವನನ್ನು ಬೀಳ್ಕೊಟ್ಟೆ

ವಿ.ಸೂ: ಕೃಷ್ಣನ ಮೇಲ್ಮನವಿಯನ್ನು ಪುರಸ್ಕರಿಸಿದ ಹೈಕೋರ್ಟ್ ಆತನನ್ನು ಬಿಡುಗಡೆ ಮಾಡಿದೆ.

■■

೧೨. ಮಹಾರಾಷ್ಟ್ರದ ಮಕ್ಕಳ ಹಂತಕರು

ಜುಲೈ ೧೯೯೦. ಕೊಲ್ಹಾಪುರದ ಮಹಾಲಕ್ಷ್ಮಿ ದೇಗುಲದ ಹೊರಗೆ ಅಜಿತ್ ಎನ್ನುವ ವ್ಯಕ್ತಿ ನಿಂತಿದ್ದಾಗ ಮಹಿಳೆಯೊಬ್ಬಳು ಆತನ ಜೇಬಿಗೆ ಕೈ ಹಾಕಲು ಯತ್ನಿಸಿದಳು. ಜಾಗೃತಗೊಂಡ ಅಜಿತ್ ಅವಳ ಕೈ ಹಿಡಿದು 'ಪಿಕ್ ಪಾಕೆಟ್' ಎಂದು ಚೀರತೊಡಗಿದ. ಕಲವೇ ಕ್ಷಣಗಳಲ್ಲಿ ಹಾದಿಹೋಕರು ಅಲ್ಲಿ ನೆರೆದರು. ಕೆಲವರು ಕಳ್ಳಿಗೆ ಹೊಡೆಯಲಾರಂಭಿಸಿದರು. ಅಷ್ಟರಲ್ಲಿ ಒಂದು ಮಗು ಜೋರಾಗಿ ಆಳುವ ಸಪ್ಪಳ ಕೇಳಿಸಿತು. ಮಧ್ಯ ವಯಸ್ಸಿನ ಮಹಿಳೆಯೊಬ್ಬಳು, "ಅಯ್ಯೋ, ನನ್ನ ಮಗುವಿಗೆ ದೊಡ್ಡ ಗಾಯವಾಯಿತು" ಎಂದು ಎತ್ತರದ ದನಿಯಲ್ಲಿ ರೋದಿಸಲಾರಂಭಿಸಿದಳು. ನೆರೆದಿದ್ದ ಜನರ ಗಮನ ಅತ್ತ ಸರಿಯಿತು. ಏತನ್ಮಧ್ಯೆ ಪಿಕ್‌ಪಾಕೆಟ್‌ಗೆ ಪ್ರಯತ್ನಿಸಿದ್ದ ಯುವತಿ ಓಡಿ ಹೋದಳು. ಕೆಳಗೆ ಬಿದ್ದು ತಲೆಗೆ ಪೆಟ್ಟು ತಿಂದಿದ್ದ ಮಗುವನ್ನು ಕೈಗೆತ್ತಿಕೊಂಡ ಮಧ್ಯವಯಸ್ಸಿನ ಮಹಿಳೆ ವೈದ್ಯರ ಬಳಿ ಹೋಗುವುದಾಗಿ ಹೇಳುತ್ತಾ ಜಾಗ ಖಾಲಿ ಮಾಡಿದಳು.

ಆ ಸಮಯದಲ್ಲಿ ಅಲ್ಲಿ ನೆರೆದಿದ್ದವರಿಗೆ ತಿಳಿಯದ ಅಂಶವೆಂದರೆ ಪಿಕ್ ಪಾಕೆಟ್‌ಗೆ ಯತ್ನಿಸಿದ್ದ ಯುವತಿ ವಿಮಲಳು ಮಗುವಿಗೆ ಗಾಯವಾಯಿತೆಂದು ರೋಧಿಸುತ್ತಿದ್ದ ಉಮಳ ಕಿರಿಯ ಮಗಳೇ ಎನ್ನುವುದು. ಹಲವಾರು ಕಳ್ಳತನ ಪ್ರಕರಣಗಳಲ್ಲಿ ಶಾಮೀಲಾಗಿದ್ದ ಉಮ ಪುಣೆಯ ನಿವಾಸಿಯಾಗಿದ್ದು, ತನ್ನ ಇಬ್ಬರು ಹೆಣ್ಣುಮಕ್ಕಳನ್ನೂ ಅಪರಾಧ ಜಗತ್ತಿಗೆ ಪರಿಚಯಿಸಿದ್ದಳು. ತನ್ನ ಹೆಣ್ಣು ಮಕ್ಕಳ ಜೊತೆ ಆಕೆ ಮಹಾರಾಷ್ಟ್ರದ ಹಲವು ನಗರಗಳಲ್ಲಿ ಅಪರಾಧಗಳನ್ನು ಎಸಗಿದ್ದಳು.

ಆ ದಿನ ಉಮ ಬೇಕೆಂತಲೇ ನೆಲಕ್ಕೆ ಬೀಳಿಸಿ ಗಾಯಗೊಳಿಸಿದ ಬಾಲಕ ಕೆಲವೇ ಗಂಟೆಗಳ ಹಿಂದೆ ಉಮಳ ಹಿರಿಯ ಮಗಳು ಕಮಲ ಕೊಲ್ಹಾಪುರದ ಬಸ್‌ಸ್ಟಾಂಡಿನಿಂದ ಬಿಕ್ಷುಕಿಯೊಬ್ಬಳಿಂದ ಅಪಹರಿಸಿದ ಒಂದು ವರ್ಷದ ಮಗು ಸಂಜಯ. ಅಂದಿನ ಘಟನೆಯ ನಂತರ ತಾಯಿ, ಮಕ್ಕಳು ಅದೇ ಮಗುವನ್ನು ಕೊಲ್ಹಾಪುರದ ಇನ್ನೂ ಮೂರು ಜನನಬಿಡ ಪ್ರದೇಶಗಳಿಗೆ ಕರೆದೊಯ್ದು ಪಿಕ್ ಪಾಕೆಟ್‌ಗಳನ್ನು ಮಾಡಿದ್ದರು. ತಲೆಗೆ ಪೆಟ್ಟು ಬಿದ್ದಿದ್ದ ಸಂಜಯ ನೋವಿನಿಂದ ಅಳತೊಡಗಿದಾಗ ಉಮ ಆ ಮಗುವಿನ ತಲೆಯನ್ನು ರಸ್ತೆ ಬದಿಯ ವಿದ್ಯುತ್ ಕಂಬಕ್ಕೆ ಜಜ್ಜಿ, ಮಗುವನ್ನು ಕೊಂದು, ಅದರ ಶವವನ್ನು ಮೋರಿಯೊಂದರಲ್ಲಿ ಎಸೆದುಬಿಟ್ಟಳು.

ನಾಸಿಕ್‌ನಲ್ಲಿ ಜನಿಸಿದ ಉಮ ಒಬ್ಬ ಟ್ರಕ್ ಚಾಲಕನನ್ನು ಪ್ರೀತಿಸಿ ಲಗ್ನವಾಗಿದ್ದಳು. ಆಕೆ ಕಮಲಗೆ ಜನ್ಮ ಕೊಟ್ಟ ನಂತರ ಆತ ಅವಳನ್ನು ದೂರ ಮಾಡಿ ಓಡಿಹೋದ. ಮಗುವನ್ನು ಸಾಕಲಾಗದ ಉಮ ಸಣ್ಣ ಪುಟ್ಟ ಕಳ್ಳತನಗಳನ್ನು ಮಾಡಲು ಆರಂಭಿಸಿದಳು. ಆಕೆ ಬಸ್‌ಸ್ಟಾಂಡ್‌ಗಳು ಹಾಗೂ ಇತರ ಜನನಿಬಿಡ ಪ್ರದೇಶಗಳಲ್ಲಿ ಹೆಣ್ಣುಮಕ್ಕಳ ಪರ್ಸ್‌ಗಳನ್ನು ಅಪಹರಿಸುತ್ತಾ ಜೀವನ ಸಾಗಿಸುತ್ತಿದ್ದಳು. ಕೆಲಕಾಲದ ನಂತರ ಪಿಕ್‌ಪಾಕೆಟ್ ಮಾಡುವುದರ ಜೊತೆಗೆ ನಿಲ್ದಾಣಗಳಲ್ಲಿ ನಿಂತಿರುತ್ತಿದ್ದ ರೈಲುಗಳಲ್ಲಿ ಮಲಗಿರುತ್ತಿದ್ದ ಹೆಣ್ಣು ಮಕ್ಕಳ ಕುತ್ತಿಗೆಯಲ್ಲಿದ್ದ ಸರಗಳನ್ನು ಕದಿಯಲು ಆಕೆ ಪ್ರಾರಂಭಿಸಿದಳು.

ಕೆಲವೇ ತಿಂಗಳುಗಳ ನಂತರ ಆಕೆ ಪೊಲೀಸರ ಗಮನಕ್ಕೆ ಬಂದು ನಾಸಿಕ್ ನಗರದ ಕುಖ್ಯಾತ ಪಿಕ್‌ಪಾಕೆಟ್‌ಗಳಲ್ಲಿ ಒಬ್ಬಳಾದಳು.

ಆನಂತರ ಆಕೆ ಒಬ್ಬ ನಿವೃತ್ತ ಸೈನಿಕ ರಮಣ ಗವಿಟ್ ಎನ್ನುವವನನ್ನು ಪ್ರೀತಿಸಿ ಲಗ್ನವಾದಳು. ರಮಣನಿಂದ ಉಮಗೆ ವಿಮಲ ಎನ್ನುವ ಹೆಣ್ಣು ಮಗಳು ಜನಿಸಿದಳು. ಕೆಲವು ತಿಂಗಳುಗಳ ನಂತರ ರಮಣ ಉಮಳನ್ನು ಬಿಟ್ಟು ಪ್ರತಿಮಾ ಎನ್ನುವ ಇನ್ನೊಬ್ಬಳನ್ನು ಮದುವೆಯಾದ. ಪೊಲೀಸರಿಂದ ತಪ್ಪಿಸಿಕೊಳ್ಳಲು ಉಮ ಮಕ್ಕಳೊಂದಿಗೆ ನಾಸಿಕ್ ಬಿಟ್ಟು ಪುಣೆಗೆ ಸ್ಥಳಾಂತರಗೊಂಡಳು.

ಪುಣೆಯಲ್ಲಿ ಉಮ ತನ್ನ ಇಬ್ಬರು ಹೆಣ್ಣುಮಕ್ಕಳ ಜೊತೆ ತನ್ನ ಅಪರಾಧ ಚಾಳಿಯನ್ನು ಮುಂದುವರೆಸಿದಳು. ಎರಡನೆಯ ಮಗಳು ವಿಮಲಳನ್ನು ಕಂಕುಳಲ್ಲಿ ಎತ್ತಿಕೊಂಡೇ ಅಪರಾಧ ಮಾಡುತ್ತಿದ್ದಳು. ಆಕೆ ಅಪರಾಧ ಮಾಡುವಾಗ ಸಿಕ್ಕಿಬಿದ್ದರೆ ತನ್ನ ಮಗುವನ್ನು ತೋರಿಸಿ ನಾನು ಮಗುವಿನ ತಾಯಿಯಾಗಿ ಕಳ್ಳತನ ಮಾಡಬಲ್ಲೆನೇ ಎಂದು ಹೇಳುತ್ತಾ ಬಚಾವಾಗುತ್ತಿದ್ದಳು. ಯಾವುದಾದರೂ ಕಾರಣಕ್ಕಾಗಿ ಸಿಕ್ಕಿಹಾಕಿ-ಕೊಂಡರೆ ತನ್ನ ಮಕ್ಕಳಿಗೆ ಹೊಡೆದು ಅವರು ಅತ್ತಾಗ ಸ್ಥಳದಿಂದ ಓಡಿ-ಹೋಗುತ್ತಿದ್ದಳು. ಹೀಗೆ ೧೨೭ ಕಳ್ಳತನ ಪ್ರಕರಣಗಳಲ್ಲಿ ಉಮ ಆರೋಪಿಯಾದಳು.

ಕಮಲ ಹಾಗೂ ವಿಮಲ ಬೆಳೆದ ನಂತರ ತನ್ನ ಕಂಕುಳಲ್ಲಿ ಎತ್ತಿಕೊಳ್ಳಲು ಸಣ್ಣ ಮಕ್ಕಳಿಲ್ಲದ್ದರಿಂದ ಉಮ ಬೇರೆಯವರ ಮಕ್ಕಳನ್ನು ಅಪಹರಣ ಮಾಡಿ ಅವರನ್ನು ಕಂಕುಳಲ್ಲಿ ಇಟ್ಟುಕೊಂಡು ಅಪರಾಧ ಮಾಡತೊಡಗಿದಳು. ಒಂದು ವೇಳೆ ಅಪಹರಿಸಿದ ಮಕ್ಕಳು ತೊಂದರೆ ಕೊಟ್ಟರೆ ಆ ಮಕ್ಕಳನ್ನು ಅಮಾನುಷವಾಗಿ ಕೊಲೆ ಮಾಡಿ ಹೊಲವೋ ಅಥವಾ ಪೊದೆಯಲ್ಲೋ ಎಸೆದುಬಿಡುತ್ತಿದ್ದಳು.

೧೯೯೦ರಲ್ಲಿ ಈ ತಂಡವು ಒಂಬತ್ತು ತಿಂಗಳ ಮಗು ಸುರೇಶನನ್ನು ಅಪಹರಿಸಿ ಆ ಮಗು ತುಂಬಾ ಅಳುತ್ತಿದುದ್ದರಿಂದ ಅದನ್ನು ಉಪವಾಸವಿಟ್ಟು ಕೊಲೆ ಮಾಡಿತು. ಆನಂತರ ಭಾವನಾ ಎಂಬ ಒಂದು ವರ್ಷದ ಮಗುವನ್ನು ಅಪಹರಿಸಿ, ಆ ಮಗು ಅಳುತ್ತಿದುದ್ದರಿಂದ ಅದರ ಬಾಯಿಗೆ ಬಟ್ಟೆ ತುರುಕಿ ಕ್ಯಾರಿಬ್ಯಾಗ್‌ನಲ್ಲಿ ಇಟ್ಟುಕೊಂಡು ಸಿನಿಮಾ ಮಂದಿರವೊಂದರ ಶೌಚಾಲಯದ ಕಮೋಡ್‌ನಲ್ಲಿ ಮಗುವನ್ನು ಮುಳುಗಿಸಿ ಶವವನ್ನು ಅಲ್ಲೇ ಎಸೆದು ಹೊರಟುಹೋದರು.

ಏತನ್ಮಧ್ಯೆ ಕಮಲಗೆ ಹದಿನೆಂಟು ವಯಸ್ಸಾದಾಗ ಆಕೆ ಅರುಣ್ ಶಿಂದೆ ಎನ್ನುವ ಟ್ಯಾಕ್ಸಿ ಚಾಲಕನನ್ನು ಪ್ರೀತಿಸಿ ಆತನನ್ನು ವಿವಾಹವಾದಳು. ಅರುಣ್ ಸಹಾ ಉಮ ಹಾಗೂ ಅವಳ ಮಕ್ಕಳ ಅಪರಾಧ ಜಗತ್ತಿನಲ್ಲಿ ಪಾಲುದಾರನಾದ. ಆತ ಚಾಲಕನಾದ್ದರಿಂದ ಬಾಡಿಗೆ ಕಾರುಗಳಲ್ಲಿ ಮಕ್ಕಳನ್ನು ಒಂದು ಸ್ಥಳದಿಂದ ಇನ್ನೊಂದು ಸ್ಥಳಕ್ಕೆ ಸಾಗಿಸುವುದರಲ್ಲಿ ಸಹಾಯ ಮಾಡುತ್ತಿದ್ದ. ಈ ತಂಡವು ಮಹಾರಾಷ್ಟ್ರದ ಇತರ ದೊಡ್ಡ ನಗರಗಳಲ್ಲಿ ಅಪರಾಧಗಳನ್ನು ಮುಂದುವರೆಸಿತು.

ಉಮಳಿಗೆ ತನ್ನ ಎರಡನೆಯ ಗಂಡ ರಮಣ ಗವಿಟ್ ಮೇಲಿನ ಕೋಪ ಇನ್ನೂ ಹೋಗಿರಲಿಲ್ಲ. ಗವಿಟ್ ಲಗ್ನವಾಗಿದ್ದ ಪ್ರತಿಮಾಳಿಗೆ ಹೆಣ್ಣು ಮಗಳು ಜನಿಸಿದ್ದಾಳೆಂದು ತಿಳಿದ ಉಮ ಆ ಮಗುವನ್ನು ಅಪಹರಿಸಲು ಯೋಜನೆ ಹಾಕಿದಳು. ಅಂತೆಯೇ ಆಕೆ ಪುಣೆಯಿಂದ ನಾಸಿಕ್‌ಗೆ ಹೋಗಿ ಪ್ರತಿಮಾಳ ಮನೆಯಲ್ಲಿಯೇ ಅತಿಥಿಯಾಗಿ ಉಳಿದುಕೊಂಡು ಪ್ರತಿಮಾಳ ಒಂಭತ್ತು ವರ್ಷದ ಮಗಳು ಆರತಿಯನ್ನು ಅಪಹರಿಸಿದಳು. ಉಮಳ ತಂಡವು ನಂತರ ಆರತಿಯನ್ನು ಅಮಾನುಷವಾಗಿ ಹತ್ಯೆಗೈದು ಆಕೆಯ ದೇಹವನ್ನು ಕಬ್ಬಿನ ಗದ್ದೆಯೊಂದರಲ್ಲಿ ಬಿಸಾಕಿತು.

ಮಗಳು ಕಾಣೆಯಾದ ಬಗ್ಗೆ ಪ್ರತಿಮಾ ಪೊಲೀಸರಿಗೆ ದೂರನ್ನು ನೀಡಿ ತನ್ನ ಮಗಳ ಅಪಹರಣಕ್ಕೆ ಉಮ ಹಾಗೂ ಆಕೆಯ ಮಕ್ಕಳೇ ಕಾರಣ ಎಂದು ತಿಳಿಸಿದಳು. ಅಂತೆಯೇ ನಾಸಿಕ್ ಪೊಲೀಸರು ಪುಣೆಗೆ ಬಂದು ಕಮಲ ಹಾಗೂ ವಿಮಲರನ್ನು ಬಂಧಿಸಿ ವಿಚಾರಣೆಗೊಳಪಡಿಸಿದರು. ಇಬ್ಬರೂ ಸೋದರಿಯರು ತಮ್ಮ ತಾಯಿಯ ಆದೇಶದ ಮೇರೆಗೆ ತಾವು ಈ ಅಪಹರಣ ಮಾಡಿದ್ದಾಗಿ ಒಪ್ಪಿಕೊಂಡರು. ಕೆಲಕಾಲದ ನಂತರ ಉಮ ಹಾಗೂ ಅರುಣ್‌ರನ್ನೂ ಬಂಧಿಸಲಾಯಿತು. ಈ ತಂಡವು ತಾವು ಒಂದು ಡಜ಼ನ್‌ಗೂ ಹೆಚ್ಚು ಮಕ್ಕಳನ್ನು ಅಹಪಹರಿಸಿದ್ದಾಗಿ ಒಪ್ಪಿಕೊಂಡಿತು.

ಪ್ರಕರಣದ ತನಿಖೆ ನಡೆಸಿದ ರಾಜ್ಯ ಸಿಐಡಿ ಈ ತಂಡವು ೧೩ ಮಕ್ಕಳನ್ನು ಅಪಹರಿಸಿದ ಬಗ್ಗೆ ಸಾಕ್ಷ್ಯವನ್ನು ಸಂಗ್ರಹಿಸಿತು. ಮಹಾರಾಷ್ಟ್ರದ ನಾಸಿಕ್, ಪುಣೆ, ಠಾಣೆ, ಕಲ್ಯಾಣ್ ಹಾಗೂ ಕೊಲ್ಹಾಪುರದಲ್ಲಿ ತಾವು ಅಪಹರಣ ಮಾಡಿದ್ದಾಗಿಯೂ, ಕಳ್ಳತನಕ್ಕೆ ಮಕ್ಕಳನ್ನು ಬಳಸಿಕೊಂಡ ನಂತರ ಅವನ್ನು ಕೊಲೆಮಾಡಿದರೆಂದು ಆರೋಪಿಗಳು ಒಪ್ಪಿಕೊಂಡರು.

ತನಿಖೆ ಮುಗಿದ ನಂತರ ಈ ತಂಡದ ಮೇಲೆ ನ್ಯಾಯಾಲಯದಲ್ಲಿ ಆರೋಪ ಪಟ್ಟಿಯನ್ನು ಸಲ್ಲಿಸಲಾಯಿತು. ನ್ಯಾಯಾಲಯದಲ್ಲಿ ಅರುಣ್ ಶಿಂದೆ ಅಪ್ರೂವರ್ ಆಗಲು ಒಪ್ಪಿಕೊಂಡ. ಆತನ ಹೇಳಿಕೆಯ ಮೇರೆಗೆ ಉಮ ಹಾಗೂ ಆಕೆಯ ಇಬ್ಬರು ಹೆಣ್ಣುಮಕ್ಕಳಿಗೆ ಮರಣದಂಡನೆ ಶಿಕ್ಷೆಯನ್ನು ನೀಡಲಾಯಿತು.

ಶಿಕ್ಷೆಯ ವಿರುದ್ಧ ಈ ತಂಡವು ಹೈಕೋರ್ಟ್‌ಗೆ ಮೇಲ್ಮನವಿ ಸಲ್ಲಿಸಿತು. ಹೈಕೋರ್ಟ್‌ನಲ್ಲಿಯೂ ಮೇಲ್ಮನವಿ ವಜಾ ಆಯಿತು. ಏತನ್ಮಧ್ಯೆ ೧೯೯೮ರಲ್ಲಿ

ಆಗ ಐವತ್ತು ವರ್ಷ ವಯಸ್ಸಿನ ಉಮ ಖಾಯಿಲೆಯಿಂದ ಸತ್ತುಹೋದಳು. ತಮ್ಮ ಮೇಲ್ಮನವಿ ಹೈಕೋರ್ಟ್‌ನಲ್ಲಿ ವಜಾಗೊಂಡ ನಂತರ ಕಮಲ-ವಿಮಲ ಸುಪ್ರೀಂ ಕೋರ್ಟ್‌ಗೆ ಮನವಿ ಸಲ್ಲಿಸಿ, ಅಲ್ಲಿಯೂ ತಮ್ಮ ಮನವಿ ತಿರಸ್ಕೃತಗೊಂಡ ನಂತರ ರಾಷ್ಟ್ರಪತಿಗಳಿಗೆ ದಯಾ ಅರ್ಜಿಯನ್ನು ಕೊಟ್ಟರು. ಈ ಅರ್ಜಿಯೂ ತಿರಸ್ಕೃತವಾಯಿತು. ಸಧ್ಯ ಈ ಇಬ್ಬರೂ ಸೋದರಿಯರು ಪುಣೆಯ ಜೈಲಿನಲ್ಲಿ ಗಲ್ಲುಗಂಬವನ್ನು ಏರಲು ಕಾಯುತ್ತಿದ್ದಾರೆ.

ಎರವಾಡ ಜೈಲಿನಲ್ಲಿರುವ ಈ ಸೋದರಿಯರು ಮಧ್ಯಮವರ್ಗಕ್ಕೆ ಸೇರಿದ ಸಂಭಾವಿತ ಮಹಿಳೆಯರಂತೆ ಕಾಣುತ್ತಾರೆ. ಕಮಲಗೆ ಈಗ ಸುಮಾರು ೪೫ ವರ್ಷಗಳಾಗಿದ್ದು. ವಿಮಲಗೆ ಸುಮಾರು ೩೮ ವರ್ಷಗಳಾಗಿದೆ. ಅರುಣ್ ಶಿಂದೆ ತಮ್ಮ ವಿರುದ್ಧ ಸಾಕ್ಷ್ಯ ಹೇಳಿದ್ದರ ಬಗ್ಗೆ ಇಬ್ಬರಿಗೂ ಬೇಸರವಿದೆ. "ನ್ಯಾಯಾಧೀಶರು ನಮ್ಮ ಮೇಲಿನ ಆರೋಪದ ಬಗ್ಗೆ ಏನಾದರೂ ಹೇಳುವುದಿದೆಯೇ ಎಂದು ನಮ್ಮನ್ನು ಕೇಳಿದಾಗ ನಾವು ಮೌನಕ್ಕೆ ಶರಣಾದೆವು" ಎಂದು ಇಬ್ಬರೂ ಹೇಳುತ್ತಾರೆ.

ನಾವು ಯಾವ ತಪ್ಪನ್ನೂ ಮಾಡಿಲ್ಲ ಎಂದು ವಾದಿಸುವ ಈ ಸೋದರಿಯರು ಗಲ್ಲಿಗೇರಿಸಲು ಸಾಕಷ್ಟು ವಿಳಂಬವಾಗಿರುವುದರಿಂದ ತಮಗೆ ಅತೀವ ಮಾನಸಿಕ ಹಾಗೂ ದೈಹಿಕ ಯಾತನೆಯಾಗಿದೆ ಎಂದು ಹೇಳುತ್ತಾರೆ. ತಮ್ಮ ಶಿಕ್ಷೆ ಪರಿವರ್ತನೆಯಾಗಿ ತಮಗೆ ಜೀವಾವದಿ ಶಿಕ್ಷೆ ಆಗಬಹುದು ಎಂದು ಭಾವಿಸಿದ್ದಾರೆ.

ಭಾರತದ ಅಪರಾಧ ಜಗತ್ತಿನಲ್ಲಿ ಈ ಹೆಣ್ಣುಮಕ್ಕಳಿಗೆ ವಿಶೇಷ ಸ್ಥಾನವಿದೆ.

೧೯೫೫ರ ನಂತರ ನಮ್ಮ ದೇಶದಲ್ಲಿ ಯಾವುದೇ ಮಹಿಳೆಯನ್ನು ಗಲ್ಲಿಗೇರಿಸಲಾಗಿಲ್ಲ.

■■

೧೩. ಪಶ್ಚಾತ್ತಾಪವಿಲ್ಲದ ಹೆಡ್ ಕಾನ್‌ಸ್ಟೇಬಲ್

ಕೊಲ್ಕತ್ತಾ ಜೈಲು ಅಧೀಕ್ಷಕರ ಕಛೇರಿಯಲ್ಲಿ ಹೆಡ್ ಕಾನ್‌ಸ್ಟೇಬಲ್ ಬಲ್ವಂತ್ ಸಿಂಗ್ ನನ್ನನ್ನೇ ದುರದುರನೆ ನೋಡಿದ. ತೆಳ್ಳಗೆ ಸಣ್ಣಗಿದ್ದ ಆತ ಸುಮಾರು ಐವತ್ತೈದು ವರ್ಷದವನಿರಬಹುದು ಎಂದೆನಿಸಿತು. ಕುಳಿತುಕೊಳ್ಳಲು ಹೇಳಿದೆ. ನನ್ನ ಎದುರಿನ ಕುರ್ಚಿಯ ಮೇಲೆ ಕಾಲ ಮೇಲೆ ಕಾಲು ಹಾಕಿಕೊಂಡು ಕುಳಿತ. ಅವನ ಹಾವಭಾವದಲ್ಲಿ ಕೋಪವಿತ್ತು, ಪ್ರತಿಭಟನೆಯಿತ್ತು. ನಾನು ಅವಾಕ್ಕಾದೆ.

"ನೀವು ಒಬ್ಬ ಐಪಿಎಸ್ ಅಧಿಕಾರಿಯಲ್ಲವೇ?" ಎಂದ.

"ಹೌದು. ನಿವೃತ್ತಿಹೊಂದಿದ್ದೇನೆ" ಎಂದೆ.

"ನನ್ನನ್ನೇಕೆ ನೋಡಲು ಬಂದಿರಿ" ಎಂದು ಗಡಸುದನಿಯಲ್ಲಿ ಪ್ರಶ್ನಿಸಿದ.

"ಮರಣ ದಂಡನೆ ಶಿಕ್ಷೆ ನೀಡಿದಂತಹ ಕೈದಿಗಳ ಮಾನಸಿಕ ಸ್ಥಿತಿಯನ್ನು ಅರಿಯಲು ಬಂದಿದ್ದೇನೆ. ಏಕೆ ನಿನಗೆ ಮರಣದಂಡನೆಯಾಗಿದೆ? ನಿನಗೆ ಉತ್ತರಿಸಲು ಇಷ್ಟವಿಲ್ಲದಿದ್ದರೆ, ಬಲವಂತವಿಲ್ಲ" ಎಂದೆ.

"ನಿಮ್ಮಂತಹ ಹಿರಿಯ ಅಧಿಕಾರಿಗಳಿಂದಲೇ ನನಗೆ ಈ ಪರಿಸ್ಥಿತಿ ಬಂದಿದ್ದು" ಎಂದ.

"ಎಲ್ಲ ಅಧಿಕಾರಿಗಳನ್ನೂ ಒಂದೇ ಮಾನದಂಡದಿಂದ ಅಳೆಯಲಾಗದು. ನೀನು ಹೆಡ್‌ಕಾನ್‌ಸ್ಟೇಬಲ್ ಆಗಿದ್ದರಿಂದ ಖಂಡಿತಾ ಹತ್ತಾರು ವರ್ಷಗಳ ಕಾಲ ಸೇವೆ ಸಲ್ಲಿಸಿರುವೆ. ನಿನ್ನ ಸೇವೆಯಲ್ಲಿಯೇ ಹಲವಾರು ಉತ್ತಮ ಅಧಿಕಾರಿಗಳನ್ನು ನೀನು ನೋಡಿರಬೇಕಲ್ಲವೇ?" ಎಂದೆ.

ಒಂದು ಕ್ಷಣ ನಸುನಕ್ಕು, "ನೀವುಹೇಳುವುದುಸರಿ" ಎಂದ.

"ನಿನ್ನ ಬಗ್ಗೆ ತಿಳಿಸು" ಎಂದೆ.

"ನಾನು ಹರಿಯಾಣದವನು. ಎಸ್.ಎಸ್.ಎಲ್.ಸಿ. ನಂತರ ನಮ್ಮ ಹಳ್ಳಿಯಲ್ಲಿ ಗಡಿ ಭದ್ರತಾಪಡೆಗಾಗಿ ಕಾನ್‌ಸ್ಟೇಬಲ್‌ಗಳ ಭರ್ತಿ ನಡಿದಿತ್ತು. ನಾನು ಆಯ್ಕೆಯಾದೆ. ತರಬೇತಿಯ ನಂತರ ದೇಶದ ಬೇರೆ ಬೇರೆ ಗಡಿಭಾಗಗಳಲ್ಲಿ ನೌಕರಿ ಮಾಡಬೇಕಾಯಿತು. ನನ್ನ ಉತ್ತಮ ಸೇವೆಗಾಗಿ ಎಂಟು ವರ್ಷಗಳ ನಂತರ ನನಗೆ ಹೆಡ್ ಕಾನ್‌ಸ್ಟೇಬಲ್ಲಾಗಿ ಬಡ್ತಿ ದೊರಕಿತು. ನನ್ನನ್ನು ತ್ರಿಪುರದಲ್ಲಿ ಬಾಂಗ್ಲಾದೇಶ

ಗಡಿಯ ಭಾಗಕ್ಕೆ ವರ್ಗಾವಣೆ ಮಾಡಿದರು. ಮನೆ ಮಂದಿ ಹರಿಯಾಣದಲ್ಲಿ, ನಾನು ಎರಡು ಸಾವಿರ ಕಿ.ಮೀ ದೂರದ ಗಡಿಯಲ್ಲಿ. ದೂರದೂರಿನಲ್ಲಿ ಪದೇ ಪದೇ ಮಡದಿ ಮಕ್ಕಳ ನೆನಪು ಬರುತ್ತಿತ್ತು. ನನ್ನ ಭಾಗಕ್ಕೆ ಬಂದಿದ್ದ ಅಲ್ಪಸ್ವಲ್ಪ ಜಮೀನಿನ ಚಿಂತೆಯೂ ಉಂಟಾಗುತ್ತಿತ್ತು. ಎರಡು ವರ್ಷಗಳ ನಂತರ ನನ್ನ ಮನೆಗೆ ಹತ್ತಿರವಾಗುವ ಕಾಶ್ಮೀರ ಗಡಿಭಾಗಕ್ಕೆ ವರ್ಗಾಯಿಸಬೇಕೆಂದು ಮನವಿ ಸಲ್ಲಿಸಿದೆ. ನಮ್ಮ ಬೆಟಾಲಿಯನ್‌ನ ಮುಖ್ಯಸ್ಥರು ಸದ್ಯಕ್ಕೆ ನನ್ನ ವರ್ಗಾವಣೆ ಸಾಧ್ಯವಿಲ್ಲ ಎಂದರು. ಬೇಸರ ಉಂಟಾದರೂ ಸಮಾಧಾನಚಿತ್ತದಿಂದಲೇ ಕಾರ್ಯ ನಿರ್ವಹಿಸುತ್ತಿದ್ದೆ.

ಏತನ್ಮಧ್ಯೆ ಕಾಮೇಶ್ವರ್ ಸಿಂಗ್ ಎಂಬ ಒಬ್ಬ ಡೆಪ್ಯೂಟಿ ಕಮಾಂಡೆಂಟ್ ನಮ್ಮ ಬೆಟಾಲಿಯನ್‌ಗೆ ವರ್ಗವಾಗಿ ಬಂದರು. ಅವರೂ ನಮ್ಮ ಪಂಜಾಬ್–ಹರಿಯಾಣ ಭಾಗದವರು ಎಂದು ಕೇಳಲ್ಪಟ್ಟೆ. ಅದೇಕೋ ನಮ್ಮಲ್ಲಿಗೆ ಬಂದ ದಿನದಿಂದ ನನ್ನನ್ನು ಕಂಡರೆ ಅವರು ಗುರುಗುಡುತ್ತಿದ್ದರು. ನಿಮಗೆ ಗೊತ್ತಲ್ಲ, ನಮ್ಮನಮ್ಮವರೇ ನಮ್ಮಿಂದ ದೂರವಿರಲು ಇಷ್ಟ ಪಡುತ್ತಾರೆ.

ಅಷ್ಟರಲ್ಲಿ ನನ್ನ ತಂದೆ ತೀರಿಕೊಂಡರು. ಅಂತ್ಯಕ್ರಿಯೆ ಮಾಡಲು ರಜೆ ಕೇಳಿದೆ. ಕಾಮೇಶ್ವರ್ ಸಿಂಗ್ ನನಗೆ ಕೇವಲ ಐದು ದಿವಸಗಳ ರಜೆ ಮಂಜೂರು ಮಾಡಿದರು. ತ್ರಿಪುರದಿಂದ ಹರಿಯಾಣಕ್ಕೆ ರೈಲಿನಲ್ಲಿ ಹೋಗಲು ಮೂರು ದಿನಗಳ ಕಾಲ ಬೇಕಾಗುತ್ತದೆ. ಐದು ದಿವಸಗಳಲ್ಲಿ ಅಂತ್ಯಕ್ರಿಯೆ ಮುಗಿಸಿ ಹೇಗೆ ಬರಲಿ. ಹದಿನೈದು ದಿನಗಳ ರಜೆಯನ್ನಾದರೂ ಅವಶ್ಯ ಕೊಡಿ ಎಂದು ಅವರನ್ನು ಪರಿಪರಿಯಾಗಿ ವಿನಂತಿಸಿದೆ. ನಮ್ಮ ಘಟಕಕ್ಕೆ ಹಿರಿಯ ಅಧಿಕಾರಿಗಳು ತಪಾಸಣೆಗಾಗಿ ಬರುವುದರಿಂದ ಹೆಚ್ಚಿನ ರಜೆ ಮಂಜೂರು ಮಾಡಲಾಗುವುದಿಲ್ಲ ಎಂದು ಖಡಾಖಂಡಿತವಾಗಿ ನಿರಾಕರಿಸಿದರು. ಆನಂತರ ಅವರು ನನಗೆ ಸುಳ್ಳು ಹೇಳಿದ್ದಾರೆ ಎಂದು ತಿಳಿಯಿತು. ತಂದೆಯ ಮುಖವನ್ನು ಕಡೆಯಬಾರಿಗೆ ನೋಡಲಾರದ ಬಗ್ಗೆ ನಾನು ಕೊರಗುತ್ತಾ ಇದ್ದೆ.

ಆನಂತರ ನನ್ನ ಸಣ್ಣ ಸಣ್ಣ ತಪ್ಪುಗಳನ್ನು ಕೆದಕಿ ತೆಗೆಯುತ್ತಾ ಕಾಮೇಶ್ವರ್ ಸಿಂಗ್ ತೊಂದರೆ ಕೊಡತೊಡಗಿದರು. ನನ್ನ ನೇರ ಉಸ್ತುವಾರಿ ಹೊಂದಿದ್ದ ಅಧಿಕಾರಿಗಳಾದ ಇನ್ಸ್‌ಪೆಕ್ಟರ್, ಅಸಿಸ್ಟೆಂಟ್ ಕಮಾಂಡೆಂಟ್ ಮುಂತಾದವರಿಗೆ ನನ್ನ ವಿರುದ್ಧ ಹೇಳಿ ಬೇಕಂತಲೇ ನನಗೆ ಕಿರುಕುಳ ಕೊಡಿಸುತ್ತಿದ್ದರು. ಬೇಸತ್ತ ನಾನು ಮನೆಗೆ ಹೋದರೆ ಮನಸ್ಸಿಗೆ ಸ್ವಲ್ಪ ಸಮಾಧಾನವಾಗಬಹುದು ಎಂದು ಎರಡು ತಿಂಗಳ ರಜೆ ಅರ್ಜಿಯನ್ನು ಕೊಟ್ಟೆ. ಕಾಮೇಶ್ವರ್ ಸಿಂಗ್ ಬೇಕಂತಲೇ ಒಂದು ತಿಂಗಳ ರಜೆ ಕೊಟ್ಟರು. ನಾನು ಊರಿಗೆ ಹೋಗಿ ಬಂದು ಹಲವಾರು ಬಾಕಿ ಉಳಿದಿದ್ದ ಕಾರ್ಯಗಳನ್ನು ಮುಗಿಸಿದೆ.

ರಜೆ ಮುಗಿಸಿಕೊಂಡು ವಾಪಸ್ಸಾದಾಗ ನನ್ನನ್ನು ದೂರದ ಊರಿನಲ್ಲಿದ್ದ, ಕೆಲಸ ಮಾಡಲು ಕಠಿಣ ಎಂದು ಪರಿಗಣಿಸಲಾಗುವ ಚೆಕ್‌ಪೋಸ್ಟ್‌ಗೆ ವರ್ಗಾ

ಮಾಡಲಾಯಿತು. ಕಾಮೇಶ್ವರ್ ಸಿಂಗ್‌ರದೇ ಈ ಕರಾಮತ್ತು ಎಂದು ತಿಳಿಯಿತು. ನನ್ನ ಜತೆ ಕೆಲಸ ಮಾಡುತ್ತಿದ್ದ ಘೋಷ್ ಎನ್ನುವ ಕಾನ್‌ಸ್ಟೇಬಲ್ ಎಲ್ಲರೊಂದಿಗೂ ಬೇಕೆಂತಲೇ ಜಗಳ ತೆಗೆಯುತ್ತಿದ್ದ. ಅವನಿಗೆ ನನ್ನನ್ನು ಕಂಡರೆ ಆಗುತ್ತಿರಲಿಲ್ಲ. ಒಮ್ಮೆ ಆತ ಒಬ್ಬ ವ್ಯಕ್ತಿಯ ಮೇಲೆ ಹಲ್ಲೆ ಮಾಡಿ ನಾನೇ ಹಲ್ಲೆಗೆ ಕಾರಣ ಎಂದು ಸುಳ್ಳು ದೂರನ್ನು ಮೇಲಾಧಿಕಾರಿಗಳಿಗೆ ನೀಡಿದ. ಹಿರಿಯ ಅಧಿಕಾರಿಗಳು ಯಾವ ವಿಚಾರಣೆಯನ್ನೂ ಮಾಡದೆ ನನ್ನನ್ನು ಅಮಾನತ್ತಿನಲ್ಲಿಟ್ಟರು.

ಈ ಘಟನೆ ನಡೆದಾಗ ಎಂಟು ಜನ ಕಾನ್‌ಸ್ಟೇಬಲ್‌ಗಳು ಸ್ಥಳದಲ್ಲಿದ್ದು, ಎಲ್ಲರಿಗೂ ಘೋಷ್‌ನೇ ತಪ್ಪಿತಸ್ಥ ಎಂದು ತಿಳಿದಿತ್ತು. ಅವರು ಅಧಿಕಾರಿಗಳಿಗೆ ಹೆದರಿ ತೆಪ್ಪಗಿದ್ದರು. ನಾನು ತಪ್ಪು ಮಾಡದಿದ್ದರೂ ನನಗೇಕೆ ಶಿಕ್ಷೆ ನೀಡಲಾಗುತ್ತಿದೆ ಎಂದು ನಾನು ನಮ್ಮ ಇನ್‌ಸ್ಪೆಕ್ಟರ್‌ರನ್ನು ಪ್ರಶ್ನಿಸಿದೆ. ಅವರು ಉತ್ತರ ನೀಡಿದೆ ಮೇಲಾಧಿಕಾರಿಗಳ ಆದೇಶ ಪಾಲಿಸಲಾಗಿದೆ ಎಂದರು. ಹೀಗಾಗಿ ನಾನು ಕಾಮೇಶ್ವರ್ ಸಿಂಗ್ ಕಛೇರಿಗೆ ದೂರು ಕೊಡಲು ಹೋದೆ. ಆ ಸಮಯದಲ್ಲಿ ನಮ್ಮ ಅಸಿಸ್ಟೆಂಟ್ ಕಮಾಂಡೆಂಟ್ ಅಲೋಕ್ ರಂಜನ್ ಸಹಾ ಅಲ್ಲಿದ್ದರು. ಕಾಮೇಶ್ವರ್ ಸಿಂಗ್ ನನ್ನ ಅಹವಾಲನ್ನು ಕೇಳದೆಯೇ ನನ್ನ ಮೇಲೆ ಸಿಟ್ಟಾಗಿ ನನ್ನನ್ನು ಅವಾಚ್ಯ ಶಬ್ದಗಳಿಂದ ಬೈಯ್ದರು. ನನಗೆ ಕೋಪ ತಡೆಯಲಾಗಲಿಲ್ಲ. ಅಲ್ಲೇ ಇದ್ದ ಸೆಂಟ್ರಿಯೊಬ್ಬನ ಬಳಿ ಇದ್ದ ಬಂದೂಕನ್ನು ಕಸಿದುಕೊಂಡು ಅವರ ಮೇಲೆ ಗುಂಡು ಹಾರಿಸಿದೆ. ಆತ ಸ್ಥಳದಲ್ಲೇ ಸತ್ತು ಬಿದ್ದರು. ಈ ಘಟನೆಯನ್ನು ನೋಡಿದ ಅಲೋಕ್ ರಂಜನ್ ಮೇಲೂ ಗುಂಡು ಹಾರಿಸಿದೆ. ಅವರೂ ಸ್ಥಳದಲ್ಲೇ ಸತ್ತು ಬಿದ್ದರು. ಅಷ್ಟರಲ್ಲಿ ಹೊರಗಿದ್ದ ಇತರ ಸಿಪಾಯಿಗಳು ಓಡಿಬಂದು ನನ್ನನ್ನು ನಿರಸ್ತ್ರನನ್ನಾಗಿ ಮಾಡಿ ನನ್ನನ್ನು ಬಂಧನದಲ್ಲಿಟ್ಟರು".

"ಮುಂದೇನಾಯಿತು?"

"ನನಗೆ ಕೋರ್ಟ್ ಮಾರ್ಷಲ್ ಮಾಡಲಾಯಿತು" ಎಂದ.

"ಪೊಲೀಸ್ ಠಾಣೆಯಲ್ಲಿ ನಿನ್ನ ವಿರುದ್ಧ ದೂರು ಸಲ್ಲಿಸಲಿಲ್ಲವೇ?" ಎಂದು ಕೇಳಿದೆ.

"ಏಕೆ, ತಾವೂ ಹೀಗೆ ಕೇಳುತ್ತಿರಿ? ಗಡಿ ಭದ್ರತಾ ಪಡೆ ಇತರ ಸೈನಿಕ ಪಡೆಗಳಂತೆಯೇ ಕಾರ್ಯನಿರ್ವಹಿಸುತ್ತದೆ. ಹೀಗಾಗಿ ಸಶಸ್ತ್ರ ಪಡೆಗಳ ಕಾಯ್ದೆಗಳೇ ಅಲ್ಲಿ ಅನ್ವಯವಾಗುತ್ತವೆ. ನಮ್ಮ ಹಿರಿಯ ಅಧಿಕಾರಿಗಳೇ ವಿಚಾರಣೆ ನಡೆಸಿ ಶಿಕ್ಷೆ ನೀಡುತ್ತಾರೆ. ಹೀಗಾಗಿ ನನ್ನ ವಿಚಾರಣೆಯನ್ನು ಬಿಎಸ್‌ಎಫ್‌ನ ಐ.ಜಿ.ಪಿ ದರ್ಜೆಯ ಅಧಿಕಾರಿ ನಡೆಸಿ ನನಗೆ ಗಲ್ಲು ಶಿಕ್ಷೆ ವಿಧಿಸಿದರು" ಎಂದು ಹೇಳುತ್ತಾ ಬೆವರೊರೆಸಿಕೊಂಡ.

"ನೇರವಾಗಿ ಗಲ್ಲು ಶಿಕ್ಷೆಯನ್ನೇ ನೀಡಿದರೇ? ಇದರ ವಿರುದ್ಧ ನೀನು ಹೈಕೋರ್ಟಿಗೆ ಅಪೀಲು ಹೋಗಬಹುದಲ್ಲವೇ?" ಎಂದೆ.

"ಹೌದು. ನಾನು ಗುವಾಹತಿ ಹೈಕೋರ್ಟಿಗೆ ಅಪೀಲು ಸಲ್ಲಿಸಿದ್ದೇನೆ".

"ನಿನಗೆ ಬಿಎಸ್‌ಎಫ್ ಅಧಿಕಾರಿಗಳು ಶಿಕ್ಷೆ ವಿಧಿಸಿದ ದಿನಾಂಕವೇನು?"

"೨೦೦೭ರ ಮಾರ್ಚ್ ೨ರಂದು"

"ಹಾಗಾದರೆ ಹತ್ತು ವರ್ಷಗಳ ಕಾಲ ನಿನ್ನ ಮೇಲ್ಮನವಿ ವಿಚಾರಣೆಗೆ ಬಂದಿಲ್ಲವೇ?" ಎಂದು ಪ್ರಶ್ನಿಸಿದೆ.

"ಅದು ಬೇರೆಯೇ ಕಥೆ. ನನ್ನ ಮೇಲ್ಮನವಿಯನ್ನು ಕೊಲ್ಕತ್ತಾ ಹೈಕೋರ್ಟ್‌ನಿಂದ ಪಂಜಾಬ್-ಹರಿಯಾಣ ನ್ಯಾಯಾಲಯಕ್ಕೆ ವರ್ಗಾಯಿಸಿಲು ನಾನು ಸುಪ್ರೀಂ ಕೋರ್ಟ್‌ಗೆ ಮನವಿ ಸಲ್ಲಿಸಿದ್ದೇನೆ. ಸುಪ್ರೀಂ ಕೋರ್ಟ್ ಈ ಮನವಿಯ ಬಗ್ಗೆ ಪರಿಸ್ಥಿತಿ ವಿವರಿಸಲು ಕೇಂದ್ರ ಸರ್ಕಾರದ ಗೃಹ ಮಂತ್ರಾಲಯಕ್ಕೆ ಆದೇಶ ನೀಡಿತು. ಗೃಹ ಮಂತ್ರಾಲಯವು ನನ್ನ ಮನವಿಯ ಬಗ್ಗೆ ಹಿಂದು ಮುಂದು ನೋಡುತ್ತಾ ಇತ್ತೀಚೆಗಷ್ಟೇ ನನ್ನ ಮನವಿಯನ್ನು ಪುರಸ್ಕರಿಸಬಹುದು ಎಂಬ ಅಭಿಪ್ರಾಯ ನೀಡಿದೆ. ಈ ವಿಳಂಬದಿಂದಾಗಿ ನಾನು ಕುಟುಂಬದಿಂದ ದೂರವಾಗಿ ಈ ಕೊಲ್ಕತ್ತಾ ಜೈಲಿನಲ್ಲಿ ಕಂಬಿಗಳನ್ನು ಏಣಿಸುತ್ತಾ ಕಾಲ ಕಳೆಯುತ್ತಿದ್ದೇನೆ" ಎಂದ ಬಲ್ವಂತ್‌ಸಿಂಗ್.

"ನಿನಗೇನಾದರೂ ದೈಹಿಕ ಹಾಗೂ ಮಾನಸಿಕ ತೊಂದರೆಗಳಿವೆಯೇ?" ಎಂದು ಕೇಳಿದೆ.

"ಇಲ್ಲ. ನನ್ನ ವಯಸ್ಸು ಈಗ ೫೭. ನನಗೆ ರಕ್ತದೊತ್ತಡವಿದೆ. ಸಕ್ಕರೆ ಖಾಯಿಲೆ ಕೂಡ ಬಂದಿದೆ. ನಾನು ಹೆಚ್ಚು ಕಾಲ ನಿದ್ದೆ ಮಾಡಲು ಆಗುತ್ತಿಲ್ಲ. ನಾನು ಈ ದೂರದ ಜೈಲಿನಲ್ಲಿ ಇರುವುದರಿಂದ ನನ್ನ ಕುಟುಂಬದ ಯಾವ ಸದಸ್ಯರೂ ಇಲ್ಲಿಗೆ ಬಂದು ನನ್ನನ್ನು ನೋಡಲು ಆಗುತ್ತಿಲ್ಲ. ಇದೇ ನನ್ನ ಕಥೆ" ಎಂದು ನಿಟ್ಟುಸಿರುಬಿಟ್ಟ.

ಬಲ್ವಂತ್ ಸಿಂಗ್ ತನ್ನ ಬ್ಯಾರಕ್‌ಗೆ ಹೋದ ನಂತರ ಅವನ ನಡವಳಿಕೆಯ ಬಗ್ಗೆ ಜೈಲು ಅಧಿಕಾರಿಗಳನ್ನು ಪ್ರಶ್ನಿಸಿದೆ. "ಈತನದು ಕಿರಿಕಿರಿಯ ಪ್ರವೃತ್ತಿ. ಎಲ್ಲರೊಂದಿಗೂ ಜಗಳವಾಡುತ್ತಾನೆ. ಸಹ ಕೈದಿಗಳಾಗಲೀ, ಜೈಲು ಅಧಿಕಾರಿಗಳಾಲೀ, ಪ್ರತಿಯೊಬ್ಬರ ಮೇಲೆಯೂ ಲಿಖಿತ ದೂರುಗಳನ್ನು ಕೊಡುತ್ತಲೇ ಬಂದಿದ್ದಾನೆ. ಇವನ ಜತೆ ವ್ಯವಹರಿಸಲು ಯಾರೂ ಬಯಸುವುದಿಲ್ಲ. ಈ ವ್ಯಕ್ತಿಗೆ ಗಡಿ ಭದ್ರತಾ ಪಡೆಯಂತಹ ಶಿಸ್ತಿನ ಸಂಸ್ಥೆಯಲ್ಲಿ ಹೇಗೆ ಭರ್ತಿ ಮಾಡಿಕೊಂಡರೆಂಬ ಬಗ್ಗೆಯೇ ಆಶ್ಚರ್ಯವಾಗುತ್ತದೆ" ಎಂದರು.

ಬಲ್ವಂತ್ ಸಿಂಗ್ ಮಾನಸಿಕ ಒತ್ತಡದಿಂದ ಹಿರಿಯ ಅಧಿಕಾರಿಗಳನ್ನು ಕೊಂದನೋ, ಅಥವಾ ಆತ ಅಶಿಸ್ತನ್ನೇ ರೂಢಿಸಿಕೊಂಡ ವ್ಯಕ್ತಿಯೋ ನನಗೆ ತಿಳಿಯದಾಗಿದೆ. ಆತನಿಗೆ ನೀಡಿದ ಶಿಕ್ಷೆ ಸಮಂಜಸವೇ ಇಲ್ಲವೇ ಎಂಬ ಶಂಕೆಯೂ ಇದೆ.

■■

೧೪. ಸಮಾಜ ಸುಧಾರಕನಾಗಲು
ಹೆಂಡತಿಯ ತಲೆ ಕಡಿದ ಹುಸೇನ್

"ಆದಾಬ್ ಸಾಬ್, ನನ್ನ ಹೆಸರು ಹುಸೇನ್. ನಮ್ಮದು ಹಾವೇರಿ ಜಿಲ್ಲೆ. ಇಲ್ಲಿಗೆ ಬರುವ ಮೊದಲು ಒಕ್ಕಲತನ ಮಾಡುತ್ತಿದ್ದೆ" ಎನ್ನುತ್ತಾ ಆತ ನನಗೆ ವಂದಿಸಿದ. ಆತ ಸುಮಾರು ಆರು ಅಡಿ ಎತ್ತರವಿದ್ದು ಉದ್ದನೆಯ ಬಿಳಿ ಗಡ್ಡ ಬಿಟ್ಟಿದ್ದ. ನರೆತ ಕೂದಲು, ಸುಕ್ಕಾದ ಚರ್ಮವಿದ್ದ ಆತ ದೊಗಲೆ ಪೈಜಾಮ ಹಾಗೂ ಜುಬ್ಬಾ ಧರಿಸಿದ್ದ.

"ನಿನ್ನ ವಯಸ್ಸೆಷ್ಟು?"

"ಈಗ ನನಗೆ ಸುಮಾರು ಎಪ್ಪತ್ತೆರಡು ವರ್ಷಗಳಾಗಿರಬಹುದೇನೋ, ಗೊತ್ತಿಲ್ಲ."

"ನಿನಗೆ ಮರಣದಂಡನೆಯ ಶಿಕ್ಷೆ ನೀಡಿ ಹತ್ತಾರು ವರ್ಷಗಳಾಗಿರ– ಬಹುದಲ್ಲವೇ?"

"ಇಲ್ಲಾ ಸಾಹೇಬರೇ ಏಕೆ ಹೀಗೆ ಕೇಳುತ್ತಿರುವಿರಿ?"

"ಸಾಮಾನ್ಯವಾಗಿ ನಿನ್ನ ವಯಸ್ಸಿನ ಜನರು ಅಪರಾಧ ಮಾಡುವುದು ಕಡಿಮೆ. ಅದೇ ಕಾರಣಕ್ಕಾಗಿಯೇ ಕೇಳಿದೆ".

"ನಾನು ಜೈಲಿಗೆ ಬಂದು ಎರಡು ವರ್ಷಗಳೂ ಕಳೆದಿಲ್ಲ" ಎಂದ.

ಆಶ್ಚರ್ಯದಿಂದ "ಯಾವ ಅಪರಾಧ ಮಾಡಿ ಇಲ್ಲಿಗೆ ಬಂದೆ?"

"ಈಗ ಆ ವಿಷಯ ಏಕೆ ಬಿಟ್ಟು ಬಿಡಿ, ಆದದ್ದನ್ನು ಮರೆಯುವುದೇ ಒಳ್ಳೆಯದು" ಎನ್ನುತ್ತಾ ನಾಚಿಕೊಂಡ.

"ನಾನು ಬಂದಿರುವುದೇ ನಿನ್ನ ಅಪರಾಧದ ಬಗ್ಗೆ ತಿಳಿಯಲು. ಅದರ ಬಗ್ಗೆ ಯೋಚಿಸಿ ನಿನಗೆ ನಾಚಿಕೆಯೇನಾದರೂ ಆಗುತ್ತಿದೆಯೇ?"

"ನಾಚಿಕೆಯೇನೂ ಇಲ್ಲ. ನನ್ನ ಆರೋಗ್ಯ ಸರಿಯಾಗಿಲ್ಲ. ನನಗೆ ಕಣ್ಣು ಕಾಣುವುದಿಲ್ಲ, ಮೂತ್ರಕೋಶದ ತೊಂದರೆಯಿದೆ. ನನಗೆ ಪೈಲ್ಸ್ ಆಗಿದೆ. ಪದೇ ಪದೇ ಕೆಮ್ಮು ಬರುತ್ತದೆ" ಎಂದು ಮಾತು ಮರೆಸಲು ಯತ್ನಿಸಿದ.

"ಇವೆಲ್ಲಾ ವಯಸ್ಸಿಗನುಗುಣವಾಗಿ ಬರುವ ಸಹಜ ರೋಗಗಳಲ್ಲವೇ ಹುಸೇನ್? ಯಾವ ಅಪರಾಧಕ್ಕಾಗಿ ಈ ಶಿಕ್ಷೆ ಅನುಭವಿಸುತ್ತಿರುವೆ?"

"ನೀವು ಬಲವಂತ ಮಾಡುತ್ತಿರುವುದರಿಂದ ಹೇಳುತ್ತೇನೆ, ಕೇಳಿ. ನಾನು ನನ್ನ ಹೆಂಡತಿಯ ಕೊಲೆ ಮಾಡಿ ಅವಳ ತಲೆ ಕಡಿದು ಪೊಲೀಸ್ ಠಾಣೆಗೆ ಸಬೂತು ಸಹಿತ ಹೋಗಿ ಮಾಹಿತಿ ನೀಡಿದೆ" ಎಂದ.

ಒಂದು ಕ್ಷಣ ಗಾಭರಿಯಾಗಿ, "ಹಾಗಾದರೆ, ನಿನಗೆ ಎಪ್ಪತ್ತು ವರ್ಷ ವಯಸ್ಸಾದಾಗ ನಿನ್ನ ಪತ್ನಿಯ ಕೊಲೆಯನ್ನು ಮಾಡಿದಿಯೇ? ನಂಬಲು ಸಾಧ್ಯವಾಗುತ್ತಿಲ್ಲ" ಎಂದೆ.

"ನಮ್ಮ ಭಾಗದ ಜನರು ಹೇಡಿಗಳಲ್ಲ ಸಾರ್. ಈ ಹಿಂದೆ ಇಂತಹಾ ಪ್ರಕರಣಗಳು ಹಲವಾರು ನಡೆದಿವೆ ಎಂದು ನಿಮಗೆ ತಿಳಿದಿರಬಹುದಲ್ಲವೆ?"

"ಹೌದು" ಎಂದೆ.

"ನನ್ನ ಹೆಂಡತಿಯ ಕಡಿದ ರುಂಡವನ್ನು ಪೊಲೀಸ್ ಠಾಣೆಯ ಬಾಗಿಲಲ್ಲಿ ಇಟ್ಟಾಗ, ಅಲ್ಲಿದ್ದ ಎಲ್ಲ ಪೊಲೀಸರೂ ಗಾಭರಿಗೊಂಡಿದ್ದರು. ಒಬ್ಬನಂತೂ ಬೆದರಿ ಪ್ಯಾಂಟಿನಲ್ಲಿಯೇ ಮೂತ್ರ ಮಾಡಿಕೊಂಡ. ಸ್ಥಳಕ್ಕೆ ಬಂದ ಎಸ್.ಪಿ ಸಾಹೇಬರು ಥರಥರ ನಡುಗಿದ್ದನ್ನು ನೋಡಿ ನನಗೆ ನಗೆ ಬಂದಿತು. ಪಾಪ, ಅದೇ ಮೊದಲ ಬಾರಿ ಅವರು ಕಡಿದ ರುಂಡವನ್ನು ನೋಡುತ್ತಿದ್ದಿರಬೇಕು. ನಿಮಗೆ ಇದೊಂದು ಹೊಸ ಅನುಭವ ಎಂದು ಅವರಿಗೆ ನಾನು ಆಗ ಹೇಳಿದ್ದೆ" ಎಂದು ಆ ಘಟನೆಯನ್ನು ನೆನಪಿಸಿಕೊಂಡು ನಗತೊಡಗಿದ.

"ನಿನ್ನ ಹೆಂಡತಿಯ ಕೊಲೆ ಏಕೆ ಮಾಡಿದೆ? ಆ ಸಮಯದಲ್ಲಿ ನಿನ್ನ ಪತ್ನಿಗೂ ಅರವತ್ತಕ್ಕಿಂತ ಹೆಚ್ಚು ವಯಸ್ಸಾಗಿರಬಹುದಲ್ಲವೇ?"

"ಇರಬಹುದು, ಆಕೆಯ ನಡತೆ ಕೆಟ್ಟಿತ್ತು, ಇನ್ನೊಬ್ಬರ ಸಂಗ ಬೆಳೆಸಿದ್ದಳು. ಅದೇ ಕಾರಣಕ್ಕೆ ಅವಳನ್ನು ಕೊಂದೆ".

"ವಿಚಿತ್ರವಾದ ಕಥೆಯಿದು. ಅರವತ್ತು ವಯಸ್ಸಿನ ವೃದ್ಧೆ ಪರಪುರುಷರ ಸಂಗ ಬೆಳೆಸಲು ಸಾಧ್ಯವೇ? ನಂಬುವುದೇ ಅಸಾಧ್ಯ ಹುಸೇನ್" ಎಂದು ಪ್ರತಿಕ್ರಿಯಿಸಿದೆ.

"ನೀವು ಪಟ್ಟಣದವರು. ಹಳ್ಳಿಗಳಲ್ಲಾಗುವ ವಿಷಯ ನಿಮಗೆ ತಿಳಿಯದು. ಹಳ್ಳಿಗಳಲ್ಲಿ ಇಂತಹ ಬಹಳಷ್ಟು ಪ್ರಕರಣಗಳು ನಡೆಯುತ್ತವೆ" ಎಂದ.

"ನಡೆದ ಘಟನೆಯನ್ನು ಸವಿಸ್ತಾರವಾಗಿ ವಿವರಿಸು" ಎಂದೆ.

"ಸುಮಾರು ನಲವತ್ತೈದು ವರ್ಷಗಳ ಹಿಂದೆ ನನ್ನ ಲಗ್ನವಾಯಿತು. ಲಗ್ನವಾದ ಆರು ತಿಂಗಳುಗಳಲ್ಲೇ ನನ್ನ ಹೆಂಡತಿಯ ಶೀಲದ ಮೇಲೆ ನನಗೆ ಸಂದೇಹ ಬಂದಿತು. ಕಂಡ ಕಂಡ ಗಂಡಸರ ಜತೆ ಆಕೆ ಲಲ್ಲೆಗರೆಯುತ್ತಿದ್ದಳು. ಸದಾ ಬೀದಿಯಲ್ಲಿಯೇ ಇರುತ್ತಿದ್ದಳು. ನನ್ನ ಬಗ್ಗೆ ಯಾವುದೇ ರೀತಿಯ ಕಾಳಜಿ

ತೆಗೆದುಕೊಳ್ಳುತ್ತಿರಲಿಲ್ಲ. ಕಾರಣವೇ ಇಲ್ಲದೆ ಪದೇ ಪದೇ ನನ್ನ ಜತೆ
ಜಗಳವಾಡುತ್ತಿದ್ದಳು. ನನಗೆ ಸರಿಯಾಗಿ ಅಡಿಗೆ ಮಾಡಿ ಊಟ ಬಡಿಸುತ್ತಿರಲಿಲ್ಲ.
ನಿನ್ನ ನಡತೆಯನ್ನು ತಿದ್ದಿಕೋ ಎಂದು ಅನೇಕ ಸಲ ಬುದ್ಧಿ ಹೇಳಿದೆ. ಆಕೆ
ತಿದ್ದಿಕೊಳ್ಳಲಿಲ್ಲ. ಈ ವಿಷಯವನ್ನು ಪಂಚಾಯತಿ ಕಟ್ಟೆಗೂ ಎಳೆದೊಯ್ದಿದ್ದೆ.
ಎಲ್ಲರೂ ಅವಳ ಬದಲು ನನಗೇ ಬುದ್ಧಿ ಹೇಳಲು ಬಂದರು".

"ಒಂದು ವೇಳೆ ನಿನಗೂ ಆಕೆಗೂ ಸರಿ ಹೊಂದದಿದ್ದರೆ ವಿವಾಹ ವಿಚ್ಛೇದನ
ಮಾಡಬಹುದಾಗಿತ್ತಲ್ಲಾ?"

"ಸಾಹೇಬರೇ, ಅಷ್ಟರಲ್ಲಿ ನಮಗೆ ಒಬ್ಬ ಮಗ ಹುಟ್ಟಿದ. ಅವನು ಬೆಳೆಯುತ್ತಿದ್ದ.
ಅವನ ಅಭಿವೃದ್ಧಿಯ ಕಾರಣಕ್ಕಾಗಿ ನಾನು ವಿಚ್ಛೇದನ ಪಡೆಯಲಿಲ್ಲ. ನನ್ನ
ಹೆಂಡತಿ ತನ್ನನ್ನು ತಾನು ತಿದ್ದಿಕೊಳ್ಳುತ್ತಾಳೆ ಎಂದು ನಾನು ತಾಳ್ಮೆಯಿಂದಿದ್ದೆ.
ಆದರೂ ಆಕೆಯ ನಡತೆ ಬದಲಾಗಲಿಲ್ಲ. ಅಷ್ಟರಲ್ಲಿ ಮಗನ ಲಗ್ನವನ್ನೂ ಮಾಡಿದೆವು.
ಅವನಿಗೆ ಮಕ್ಕಳೂ ಆದರು. ಕಡೆಗೆ ನಾನೇ ನನ್ನ ಪತ್ನಿಯಿಂದ ದೂರವಾಗಿ
ಖುದ್ದಾಗಿ ಅಡಿಗೆಯನ್ನು ಮಾಡಿಕೊಂಡು ಊಟ ಮಾಡುತ್ತಿದ್ದೆ."

"ನಿನಗೆ ಮೊಮ್ಮಕ್ಕಳಾದ ನಂತರವೂ ಹೆಂಡತಿಯ ಮೇಲಿನ ಸಂಶಯ
ಹೋಗಿರಲಿಲ್ಲ ಎನ್ನು. ಇಷ್ಟು ವರ್ಷಗಳ ಕಾಲ ಸುಮ್ಮನಿದ್ದ ನೀನು ಈಗ ಏಕೆ
ಕೊಲೆ ಮಾಡಿದೆ?"

"ಇಷ್ಟು ದಿನಗಳ ಕಾಲ ಹೆಂಡತಿಯ ಮೇಲೆ ಸಂಶಯವಿತ್ತೇ ಹೊರತು
ನನಗೆ ಅವಳ ವಿರುದ್ಧ ಯಾವ ಪುರಾವೆಯೂ ದೊರಕಿರಲಿಲ್ಲ. ಸಾಕ್ಷ್ಯ ಸಿಕ್ಕ
ನಂತರವೇ ಅವಳನ್ನು ಖತಂ ಮಾಡಿದ್ದು"

"ಅಂತಹ ಯಾವ ಘಟನೆ ನಿನಗೆ ಕೊಲೆ ಮಾಡಲು ಪ್ರಚೋದನೆ ಮಾಡಿತು?"
ಎಂದೆ.

"ಕೆಲ ವರ್ಷಗಳಿಂದ ನಾವು ಮನೆಯಲ್ಲಿ ಮೂರು ಭಾಗಗಳನ್ನು ಮಾಡಿ–
ಕೊಂಡಿದ್ದೆವು. ಒಂದು ಭಾಗದಲ್ಲಿ ನಾನು, ಮತ್ತೊಂದರಲ್ಲಿ ನನ್ನ ಪತ್ನಿ ಹಾಗೂ
ಇನ್ನೊಂದರಲ್ಲಿ ಮಗ ಮತ್ತವನ ಸಂಸಾರ ವಾಸಿಸುತ್ತಿದ್ದೆವು. ಎಲ್ಲರದೂ ಬೇರೆ
ಬೇರೆ ಅಡಿಗೆ. ನನ್ನ ಹೆಂಡತಿಗೆ ನನ್ನ ಮಗನೇ ದವಸ ಧಾನ್ಯಗಳನ್ನು ಕೊಡುತ್ತಿದ್ದ.
ನಾನು ಕೂಲಿ ನಾಲಿ ಮಾಡಿಕೊಂಡು ನಾಲ್ಕು ಕಾಸು ಸಂಪಾದಿಸಿ ಜೀವನ
ಮಾಡುತ್ತಿದ್ದೆ. ಆ ದಿನ ಬೆಳಿಗ್ಗೆ ನಾಲ್ಕು ಗಂಟೆಗೆ ನಾನು ಶೌಚಕ್ಕೆಂದು ಹೊಲದ
ಕಡೆ ಹೊರಟೆ. ನಾನು ಶೌಚ ಮುಗಿಸಿಕೊಂಡು ಬರುವಾಗ, ನನ್ನ ಹೆಂಡತಿಯಿದ್ದ
ಕೋಣೆಯಿಂದ ಶಬ್ದ ಕೇಳಿಸಿತು. ನಾನು ಅನುಮಾನದಿಂದ ಅವಳ ಬಾಗಿಲ
ಬಳಿ ನಿಂತೆ. ಆಗ ಅವಳ ಕೋಣೆಯ ಬಾಗಿಲನ್ನು ತೆರೆದು ಒಬ್ಬ ವ್ಯಕ್ತಿ ಕತ್ತಲಲ್ಲಿ
ಓಡಿ ಹೋದ. ಅವನು ಯಾರೆಂದು ನನ್ನ ಪತ್ನಿಯನ್ನು ಪ್ರಶ್ನಿಸಿದಾಗ ಇಲ್ಲಿಗೆ
ಯಾರೂ ಬಂದೇ ಇಲ್ಲ ಎಂದು ವಾದಿಸಿದಳು. ನಾನು ಕೋಪಗೊಂಡು ನನ್ನ
ಕೋಣೆಗೆ ಓಡಿ ಬಂದು ಒಂದು ಮಚ್ಚನ್ನು ತೆಗೆದುಕೊಂಡು ಅವಳತ್ತ ಓಡಿ

ಹೋಗಿ ಆಕೆಯನ್ನು ಮಚ್ಚಿನಿಂದ ಹೊಡೆದು ಕೊಂದೆ. ಆನಂತರ ಅವಳ ತಲೆಯನ್ನು ಬೇರ್ಪಡಿಸಿ, ಅದನ್ನು ನನ್ನ ಕೈಯಲ್ಲಿ ಎತ್ತಿ ಹಿಡಿದುಕೊಂಡು ಐದು ಮೈಲಿ ನಡೆದು ಪೋಲೀಸ್ ಠಾಣೆಯ ಬಾಗಿಲ ಮುಂದೆ ಇಟ್ಟು, ನನ್ನ ಪತ್ನಿಯ ಕೊಲೆಯನ್ನು ನಾನೇ ಮಾಡಿದ್ದೇನೆ. ನನ್ನನ್ನು ಬಂಧಿಸಿ ಎಂದು ತಪ್ಪೊಪ್ಪಿಕೊಂಡೆ. ಆನಂತರ ತನಿಖೆ ನಡೆದು ನ್ಯಾಯಾಲಯದಲ್ಲಿ ವಿಚಾರಣೆಯಾಯಿತು. ಅಲ್ಲಿಯೂ ನಾನು ತಪ್ಪಿತಸ್ಥ ಎಂದು ಒಪ್ಪಿಕೊಂಡು, ನನಗೆ ಮರಣದಂಡನೆ ಶಿಕ್ಷೆ ನೀಡಿ ಎಂದು ಕೋರಿದೆ".

"ರುಂಡ ಕಡಿದು ಪೋಲೀಸ್ ಠಾಣೆಗೆ ಹೋಗಲು ಏನು ಕಾರಣ?"

"ಲಗ್ನವಾದ ಗಂಡನಿಗೆ ಮೋಸ ಮಾಡಿದರೆ ಪರಿಣಾಮ ಏನಾಗುತ್ತದೆ ಎಂದು ಹಳ್ಳಿಯ ಹೆಣ್ಣುಮಕ್ಕಳಿಗೆ ಸಾಬೀತು ಮಾಡಬೇಕಾಗಿತ್ತಲ್ಲವೇ?" ಎಂದ.

"ಹೆಂಡತಿಯನ್ನು ಕೊಲೆ ಮಾಡದೆಯೇ ಈ ಕೆಲಸ ಮಾಡಬಹುದಾಗಿತ್ತಲ್ಲ?"

"ನಲವತ್ತು ವರ್ಷಗಳಿಂದ ಹೆಂಡತಿಯ ಕೆಟ್ಟ ಚಾಳಿ ನನಗೆ ಬೇಸರ ತರಿಸಿತ್ತು. ಕೊಲೆ ಮಾಡದೇ ವಿಧಿಯಿರಲಿಲ್ಲ"

"ನೀನು ನಿನ್ನ ಪತ್ನಿಯ ಕೋಣೆಗೆ ಇನ್ನೊಬ್ಬ ವ್ಯಕ್ತಿ ಹೋಗಿದ್ದನ್ನು ಖಂಡಿತವಾಗಿಯೂ ಕಂಡೆಯಾ ಅಥವಾ ಅದು ನಿನ್ನ ಮನಸ್ಸಿನ ಊಹೆಯೋ?"

"ಪ್ರತ್ಯಕ್ಷ ಕಾಣದಿದ್ದರೆ ಕೊಲೆ ಏಕೆ ಮಾಡುತ್ತಿದ್ದೆ ನೀವೇ ಯೋಚಿಸಿ ನೋಡಿ".

"ನೀನು ವಿನಾಕಾರಣ ನಿನ್ನ ಹೆಂಡತಿಯ ಶೀಲದ ಬಗ್ಗೆ ಸಂಶಯ ಹೊಂದಿದ್ದು ಅವಳ ಮೇಲೆ ಸುಳ್ಳು ದೂರು ನೀಡುತ್ತಿದ್ದೆ ಎಂದು ನಿನ್ನ ಮಗ ನಿನ್ನನ್ನು ಬೇರೆ ಹೋಗಲು ಹೇಳಿದ್ದು ನಿಜವೇ? ನಿಮ್ಮ ಊರಿನ ಪಂಚಾಯತಿಯಲ್ಲಿ ನಿನ್ನನ್ನು ಊರಿನಿಂದ ಹೊರಗೆ ಹಾಕುವ ಠರಾವು ಮಾಡಿದ್ದು ನಿಜವೇ? "

"ನಿಜ"

"ಹಾಗಾದರೆ ನಿನ್ನಲ್ಲಿಯೇ ಏನಾದರೂ ತಪ್ಪು ಇರಬಹುದೆಂಬ ಭಾವನೆ ನಿನಗಿಲ್ಲವೇ?"

"ಇಲ್ಲ, ನಾನು ಯಾವ ತಪ್ಪನ್ನೂ ಮಾಡಿಲ್ಲ. ಅಪರಾಧ ಮಾಡುವುದು ತಪ್ಪು ಎಂದು ನನಗೆ ತಿಳಿದಿದೆ."

"ನಿನ್ನ ಹೆಂಡತಿಯ ಕೊಲೆಯನ್ನು ಮಾಡಿ ಅವಳ ರುಂಡ ಕಡಿದಿದ್ದು ಅಪರಾಧವಲ್ಲವೇ?"

"ಸಾಹೇಬರೇ, ಆಕೆ ಮಾಡಿದ ತಪ್ಪಿಗೆ ನಾನು ಶಿಕ್ಷೆ ನೀಡಿದೆ. ಅಷ್ಟೆ"

"ನೀನಾಗಿಯೇ ಮರಣ ದಂಡನೆ ಶಿಕ್ಷೆಯನ್ನು ಕೋರಿ ಈಗ ಹೈಕೋರ್ಟಿಗೇಕೆ ಮೇಲ್ಮನವಿ ಸಲ್ಲಿಸಿರುವೆ?"

"ನಾನು ಮನವನ್ನು ಬದಲಾಯಿಸಿದ್ದೇನೆ. ಸಮಾಜಕ್ಕೆ ನೀತಿ ಬೋಧನೆ ಮಾಡುವ ಮನಸ್ಸು ಬಂದಿದೆ"

"ನಿನಗೆ ವಯಸ್ಸು ಎಪ್ಪತ್ತರ ಮೇಲಾಗಿದೆ. ಜೀವನದಲ್ಲಿ ವೈರಾಗ್ಯ ಬಂದಿಲ್ಲವೇ?"

"ಗಲ್ಲು ಗಂಭಕ್ಕೆ ಏಕೆ ಕತ್ತು ಕೊಟ್ಟು ನಾನು ಸಾಯಬೇಕು? ಭಗವಂತನಿಗೆ ಬೇಕಾದ ಸಮಯದಲ್ಲಿ ನನ್ನನ್ನು ಕರೆಸಿಕೊಳ್ಳಲಿ. ಜೈಲಿನಲ್ಲಿ ನನ್ನ ಜತೆ ಇರುವ ಕೈದಿಗಳನ್ನು ನೋಡಿ ನನಗೆ ನೀತಿ ಪಾಠ ಹೇಳಬೇಕೆನ್ನುವ ಮನಸ್ಸಾಗಿದೆ. ನಾನು ಜೈಲಿನಿಂದ ಹೊರ ಬಂದು ಹಳ್ಳಿ ಹಳ್ಳಿಗೂ ಹೋಗಿ ಹೆಣ್ಣು ಮಕ್ಕಳಿಗೆ ಶೀಲವಂತರಾಗಿರಿ, ವ್ಯಭಿಚಾರ ಮಾಡದಿರಿ ಎಂದು ಭೋಧಿಸುತ್ತೇನೆ" ಎಂದ.

ಎಂತಹಾ ವಿರೋಧಾಭಾಸದ ವ್ಯಕ್ತಿ ಇವನು ಎಂದು ಭಾವಿಸುತ್ತಾ ಜೈಲಿನಿಂದ ಹೊರಬಂದೆ.

■■

ಇದೇ ಲೇಖಕರ ಇತರ ಕೃತಿಗಳು

ಕಾದಂಬರಿಗಳು

೧. ಬೇರು (ಏರಾ ಡಿಸೈನರ್ – ೨೦೦೩)

೨. ಪೊಲೀಸ್ ಎನಕೌಂಟರ್ (ಸುಂದರ ಪ್ರಕಾಶನ – ೨೦೧೫)

ಹಾಸ್ಯ ಬರಹಗಳು

೧. ದೇವಸ್ಥಾನಕ್ಕೆ ಪೊಲೀಸ್ ಭೇಟಿ (ಸುಂದರ ಪ್ರಕಾಶನ – ೨೦೦೧)

೨. Funny Side of Police Life (ವೈಸಿಐಎನ್ – ೨೦೦೭)

೩. ಹಾಸ್ಯ ವೈಭವ (ಸಪ್ನ – ೨೦೦೮)

೪. Life through a cop's eye (Kindle, 2016)

೫. ಪೊಲೀಸ್ ಜೀವನದಲ್ಲಿ ಹಾಸ್ಯ (ಬೀಚಿ ಪ್ರಕಾಶನ ೨೦೧೮)

ಪ್ರವಾಸ ಕಥನ

೧. ಯುರೋಪಿನಿಂದ ಆಸ್ಟ್ರೇಲಿಯಾವರೆಗೆ (ಸಪ್ನ – ೨೦೦೧)

೨. ಯುರೋಪಿನ ೧೪ ದೇಶಗಳು (ಸಪ್ನ – ೨೦೧೫)

೩. ವಿಶ್ವ ಪರ್ಯಟನ (ಬೀಚಿ ಪ್ರಕಾಶನ ೨೦೧೯)

ವಿಮರ್ಶೆ

೧. Letter in Indian writing in English (Karnataka University - 1996)

೨. ಪತ್ರ ಸಾಹಿತ್ಯ (ಹಂಪಿ ಕನ್ನಡದ ವಿ.ವಿ. – ೨೦೦೧)

ಕಿರು ಜೀವನ ಚರಿತ್ರೆ

೧. ಮಾರಿಯೋ ಮಿರಾಂಡ (ರಾಷ್ಟ್ರೋತ್ಥಾನ ಸಾಹಿತ್ಯ – ೨೦೧೩)

೨. ದೇವರಾಯದುರ್ಗ ವೆಂಕಟೇಶಮೂರ್ತಿ – ಹೊಯ್ಸಳ ಕರ್ನಾಟಕ ಸಂಘ – ೨೦೧೫)

ಅನುವಾದ

೧. ರಾಜೀವ ಗಾಂಧಿ ಹತ್ಯೆ – ಯಾರಿಂದ (ಸಪ್ನ– ೨೦೦೪)

೨. ರಾಜೀವ ಗಾಂಧಿ ಹತ್ಯೆ – ಸತ್ಯಕ್ಕೆ ಸಂದ ಜಯ (ಸುಂದರ ಪ್ರಕಾಶನ – ೨೦೧೪) ಪರಿಷ್ಕೃತ ಆವೃತ್ತಿ

೩. ದಾವೂದ್ ಇಬ್ರಾಂಹಿಂ ಜತೆ ಫೋನ್ ಕರೆ – ಸಪ್ನ – ೨೦೧೭

೪. ವೀರಪ್ಪನ್‌ಃದಂತ ಚೋರನ ಬೆನ್ನಟ್ಟಿ – ವೆಸ್ಟ್‌ಲ್ಯಾಂಡ್ – ೨೦೧೯

ಮಾಧ್ಯಮ

೧. ಸರ್ಕಾರ ಮತ್ತು ಮಾಧ್ಯಮ (ಮಾಧ್ಯಮ ಅಕಾಡೆಮಿ – ೨೦೦೦)

೨. ಕ್ರೈಂ ರಿಪೋರ್ಟಿಂಗ್ (ಮಾಧ್ಯಮ ಅಕಾಡೆಮಿ – ೨೦೧೫)

ಪೊಲೀಸ್ ವ್ಯವಸ್ಥೆ ಹಾಗೂ ಕಾನೂನು

೧. ಹಂತಕರ ಹಿಂದೆ ಪೊಲೀಸ್ ಹೆಜ್ಜೆ – (ಗೀತಾ ಬುಕ್ ಹೌಸ್ – ೧೯೮೫)

೨. Modern Security System (CISF - 1989) - Editor

೩. Industrial Security (CISF - 1990) - Editor

೪. ಬಂದೂಕು – ಬದುಕು – (ಗೆಳೆಯರ ಬಳಗ – ೧೯೯೫)

೫. ಹಂತಕರ ಹಿಂದೆ ಪೊಲೀಸ್ ಹೆಜ್ಜೆ – ಎರಡನೇ ಆವೃತ್ತಿ (ಗೆಳೆಯರ ಬಳಗ, ಧಾರವಾಡ – ೧೯೯೫)

೬ ಅಂತ್ಯ – (ಗೆಳೆಯರ ಬಳಗ, ಧಾರವಾಡ – ೧೯೯೬)

೭ ಕ್ಷಣ (ಗೆಳೆಯರ ಬಳಗ, ಧಾರವಾಡ – ೧೯೯೬)

೮. Finger of Suspicion (Tanya Publications - 1996)

೯. ಜನರೊಂದಿಗೆ ಪೊಲೀಸ್ ಭಾಗ – ೧ (ಗೆಳೆಯರ ಬಳಗ, ಧಾರವಾಡ –೨೦೦೦)

೧೦. ಸೂಕ್ಷ್ಮಮತಿ ಸಬ್ ಇನ್ಸ್‌ಪೆಕ್ಟರ್ ಮತ್ತಿತರ ಪೊಲೀಸ್ ಕಥೆಗಳು (ಐಬಿಹೆಚ್ ಪ್ರಕಾಶನ – ೨೦೦೧)

೧೧. ಜನರೊಂದಿಗೆ ಪೊಲೀಸ್ ಭಾಗ – ೨ (ಗೆಳೆಯರ ಬಳಗ, ಧಾರವಾಡ –೨೦೦೨)

೧೨. ಜನರೊಂದಿಗೆ ಪೊಲೀಸ್ ಭಾಗ – ೩ (ಗೆಳೆಯರ ಬಳಗ, ಧಾರವಾಡ –೨೦೦೨)

೧೩. ಸಾಮಾನ್ಯ ಜನರಿಗಾಗಿ ಕ್ರಿಮಿನಲ್ ಕಾನೂನುಗಳು (ಸಪ್ನ – ೨೦೦೨)

೧೪. ಜನರೊಂದಿಗೆ ಪೊಲೀಸ್ ಭಾಗ – ೪ (ಗೆಳೆಯರ ಬಳಗ, ಧಾರವಾಡ –೨೦೦೩)

೧೫. ಕ್ರಿಮಿನಲ್ ಕಾನೂನುಗಳು ಹಾಗೂ ಪೊಲೀಸ್ ವ್ಯವಸ್ಥೆ ಸಮಗ್ರ ಕೈಪಿಡಿ (ಕಾಶ್ ಇಂಡಿಯಾ – ೨೦೦೬)

೧೬. ನಾಗರೀಕ ಹಕ್ಕು ರಕ್ಷಣ ಕಾಯಿದೆ (ಹಂಪಿ ಕನ್ನಡ ವಿ.ವಿ. – ೨೦೦೬)

೧೭. ಪೊಲೀಸ್ ವರ್ತನೆಯಿಂದ ಉಂಟಾದ ಕೋಮು ಗಲಭೆ ಮತ್ತಿತರ ಪ್ರಕರಣ ಅಧ್ಯಯನಗಳು (ವೈಪಿಎಸ್ಎನ್ – ೨೦೦೮)

೧೮. ಆತಂಕವಾದದ ಸವಾಲು (ಸಪ್ನ – ೨೦೦೮)

೧೯. ಕರ್ನಾಟಕದಲ್ಲಿ ನಕ್ಸಲೀಯರು (ಸಪ್ನ – ೨೦೦೮)

೨೦. ಪೊಲೀಸ್ ಅಧಿಕಾರಿಗಳಿಗೆ ಕಾನೂನು ಕೈಪಿಡಿ (ವೈಸಿಐಎನ್ – ೨೦೦೯)

೨೧. Compilation of Case studies (BPRD, Govt. of India New Delhi - 2010)

೨೨. ಪೊಲೀಸ್ ವ್ಯವಸ್ಥೆ ಹಾಗೂ ಕ್ರಿಮಿನಲ್ ಕಾನೂನು – ಸಾರ್ವಜನಿಕರ ಕೈಪಿಡಿ (ವೈಸಿಐಎನ್ – ೨೦೧೦)

೨೩. Common Man's Guide to Police and Criminal laws (Manasa - 2011)

೨೪. ಕರ್ನಾಟಕದ ಸರಣಿ ಹಂತಕರು (ಸಪ್ನ–೨೦೧೧)

೨೫. ಭಾರತದ ಇಂದಿನ ಪೊಲೀಸ್ ವ್ಯವಸ್ಥೆ (ಸಪ್ನ – ೨೦೧೨)

೨೬. Case Studies for Indian Police(Kindle - 2014)

೨೭. Corridors of Intelligence (Manas - 2019)

೨೮. Police - What you do not know (Manas 2018)

ವ್ಯಕ್ತಿ ಚಿತ್ರಣ

೧. ಮಾಸದ ನೆನಪುಗಳು (ಸಪ್ನ – ೨೦೦೪)

ಆತ್ಮ ಚರಿತ್ರೆ

೧. ಕೈಗೆ ಬಂದ ತುತ್ತು (ಮನೋಹರ ಗ್ರಂಥಮಾಲಾ – ೨೦೧೬)

೨. ಗೂಢಚರೆಯ ಆ ದಿನಗಳು (ಸಪ್ನ – ೨೦೧೯)

ವಿಶ್ವಕೋಶಗಳಲ್ಲಿ ಅಧ್ಯಾಯಗಳು

- ಕನ್ನಡ ವಿಶ್ವಕೋಶ – ಪೊಲೀಸ್ ಅಧ್ಯಾಯ (ಮೈಸೂರು ವಿ.ವಿ. – ೧೯೮೮)
- ಬೆಂಗಳೂರು ದರ್ಶನ – ಕಾನೂನು ಸುವ್ಯವಸ್ಥೆ ಅಧ್ಯಾಯ ೧ ಮತ್ತು ೩ (ಉದಯಭಾನು – ೨೦೦೫)
- Police & Security year book - 2010-11-Survey of AttEtudes, Behaviour, Mental makeup of police (Manas Publications, New Delhi - 2010)
- ಬೆಂಗಳೂರು ದರ್ಶನ – ಕಾನೂನು ಸುವ್ಯವಸ್ಥೆ ಅಧ್ಯಾಯ ೧, ೨ ಮತ್ತು ೩ – ಪರಿಷ್ಕೃತ ಆವೃತ್ತಿ (ಉದಯಭಾನು – ೨೦೧೫)

ಪತ್ರಿಕೆಗಳಲ್ಲಿ ಬರೆದ ಅಂಕಣಗಳು

೧. ಹಂತಕರ ಹಿಂದೆ ಪೊಲೀಸ್ ಹೆಜ್ಜೆ – ಸುಧಾ

೨. ಪೊಲೀಸ್ ಸತ್ಯಕಥೆಗಳು –ತರಂಗ

೩. ಇದು ಕಥೆಯಲ್ಲ – ಕರ್ಮವೀರ

೪. ಜನರೊಂದಿಗೆ ಪೊಲೀಸ್ – ವಿಜಯ ಕರ್ನಾಟಕ

೫. ಮಾಸದ ನೆನಪುಗಳು – ಸಂಯುಕ್ತ ಕರ್ನಾಟಕ

೬ Ask the DGP - Indian Express

೭ ಖಡಕ್ ದೃಷ್ಟಿಕೋನ್ –ಸಂಯುಕ್ತ ಕರ್ನಾಟಕ

೮. ಖಾಕಿ ನೋಟ – ಪ್ರಜಾವಾಣಿ

೯. With Eyes Wide Open (B.First.in)

೧೦. ಆ ಕ್ಷಣ – ವಿಜಯವಾಣಿ

೧೧. ಸಾವಿನ ಸೆರಗಿನಲ್ಲಿ – ಸಂಯುಕ್ತ ಕರ್ನಾಟಕ

೧೨. ಸೋಲೇ ಗೆಲುವಿಗೆ ಸೋಪಾನ – ಕನ್ನಡಿಗರ ಪ್ರಜಾನುಡಿ

■■